இந்தியாவின் சுருக்கமான வரலாறு

இந்தியாவின் சுருக்கமான வரலாறு

ஜான் ஜுபர்ஸிக்கி

ஜான் ஜுபர்ஸிக்கி 40 ஆண்டுகளுக்கு மேல் இந்தியாவைப் பற்றி ஆய்வு செய்துவரும் ஆஸ்திரேலிய எழுத்தாளர் இந்தியாவில் அயலகத் துறை அதிகாரியாகவும் வெளிநாட்டுச் செய்தியாளராகவும் பணியாற்றியவர். இந்தியச் சமூகம், பண்பாடு, அரசியல் குறித்து விரிவாக எழுதியிருக்கிறார். இந்தியவியல் குறித்துக் கற்பித்திருக்கிறார். 'The Shortest History of India', 'The House of Jaipur: The Inside Story of India's Most Glamorous Royal Family', 'Jadoowallahs, Jugglers and Jinns: A Magical History of India', 'The Mysterious Mr Jacob: Diamond Merchant, Magician and Spy', 'The Last Nizam: The Rise and Fall of India's Greatest Princely State' ஆகிய நூல்களை எழுதியிருக்கிறார். அமெரிக்க தேசியப் பல்கலைக்கழகத்தில் தெற்காசிய வரலாறு, இந்தி ஆகியவற்றைப் பிரதான பாடங்களாகப் படித்தவர். நியூ சவுத் வேல்ஸ் பல்கலைக்கழகத்தில் இந்திய வரலாற்றில் பி.எச்.டி. பட்டம் பெற்றவர். *தி ஆஸ்திரேலியன்* இதழின் வெளிநாட்டு உதவி ஆசிரியராகப் பணியாற்றிய ஜான் தற்போது முழு நேர எழுத்தாளராகப் பணியாற்றுகிறார்.

அரவிந்தன் (பி. 1964)

மொழிபெயர்ப்பாளர்

கடந்த 33 ஆண்டுகாளாகப் படைப்பிலக்கியம், மொழியாக்கம், இதழியல் துறைகளில் செயலாற்றிவருபவர். புனைவுகள், இலக்கிய விமர்சனங்கள், திரைப்படப் பார்வைகள், அரசியல் விமர்சனங்கள், கிரிக்கெட் அலசல்கள், மொழியாக்கங்கள், மொழிநடைக் கையேடு என 25க்கும் மேற்பட்ட நூல்களை எழுதியிருக்கிறார். இவருடைய மொழிபெயர்ப்பில் வெளியான 'பால சரஸ்வதி: அவர் கலையும் வாழ்வும்' என்னும் நூலுக்காகக் கனடா இலக்கியத் தோட்டத்தின் சிறந்த மொழிபெயர்ப்புக்கான விருதைப் (2018) பெற்றவர்.

தொடர்புக்கு: aravindanmail@gmail.com

FSC

மறுசுழற்சி முறையில் தயாரித்த தாள்களில் இந்நூலை அச்சிட்டிருக்கிறோம். உலகின் காடுகளைப் பொறுப்பாக மேலாண்மை செய்வதை ஊக்குவிப்பதற்கான காட்டுப் பொறுப்பாண்மை அவை (Forest Stewardship Council) என்னும் இலாப நோக்கற்ற, உலகளாவிய அமைப்பு இதற்கான சான்றிதழை வழங்கியுள்ளது.

இதுபற்றிய தமது கருத்துகளை வாசகர்கள் publisher @kalachuvadu.com என்ற மின்னஞ்சலுக்கு எழுதுக.

– பதிப்பாளர்

ஜான் ஜூபர்ஸிக்கி

இந்தியாவின் சுருக்கமான வரலாறு

(5000 ஆண்டுக்கால இந்திய வரலாறு)

தமிழில்

அரவிந்தன்

காலச்சுவடு பதிப்பகம்

அன்பார்ந்த வாசகருக்கு,

வணக்கம்.

காலச்சுவடு நூலை வாங்கியமைக்கு நன்றி.

நூலின் உள்ளடக்கம், உருவாக்கம், அட்டைப்படம் இன்ன பிற அம்சங்கள் பற்றிய உங்கள் கருத்துகளையும் ஆலோசனைகளையும் காலச்சுவடு வரவேற்கிறது. தகவல், எழுத்து, வாக்கியப் பிழைகள் தென்பட்டால் அவசியம் தெரிவித்து உதவுங்கள். நூல் தயாரிப்பில் கடும் குறைபாடு இருப்பின் மாற்றுப் பிரதி உங்களுக்குக் கிடைக்கக் காலச்சுவடு ஏற்பாடு செய்யும்.

மின்னஞ்சல்: publisher@kalachuvadu.com

காலச்சுவடு நாகர்கோவில் அலுவலகத்திற்குக் கடிதம் அனுப்பலாம்.

தங்கள்

எஸ்.ஆர். சுந்தரம் (கண்ணன்)
பதிப்பாளர்— நிர்வாக இயக்குநர்

THE SHORTEST HISTORY OF INDIA by JOHN ZUBRZYCKI

First published in India in 2022 by Picador India

Copyright © JOHN Zubrzycki 2022

இந்தியாவின் சுருக்கமான வரலாறு ◆ வரலாறு ◆ ஆசிரியர்: ஜான் ஜுபர்ஸிக்கி ◆ தமிழில்: D.I. அரவிந்தன் ◆ மொழிபெயர்ப்புரிமை: D.I. அரவிந்தன் ◆ முதல் பதிப்பு: டிசம்பர் 2023, இரண்டாம் பதிப்பு: டிசம்பர் 2024 ◆ வெளியீடு: காலச்சுவடு பப்ளிகேஷன்ஸ் (பி) லிட்., 669, கே.பி. சாலை, நாகர்கோவில் 629001

intiyaavin curukkamaana varalaaRu ◆ History ◆ Author: John Zubrzycki ◆ Translated by: D.I. Aravindan ◆ Translation © D.I. Aravindan ◆ Language: Tamil ◆ First Edition: December 2023, Second Edition: December 2024 ◆ Size: Demy 1 x 8 ◆ Paper: 16 kg NS high bulk ◆ Pages: 296

Published by Kalachuvadu Publications Pvt. Ltd., 669, K.P. Road, Nagercoil 629001, India ◆ Phone: 91-4652-278525 ◆ e-mail: publications @kalachuvadu.com ◆ Printed at Mani Offset, Chennai 600077

ISBN: 978-81-19034-91-8

12/2024/S.No.1266, kcp 5439, 16 (2) usss

பொருளடக்கம்

	அறிமுகம்	11
1.	காலத்தில் கரைந்த நாகரிகங்கள்	23
2.	சமயப் புரட்சிகள்	47
3.	செவ்வியல் யுகம்	73
4.	இஸ்லாமின் வருகை	94
5.	மகத்தான முகலாயர்கள்	119
6.	வணிகர்களும் கூலிப்படையினரும்	153
7.	திரியில் பற்றிய நெருப்பு	181
8.	விடுதலையை நோக்கிய நெடும்பாதை	207
9.	தேசிய அரசின் உருவாக்கம்	244
10.	'புதிய இந்தியா'?	280
	நன்றி	291
	மேற்கொண்டு வாசிப்பதற்கான பரிந்துரைகள்	293

பண்டைய இந்தியா	பொ.ஆமு 15லட்சம் இந்தியாவில் ஆரம்பகால மனிதர்கள்
	பொ.ஆமு 65,000 ஆப்பிரிக்காவிலிருந்து மனிதர்கள் இந்தியா வருகை
	பொ.ஆமு 7,000 வேளாண்மைக்கான ஆரம்பத் தடயங்கள்
	பொ.ஆமு 3300-2600 தொடக்ககால ஹரப்பா நாகரிகம்
	பொ.ஆமு 2600-1900 வளர்ச்சி நிலையில் ஹரப்பா நாகரிகம்
	பொ.ஆமு 1900-1300 பிற்கால ஹரப்பா நாகரிகம்
	பொ.ஆமு 1200-1100 ரிக்வேதம் இயற்றப்படுதல்
	பொ.ஆமு 800-300 உபநிடதங்களின் தோற்றம்
	பொ.ஆமு 599-527 மகாவீரர் சமண மதத்தைச் தோற்றுவித்தல்
	பொ.ஆமு 563-483 கவுதம சித்தார்த்தன்-புத்த மதத்தைச் தோற்றுவித்தல்
	பொ.ஆமு 400-பொ.ஆ 300 ராமாயணம், மகாபாரதம் உருவாக்கம்
	பொ.ஆமு 326 அலெக்சாண்டரின் படையெடுப்பு
பேரரசுகளின் யுகம்	பொ.ஆமு 322-185 மௌரியப் பேரரசு
	பொ.ஆமு 100-240 சீனாவுக்குச் சென்ற முதல் பவுத்தர்கள் குழு
	பொ.ஆமு 135- பொ.ஆ150 குஷானப் பேரரசு
	பொ.ஆ 100-500 காந்தாரக் கலை வட இந்தியாவிலும் ஆப்கானிஸ்தானிலும் செழித்தல்
	பொ.ஆ 320-550 குப்தப் பேரரசு
	பொ.ஆ 200-400 காமசூத்திரம் உருவாக்கம்
படையெடுப்புகளின் யுகம்	பொ.ஆ 455 ஹூணர்களின் முதல் படையெடுப்பு
	பொ.ஆ 606-47 ஹர்ஷரின் ஆட்சி
	பொ.ஆ 712 அராபியர்கள் சிந்துவை ஆக்கிரமித்தல்
	பொ.ஆ 300-888 காஞ்சி பல்லவர்கள்
	பொ.ஆ 871-907 சோழர்கள் எழுச்சி
	1004-30 முகம்மது கஜினி படையெடுப்பு
	1192 தரைன் போரில் பிருத்விராஜ் தோல்வி
	1206-1526 தில்லி சுல்தானகம்
	1336-1565 விஜயநகரப் பேரரசு
மகத்தான முகலாயர்கள்	1526-1530 பாபரின் ஆட்சி
	1530-40, 1555-56 ஹுமாயூன் ஆட்சி
	1556-1605 அக்பர் ஆட்சி
	1605-27 ஜஹாங்கீர் ஆட்சி
	1627-58 ஷாஜஹான் ஆட்சி
	1632-54 தாஜ் மஹல் உருவாக்கம்
	1658-1707 ஔரங்கசீப் ஆட்சி
காலனியாதிக்கம்	1600 பிரிட்டிஷ் கிழக்கிந்தியக் கம்பெனியின் தோற்றம்
	1739 பெர்ஷியாவைச் சேர்ந்த நாதிர் ஷா தில்லியைக் கைப்பற்றுதல்
	1756 கல்கத்தா கருங்குழிச் சம்பவம்
	1757 பிளாஸிப் போர்
	1765 கம்பெனி வங்கத்திப் வரிவசூல் உரிமை பெறுதல்
	1773 கவர்னர் ஜெனரல், மேற்பார்வைக் குழு ஆகியவற்றை நியமிக்கும் சட்டம்

காலனியாதிக்கம் (தொடர்ச்சி)	1799 திப்பு சுல்தான் தோல்வி
	1813 கிறிஸ்தவ மறைப்பணியாளர்கள் வருகை
	1817-18 மூன்றாவது மராட்டியப் போர்; இந்தியாவை பிரிட்டிஷ் கைப்பற்றுதல
	1856 அவத் அரசை இணைத்துக்கொள்ள டல்ஹௌசி உத்தரவு
	1857 இந்திய எழுச்சி அல்லது சிப்பாய்க் கலகம்
	1858 இந்தியா பிரிட்டனின் ஆட்சியின் கீழ் வருதல்
பிரிட்டிஷ் ஆட்சி	1876 விக்டோரியா ராணி இந்தியாவின் பேரரசி ஆகுதல்
	1885 இந்தி தேசிய காங்கிரஸ் உதயம்
	1905 வங்கப் பிரிவினை
	1906 முஸ்லிம் லீக் உதயம்
	1918 பிகாரில் மகாத்மா காந்தியின் முதல் சத்தியாகிரகம்
	1919 ஜாலியன் வாலா பாக் படுகொலை
	1930 காங்கிரஸின் சுயாட்சி கோரிக்கை
	1931 காந்தி லண்டன் வட்டமேசை மாநாட்டில் கலந்துகொள்ளுதல்
	1942 'வெள்ளையனே வெளியேறு' - காங். தலைவர்கள் கைது
	1946, ஆகஸ்ட் 16 ஜின்னா நேரடி நடவடிக்கை அறிவிப்பு
	1947, ஆகஸ்ட் 14-15 பாகிஸ்தான், இந்தியா விடுதலை
சுதந்திர இந்தியா	1947, அக்டோபர் காஷ்மீரின் இந்தியா - பாகிஸ்தான் போர்
	1948, ஜனவரி 30 காந்தி படுகொலை
	1950, ஜனவரி 26 இந்தியா குடியரசாக மாறுதல்
	1952 முதல் பொதுத்தேர்தல
	1962 இந்திய-சீன எல்லைப் போர்
	1964, மே 27 ஜவர்ஹலால் நேரு மரணம்
	1965, செப்டம்பர் காஷ்மீரை முன்னிட்டு இந்திய-பாகிஸ்தான் போர்
	1966, ஜனவரி இந்திரா காந்தி பிரதமராகுதல்
	1971, டிசம்பர் கிழக்கு பாகிஸ்தானை முன்னிட்டு இந்தியா-பாக் போர்
	1984, ஜூன் பொற்கோவிலில் இந்திய ராணுவம் நுழைவு
	1984, அக். 31 இந்திரா படுகொலை; ராஜிவ் பிரதமராகுதல்
	1991, மே 21 ராஜீவ் படுகொலை
	1991 அதிரடிப் பொருளாதாரச் சீர்திருத்தங்கள்
	1992, டிசம்பர் 6 பாபர் மசூதி தகர்ப்பு
	1998 பாரதிய ஜனதா கட்சி கூட்டணி ஆட்சி
	1998, மே இந்தியா, பாகிஸ்தான் அணுசோதனை
	1999, மே கார்கில் போர்
	2004, மே மன்மோகன்சிங் பிரதமராகுதல்
	2008, நவம்பர் மும்பை பயங்கரவாதத் தாக்குதல்
	2014, மே நரேந்திர மோடி பிரதமராகுதல்
	2016, நவம்பர் பணமதிப்பழிப்பு
	2019, மே பாஜக இரண்டாவது முறை வெற்றி
	2021, மார்ச்-ஜூன் கோவிட்-19 இரண்டாம் அலையின் கோரத் தாண்டவம்

அறிமுகம்

> **'இந்தியாவைப் பற்றிச் சரியான முறையில் நீங்கள் எதைச் சொன்னாலும் அதற்கு நேரெதிரான ஒன்றும் உண்மையாகவே இருக்கும்.'**
>
> **– பிரிட்டன் பொருளியலாளர் ஜான் ராபின்சன்**

1942, ஆகஸ்ட் *9*ஆம் தேதி காலையில் இந்திய தேசிய காங்கிரஸின் தலைவர் ஜவஹர்லால் நேருவும் அவருடைய சகாக்கள் ஒன்பது பேரும் பம்பாய் விக்டோரியா டெர்மினஸில் ஒரு ரயிலினுள் இருந்தார்கள். அவர்கள் போக வேண்டிய இடம், வெக்கையான மலைப்பகுதியிலிருக்கும் அகமத் நகர் கோட்டை – இன்றைய மகராஷ்டிர மாநிலத்திலுள்ளது. முகலாய சாம்ராஜ்ஜியத்தின் கடைசிப் பேரரசரான ஔரங்கசீப் அந்தக் கோட்டையில்தான் இறந்தார். அவருடைய மரணத்தின்போது பெரும்புயல் வீசியது. அந்த முகாமில் இருந்த கூடாரங்களைத் தரைமட்டமாக்கிய ஆவேசமான புயல் அது... கிராமங்கள் நாசமாயின. மரங்கள் வேரோடு பிடுங்கி எறியப்பட்டன! பிரிட்டிஷ் ஆட்சியில் அகமத் நகர் உச்சப் பாதுகாப்புக் கொண்ட சிறைச்சாலையாக ஆகியிருந்தது. நேருவின் சிறைவாசம் இரண்டு ஆண்டுகள், ஒன்பது மாதங்களுக்கு நீடித்தது. பிரிட்டிஷ் அரசின் கைதியாக ஒன்பது முறை சிறை சென்ற அவருக்கு இதுதான் நீண்ட சிறைவாசம். அவர் செய்த குற்றம் 'வெள்ளையனே வெளியேறு' இயக்கத்தைத் தொடங்கிவைத்தது. பிரிட்டனின் போர் முயற்சிகளுக்கு இந்தியா முழுமையாக

ஆதரவளிக்க வேண்டுமென்றால் இந்தியாவுக்கு அது உடனடியாக விடுதலை அளிக்க வேண்டும் என்று பிரிட்டிஷ் அரசுக்கு நெருக்கடி கொடுக்கக் காங்கிரஸ் தீவிரமாக முன்னெடுத்த இயக்கம் 'வெள்ளையனே வெளியேறு'. நேரு விடுதலை அடைந்த சமயத்தில் போர் கிட்டத்தட்ட முடிவுக்கு வந்துவிட்டது.

இந்தியாவின் வருங்காலப் பிரதமர் அகமத் நகரை மாய நிழல்களைக் கொண்ட சிறை *(Plato's Cave)* என்று வர்ணித்தார். அந்தச் சிறையில் இருப்பவர்கள் தங்களைச் சுற்றி நடப்பவற்றை நிழலுருக்களாகத்தான் பார்க்க முடியும். அவருடைய சிறை முற்றத்திற்கு மேலே 'வண்ணமயமான பஞ்சுப் பொதிபோன்ற மேகங்கள் மிதக்கும் பகல் பொழுதுகளும் நட்சத்திரங்கள் ஒளிரும் அற்புதமான இரவுகளும்' கொண்ட ஆகாயம் அவருக்கு ஆறுதல் தந்தது. கோட்டையின் சுவர்களுக்குள் மாறுபட்ட சூழல் இருந்தது. நேருவின் சக கைதிகள் இந்திய அரசியல், கல்விப்புலம், சமூகம் ஆகியவற்றின் பல்வேறு பிரிவுகளைச் சேர்ந்தவர்கள். அவர்கள் இந்தியாவின் நான்கு செவ்வியல் மொழிகளையும் – சமஸ்கிருதம், பாலி, அரபி, பெர்ஷியன் – இந்தி, உருது, வங்க மொழி, குஜராத்தி, மராத்தி, தெலுங்கு என நவீன மொழிகளையும் பேசுபவர்கள். 'எண்ணற்ற வளங்கள் கொட்டிக் கிடந்தன. அவற்றிலிருந்து பயன்பெறுவதற்குப் போதிய திறன் எனக்கு இல்லை என்பதுதான் பிரச்சினை' என்று அந்த அனுபவத்தை நேரு பின்னர் நினைவுகூர்ந்தார். தோட்டம் அமைப்பது, திடீர் கருத்தரங்குகளை ஏற்பாடு செய்வது, நாட்டு நடப்பை விவாதிப்பது ஆகியவற்றுக்கெல்லாம் நேரம் இருந்தது. வரலாறு, அரசியல் தொடர்பான சிறந்த நூல்களைப் படிப்பதில் தனக்கிருந்த தீவிரமான வேட்கைக்குத் தீனிபோடவும் அந்த நூல்களின் கருத்துக்களை அடிப்படையாகக் கொண்டு கட்டுரைகள் எழுதவும் அந்தச் சிறைவாசத்தை நேரு பயன்படுத்திக்கொண்டார்.

நீண்ட கோடைப் பருவத்தில் அவர் எழுதிய 'கண்டுணர்ந்த இந்தியா' என்னும் நூல் *(1946)* அவருடைய ஆகப் பிரபலமான நூலாக விளங்கியது. கடந்தகாலத்தை மட்டுமின்றி 'எதிர்காலத்தையும் எட்டிப் பார்க்கும்' 'கருத்துக்களின் குவியல்' என்று நேரு அந்த நூலைப் புறந்தள்ளினார். அந்நூலின் பெரும்பகுதி அப்படித்தான் அமைந்திருக்கிறது – உதிரியான சிந்தனைகளின் தொகுப்பாக. எனினும் அந்த நூலை அவர் அடிப்படையானதொரு கேள்வியுடன் தொடங்குகிறார்: 'பொருண்மையான, நிலப்பரப்பு சார்ந்த அம்சங்களுக்கு அப்பால் இந்தியா என்பது என்ன?' கடைசி இயலில் இதற்கான விடையை முன்வைக்கும் நம்பிக்கை அவருக்குப் பிறக்கிறது. 'இந்தியா

௸ 12 ௸ ஜான் ஜுபர்ஸிக்கி

என்பது வேற்றுமைகளுக்கிடையே காணும் கலாச்சார ஒற்றுமை. வலுவான, கண்ணுக்குத் தெரியாத இழைகளால் இணைத்துக் கட்டப்பட்ட முரண்பாடுகளின் மூட்டை... இந்தியா என்பது ஒரு தொன்மம், கருத்து, கனவு, லட்சியம். அதே சமயம் மிகவும் உண்மையான, நடப்பில் உள்ள, அனைத்து இடங்களிலும் பரவியிருக்கும் ஓர் உணர்வு.'

நேருவின் முடிவு இந்திய வரலாற்றின் மாணவர்களுக்கு ஏமாற்றமளிக்கும் வகையில் குழப்பமானதாகவும் முரண்பாடானதாகவும் தோன்றலாம். ஆனால் இந்தியா என்பது ஒரே சமயத்தில் கருத்தாகவும் அமைப்பாகவும் உள்ளது. பல்வேறு மதங்கள், பண்பாடுகள், மொழிகள், இனங்கள், சாதிகள் ஆகியவற்றை உள்ளடக்கி ஆயிரக்கணக்கான ஆண்டுகளாக இது நீடித்து நிற்கிறது. 'இந்தியா பல்வேறு கூறுகளையும் ஒருங்கிணைக்கும் மரபைக் கொண்டது' என 1953இல் தான் ஆற்றிய உரையொன்றில் நேரு குறிப்பிட்டார். 'பல்வேறு நீரோட்டங்கள் அதனுள் வந்தன. பல்வேறு மானிடக் குழுக்கள் ஆறுகளைப் போல் பாய்ந்து வந்து இந்தியா என்னும் பெருங்கடலினுள் கலந்தன. அவை ஐயத்துக்கிடமின்றிப் பல மாற்றங்களை உருவாக்கின. அவை இந்தியாவைப் பாதித்தன; இந்தியாவும் அவற்றைப் பாதித்தது' என்றும் அவர் கூறினார்.

'இந்தியாவைக் கண்டுணர்'வதை நேரு எளிதாக எடுத்துக் கொண்டார். ஆனால் பலருக்கு, ஈ.எம். ஃபார்ஸ்டரின் நூல் தலைப்பைக் கடன் வாங்கிச் சொல்வதானால், 'இந்தியாவுக்கான பாதை'யை உருவாக்குவது சவாலான பணியாகவே இருந்தது. இந்தியாவின் கலாச்சார, மொழி சார்ந்த சிக்கல்கள், ஒருபுறம் பெரும் செல்வமும் மறுபுறம் கொடிய வறுமையுமான சூழல், மதங்களும் சடங்குகளும் நிரம்பிய அதன் வாழ்க்கை முறை, மிகச் சிக்கலானதும் தீவிரமான கேள்விகளுக்கு உட்படுத்தப்படுவதுமான வரலாறு ஆகியவை இந்தியாவைப் புரிந்துகொள்ள விழைபவர்களின் முனைப்பைத் தடுத்து நிறுத்திவிடும். ஆழ்ந்த ஈடுபாடு கொண்டவர்களால் மட்டுமே இதில் இறங்க முடியும். ஒன்றுடன் ஒன்று இடைவெட்டும் கலாச்சார, அரசியல், சமூக நீரோட்டங்களைக் கோவையான, விரிவான கதையாடலுக்குள் இணைப்பது அசாத்தியமானது எனத் தோன்றக்கூடும். வங்கமொழி எழுத்தாளரும் அறிஞரு மான நிராத் சௌதுரி (1897–1999) 1950களில் எழுதியதைப் போல, இந்தியா, 'மிகவும் பரந்து விரிந்தது. பெரும் எண்ணிக்கையிலான மக்களைக் கொண்டது. விதிவிலக்கானவர்கள் மட்டுமே லட்சக்கணக்கில் இருப்பார்கள்.'

இந்தியாவின் சிக்கல்கள் வரலாற்றாசிரியர்கள், மாணவர்களின் பாதையில் எவ்வளவுதான் முட்டுக்கட்டைகள் போட்டாலும் இந்த நாட்டின் கடந்த காலமும் நிகழ்காலமும் தரும் விரிவான படிப்பினைகளை அலட்சியப்படுத்துவது முட்டாள்தனமானதாகவே இருக்கும். இந்தியா உலகின் ஆகப் பழமையான நாகரிகம். ஆகப் பெரிய ஜனநாயகம். ஆசியாவின் கிழக்கு, மேற்குப் பகுதிகளின் மையத்தில் அது அமைந்திருக்கிறது. இந்தியப் பெருங்கடல் பகுதியின் வலுவான சக்தி. இந்தியா வேகமாக மாறியும் வருகிறது. பல பதிற்றாண்டுகளாக அதன் பொருளாதாரத்தை வழிநடத்திவந்த சோஷலிசப் பரிசோதனைகளின் எச்சங்களைத் களைந்துவிட்டுப் புதிய உலக ஒழுங்கை அது கைக்கொள்கிறது. எந்த வல்லரசுடனும் சேராத அணிசேரா நாடு என்னும் அதன் வெற்று முழக்கத்தின் பொருத்தப்பாடு மிகவும் குறைந்துவிட்டது.

சீனாவின் பளபளப்பான புல்லட் ரயில்கள், அடர்த்தியான மக்கள் தொகை கொண்ட மாபெரும் நகர்ப்புறக் குடியிருப்பு வளாகங்கள், உலகெங்கிலுமுள்ள நுகர்வோருக்கான திறன்பேசிகளையும் மடிக்கணினிகளையும் உற்பத்தி செய்யும் ராட்சதத் தொழிற்சாலைகள் ஆகியவை இந்தியாவில் இல்லை. ஜனநாயக முறைப்படித் தேர்ந்தெடுக்கப்பட்ட அதன் தலைவர்கள் நாட்டின் முழுத் திறனையும் பயன்படுத்த தவறிவருகிறார்கள். இந்தியாவில் அபரிமிதமான இயற்கை வளங்கள் உள்ளன. உயர்கல்வி கற்றோர் மாபெரும் எண்ணிக்கையில் இருக்கிறார்கள். கல்வியறிவு பெற்ற தொழிலாளர்கள் பெருமளவில் இருக்கிறார்கள். இவற்றையெல்லாம் கொண்ட இந்தியாவால் அதிக அளவில் சாதிக்க முடியும். 2025ஆம் ஆண்டில் உலகின் பணிபுரியக்கூடிய வயதுடையோரின் எண்ணிக்கையில் ஐந்தில் ஒரு பங்கினர் இந்தியாவில் இருப்பார்கள். 100 கோடி இந்தியர்களிடம் திறன்பேசிகள் இருக்கும். இரு நாடுகளின் மக்கள் தொகையும் 150 கோடியை நெருங்கிவரும் நிலையில் 2027இல் சீன மக்கள்தொகையை இந்தியா விஞ்சிவிடும். அந்தச் சமயத்தில் இந்தியாவின் ஐந்து பெரும் நகரங்கள் செர்பியா, பல்கேரியா போன்ற நடுத்தர வருமானம் கொண்ட நாடுகளோடு ஒப்பிடக்கூடிய அளவிலான பொருளாதாரங்களைக் கொண்டிருக்கும். கோவிட் பெருந்தொற்றுக்கு முன்பு இந்தியா 2031ஆம் ஆண்டிற்குள் சீனா, அமெரிக்கா ஆகிய நாடுகளுக்கு அடுத்த நிலையில் உலகின் மூன்றாவது பெரிய பொருளாதாரமாக உருவெடுப்பதற்கான பாதையில் பயணித்துக்கொண்டிருந்ததாகச் சந்தைப் பரிமாற்ற விகிதங்களின் மதிப்பீடுகள் கூறின.

இந்திய வரலாறு சீனாவின் வரலாற்றைப் போன்றதல்ல. சீன வரலாற்றை யுவான், மிங் அல்லது கிங் என்னும் அரச வம்சங்களின் காலகட்டங்களாகத் தெளிவாகப் பிரித்து விடலாம். இந்தியாவின் வரலாறு சீரானதல்ல. கடுமையாகப் போட்டியிட்டுக்கொள்ளும் பல்வேறு அதிகார மையங்களைக் கொண்டது. மௌரியர்கள், குப்தர்கள், முகலாயர்கள் ஆகியோரின் பேரரசுகள் உச்சம் தொட்ட காலகட்டங்களிலும் அவற்றில் எதுவும் துணைக்கண்டம் முழுவதையும் தன் கட்டுப் பாட்டில் கொண்டிருக்கவில்லை. 1818இல் மராத்தாக்களை வெல்வதுவரையிலும் பிரிட்டனால் மொத்தத்துணைக்கண்டமும் தன் ஆளுகையின் கீழ் இருப்பதாகக் கூறிக்கொள்ள முடியவில்லை. அப்போதுகூட இந்தியாவின் சமஸ்தானங்கள் ஓரளவு தன்னாட்சி உரிமையைக் கொண்டிருந்தன. இந்த சமஸ்தானங்கள் இந்திய நிலப்பரப்பின் ஐந்தில் ஒரு பகுதியை ஆண்டுவந்தன. இந்திய மக்கள் தொகையில் மூன்றில் ஒரு பங்கினர் இவற்றில் வசித்துவந்தார்கள்.

துணைக்கண்டத்தின் அனைத்து ஆட்சியாளர்கள், சிறியதும் பெரியதுமான அரச பரம்பரைகளின் ஏற்றத்தாழ்வுகள், இடத்திற்காகவும் செல்வத்திற்காகவும் நடைபெற்ற போர்கள், அறிவியல், இலக்கியம், கலை ஆகிய துறைகளில் இந்தியாவின் பங்களிப்புக்கள் ஆகியவற்றையெல்லாம் குறிப்பிட முனைந்தால் அந்த முயற்சி தோல்வியில்தான் முடியும். பெயர்கள், தேதிகள், அறிவுப்புகள் ஆகியவற்றைக் கலவையாகத் தொகுத்துத் தருவதில் ஆழமோ நுணுக்கங்களோ இருக்காது. 5000 ஆண்டுகால இந்திய வரலாற்றை அதன் நுட்பங்களுடன் கிட்டத்தட்ட 300 பக்கங்களில் சுருக்கிச் சொல்வது மாபெரும் சவால். ஆனால் அது அவசியமானதொரு பணி.

பெயரில் என்ன இருக்கிறது?

இந்துகுஷ் வழியே நீண்ட பயணம் மேற்கொண்டு இன்றைய பாகிஸ்தானின் பஞ்சாப் மாகாணத்தின் சமவெளிகளுக்கு வந்த வர்த்தகர்களும் ஆக்கிரமிப்பாளர்களும் எதிர்கொண்ட நிலப்பரப்பு சார்ந்த முக்கியமான முதல் தடை சிந்து நதி. 'சி' என்னும் ஒலியை உச்சரிக்க முடியாததால் பெர்ஷியர்கள் அந்த நதியை 'ஹிந்து' எனக் குறிப்பிட்டார்கள். பொது ஆண்டுக்கு முன் 4ஆம் நூற்றாண்டில் இங்கு வந்த கிரேக்கர்கள் 'ஹ' ஒலியைத் தவிர்த்துவிட்டு 'இண்டஸ்' என்றார்கள். அந்தப் பகுதியும் அதற்கு அப்பாலிருந்த பகுதிகளும் இன்றளவும் அப்படித்தான் அறியப்படுகின்றன. இந்தியா என்னும் சொல்லின் வேர்ச்சொல் கிரேக்க மொழியின் 'Ινδία. அமெரிக்காவும்

ஆஸ்திரேலியாவும் கண்டுபிடிக்கப்பட்டதற்கும் காலனியக் காலத்திற்கு முன்பு அங்கிருந்தவர்கள் தங்கள் நிலப்பரப்புகளை எப்படிக் குறிப்பிட்டார்கள் என்பதற்கும் எந்தத் தொடர்பும் இல்லை. அதுபோலவே போர்ச்சுகீசியாவின் எஸ்டாடோ டா இந்தியா, டச்சுக்காரர்களின் வெரீனிகேட் ஊஸ்ட் இன்டிஷ் கம்பெனி, பிரான்ஸின் கம்பெனி தே இன்டஸ், இறுதியாக, பிரிட்டனின் கிழக்கிந்தியக் கம்பெனி முதலான ஐரோப்பிய வர்த்தகக் குழுக்கள் 16, 17ஆம் நூற்றாண்டுகளில் இந்தியாவிற்கு வருவதுவரையிலும் இந்தியா என்னும் பெயர் புழக்கத்திற்கு வரவேயில்லை. இந்தியாவைக் காட்டிலும் ஹிந்துஸ்தான் மேலும் பரவலாகப் புழக்கத்தில் இருந்தது. 'ஹிந்துக்களின் நாடு' என்பதாக அல்லாமல் 'இண்டஸ் நாடு' என்பதே இதன் பொருள். இருபதாம் நூற்றாண்டின் தொடக்கம் வரையிலும் 'ஹிந்துஸ்தானி' என்னும் சொல் பிரிட்டிஷ் இந்தியாவிலிருந்து வந்தவர்களைக் குறிப்பிடுவதற்கான பொதுவான சொல்லாகவே இருந்தது.

இந்தியாவின் சமஸ்கிருதப் பெயர் பாரதம். மூன்றாம் நூற்றாண்டில் தோன்றிய விஷ்ணுபுராணம் இதை இப்படி வரையறுக்கிறது. 'பெருங்கடலுக்கு வடக்கிலும் இமயமலைக்குத் தெற்கிலும் பரந்து விரிந்திருக்கும் நாட்டுக்குப் பாரதம் என்று பெயர். அதில் வசிப்பவர்களுக்குப் பாரதீயர்கள் என்று பெயர். 9000 யோசனை (பண்டைய நில அளவை) பரப்புக் கொண்ட இது அவரவரின் கர்மவினைகளுக்கேற்ப யார் சொர்க்கத்திற்குப் போக முடியும் என்பதைத் தீர்மானிக்கும் கர்ம பூமி.'

பல்லாயிரமாண்டு இந்தியாவையும் இந்திய நாகரிகத்தையும் நிலப்பரப்பு சார்ந்து வரையறுப்பது ஒப்பீட்டளவில் எளிமையானது. கிட்டத்தட்ட 18 கோடி ஆண்டுகளுக்கு முன்பு கோண்ட்வானா என்னும் மகாதுணைக்கண்டம் உடையத் தொடங்கியது. இந்தியப் பகுதி ஆண்டுக்கு 15 சென்டிமீட்டர் என்ற அளவில் வடகிழக்கை நோக்கி நகரத் தொடங்கி, 5.5 கோடி ஆண்டுகளுக்கு முன் யுரேசியக் கண்டத் திட்டுடன் மோதியது. இதன் விளைவாக உலகின் மாபெரும் மலைத்தொடரான இமயமலை உருவாகியது. 2500 கிலோமீட்டர் நீளத்திற்கு விரிந்திருக்கும் இந்த மலைத்தொடர் இன்று இந்தியத் துணைக்கண்டமாக அறியப்படும் பகுதியின் வடக்கு எல்லையாக மாறியது. நாற்கர வடிவம் கொண்ட இந்த மலைத்தொடரின் கிழக்குப் புறங்களில் அடர்ந்த காடுகளைக் கொண்ட பகுதிதான் இந்திய–மியான்மர் எல்லைப் பகுதி. மேற்கில் உள்ள இந்துகுஷ் ஆற்றில் அமைந்துள்ள கைபர், போலன் கணவாய் வழியாகத்தான் வெளியிலிருந்து படையெடுத்து

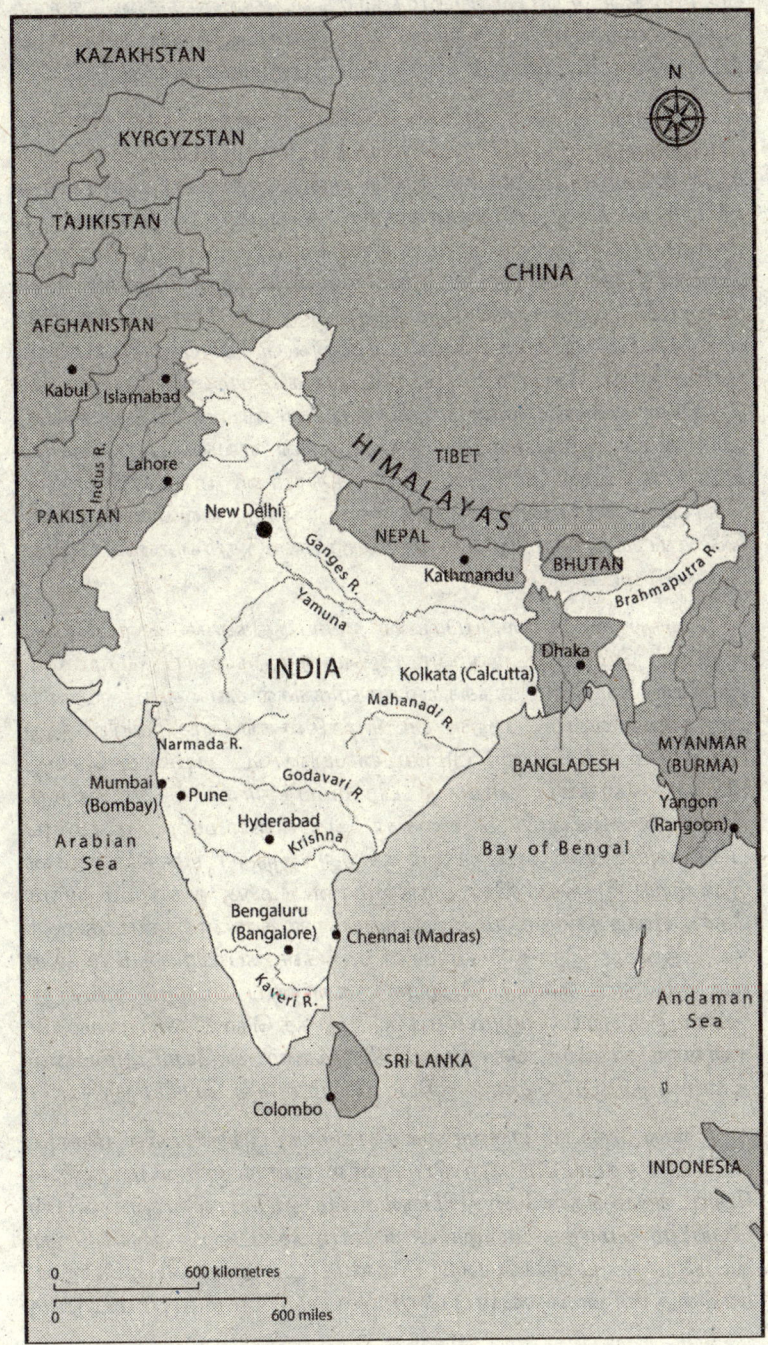

இந்தியாவின் சுருக்கமான வரலாறு 17

வந்தவர்கள் உள்ளே நுழைந்தார்கள். துணைக்கண்டத்தின் தெற்கு எல்லையில் இந்தியப் பெருங்கடலுக்குள் தலையை நீட்டிக்கொண்டிருக்கும் மாபெரும் தீபகற்பம் உள்ளது.

இன்று இந்தத் துணைக்கண்டம் ஐந்து நாடுகளாகப் பிரிந்துள்ளது. இதில் மிகப்பெரிய நாடான இந்தியா 33 லட்சம் சதுர கிலோமீட்டருக்குச் சற்றே குறைவான பரப்பில் பரந்து விரிந்திருக்கிறது. சர்ச்சைக்குரிய காஷ்மீர் பகுதிகளையும் சேர்த்துப் பார்த்தால் இந்திய நிலப்பரப்பு வடக்கிழக்கிலிருந்து தெற்காக 3200 கிலோமீட்டரும் கிழக்கிலிருந்து மேற்காக 2900 கிலோமீட்டரும் பரவியிருக்கிறது. இது 140 கோடி மக்களின் வசிப்பிடம். துணைக்கண்டத்திலுள்ள பிற நாடுகளான பாகிஸ்தான், நேபாளம், பூடான், வங்கதேசம் ஆகியவற்றுடன் இந்தியா எல்லைகளைப் பகிர்ந்துகொண்டிருக்கிறது. சீனா, மியான்மர் ஆகியவையும் இந்தியாவின் எல்லைப்புறங்களில் உள்ளன. உலகின் மிக அடர்த்தியான மக்கள்தொகை கொண்ட நாடுகளில் இந்தியாவும் ஒன்று. ஒவ்வொரு சதுர கிலோமீட்டருக்கும் 400 பேர் வசிக்கிறார்கள். இது சீனாவைப்போல இரண்டு மடங்கு.

நைல், டைக்ரிஸ், யூப்ரடீஸ் ஆகிய நதிகளால் வளம்பெற்ற எகிப்து, மெசபடோனியா ஆகிய நாடுகளைப் போலவே இந்தியாவின் தொடக்கக்கால நாகரிகங்கள் கங்கை, சிந்து ஆகிய ஆறுகளால் வளம்பெற்றன. வடகிழக்கில் கங்கோத்திரியிலிருந்து புறப்படும் கங்கை நதி இமயமலையினூடே பயணம் செய்து கிழக்கு நோக்கிப் பாய்ந்து பிரம்மபுத்திராவில் கலக்கிறது. அப்படிக் கலக்குமிடம் உலகின் ஆக வளமையான பாசனப் பகுதிகளில் ஒன்றாக விளங்குகிறது. இந்தப் பகுதியில்தான் இன்றைய இந்தியாவின் மாநிலமான மேற்கு வங்கமும் வங்க தேசம் என்ற தனிநாடும் அமைந்துள்ளன. துணைக்கண்டத்தைக் கிட்டத்தட்ட இரண்டு சமமான கூறுகளாகப் பிரிக்கும் விந்திய மலைத்தொடருக்குத் தெற்கே தக்காணப் பீடபூமி உள்ளது. இதன் இரு புறங்களிலும் கிழக்கு, மேற்குத் தொடர்ச்சி மலைகள் உள்ளன. நர்மதை, கோதாவரி, கிருஷ்ணா, காவேரி ஆகியவை தக்காணத்திலும் தென்னிந்தியாவிலும் உள்ள பெரிய நதிகள்.

வருடாந்தரப் பருவநிலைக் கணிப்பு இந்தியாவில் மிகவும் எதிர்பார்க்கப்படும் அறிவிப்புகளில் ஒன்று. ஜூன் மாதத்தில் தொடங்கும் தென்மேற்குப் பருவமழை இந்தியாவில் ஓராண்டில் பெய்யும் மொத்த மழையில் 80 விழுக்காட்டை அளிக்கிறது. வடகிழக்குப் பகுதிகள் 14000 மில்லிமீட்டர் மழை பெறுகின்றன. ராஜஸ்தான் பாலைவனப் பகுதியில் 100 மில்லிமீட்டர் மட்டுமே

பெய்கிறது. வேளாண் நிலங்களில் பாதியில் மட்டுமே பாசனம் நடக்கும் இந்தியாவில் பருவ மழை வேளாண் உற்பத்திக்கு மிகமிக அவசியமானது. உணவுப் பொருள்களின் விலை அதிகமாகி கிராமப்புறங்களின் வருமானம் குறைவது அரசாங்கத்தையே கவிழ்த்துவிடக்கூடிய அளவுக்குத் தீவிரமான பிரச்சினை.

துணைக்கண்டத்தின் ஆறுகள், மலைகள், கடலோரப் பகுதிகள் ஆகியவை அதன் புனிதமான நிலவியலை வரையறுக்கின்றன. காசி என்றும் ஒளிரும் நகரம் என்றும் அறியப்படும் வாராணசி கங்கைக் கரையில் அமைந்துள்ளது. சிவஸ்தலமான இது இந்துக்களின் புனிதத் தலங்களில் ஒன்று. இந்துக்கள் ஆன்மிக விடுதலை பெறக்கூடிய இடமாக இதைக் கருதுகிறார்கள். இங்கே மரணமடைபவர்கள் மீண்டும் பிறவாத மோட்ச நிலையை அடைவதாக இந்துக்கள் நம்புகிறார்கள். கங்கையாற்றின் மேற்புறத்தில் கங்கை, யமுனை, புராணங்களில் குறிப்பிடப்படும் சரஸ்வதி ஆகிய நதிகள் சங்கமிக்கின்றன. அலகாபாத் என அறியப்பட்ட பிரயாக்ராஜ் இங்கே உள்ளது. (பிராயாகை என இந்த இடம் பண்டைய நூல்களில் குறிப்பிடப்படு கிறது.) 12 ஆண்டுகளுக்கு ஒருமுறை நடக்கும் கும்பமேளா விழா இங்கே நடக்கிறது. உலகிலேயே மாபெரும் எண்ணிக்கையில் மக்கள் கூடும் விழா இது. இங்கு வரும் பக்தர்கள் புனித கங்கை நீரைச் சாடிகளில் நிரப்பி மலைத்தொடர்களிலும் ஆறுகளிலும் கடலோரப் பகுதிகளிலும் இருக்கும் புனிதத் தலங்களுக்கு எடுத்துச் செல்கிறார்கள்.

இஸ்லாத்தில் கூடுதல் பக்தியுணர்வு கொண்ட வடிவத்தைப் பின்பற்றும் சூஃபி துறவிகள் கடந்த ஆயிரமாண்டின் தொடக்கத்தில் இந்தியாவுக்கு வரத் தொடங்கினார்கள். அவர்களும் பல தர்க்காக்களை நிறுவினார்கள். இவற்றில் தில்லியிலுள்ள நிஜாமுதீன் அவுலியா, அஜ்மீரிலுள்ள மொய்னுதீன் சீஷ்டி இருவரின் தர்க்காக்கள் புகழ்வாய்ந்தவை. மெக்கா, மெதீனாவுக்கு அடுத்து இஸ்லாமியர்கள் புனிதமாகக் கருதும் இடங்களில் ஒன்று அஜ்மீர் தர்க்கா. இந்தியாவின் வழிபாட்டு இடங்கள் இந்தியா முழுவதும் குறுக்கும் நெடுக்குமாகப் பரவி யிருக்கின்றன. சீக்கியர்கள், சமணர்கள், பவுத்தர்கள், கிறிஸ்தவர்கள் ஆகியோரின் புனிதத்தலங்களும் இவற்றில் அடங்கும்.

துணைக்கண்டத்தின் புவியியல் எல்லைகள் வலுவாக இருந்தாலும் புதிய கலாச்சாரங்கள், வேளாண் முறைகள், மொழிகள், சமயங்கள் ஏன், போர்முறைகளும்கூட இங்கே நுழைந்து வேர்விடுவதற்கு அனுமதிக்கும் அளவுக்கு அவை நெகிழ்வாகவும் இருந்தன. நாடோடிகளான ஆரியர்கள் மத்திய

ஆசியாவின் புல்வெளிகளிலிருந்து வடஇந்தியாவிற்கு வந்தார்கள். அவர்களைத் தொடர்ந்து மாமன்னர் அலெக்சாண்டரின் படைகள் வந்தன. மேற்கு சீனாவிலிருந்து குஷானர்கள் வந்தார்கள். மத்திய ஆசியாவின் புல்வெளிகளிலிருந்து ஹுணர்கள் வந்தார்கள். இவர்கள் ஹன்ஸ் என்னும் இனத்துடன் உறவுகொண்ட பழங்குடியினர். உலகின் முதல் பல்கலைக்கழகமாகக் கருதப்படும் நாளாந்தா போன்ற கல்வி மையங்களில் கல்வி கற்பதற்காகச் சீனப் பயணிகள் வந்தார்கள். பவுத்த இறையியல், ரசவாதம், வானியல் ஆகியவை இந்த மையங்களில் கற்பிக்கப்பட்டன. ஏழாம் நூற்றாண்டில் எழுச்சிபெற்ற இஸ்லாம் முதலில் வர்த்தகத்தின் மூலமாகவும் பிறகு போர் வெற்றியின் மூலமாக வும் தன் இருப்பை வெளிப்படுத்திக்கொண்டது. இது வலுப்பெற்று தில்லி ஆட்சியாகவும் முகலாயப் பேரரசாகவும் உருவெடுத்தது. 17ஆம் நூற்றாண்டில் முகலாயர்களின் ஆதிக்கம் உச்சத்தில் இருந்தபோதே போர்ச்சுக்கீசியர்கள், டச்சுக்காரர்கள், பிரெஞ்சுக்காரர்கள், பிரிட்டீஷ்காரர்கள் ஆகியோர் இந்தியாவில் காலூன்றிக்கொண்டார்கள்.

கடந்த ஆயிரமாண்டில் இந்தியச் சமயம், சிந்தனைகள், அறிவியல் ஆகியவற்றின் செல்வாக்கு எல்லைகளைத் தாண்டிப் பரவியது. தசம எண்ணிக்கை முறை, யோகம், பாலிவுட் திரைப்படங்கள், சைவ உணவு எனப் பலவற்றையும் இந்தியா உலகிற்கு வழங்கியது. பிரிட்டிஷ் காலனிய ஆட்சியின் விளைவாக ஆங்கில மொழி பங்களா, போலோ, ஜிம்கானா, லூட், மொகல், ஜங்கில், தக் எனப் பல இந்தியச் சொற்களை உள்வாங்கிக்கொண்டது. பிரிட்டிஷ் அரசுக்கு 2000 ஆண்டுகளுக்கு முன்பு இந்தியா குறிப்புடத்தக்க சக்தியாக உருவாகியிருந்தது. பொது ஆண்டுக்கு முன் 240இல் பாடலிபுத்திரத்தில் மூன்றாவது புத்த சங்கம் நடைபெற்றது. புத்தரின் போதனைகளை ஒன்பது நாடுகளில் பரப்புமாறு அந்தச் சங்கத்தில் அசோகர் (பொஆமு 268–232) ஆணையிட்டார். பொது ஆண்டின் முதல் நூற்றாண்டில் இந்தோனேஷியாவின் தீவுகளிலும் ஜாவா, பாலி தீவுகள் ஆகிய தொலைதூரப் பகுதிகளிலும் இந்து சமயம் பரவியிருந்தது. 1960களிலும் 70களிலும் மகரிஷி மகேஷ் யோகி போன்ற யோகம் கற்பிப்போரின் பெயர்கள் மேலைநாடுகளில் எங்கும் ஒலித்தன. மகேஷ் யோகியின் ஆழ்நிலைத் தியானம் பீட்டில்ஸ் பாடல் குழுவினரை ஈர்த்து, அதன் காரணமாக அவருக்கு நிறைய சீடர்களைப் பெற்றுத்தந்தது. மேலைநாட்டவர்கள் ஆயிரக்கணக்கில் ஹிப்பி கலாச்சாரத்திற்குத் திசைமாறினார்கள்.

இந்தியர்கள் உலகெங்கிலும் பல நாடுகளுக்கும் சென்று குடியிருப்பது உலகிற்கு இந்தியா அளித்துள்ள மற்றொரு

அபாரமான கொடை. 1.8 கோடி இந்தியர்கள் வெளிநாடுகளில் வசிக்கிறார்கள். உலகிலேயே அதிக அளவிலான இடப்பெயர்வு இது. மேற்கத்தியச் செவ்வியல் இசையின் மறுபெயராகவே ஸுபின் மேத்தா மாறிவிட்டார். எம்.நைட். சியாமளனின் திரைப்படங்கள் திருப்புமுனைகளுடன் கூடிய திகில் படங்கள் என்னும் வகைமையையே உருவாக்கிவிட்டன. இந்திய வம்சாவளியைச் சேர்ந்தவர்கள் கூகிள், ட்விட்டர், மைக்ரோ சாஃப்ட் போன்ற மாபெரும் நிறுவனங்களின் தலைமைப் பொறுப்புகளில் இருக்கிறார்கள். 2021 ஜனவரியில் கமலா ஹாரிஸ் அமெரிக்காவின் துணை அதிபராகப் பதவியேற்றது வெளிநாடுவாழ் இந்தியர்களின் வீச்சிற்கான குறியீடாக அமைந்தது. தெற்காசியப் பாரம்பரியத்தைச் சேர்ந்த ஒருவர் அமெரிக்காவின் முதல் துணை அதிபராகப் பதவியேற்றது இதுவே முதல்முறை. சென்னையிலிருந்து 350 கிலோமீட்டர் தொலைவிலிருக்கும் துலிசேந்திரபுரம்தான் கமலா ஹாரிஸின் சொந்த ஊர். கமலா பதவியேற்பதைத் திறன்பேசித் திரைகளில் கண்டு ரசித்த அந்த ஊர் மக்கள் பட்டாசுகளை வெடித்தும் இனிப்புகளை வழங்கியும் உள்ளூர்க் கோவிலில் சிறப்புப் பூஜை செய்தும் கொண்டாடினார்கள்.

ஏற்கெனவே எழுதியதை முற்றிலும் அழிக்காமல் அதன் மேல் புதிதாக எழுதும் எழுத்துமுறை ஒன்று பண்டைக் காலத்தில் நிலவியது. வெளிநாடுகளிலிருந்து கருத்துக்களை உள்வாங்கிக்கொள்ளும் இந்தியாவின் திறனை இந்த எழுத்துமுறையோடு நேரு ஒருமுறை ஒப்பிட்டார். பழைய தடங்களை மீட்டெடுப்பதற்கான முயற்சியே இந்தச் சுருக்கமான வரலாறு.

1

காலத்தில் கரைந்த நாகரிகங்கள்

1856ஆம் ஆண்டில், வில்லியம் புருண்டன் என்ற ஒப்பந்ததாரர் ரயில்வேயில் முல்தான் - லாகூர் வழித்தடத்தில் பணிபுரிந்துகொண்டிருந்தார். ஹரப்பாவின் சிறிய கிராமத்தில் உள்ளூர் வாசிகள் தங்கள் வீடுகளுக்கான கட்டுமானப் பொருட்களைப் பெறுவதற்காக மண்ணைத் தோண்டிக்கொண்டிருந்தபோது ஒரே மாதிரி வடிவிலான சுட்ட செங்கற்கள் ஆயிரக்கணக்கில் புதைந்திருப்பதைத் தொடர்ச்சியான மேடுகளில் அவர் கண்டுபிடித்தார். இந்தச் செய்தி இந்தியத் தொல்லியல் துறையின் நிறுவனர் அலெக்சாண்டர் கன்னிங்ஹாமைச் (1814—1893) சென்றடைந்தது. கன்னிங்ஹாம் 1873ஆம் ஆண்டில், ராவி ஆற்றின் கரையோரமாகக் கிட்டத்தட்ட ஒரு கிலோமீட்டர் நீளத்திற்குக் காணப்பட்ட இடிபாடுகளை ஆய்வுசெய்தார். பொது ஆண்டுக்கு முந்தைய நான்காம் நூற்றாண்டில் அலெக்சாண்டரின் படையினரால் விட்டுச் செல்லப்பட்ட கிரேக்கக் குடியேற்றத்தின் எச்சங்கள் அவை என்று அவர் அனுமானித்துக்கொண்டார். எனவே அவற்றில் பாதுகாத்துவைப்பதற்கு ஏதுமில்லை என்று முடிவுசெய்த அவர் அந்த இடிபாடுகளை அகற்ற ஏற்பாடுசெய்தார். இதன் மூலம் மிக முக்கியமான கண்டுபிடிப்புகளை மேற்கொள்ளும் பொறுப்பைத் தன்னையறியாமலேயே எதிர்காலத் தொல்பொருள் ஆராய்ச்சியாளர்களிடம் கன்னிங்ஹாம் அளித்துவிட்டார்.

கன்னிங்ஹாம் சேகரித்த கலைப்பொருட்களில் ஒரு சிறிய முத்திரை இருந்தது. அது தபால் தலையைக் காட்டிலும் சிறியது. கருப்பு நிறம் கொண்ட மென்மையான படிகாரக் கல்லால் ஆனது. அந்த முத்திரைக்கு மேலே ஆறு எழுத்துக்கள் கொண்ட காளையின் உருவம் இருந்தது. காளைக்குத் திமில் இல்லை; அந்த எழுத்துக்கள் அறியப்பட்ட எந்த இந்திய மொழியின் எழுத்துக்களையும் ஒத்திருக்கவில்லை. எனவே, அந்த முத்திரை வேறு எங்கிருந்தோ வந்திருக்க வேண்டும் என அவர் நம்பினார். யானைகள், எருதுகள், காண்டாமிருகங்கள் போன்ற விலங்குகளைக் கொண்ட பிற முத்திரைகளும் மர்மமான இதர உருவங்களும் அடுத்தடுத்துக் கண்டுபிடிக்கப்பட்டன.

சில முத்திரைகள் பிரிட்டிஷ் அருங்காட்சியகத்திற்குச் சென்றன. அங்கு இருந்த ஒற்றைக் கொம்புள்ள பசுவைச் சித்தரிக்கும் முத்திரை 2010ஆம் ஆண்டு வெளியான நீல் மேக்கிரிகோரின் *A History of the World in 100 Objects* என்னும் புத்தகத்தில் இடம்பெற்றது. இந்தச் சிறிய முத்திரை உலக வரலாற்றை மாற்றி எழுத வழிவகுத்தது என்றும் இந்திய நாகரிகத்தை யாரும் நினைத்திராத அளவுக்கு ஆயிரக்கணக்கான ஆண்டுகள் பின்னோக்கிக் கொண்டுசென்றது என்றும் அருங்காட்சியகத்தின் முன்னாள் இயக்குனர் குறிப்பிடுகிறார்.

ஹரப்பா நாகரிகத்தைச் சேர்ந்த முத்திரையில் காணப்படும் இந்த உருவம் ஒற்றைக் கொம்புள்ள குதிரை எனக் கருதப்பட்டது. அது காளை மாடு எனத் தற்போது கருதப்படுகிறது. தெற்காசியாவின் மிகப் பழமையான எழுத்தைக் கொண்டிருக்கும் இந்த முத்திரையின் பொருளை இன்னமும் அறிய முடியவில்லை.

இந்த முத்திரைகளின் முக்கியத்துவத்தை உணர்ந்தவர் கன்னிங்ஹாமின் வாரிசான சர் ஜான் மார்ஷல் (1876-1958). ஹரப்பாவில் மேலும் அகழ்வாராய்ச்சி நடத்துமாறு 1920களில் அவர் உத்தரவிட்டார். பின்னாளில் மொகஞ்சதாரோ, அதாவது 'இறந்தோர் மேடு' என்று அறியப்பட்ட இடத்திலும் அகழ்வாராய்ச்சி நடத்த உத்தரவிட்டார். இந்த இரண்டு இடங்களுக்குமிடையே தொடர்பு இருப்பதை மார்ஷல் உடனடியாக உணர்ந்தார். இரண்டு இடங்களிலும் ஒரு காலத்தில் செழித்தோங்கிய நகரங்களின் எச்சங்களைப் பல செயற்கை மேடுகள் மூடியிருந்தன. கிழக்கில் யமுனை நதியிலிருந்து மேற்கில் இன்றைய ஆப்கானிஸ்தான்வரை பரவியுள்ள இடத்தில் இதேபோன்ற டஜன் கணக்கான இடங்கள் வெளிச்சத்திற்கு வந்தன. பொது ஆண்டுக்கு முன்பு தோராயமாக 3300-1300 ஆண்டுகளுக்கிடையில் உலகின் மிகப்பெரிய (நிலப்பரப்பில்) நாகரிகத்தின் தாயகமாக இந்த இடம் விளங்கியது என்பது தெளிவாகியது.

மார்ஷல் இவற்றைக் கண்டுபிடிக்கும்வரை, அலெக்சாண்டருக்கு (பொ.ஆ.மு 356-323) முந்தைய இந்தியாவில் ஏதேனும் நாகரிகம் இருந்ததற்கான ஆதாரமாக எந்தப் பொருட்களும் கிடைக்கவில்லை. அவருடைய படைகள் பொ.ஆ.மு 326இல் சிந்து நதியின் கரையை அடைந்தன. ஏறக்குறைய இந்தக் காலத்திலிருந்து கிடைத்த தொல்பொருள் எச்சங்கள் அனைத்தும் பவுத்த சமயத்தைச் சார்ந்தவை.

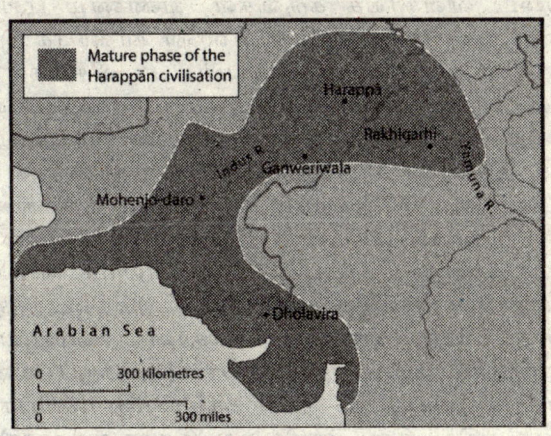

சிந்து சமவெளி நாகரிகம் என்றும் அறியப்படும் ஹரப்பா நாகரிகத்தின் வளர்ச்சியுற்ற கட்டத்தை வரைபடம் காட்டுகிறது. சிந்து நதியைத் தாண்டியும் இது பரவியிருந்ததால் ஹரப்பா நாகரிகம் என்னும் பெயரிலேயே தற்போது குறிப்பிடப்படுகிறது.

அவற்றில் பெரும்பாலானவை தவறாமல் கிரேக்கத்தின் தாக்கங்களைக் கொண்டிருந்தன.

அகழ்வாராய்ச்சியைத் தொடர்ந்த மார்ஷல், அந்தக் கண்டுபிடிப்புகளின் தனித்துவத்தைக் கண்டு திகைத்துப் போனார். அந்தச் செங்கற்கள் அனைத்து அகழ்வாராய்ச்சி இடங்களிலும் குறிப்பிடத்தக்க வகையில் ஒரே மாதிரியாக இருந்தன. குடியிருப்புகள் ஒரே மாதிரியான அமைப்புகளில் கட்டப்பட்டிருந்தன. தெருக்களின் முக்கியத்துவத்தைப் பொறுத்து அவற்றின் அகலங்கள் நிர்ணயிக்கப்பட்ட விகிதங்களுக்கு உட்பட்டிருந்தன. நீராடும் குளங்கள்போலத் தோற்றமளிக்கும் பெரிய பொதுக் கட்டடங்கள் இருந்தன. சிறந்த வடிகால் அமைப்பும் இருந்தது. நகரத் திட்டமிடலின் சிறப்பை இவை பறைசாற்றின. பண்டைய உலகில் அறியப்பட்ட எந்தக் கட்டுமானத்தையும்விட மேம்பட்டவையாக இருந்தன. பதினெட்டாம் நூற்றாண்டின் தொடக்கத்தில் மகாராஜா முதலாம் ஜெய் சிங், ஜெய்ப்பூர் நகர்ப்புறக் கட்டுமானத்தைத் திட்டமிடுவதற்கு முன்பு இந்தியாவிலும் இதுபோன்ற நகரக் கட்டமைப்பு மீண்டும் காணப்படவில்லை. வர்த்தகத்தில் பயன்படுத்தப்படும் எடைகளும் அளவுகளும்கூட ஆச்சரியப் படும் வகையில் ஒன்றுபோலவே இருந்தன.

களிமண்ணாலும் வெண்கலத்தாலும் செய்யப்பட்ட பொம்மைகளும் சிலைகளும், நகைகள், சமையல் கருவிகள், அடிப்படை விவசாயக் கருவிகள், வண்ணம் பூசப்பட்ட மட்பாண்டங்களின் துண்டுகள், உள்ளே காலியாக இருக்கும் பறவைகளின் வடிவத்தில் செய்யப்பட்ட விசில்கள் ஆகிய வற்றுடன் சுடுமண்ணால் செய்யப்பட்ட எலிப்பொறிகளும் எண்ணற்ற இடங்களில் காணப்பட்டன. முத்திரைகளும் இருந்தன. இதுவரை கிட்டத்தட்ட *5000* முத்திரைகள் கண்டு பிடிக்கப்பட்டுள்ளன. அவற்றில் சில மானுட உருவங்களுடன் இருந்தன. மற்றவை பிரிட்டிஷ் அருங்காட்சியகத்தில் உள்ள மர்மமான ஒற்றைக் கொம்புள்ள பசு உள்ளிட்ட விலங்குகள். ஸ்க்லீமானுக்கு டிரின்ஸிலும் மைசீனியாவிலும் கிடைத்ததுபோல அல்லது ஸ்டெயினுக்குத் துர்கெனிஸ்தான் பாலைவனங்களில் கிடைத்ததுபோல அகழ்வாராய்ச்சியாளர்களுக்குப் பல்லாண்டு காலமாக மறக்கப்பட்ட நாகரிகத்தின்மீது ஒளிபாய்ச்சும் தடயங்கள் அதிகம் கிடைத்ததில்லை. 'இந்தத் தருணத்தில் நாம் சிந்து சமவெளியில் அத்தகைய கண்டுபிடிப்பின் வாசலில் நிற்பதாகத் தோன்றுகிறது' என *1924*, செப்டம்பரில் மார்ஷல் வெற்றியுணர்வுடன் அறிவித்தார்.

ஹரப்பா நாகரிகம் பொஆமு 2500இல் அதன் உச்சத்தில் இருந்தது. கிட்டத்தட்ட அதே காலகட்டத்தில் கிசாவின் (*Giza*) மகத்தான பிரமிடுகள் கட்டி முடிக்கப்பட்டிருந்தன. வில்ட்ஷயர் நிலங்களில் ஸ்டோன்ஹெஞ்ச் (*Stonehenge*) கற்கட்டுமானங்கள் எழும்புவதற்கு ஒரு நூற்றாண்டுக்கு முன்பே, ஹரப்பா நாகரிகம் பத்து லட்சம் சதுர கிலோமீட்டருக்கும் அதிகமான பரப்பளவிற்கு விரிந்து பரந்திருந்தது என்பதை இப்போது நாம் அறிவோம். எகிப்து, மெசபடோமியா நாகரிகங்களைவிட இது பெரியது. ஆனால் அதன் சமகால நாகரிகங்களைப் பற்றி நாம் அறிந்ததைக் காட்டிலும் இந்த அற்புதமான நாகரிகத்தைப் பற்றி நாம் அறிந்திருப்பது மிகவும் குறைவு. எல்லா முத்திரைகளிலும் காணப்படும் அடையாளங்களின் குறியீட்டின் பொருளறிய ரொசெட்டா கல் எதுவும் கண்டுபிடிக்கப்படவில்லை. (ரொசெட்டா கல் என்பது கல்வெட்டின் ஒரே பக்கத்தில் இரு மொழிகளில் எழுதப்பட்டிருக்கும் கல்வெட்டுகளைக் குறிக்கும். பொஆமு 89இல் செதுக்கப்பட்ட இத்தகைய கல்வெட்டுக்கள் எகிப்தில் கிடைத்தன.)

இந்த எழுத்துக்களைப் பிராமி (பெரும்பாலான நவீன தெற்காசிய வரிவடிவங்களின் மூல வடிவம்), சுமேரிய, எகிப்திய, பழைய ஸ்லாவிக், ஈஸ்டர் தீவின் ரோங்கோரோங்கோ போன்ற பலவகையான வரிவடிவங்களுடன் அல்லது மொழிகளுடன் இணைத்து அடையாளம் காணக் கடந்த ஒன்றரை நூற்றாண்டுகளாக நடந்துவரும் முயற்சிகள் பலனளிக்கவில்லை. பெரும்பாலான பொறிப்புகள் சுருக்கமாகவே உள்ளன. (ஒரு சதவீதத்துக்கும் குறைவான பொருட்களில் மட்டுமே பத்துக்கும் மேற்பட்ட எழுத்துக்கள் உள்ளன). இதைச் சுட்டிக்காட்டும் சில வரலாற்றாசிரியர்களும் மொழியியலாளர்களும் இந்த முத்திரைகளில் உள்ளது மொழியே அல்ல என்றும் அவை அப்பொருள்களின் உரிமையாளர்களைக் குறிப்பவை என்றும் ஊகிக்கிறார்கள். அதாவது இன்றைய 'பார்கோடு' போன்றதொரு முறைமையாக இருக்கலாம்.

இது எழுத்து வடிவமாக இருந்தால் ஹரப்பா நாகரிகம் பண்டைய உலகின் மாபெரும் எழுத்தறிவு பெற்ற சமுதாயம் என்னும் முடிவுக்கு வர வேண்டியிருக்கும். பண்டைய உலகின் மிகவும் மேம்பட்ட நாகரிகம் அது என்று சொல்வதற்கும் ஏதுவாகும். பொஆமு மூன்றாம் நூற்றாண்டில் பேரரசர் அசோகரின் ஆட்சிவரை இந்திய துணைக்கண்டத்தில் எழுத்துக்கள் இருந்ததற்கான சான்றுகள் கிடைக்கவில்லை. புதையுண்ட நூலகம் அல்லது காப்பகம் எதையேனும் தொல்பொருள் ஆராய்ச்சியாளர்கள் கண்டுபிடிக்கும்வரை

இந்த வரிவடிவங்களின் – அவை வரிவடிவங்கள் என்றால் – மர்மம் தீராது.

ஹரப்பா நாகரிகத்தின் காலத்தை நிறுவும் முயற்சியில் ஈடுபட்ட தொல்பொருள் ஆராய்ச்சியாளர்களால் அந்தச் சமூகம் எவ்வாறு நிர்வகிக்கப்பட்டது, எப்படிச் செயல்பட்டது என்பதைத் தீர்மானிக்க முடியவில்லை. அங்கிருந்த கட்டடங்கள் எதுவும் அரண்மனைகளாகவோ அல்லது வழிபாட்டுத் தலங்களாகவோ தோன்றவில்லை. நாகரிகத்தின் பிற்பகுதியில்தான் கோட்டைகள் கட்டப்பட்டுள்ளன. அந்தக் காலகட்டத்தின் ஆயுதங்கள் எதுவும் கண்டறியப்படவில்லை. விஸ்தாரமான இடுகாடுகள் இல்லை என்பதைப் பார்க்கும் போது பண்டைய உலகில் வேறு எங்கும் காணப்படாத வகையில் இங்கே சமத்துவம் நிலவியதாகத் தோன்றுகிறது. அரசர்கள் அல்லது அரசிகளைக் கொண்ட ஆளும் வர்க்கம் இருந்ததற்கான சான்றுகள் இன்னும் கிட்டவில்லை.

ஈராக், ஓமன், மத்திய ஆசியா போன்ற தொலைதூர நாடுகளின் முத்திரைகளும் இங்கே காணப்பட்டதை வைத்துப் பார்க்கும்போது, இது குறிப்பிடத்தக்க வர்த்தக மையமாகவும் இருந்தது தெளிவாகிறது. தாமிரம், தங்கம், தகரம், தந்தம் ஆகியவை மெசபடோமியாவுக்கு விற்கப்பட்டன. பருத்தியும் விற்கப்பட்டிருக்கக்கூடும். வெண்கலம், வெள்ளி, விலைமதிப்பற்ற கற்களான லேபிஸ் லாசுலி (Lapis Lazuli) ஆகியவை இறக்குமதி செய்யப்பட்டன. நூறாண்டுக் காலம் அகழ்வாராய்ச்சி செய்த பிறகும் இந்த வளமான, செறிவான நாகரிகம் எவ்வாறு நிறுவப்பட்டது, அது மறைவதற்கு என்ன காரணம் என்பவை தெளிவாகத் தெரியவில்லை.

உறுதியான சான்றுகள் இல்லாத நிலையில் பல கோட்பாடுகள் முன்வைக்கப்படுகின்றன. வரிவடிவத்தைப் புரிந்துகொள்வதற்கான போட்டி மோசடிகளுக்கு வழிவகுத்தது. வேதச் சடங்குகளில் பெருமளவில் முக்கியத்துவம் வாய்ந்த விலங்கான குதிரையைப் போலத் தோற்றமளிக்கும் வகையில் சிந்து சமவெளி முத்திரையில் உள்ள படத்தைத் திருத்துவது உள்ளிட்ட பல வேலைகள் நடந்தன. இந்த மோசடிகளில் பெரும்பாலானவை நவீன இந்திய அரசின் அடித்தளத்திற்கு ஒரு தொடர்ச்சியை வழங்க வேண்டியதன் அவசியத்தால் உருவானவை. கடந்த சில பதிற்றாண்டுகளில் இந்து தேசியவாத வரலாற்றாசிரியர்கள் ஹரப்பா நாகரிகத்தை இந்து மதத்தின் தொடக்கத்துடன் தொடர்புபடுத்த முற்படுகிறார்கள். இந்து மதம் பொது ஆண்டுக்கு முன்பு 3000 அல்லது 4000 ஆண்டுகளுக்கு முன்

ஜான் ஜூபர்ஸிக்கி

தோன்றியது என்றும் எனவே தெற்காசியாவின் பழமையான மதம் இதுதான் என்றும் அவர்கள் வாதிடுகிறார்கள்.

ஆரம்பகால இந்தியர்கள்

1920களின் முற்பகுதியில் அகழாய்வில் கிடைத்த தொல்பொருள் கண்டுபிடிப்புகள் இந்திய நாகரிகத்தின் தொடக்கத்தை ஆயிரக்கணக்கான ஆண்டுகளுக்குப் பின்னால் எடுத்துச்சென்ற வகையில் மாபெரும் திருப்புமுனையாக அமைந்தன. 2010களின் கண்டுபிடிப்புகள் ஆரம்பகால இந்தியர்களின் வம்சாவளியைப் பற்றிய நமது புரிதலில் வியக்கத்தக்க முன்னேற்றங்களை ஏற்படுத்தின. எலும்புக் கூட்டு எச்சங்களின் மரபணுக்களைப் பகுப்பாய்வு செய்த அறிவியலாளர்களால் இந்தியாவுக்குள் நடந்த இடம்பெயர்வுப் பாதைகளையும் முதன்முதலில் வேளாண்மையில் ஈடுபட்டவர்களையும் அடையாளம்காண முடிந்தது. சாதி அமைப்பாக அறியப்படும் சமூகப் படிநிலை அமைப்பு எப்போது தொடங்கியது என்பதை அறியவும் உதவியது.

எரித்திரியக் கடற்கரை மிட்டென்ஸ் (Beach middens in Eritrea) போன்ற தொல்பொருள் கண்டுபிடிப்புகளின் அடிப்படையில் ஆப்பிரிக்காவிலிருந்து 70,000 ஆண்டுகளுக்கு முன்பு நவீன மனிதர்கள் அல்லது ஹோமோசேபியன்கள் இடம்பெயர்ந்ததை நாம் உறுதியாகக் குறிப்பிட முடியும். அவர்கள் சென்ற பாதை சுமார் 65,000 ஆண்டுகளுக்கு முன்பு அவர்களை அரேபிய தீபகற்பம் வழியாகவும் இன்றைய ஈராக், இரான் வழியாகவும் இந்தியத் துணைக்கண்டத்திற்கு இட்டுச்சென்றது. அங்கு, 'தொன்மையான மனிதர்கள்' என்று தற்போது நாம் குறிப்பிடும் குழுக்களை அவர்கள் சந்தித்தார்கள். நர்மதை நதிக்கரையில் கண்டுபிடிக்கப்பட்ட ஏறத்தாழ இரண்டரை லட்சம் ஆண்டுகளுக்கு முந்தைய மண்டை ஓடு தவிரப் புதைபடிவ ஆதாரங்கள் எதுவும் இல்லாத நிலையில் இவர்கள் யார் என்று நமக்குத் தெரியாது. தென்னிந்தியாவில் கற்காலத்தைச் சேர்ந்த பழங்காலக் கருவிகளின் கண்டுபிடிப்பை வைத்துப் பார்க்கும்போது இந்தப் பழமையான மக்களின் காலம் ஒன்றரைக் கோடி ஆண்டுகளுக்கு முந்தையதாக இருக்கலாம் எனத் தெரிகிறது. ஆப்பிரிக்காவிற்கு வெளியே இருந்த ஆரம்பகால மக்கள்தொகையின் ஒரு பிரிவினராக இவர்கள் இருக்கலாம் என இது அடையாளப்படுத்துகிறது. நவீன மனிதர்கள் துணைக்கண்டத்தின் வளமான பகுதிகளில் குடியேறியதால் அவர்களின் மக்கள்தொகை வேகமாக அதிகரித்தது. இதனால் ஏறக்குறைய 45,000 முதல் 20,000

ஆண்டுகளுக்கு முந்தைய காலகட்டத்தில் இந்தியா, உலக மக்கள்தொகையின் மாபெரும் மையமாக மாறியது.

மரபணுவின் அடிப்படையில் காலத்தை அறியும் ஆய்வு பொஆமு 8000ஆவது ஆண்டில் தற்கால ஈரானின் தெற்கு அல்லது மத்திய ஜாக்ரோஸ் பகுதியிலிருந்து கிழக்கு நோக்கி வந்தவர்களின் இரண்டாவது அலையைச் சுட்டிக்காட்டுகிறது. ஹரப்பா நாகரிகமாக மாறியதற்கு முன்னோடி எனச் சொல்லத்தக்க கட்டமைப்பை ஒரு கிராமத்தில் காண முடிந்தது. அந்தப் பகுதியில் வாழும் மக்களுக்குக்கூட அப்படி ஒன்று இருப்பது தெரியாது. பாகிஸ்தானின் பலுசிஸ்தான் மாகாணத்தில் மெஹர்கர் என்னும் ஊர் உள்ளது. இந்தியத் துணைக்கண்டத்தின் மேற்கு விளிம்பில் உள்ள இந்த ஊரில் எந்தச் சட்டத்திற்கும் உட்படாத பழங்குடியினர் வாழ்கிறார்கள். 1970களின் பிற்பகுதியில் அந்த இடத்தில் அகழாய்வு நடத்திய தொல்பொருள் ஆராய்ச்சியாளர்கள் நாகரிகத்தின் தொட்டில் எனக் குறிப்பிடப்படும் வளமான பிறைப் பிரதேசத்துக்கு (Fertile Crescent: தற்கால எகிப்து, இஸ்ரேல், லெபனான், ஜோர்டான், சிரியா, ஈராக், தெற்கு துருக்கி, மேற்கு ஈரான் உள்ளிட்ட வளமான பிரதேசம்) வெளியே வேளாண்மை நடந்ததற்கான ஆகப் பழமையான ஆதாரங்களைக் கண்டறிந்தார்கள். பார்லி போன்ற பயிர்கள் பயிரிடப்பட்டன; ஆடுமாடுகள் வீடுகளில் வளர்க்கப்பட்டன. கட்டிடங்கள் நான்குமுதல் பத்து அறைகள் உள்ள வீடுகளாக இருந்தன. பெரிய அறைகள் தானியங்களைச் சேமிப்பதற்காகப் பயன்படுத்தப்பட்டிருக்கலாம். கிளிஞ்சல்கள், லேபிஸ் லாசுலி ஆகியவற்றாலும் ஓரளவு விலையுயர்ந்த கற்களாலும் செய்யப்பட்ட ஆபரணங்கள் இறந்தவர்களுடன் சேர்த்துப் புதைக்கப்பட்டன. உலகின் முதல் பருத்தித் துணியில் நெய்யப்பட்ட துணிகளைத் தொல்பொருள் ஆராய்ச்சியாளர்கள் கண்டுபிடித்தார்கள். சுமார் பொஆமு 2600–2000க்கு இடையில், இங்கிருந்த மக்கள் அருகிலுள்ள பெரிய நகரத்தை நோக்கிச் சென்றார்கள். அந்தச் சமயத்தில் வேளாண்மையில் மட்டுமின்றி மட்பாண்டங்கள், கற்கருவிகள், தாமிரத்தின் பயன்பாடு ஆகியவற்றிலும் புதுமைக்கான முக்கிய மையமாக மெஹர்கர் உருப்பெற்றிருந்தது. வேளாண்மையில் அது ஏற்படுத்திய புரட்சிதான் ஹரப்பா நாகரிகத்தின் அடிப்படையாக மாறியது.

உலகின் முதல் சமயச் சார்பற்ற அரசா?

வரலாற்றாசிரியர்கள் ஹரப்பா நாகரிகத்தை மூன்று கட்டங்களாகப் பிரிக்கிறார்கள். முற்கால ஹரப்பா நாகரிகம் பொஆமு சுமார் 3300முதல் 2600வரையிலானது. இது ஹரப்பா

ஜான் ஜுபர்ஸிக்கி

நாகரிகத்தின் தொடக்கக் கட்டமானது நகரங்களுக்கு முன்மாதிரியான கட்டமைப்புகளைக்கொண்டிருந்தது. இந்தக் காலகட்டத்தில் சக்கரங்களில் மட்பாண்டங்கள் தயாரிக்கப் பட்டன. பார்லி, பருப்பு வகைகள் பயிரிடப்பட்டன. கால்நடைகள், செம்மறி ஆடுகள், ஆடுகள், எருமைகள், மான்கள், பன்றிகள் ஆகியவை வீடுகளில் வளர்க்கப்பட்டன. நாகரிகம் பெரும் பரப்பிற்கு விரிந்திருந்தது. மேற்கு இந்தியாவில் கங்கைச் சமவெளிவரையிலும் தெற்கே குஜராத் மாநிலத்தின் இன்றைய கட்ச் வளைகுடாவரையிலும் இந்தக் காலகட்டத்தின் எச்சங்கள் கண்டுபிடிக்கப்பட்டுள்ளன. இருப்பினும், இந்தக் கட்டத்தைப் பற்றி அறியப்படாத பல விஷயங்கள் உள்ளன. மொஹெஞ்சதாரோ போன்ற தளங்களில் தற்போது அகழ்வாராய்ச்சி செய்யப்பட்டுள்ள ஆழத்திற்குக் கீழே பல மீட்டர்கள்வரை இடிபாடுகள் காணப்படுகின்றன. ஆனால் அகழ்வாராய்ச்சியைவிடவும் இந்த எச்சங்களைப் பாதுகாப்பதற்கே முக்கியத்துவம் தரப்படுவதால் இந்தக் காலகட்டத்தைப் பற்றிய தெளிவான சித்திரம் கிடைக்க மேலும் பல ஆண்டுகள் ஆகலாம்.

பொஆமு 2600முதல் 1900வரை ஹரப்பா நாகரிகத்தின் முதிர்ந்த கட்டம். இது நகரமயமாக்கலின் உச்சமாகக் கருதப்படுகிறது. என்றாலும் இந்தக் காலகட்டத்தில் நகர்ப்புறங்களைவிட அதிகமாகக் கிராமங்கள் இருந்திருக் கின்றன. வெவ்வேறு குடியேற்றங்களில் காணப்படும் கோட்டைகள், களஞ்சியங்கள், பொது, தனியார் கட்டிடங்கள் ஆகியவை மாறுபட்ட விதங்களில் அமைக்கப்பட்டுள்ளன. ஆனால் பெரியதுமுதல் சிறியதுவரை அனைத்தும் ஓரளவேனும் திட்டமிட்டே அமைக்கப்பட்டுள்ளன. நீர்ப்பாசனப் பணிகள் அடுத்தடுத்துப் பயிரிடும் அளவுக்கு மேம்பட்டவையாக இருந்தன. வயல்களை உழுவதற்குக் கலப்பைகள் பயன்படுத்தப் பட்டன. நாய்களின் எலும்புக்கூடுகள், வீடுகளில் நாய்கள் வளர்ககப்பட்டதைக் காட்டுகின்றன. நாகரிகத்தின் இந்தக் கட்டத்தில் மக்கள்தொகை நான்குமுதல் பத்து லட்சம்வரை இருந்திருக்கும் என மதிப்பிடப்பட்டுள்ளது.

அரச குடும்பத்தினரின் பெரிய கல்லறைகள் அரண்மனைகள் அல்லது கோயில்கள், அணிவகுத்து நிற்கும் படைகள் அல்லது அடிமைகள் தொடர்பான எந்த ஆதாரமும் இல்லாததால், மையப்படுத்தப்பட்ட நிர்வாகம் அல்லது அரசாங்கம் ஹரப்பா நாகரிகத்தில் இருந்திருக்க வாய்ப்பில்லை. எனினும், சில வகையான அரசு அமைப்புகள் இருந்திருக்கலாம். மட்பாண்டங்கள், செங்கல் தயாரித்தல் போன்ற கைவினைப்

பொருட்களில் உள்ள சீரான தன்மை, கிராம மட்டத்தில் குறிப்பிட்ட தொழிலில் வல்லமை பெற்ற பரம்பரைக் குழுக்களும் நன்கு வளர்ச்சிபெற்ற வர்த்தக அமைப்பும் இருந்திருக்கக்கூடும் என்பதைக் காட்டுகிறது. நாகரிகத்தின் முதிர்ந்த கட்டத்தில் முத்திரைகளில் காணப்படும் சின்னங்கள் தரப்படுத்தப்பட்டவையாக இருந்திருக்கின்றன. சூதாட்டம் பரவலாக இருந்தது. மொஹெஞ்சதாரோவிலும் இதர இடங்களிலும் கண்டுபிடிக்கப்பட்ட சுடுமண்ணால் செய்யப் பட்ட டஜன் கணக்கான கனமான பகடைகள் இதற்கு சாட்சிய மளிக்கின்றன. ஆடைகளுக்காகப் பருத்தியைப் பயிரிட்டார்கள். மேற்கு ஆசியாவுடன் பருத்தி வர்த்தகம் நடந்திருக்கிறது.

கோயில்கள் என்று திட்டவட்டமாக வகைப்படுத்தக் கூடிய கட்டமைப்புகள் எதுவும் கண்டுபிடிக்கப்படவில்லை என்றாலும், ஒரு வகையான சமய நம்பிக்கை இருந்தது கிட்டத்தட்ட உறுதியாகத் தெரிகிறது. ஹரப்பாவில் நிலவிய நம்பிக்கைகளுக்கும் இந்து மதத்தின் வளர்ச்சிக்குமிடையே உள்ள தொடர்புகள் புறக்கணிக்க முடியாத அளவுக்கு உள்ளன. அரச மரங்களில் காணப்படும் தெய்வங்கள் எனச் சொல்லத்தக்க உருவங்கள் பொதுவானவை. வழிபடுபவர்கள் அவர்களுக்கு முன்னால் மண்டியிட்டு வணங்குகிறார்கள் (அரச மரம் இந்து மதத்திலும் பவுத்தத்திலும் புனிதமாகக் கருதப்படுகிறது). ஹரப்பா நாகரிகத்தின் முக்கிய அங்கமான குளியல், இந்துச் சமயச் சடங்குகளின் மையப் பகுதியாகும். நெருப்பில் பலியிடும் இடங்களாகத் தோன்றும் இடங்கள், விலங்குகளைப் பலியிட்டதற்கான சான்றுகள், ஸ்வஸ்திக் சின்னத்தின் பயன்பாடு ஆகியவை இந்துச் சடங்குகளை நினைவுபடுத்துகின்றன.

கொம்புடைய தலைக்கவசம் அணிந்து, புலி, யானை, எருமை, காண்டாமிருகம் ஆகியவற்றால் சூழப்பட்டபடி யோக நிலையில் இருக்கும் ஒரு உருவத்தைச் சித்தரிக்கும் முத்திரை இந்து சமயத்துடன் ஹரப்பா நாகரிகத்துக்கு இருந்த தொடர்புக்கான அழுத்தமான தடயம். ஒரு அங்குல உயரமுள்ள முத்திரையில் உள்ள உருவத்திற்குப் பசுபதி அல்லது 'மிருகங்களின் இறைவன்' என்று பெயரிடப்பட்டிருந்தது. சிவனின் தொடக்ககால உருவம் என மார்ஷல் இதைக் குறிப்பிட்டார்.

ஆனால் அமெரிக்காவைச் சேர்ந்த இந்தியவியலாளர் வெண்டி டோனிகர் குறிப்பிடுவதுபோல் இந்த முத்திரைக்கும் சிவனுக்கும் இடையே உள்ள தொடர்பு இந்த உருவத்திற்கான பல்வேறு விளக்கங்களில் ஒன்றாகும். 'குறிப்பிட்ட வரலாற்றுச் சூழ்நிலைகளையும் அவற்றுக்கு விளக்கமளிப்பவரின்

ஜான் ஜுபர்ஸிக்கி

செயல்திட்டத்தையும் பொறுத்து' இந்த விளக்கங்கள் மாறுபடும். இதேபோல், பருத்த மார்பகங்களைக் கொண்ட பெண்களின் சிறிய சுடுமண் சிலைகள் இந்துப் பெண் தெய்வங்களின் முன்மாதிரிகளாகவோ அல்லது பெண் வடிவத்தைப் போற்றுவதன் வெளிப்பாடாகவோ இருக்கலாம். மத்திய ஆசியாவிலிருந்து புலம்பெயர்ந்த பழங்குடியினர் ஏற்கெனவே இங்கிருந்த தெய்வங்கள், நம்பிக்கைகள் ஆகியவற்றிலிருந்து எடுத்துக்கொண்டார்கள் என்பதை நாம் அறிவோம். இந்து மதக் கடவுளர்களின் முன்மாதிரிகள் எனக் கருதப்படும் இந்த உருவங்கள் ஒருங்கிணைந்ததொரு மத அமைப்பின் சான்றுகளாக இல்லையென்றால் ஹரப்பா நாகரிகத்தை ஐரோப்பிய அறிவொளிக் காலத்துக்கு நான்காயிரம் ஆண்டுகள் முந்தைய முதல் சமய சார்பற்ற நாகரிகம் என்று சொல்லலாம்.

இந்தச் சிற்பம் சிவனுடைய மூல வடிவமாக இருக்கலாம் என்னும் கருத்தை ஜவஹர்லால் நேரு ஆர்வத்துடன் ஏற்றுக்கொண்டார். பிறகு இந்து தேசிய வரலாற்றாய்வாளர்களும் அப்படியே கருதினார்கள்.

கிமு 1300இல் ஹரப்பா நாகரிகம் வீழ்ச்சியடைந்தது ஏன் என்பதற்கான காரணம் இன்னமும் முழுமையாக விளக்கப்பட வில்லை. குதிரை இழுக்கும் ரதங்களை ஓட்டுவதில் தேர்ச்சி பெற்றவர்களான மேய்ச்சல் சமூகத்தினர் படையெடுப்பதைப் போல முற்றுகையிட்டு இந்த நாகரிகத்தைச் சேர்ந்த நகரங்களைத்

தரைமட்டமாக்கியதாகப் பிற்கால மத நூல்கள் தெரிவிக்கின்றன. 1944முதல் 1948வரை இந்தியத் தொல்லியல் துறையின் இயக்குநர் ஜெனரலாக இருந்த சர் மார்டிமர் வீலர், இந்தக் கோட்பாட்டை முன்வைத்தார். 'சந்தர்ப்ப சாட்சியங்களை வைத்துப் பார்க்கும்போது இந்த நாகரிகத்தை அழித்த குற்றவாளி இந்திரன்' என்ற அவருடைய கூற்று மிகவும் பிரபலமானது. இந்திரன் ஆரியக் கடவுளர்களில் மாபெரும் போர் வீரன்.

ஆனால் தொல்பொருள் ஆதாரங்கள் இந்தக் கூற்றை ஆதரிக்கவில்லை. இங்கு கிடைத்த எலும்புக்கூடு எச்சங்கள் எந்த முக்கிய நகரத்திலும் தாக்குதல் நடத்தப்பட்டதற்கான எந்த ஆதாரத்தையும் அளிக்கவில்லை. பல தளங்களில் நடைபெற்ற அகழ்வாராய்ச்சிகள் தொடர்ச்சியான வெள்ளப் பெருக்கைச் சுட்டிக்காட்டுகின்றன. நிலத்தின் தரைமட்டத்தை உயர்த்திய கண்டத்திட்டு நகர்வுகளால் இது மோசமடைந்திருக்கக்கூடும். நதியின் பாதைகளில் ஏற்பட்ட மாற்றம், காடழிப்பு; உவர்தன்மை அதிகரிப்பு, வெளியிலிருந்து புலம்பெயர்ந்து வந்தவர்களால் பரவும் நோய்கள் உள்ளிட்டவையும் ஹரப்பா நாகரிகத்தை அழித்திருக்கச் சாத்தியமான இதர காரணங்கள். 2012இல் வெளியிடப்பட்ட வூட்ஸ் ஹோல் ஓசியானோகிராஃபிக் இன்ஸ்டிட்யூஷனின் விஞ்ஞானிகளின் குழுவின் பெரிய அளவிலான ஆய்வு, ஆறுகள் வறண்டுபோனது அல்லது அவை பருவங்களைச் சார்ந்தவையாக மாறியதற்குக் காரணமாக அமைந்த நீண்டகால வறட்சியே இந்த நாகரிகத்தின் அழிவுக்குக் காரணமாக இருந்திருக்கக்கூடும் என்றது. இந்தக் கோட்பாட்டை ஏற்க உரிய காரணங்கள் உள்ளன. 2018ஆம் ஆண்டில், விஞ்ஞானிகள் புவியியல்ரீதியான காலப்பரப்பில் மேகாலயக் காலகட்டம் *Meghalayan* என்னும் புதிய காலகட்டத்தின் வகைமையை அடையாளம் கண்டனர். இது பொஆமு 2200இல் ஏற்பட்ட நீண்ட வறட்சியுடன் தொடங்கியது. இது இந்தியாவில் மட்டுமன்றி எகிப்திலும் மெசபடோமியாவிலும் சீனாவிலும் நாகரிகங்களின் முடிவுக்குக் காரணமாக அமைந்தது.

வேதங்கள்

ஹரப்பா நாகரிகத்தைச் சேர்ந்த பதிவுகளைப் புரிந்து கொள்ள இயலாமையால், பொஆமு 1300 வரையிலான காலகட்டத்தில் கதைகள், வரலாற்று நபர்கள், நிகழ்வுகளின் நம்பகமான காலவரிசை நமக்குக் கிடைக்கவில்லை. அடுத்து வந்த 1500 ஆண்டுகள் பற்றிய நமது அறிவும் வேறு காரணங்களால் தெளிவற்றதாகவே உள்ளது. இந்திய நாகரிகத்தின் கதையின் அடுத்த அத்தியாயம், அடுத்தடுத்து இந்தியாவிற்குள் நுழைந்த

மேய்ச்சல் சமூகத்தினரின் கதை. இவர்கள் சில கருவிகள், ஆயுதங்கள், மட்பாண்டத் துண்டுகளைத் தவிர்த்து வேறு எந்தத் தடத்தையும் விட்டுச் செல்லவில்லை. தொல்பொருள் எச்சங்கள் போதிய அளவு கிடைக்கவில்லை என்றாலும் வேதங்கள் என்று அழைக்கப்படும் விரிவான, புனிதக் கவிதைகளின் மாபெரும் தொகுப்பு இந்தப் பற்றாக்குறையைச் சிறப்பாகவே ஈடுகட்டிவிடுகிறது.

சமஸ்கிருதத்தில் இயற்றப்பட்டு, பிராமணர்கள் என்று அழைக்கப்படும் புரோகிதர்கள் மூலம் ஆரம்பத்தில் வாய்வழியாகப் பரவிய வேதங்கள் இந்து மதத்தின் அடிப்படையை உருவாக்குகின்றன. தினமும் உதய காலத்தில் தெய்வங்களை எழுப்புவதற்காக ஓதப்படும் மந்திரங்களும், இறந்தவரின் உடலைச் சிதையில் வைக்கும்போது செய்யப்படும் பிரார்த்தனைகளும் பல நூற்றாண்டுகளாக அட்சரம் பிசகாமல் பின்பற்றப்பட்டுவருகின்றன. வேதங்களைப் பதிவு செய்யத் தொடங்கியபோது, வடக்கே உள்ள காஷ்மீரிலிருந்து கிடைத்த பதிவுகளும் துணைக்கண்டத்தின் தென்கோடியில் உள்ள தமிழ்நாட்டில் கிடைத்த பதிவுகளும் அச்சு அசலாக ஒன்றுபோலவே இருப்பது தெரியவந்தது. அந்த அளவுக்கு மிகத் துல்லியமான பரிமாற்றம் நடந்திருக்கிறது. பதினாறாம் நூற்றாண்டிலிருந்து ஐரோப்பியர்கள் இவற்றை ஆய்வுசெய்து வந்தார்கள். ஆனால் பதினெட்டாம் நூற்றாண்டின் பிற்பகுதியில்தான் வேதங்களை இயற்றியது யார் என்னும் மர்மம் தீர்க்கப்பட்டது. இந்தியாவின் ஆரம்பகால வரலாற்றைப் பற்றி இப்போது நாம் அறிந்தவற்றின் விடுபட்ட பகுதிகளை நிரப்பியது தொல்லியல் அல்ல, மொழியியல்தான்.

வில்லியம் ஜோன்ஸ் பல்துறை அறிஞர். அவர் தனது முதல் புத்தகத்தை 1770இல் இருபத்தி நான்காவது வயதில் வெளியிட்டார். பாரசீக மன்னர் நாதிர் ஷாவின் வரலாற்றைப் பாரசீக மொழியிலிருந்து பிரெஞ்சு மொழியில் மொழிபெயர்த்த நூல் இது. ஒரு வருடம் கழித்து *A Grammar of the Persian Language* என்னும் நூலை வெளியிட்டார். பல பதிற்றாண்டுகளுக்கு இதுவே அம்மொழி குறித்து அறிந்துகொள்வதற்கான ஒரே நூலாக இருந்தது. 1783, செப்டம்பரில் கல்கத்தாவில் ஹூக்ளி ஆற்றங்கரையில் உள்ள சந்த்பால் காட் என்ற இடத்தில் இறங்குவதற்கு முன்பே, 'மற்ற ஐரோப்பியர்கள் அறிந்ததைவிட அதிகமாக இந்தியாவைப் பற்றித் தெரிந்துகொள்ள வேண்டும்' என்பதில் ஜோன்ஸ் பேரார்வம் கொண்டிருந்தார். இந்தியாவுக்கு வந்து ஓராண்டுக்குப் பின் ஆசியக் கழகம் *(Asiatic Soceity)* என்னும் அமைப்பை நிறுவினார்.

வங்காள நீதிமன்றத்தின் நீதிபதியாக நியமனம் பெற்று ஜோன்ஸ் இந்தியாவுக்கு வந்தார். நியாயமாகத் தீர்ப்பு வழங்க, நீதிபதிகள் இந்துச் சட்டத்தின் ஆதாரங்களை அறிய வேண்டும் என்றும் அதற்கு சமஸ்கிருத நூல்களைப் புரிந்துகொள்ள வேண்டும் என்றும் அவர் நம்பினார். சமஸ்கிருதம் கற்றுத்தரும் ஆசிரியரைக் கண்டுபிடிப்பதே அவருக்குப் பெரிய பாடாக இருந்தது. அவர் அணுகிய உயர்சாதி பிராமணர்கள் இந்தப் புனித மொழியை வெளிநாட்டவருக்குக் கற்பிக்க மறுத்துவிட்டார்கள். எனினும், நமது நல்வாய்ப்பு, ஜோன்ஸ் சமஸ்கிருதத்தில் நன்கு தேர்ச்சி பெற்ற ஒரு மருத்துவரைக் கண்டார். அவர் இவரைத் தனது மாணவராக ஏற்க ஒப்புக்கொண்டார். சமஸ்கிருத இலக்கணத்தைப் படிக்கும்போது, அதற்கும் ஐரோப்பிய மொழிகள் சிலவற்றுக்கும் இடையே குறிப்பிடத்தக்க ஒற்றுமை இருப்பதை ஜோன்ஸ் கவனித்தார். ஏஷியாட்டிக் ரிசர்ச்சஸ் (ஆசிய ஆய்வுகள்) முதல் தொகுதியில் வெளியிடப்பட்ட 'ஆசிய வார்த்தைகளின் எழுத்துமுறை' என்ற கட்டுரையில் அவர் தனது கண்டுபிடிப்புகளைத் தொகுத்தளித்தார். அதில் அவர் இந்தோ–ஐரோப்பிய மொழிகளின் குடும்பத்தை அடையாளம் காட்டினார். வரலாற்றில் 'இந்தியாவின் இடத்தைக் கண்டறியும்' திட்டத்திற்கு இந்தக் கட்டுரை முக்கியமான பங்களிப்பு என சமஸ்கிருத அறிஞரான தாமஸ் ட்ரவுட்மேன் குறிப்பிட்டுள்ளார்.

'சமஸ்கிருத மொழி, எந்த அளவுக்குத் தொன்மையானது என்பது இருக்கட்டும்; அது அற்புதமான கட்டமைப்பைக் கொண்ட மொழி. கிரேக்கத்தைவிடவும் கச்சிதமான கட்டமைப்பைக் கொண்டது. லத்தீன் மொழியைக் காட்டிலும் வளம் நிறைந்தது. அவை இரண்டையும்விட நேர்த்தியாகச் செம்மையாக்கப்பட்டது. வினைச்சொற்களின் வேர்களிலும் இலக்கண வடிவங்களிலும் இந்த இரு மொழிகளுடனும் வலுவான உறவைக் கொண்டது. இந்த உறவு தற்செயலாக உருவாகியிருக்கக்கூடியது என்று சொல்ல முடியாத அளவுக்கு வலிமையானது. இந்த மொழிகளை ஆய்வுசெய்யும் எந்த மொழியியல் அறிஞரும் இவை மூன்றும் பொதுவான மூலங்களிலிருந்து தோன்றியவை என்று கருதாமல் இருக்க முடியாது. அந்த மூலம் இப்போது மறைந்துபோயிருக்கலாம். கோதிக், கெல்டிக் ஆகிய இரண்டும் மிகவும் வேறுபட்ட மொழிப் பயன்பாடுகளைக்கொண்டிருந்தாலும் சமஸ்கிருதத்தின் மூலமொழியிலிருந்தே இவையும் உருவாகியிருக்கும் எனக் கருதுவதற்கு இதேபோன்ற காரணம் உள்ளது. புராதன பாரசீகத்தையும் அதே குடும்பத்தில் சேர்க்கலாம்' என்கிறார் வில்லியம் ஜோன்ஸ்.

ஜான் ஜுபர்ஸிக்கி

ஜோன்ஸ் இந்து, ஐரோப்பியக் கடவுளர்களிடையே இருக்கும் ஒற்றுமைகளை மேலும் ஆராய்ந்தார். மொழிகளின் குடும்பம் மட்டுமின்றி மதங்களின் குடும்பமும் இருப்பதைக் கண்டறிந்தார். ரோமக் கடவுளான ஜானஸ் யானைத் தலை கொண்ட கணேசனாகியிருக்கிறார். ஜுபீடர் இந்திரனுக்கு ஒப்பானவர். கிரேக்கக் கடவுளான டையோனிஷியனுக்கும் கிருஷ்ணருக்கும் ஒற்றுமைகள் உண்டு. சாட்ரன், நோவா, மனு எனப் பல பொதுவான அம்சங்களை இரு தரப்புப் புராணங்களிலும் காணலாம். கிரீஸிலும் ரோமிலுமிருந்த புராதன பாகன் மதத்தின் இன்றைய பிரதிபலிப்புதான் இந்து மதம் என்பதே ஜோன்ஸின் கருத்து.

குறிப்பிடத்தக்க விதத்தில் மொழிகளும் மதங்களும் சங்கமிப்பதற்கான ஒரே விளக்கமாக இடப்பெயர்வுதான் இருக்க முடியும் எனபது ஜோன்ஸின் யூகம்: இந்தோ–ஐரோப்பிய மொழிகளைப் பேசுபவர்களின் பொதுவான தாயகம் ஒருகாலத்தில் போலந்திலிருந்து டிரான்ஸ்–யூரல்வரை பரந்து விரிந்த புல்வெளியாக இருந்தது. இந்தோ–ஐரோப்பிய மொழியின் ஆரம்பகாலப் பயன்பாடுகளில் சில்வற்றை வட சிரியாவில் வரலாற்றாசிரியர்கள் கண்டறிந்துள்ளனர். மிட்டானிக்கும் ஹிட்டைட் மன்னருக்குமிடையே பொஆமு 1380இல் கையெழுத்தான சமாதான ஒப்பந்தம் ஒன்று கடவுள்களை சாட்சிகளாகக் கொண்டிருந்தது. அவற்றில் குறைந்தது நான்கு – உரு, மித்ராஸ், இந்தரா, நசத்தியா *Uru, Mitras, Indara and Nasatia* – கடவுள்கள் இந்துக் கடவுள்களான வருணன், மித்ரன், இந்திரன், நசத்யாவை ஒத்துள்ளன. மிட்டானி மக்கள் உள்ளூர் ஹுரியன் மொழியைப் பேசினாலும் அவர்களின் ஆட்சியாளர்கள் இந்தோ–ஆரிய–ஒலியில் அமைந்த பெயர்களைக் கொண்டிருந்ததையும் இந்தோ–ஆரியக் கடவுள்களைக் குறிப்பிட்டதையும் இந்த ஒப்பந்தம் தெரிவிக்கிறது.

இந்தப் புல்வெளிகளிலிருந்து புறப்பட்ட மேய்ச்சல் சமூகத்தினர் தங்களை ஆர்யன் என்று குறிப்பிட்டுக் கொண்டார்கள். இது பண்டைய பெர்ஷியர்கள் பயன்படுத்திய பெயர். 'ஈரான்' என்பதன் மூலச்சொல் இது. இந்த மாபெரும் இடப்பெயர்வில் உருவான குடியேற்றங்களைக் கண்ட நிலங்களில் மிகவும் மேற்குப் பகுதியில் அமைந்திருந்த 'ஈயர்' என்னும் இடத்தின் மூலச் சொல் ஆர்யன். இந்தியாவில் குடியேறிய ஆரியர்கள் குதிரையைப் பழக்கி, மூன்று பேரை ஏற்றிச் செல்லும் இலகுரக ரதங்களைப் பயன்படுத்தினார்கள். கால்நடைகளை வளர்த்தார்கள். வெண்கலத்தை உருக்கிக்

கருவிகளையும் ஆயுதங்களையும் உருவாக்கினார்கள். ஹரப்பா மக்களைப் போலச் சூதாட்டத்திலும் ஈடுபட்டார்கள்.

ஹரப்பா நாகரிகத்தை அழித்த திடீர்ப் படையெடுப்பு பற்றி வேத நூல்கள் கூறுகின்றன. ஆரியர்களின் மார்ஸ், ஜீயஸ் அல்லது தோர் எனக் கூறத்தக்க இந்திரன் போன்ற ஆரியப் போர்க் கடவுள்கள் குதிரைகள் பூட்டப்பட்ட தேர்களைக் கொண்டு ஹரப்பா நாகரிகத்தின் எச்சங்களை அழித்து, அறுபதாயிரம் ஆண்டுகளுக்கு முந்தைய இந்தியாவிற்கு இடம்பெயர்ந்த முதல் அலையின் வழித்தோன்றல்களான தாசர்களை அடக்கியதாக வேதங்களில் குறிப்பு இருக்கிறது.

ஆங்கிலேயர் காலத்தில் இராணுவத்தின் மூலம் இந்தியாவைத் தாங்கள் வென்றதை நியாயப்படுத்துவதற்கான வசதியான வழிகளை ஆங்கிலேய அறிஞர்கள் தேடிக்கொண்டிருந்தபோது இந்த ஆரியப் படையெடுப்புக் கோட்பாடு வலுப்பெற்றது. இந்தக் கோட்பாட்டில் இரண்டு சிக்கல்கள் உள்ளன. படையெடுப்புக் கருதுகோளை ஆதரிக்க எந்தத் தொல்பொருள் ஆதாரமும் இல்லை. ஹரப்பாவின் அழிவுக்கும் ஆரியர்களின் வருகைக்கும் இடைப்பட்ட தொல்பொருள் பதிவுகளில் இருக்கும் இரண்டு நூற்றாண்டுக் கால இடைவெளியை இது கணக்கில் எடுத்துக்கொள்ளவில்லை.

பூமிக்குள் புதைந்துபோன பண்டைய இடங்களில் மேற்கொள்ளப்பட்ட டிஎன்ஏ மரபணுச் சோதனை தொல்பொருள் ஆராய்ச்சியாளர்களின் நீண்டகால ஊகத்தை உறுதிப்படுத்துகிறது. ஆரியப் படையெடுப்பு (ஒரு முறை) நடந்தது என்பதற்குப் பதிலாக, புலப்பெயர்வு அலைகள் பல நிகழ்ந்தன; அவை இந்தியாவில் அன்றிருந்த பல்வேறு கலாச்சாரங்களுடன் பரிமாற்றம் நடத்தி, பல்வேறு மாறுபட்ட உள்நாட்டுக் கலாச்சாரங்களை ஆரிய அமைப்பிற்குள் தொடர்ச்சியாகக் கொண்டுவந்தன என்பதே அந்த யூகம்.

இந்தக் கேள்வியை எதிர்கொள்வதற்கான மிக முக்கியமான புத்தகம் டோனி ஜோசப்பின் *Early Indians: The Story of Our Ancestors and Where We Came From (2018)*. (ஆரம்ப கால இந்தியர்கள்: நமது முன்னோர்களின் கதையும் நாம் புறப்பட்ட இடமும்). சமீபத்திய மரபணுச் சோதனை, ஆய்வுகள் பற்றிய அவரது சற்று மிகையான விரிவான மதிப்பீடு, 'இன்றைய இந்தியர்களின் மரபணுக்கள் இந்தியாவிற்குப் பல இடப்பெயர்வுகளில் வந்தவர்களிடமிருந்து பெறப்பட்டவை' என்ற முடிவுக்கு அவரை இட்டுச் செல்கிறது; 'பன்னெடுங்காலத்திலிருந்தே' தூய குழு, இனம் அல்லது சாதி என்று எதுவும் இல்லை என்கிறார்

அவர். இந்து தேசியவாத வரலாற்றாசிரியர்கள் இதை மத நிந்தனையாகப் பார்க்கிறார்கள். ஜோசப் இதை இவ்வாறு விளக்குகிறார்:

> வலதுசாரிகளில் பலருக்குத் தாங்கள் வேறு இடங்களிலிருந்து இந்தியாவுக்கு வந்தவர்கள் என்ற கருத்து ஏற்றுக்கொள்ள முடியாதது. ஏனெனில் அது சமஸ்கிருதத்தையும் வேதங்களையும் இந்தியக் கலாச்சாரத்தின் ஒரே அடிப்படை ஆதாரம் என்னும் பீடத்திலிருந்து அகற்றிவிடுகிறது; இந்திய வரலாற்றின் மீதும் கலாச்சாரத்தின் மீதும் அழியாத தாக்கத்தை ஏற்படுத்திய வலுவான ஹரப்பா நாகரிகம் அவர்களின் வருகைக்கு முன்னதாகவே நிகழ்ந்தது என்பதையும் இந்தக் கருத்து நிறுவுகிறது.

வரலாற்றுப் பதிவில் உள்ள இடைவெளிகளால், வேதகால நாகரிகம் ஹரப்பா நாகரிகத்திற்கு முந்தியது என்ற நம்பிக்கையில் உறுதியாக இருப்பவர்களை மரபணுச் சான்றுகளால்கூடத் திருப்திப்படுத்த முடியவில்லை. இந்த விவாதம் எத்தகைய முடிவை எட்டும் என்பதைக் கணிப்பது கடினம். பொஆமு *1100–600* இடையில் இயற்றப்பட்ட இலக்கியத்தின் அளவு மிகவும் பரந்து விரிந்தது. ஆனால் அவற்றுக்கான விளக்கங்கள் பல விதமாக இருக்க முடியும். இந்தியாவின் ஆரம்ப கால வரலாற்றைப் போலவே, எதுவுமே உறுதியானதல்ல.

வேதகால இந்தியாவும் அரசர்களின் தோற்றமும்

நான்கு வேதங்களில் ரிக் வேதம் மிகவும் பழமையானது; மிகவும் முக்கியமானது. இது முதன்முதலில் பொஆமு 1100இல் தொகுக்கப்பட்டது என்பதே வரலாற்றாசிரியர்களிடையே உருப்பெற்றுவரும் ஒருமித்த கருத்து. அல்லது அதற்கு ஒரு நூற்றாண்டுக்கு முன்னதாக இருக்கலாம். இது 1028 தோத்திரப் பாடல்களை உள்ளடக்கியது. பத்து நூல்கள் அல்லது மண்டலங்களில், வெவ்வேறு அடிகளில் இந்தப் பாடல்கள் உள்ளன. பல நூற்றாண்டுகளில் இவை இயற்றப்பட்டன. ஆரியர்கள் தங்கள் கடவுள்களின் உருவங்களைச் செய்ததற்கு எந்த ஆதாரமும் இல்லை. அவர்களைப் பொறுத்தவரை சிலைகள் அல்ல, மந்திரங்களே தெய்வீகத்துடன் தொடர்புகொள்வதற்கான வழிமுறை. மன மயக்கத்தை உண்டாக்கும் சோமபானத்தை உட்கொண்ட நிலையில் இந்தத் தோத்திரப் பாடல்களை யாகங்களின்போது பாட வேண்டும். 'வாழ்தலின் வியப்பூட்டும் தன்மையையும் பிரமிக்கவைக்கும் அம்சத்தையும் கண்ட

மக்களின் கூட்டு எதிர்வினையின் கவித்துவச் சான்று’ என்று நோபல் பரிசு பெற்ற வங்க மொழிக் கவிஞர் ரவீந்திரநாத் தாகூர் (1861–1941) இந்தத் தோத்திரங்களைப் பற்றிக் கூறினார்.

சாம வேதம் (பண்களாலான வேதம்) பெரும்பாலும் ரிக் வேதத்திலிருந்து எடுக்கப்பட்ட பாடல்களைக் கொண்டுள்ளது. இசைத்தன்மையுடன் ஓதுவதற்கு ஏற்ற வகையில் இவை அமைக்கப்பட்டுள்ளன. யஜுர் வேதம் சடங்குகளை நடத்துவதற்கான உரைநடைக் கவிதைகள் அல்லது மந்திரங்களின் தொகுப்பு. நான்காவது வேதமான அதர்வண வேதம், ஆரியத்திற்கு முந்தைய இந்தியாவில் வசித்துவந்தவர்களின் சடங்குகள், நம்பிக்கைகள், மந்திரங்கள் ஆகியவற்றுடன் தொடர்புடையது. இவர்களில் சிலர் இந்தியாவின் கற்காலக் குடிகளின் முன்னோர்களாக இருந்திருக்கலாம்; மற்றவர்கள் தாசர்கள் அல்லது ஆப்பிரிக்காவிலிருந்து வந்த பழங்குடிச் சமூகங்கள். சூனியம், மாந்திரீகம் ஆகியவற்றைக் கடைப்பிடிப்பது தெய்வங்களைவிட மேலான சக்திகளை உபாசனைகளும் மந்திரங்களும் பெற்றுத்தரும் என்ற நம்பிக்கை ஆகியவை இவர்களுக்குப் பொதுவானவை. இந்த நம்பிக்கைகளை ஒழிக்க முயல்வதற்குப் பதிலாக ஆரியர்கள் அவற்றை உள்வாங்கினார்கள்.

வேதங்களைத் தலைமுறை தலைமுறையாக எடுத்துச் சென்ற பிராமணர்கள் அந்த அறிவை வைத்துக்கொண்டு தாங்கள்தான் முக்கியமான சடங்குகளை நடத்த முடியும் என்று ஏகபோக உரிமை கொண்டாடினார்கள். போர், மழை இவற்றின் கடவுளான இந்திரன் ரிக் வேதத்தின் கிட்டத்தட்டக் கால் பகுதிப் பாடல்களில் குறிப்பிடப்படுகிறார். இந்திரனுக்கு அடுத்தபடியாக அக்னியும் சூரியனும் இடம்பெறுகிறார்கள்.

வேத நூல்களில் குறிப்பிட்டப்பட்டுள்ள இடப் பெயர்கள், ஆரியர்கள் சப்த சிந்து அல்லது ஏழு நதிகள் என்று அழைக்கப் படும் பகுதியில் முதலில் குடியேறியதைக் காட்டுகின்றன. ‘சிந்து’ என்ற பெயர் சிந்து நதியைக் குறிக்கிறது; மற்ற ஐந்து அதன் துணை நதிகள். ஏழாவது சரஸ்வதி. அது வறண்டுபோய் விட்டது. வேத சமுதாயம் பழங்குடிகளையும் குலங்களையும் அடிப்படையாகக் கொண்டது. சுமார் முப்பது விதமான குலங்களும் குழுக்களும் வேதங்களில் குறிப்பிடப்பட்டுள்ளன. பல போர்கள் விவரிக்கப்பட்டுள்ளன. வேதங்களில் குறிப்பிடப்படும் எதிரிகளில் உண்மையான மனிதர்களையும் கற்பனைப் பாத்திரங்களையும் வேறுபடுத்திப் பார்ப்பது கிட்டத்தட்ட சாத்தியமற்றது. கேம் ஆஃப் த்ரோன்ஸின் பழங்கால இந்தியப் பதிப்பு எனச் சொல்லத்தக்க *Battle of* the Ten Kings பத்து அரசர்களின் போர் என்னும் பகுதி (ரிக் வேதத்தின் 7 ஆவது மண்டலத்தில் இடம்பெற்றுள்ளது) இதைத் தெளிவாகக் காட்டுகிறது. ஆரிய மன்னன் சூதனுக்கும் 'வீழ்ந்த ஆரியர்கள்' அல்லது தாசர்களாக இருந்த பத்துத் தலைவர்களின் நெகிழ்வான கூட்டணிக்கும் இடையே ராவி நதிக்கரையில் போர் நடந்தது. வலிமை வாய்ந்த ஆயுதங்களினாலோ அல்லது தந்திரங்களினாலோ அல்லாமல் மந்திரங்களை ஓதுவதன் மூலம் அந்தப் போரில் ஆரியர்கள் வென்றார்கள்.

வேளாண் சமுதாயமான ஆரம்பகால ஆரியர்கள் குதிரை களையும் பசுக்களையும் நம்பியிருந்தார்கள். மேய்ச்சல் நிலங்கள் விலைக்கு விற்கப்பட்டன. ஆநிரைக் கள்வர்கள் என்று அவர்கள் அறியப்பட்டார்கள். மதங்களை ஒப்பாய்வு செய்யும் வரலாற்றாசிரியர் கரேன் ஆம்ஸ்ட்ராங், ஐரோப்பியர்கள் அமெரிக்காவில் குடியேறியபோது அமெரிக்காவின் மேற்குப் பகுதியில் இருந்த கௌபாய்களுடன் அவர்களை ஒப்பிடுகிறார். இன்றைய இந்தியாவில் பசுவின் புனிதம்பற்றி அதிகம் பேசப்படுகிறது. பெரும்பாலான மாநிலங்களில் மாட்டிறைச்சி உண்பதற்குத் தடை உள்ளது. ஆனால் வேதகால இந்தியாவில் பசுவுக்கு அவ்வளவு புனிதம் அளிக்கப்படவில்லை. ரிக் வேதத்தின் ஒரு சுலோகம் பசு இறைச்சியை உண்பதைத் தடை செய்தாலும் மற்றொரு சுலோகம், பசுவைச் சடங்கின் அடிப்படையில் மனிதாபிமானத்துடன் கொன்றால் திருமணங்களில் மாட்டிறைச்சி உண்ணலாம் என அனுமதிக்கிறது.

வேதகால நாகரிகத்தின் தொடக்கக் கட்டத்தில் சமூகங்கள் இனக்குழுக்களை அடிப்படையாகக் கொண்டிருந்தன. சமூகக் கட்டமைப்பின் உச்சியில் போரில் வல்லமை கொண்ட தலைவர்கள் இருந்தார்கள். ரிக் வேதம் அவர்களை 'ராஜா'க்கள் எனக் குறிப்பிடுகிறது. இது லத்தீன் மொழியின் ரெக்ஸ் என்னும் சொல்லுடன் தொடர்புடையது. ராஜா என்பவர் முழுமையான மன்னரல்ல; சபாக்கள், சமிதிகள் என்பவை மூத்தோர் அடங்கிய குழுக்கள். இது ஒரு வகையான கூட்டமைப்பு அல்லது குடியரசு போன்ற ஏற்பாடு. சமிதிகள் அனைத்துப் பழங்குடியினங்களையும் சேர்ந்தவர்களைக் கொண்டவை. பதவி பரம்பரையாக வந்தாலும், ராஜா அரியணை ஏறுவதற்கு சபாக்கள், சமிதிகள் ஆகிய இரு குழுக்களின் ஒப்புதலும் தேவை. போருக்குச் செல்லும்போது ராஜாவுடன் ராஜ குருவும் செல்வார். அவர் பிரார்த்தனைகளைச் சொல்லி வெற்றிக்கான சடங்குகளைச் செய்வார்.

வேதங்களும் மகாபாரதம் போன்ற பிற்கால நூல்களும் மதத்தின் மீது கவனம் செலுத்தினாலும் பண்டைய சமுதாயத்தின்

வரைபடத்தை உருவாக்கிக்கொள்ள அவை உதவுகின்றன. ஆனால் வரலாற்றாசிரியர் ஏ.எல். பாஷாம் போன்ற அறிஞர்கள் இது விஷயத்தில் எச்சரிக்கை விடுக்கிறார்கள். 'மகாபாரதத்தின் அடிப்படையில் பொஆமு பத்தாம் நூற்றாண்டின் இந்திய அரசியல், சமூக வரலாற்றை மறுகட்டமைக்க முயற்சிப்பது பயனற்ற செயல். இது மால்ரேயின் மோர்டே டி'ஆர்தர் *(Le Morte d'Arthur)* என்னும் படைப்பின் அடிப்படையில் ரோமானியர்கள் பிரிட்டனிலிருந்து வெளியேற்றப்பட்டதற்குப் பிறகான பிரிட்டனின் வரலாற்றை எழுதுவதைப் போன்றது' என்று சொல்லும் பாஷாம் குறிப்பிடத்தக்க ஒரு விதிவிலக்கை அனுமதிக்கிறார். அது குருக்ஷேத்திரப் போரைப் பற்றிய மகாபாரதத்தின் குறிப்புகள். இந்தப் போரில் பாண்டவர்கள் கிருஷ்ணனின் உதவியோடு இன்றைய புது தில்லிக்கு அருகிலுள்ள இடத்தில் தங்கள் உறவினர்களான கௌரவர்களைத் தோற்கடித்தார்கள். தொல்பொருள் எச்சங்கள் போர் நடந்ததை உறுதிப்படுத்துகின்றன. ஆனால் மகாபாரதம் குறிப்பிடுவது போல் பொஆமு 3102இல் அல்லாமல் பொஆமு ஒன்பதாம் நூற்றாண்டின் தொடக்கத்தில் நடந்ததாகத் தொல்லியல் சான்றுகள் கூறுகின்றன. மகாபாரதத்தில் விவரிக்கப்பட்டுள்ளபடி பெரும் போர் நடந்ததா அல்லது ஒரு சிறிய அளவிலான மோதல் காவிய யுத்தமாக மாற்றப்பட்டதா என்னும் கேள்விக்கு ஒருபோதும் விடை கிடைக்க வாய்ப்பில்லை. குறிப்பாக இந்தியாவில் தற்போது நிலவும் உணர்ச்சிகரமான அரசியல் சூழலில்.

பொஆமு நான்காம் நூற்றாண்டுக்கும் பொஆ மூன்றாம் நூற்றாண்டுக்கும் இடைப்பட்ட காலத்தில் இயற்றப்பட்ட மகாபாரதம் இந்துக் காவியங்களில் மிகவும் புகழ்பெற்றது; மிகவும் பெரியது. இலியட், ஒடிஸி ஆகியவற்றைக் காட்டிலும் சுமார் பத்து மடங்கு பெரியது. இந்து மதம் எங்கெல்லாம் பரவியதோ அங்கெல்லாம் மகாபாரதத்தின் காட்சிகளைக் காணலாம். கம்போடியாவில் உள்ள அங்கோர்வாட், ஜாவாவின் வயாங் பொம்மை நாடக அரங்கம் ஆகியவை இதற்கான எடுத்துக்காட்டுகள். இந்திய அரசின் தூர்தர்ஷனில் 1990களில் தொண்ணூற்று நான்கு வாரங்கள் இந்தக் காவியம் தொடராக ஒளிபரப்பானது. மகாபாரதம் ஒளிபரப்பான ஒவ்வொரு வாரமும் கிட்டத்தட்ட தேசம் முழுவதும் தொலைக்காட்சிக்கு முன்பாகவே உட்கார்ந்திருந்தது.

மகாபாரதத்தின் மிகவும் பிரபலமான பகுதி பகவத் கீதை. கிருஷ்ணருக்கும் பாண்டவர்களில் ஒருவனான அர்ஜுனனுக்கும் இடையே நடக்கும் உரையாடல் இது. தான் ஏன் தனது

உறவினர்களுடன் சண்டையிட வேண்டும் என்று அர்ஜுனன் கேள்வி எழுப்புகிறான். அது உன் கடமை என்கிறார் கிருஷ்ணர். 'நன்றாகச் செய்யப்படும் பிறருடைய தர்மத்தைக் காட்டிலும் குறையுள்ளதாக இருந்தாலும் சுதர்மமே சிறந்தது. சுதர்மத்தைக் கடைப்பிடிக்கும்போது இறந்தாலும் நல்லதுதான். பிறருடைய தர்மத்தில் ஈடுபடுவது மரணத்திற்கு ஒப்பானது (கீதை 3:35). தனிப்பட்ட நலன்கள் அல்லது உணர்வுகளைவிடவும் சூழ்நிலை களே ஒருவரின் செயல்களை வழிநடத்த வேண்டும். அதனால் ஏற்படும் இழப்பு என்னவாக இருந்தாலும் சரி' என்கிறது கீதை. கிறிஸ்தவர்களிடையே புதிய ஏற்பாடு எந்த அளவுக்குப் பிரபல மானதோ அந்த அளவுக்குப் பகவத் கீதை இந்துக்களிடையே பிரபலமானது. அணுகுண்டை உருவாக்கியவரான ஜே. ராபர்ட் ஓபன்ஹெய்மர், 1945இல் நியூ மெக்சிகோவில் அணு ஆயுதத்தின் முதல் சோதனையைப் பார்த்ததும் தனக்குத் தோன்றிய உணர்வுகளை விவரிக்க கீதையிலிருந்து ஒரு வசனத்தைக் கூறினார்: 'நானே மரணம்; உலகங்களை அழிப்பவன் நானே.'

மகாபாரதத்தில் குருக்ஷேத்திரப் போருக்கு முன்பு கிருஷ்ணனுக்கும் அர்ஜுனனுக்கும் நடந்த உரையாடலதான் பகவத் கீதை

வேதச் சடங்குகளை விவரிக்கும் சதபத பிராமணம் போன்ற நூல்களைப் படிப்பதன் மூலம் ஆரியக் கலாச்சாரம், சமூகம் ஆகியவற்றின் மையமானது, கிமு பத்தாம் நூற்றாண்டிலிருந்து கங்கை, யமுனை நதிகளுக்கிடையே உள்ள விளைநிலப் பகுதிக்கு, கிழக்கு நோக்கி நகரத் தொடங்கியது. வேகமான நகரமயமாதலால் இன்று திட்டுத் திட்டான விவசாய நிலங்களாக மாறியிருக்கும் நிலப்பரப்பு ஒருகாலத்தில் ஆங்கில வரலாற்றாசிரியர் ஜான் கே விவரிப்பதுபோல, 'காடும் சதுப்பு நிலங்களும் கொண்ட ஈரப்பதம் மிகுந்த பசுமையான வனப்பகுதியாக இருந்தது.

சைபீரியா அளவுக்குப் பரந்து விரிந்த வெப்ப மண்டல இலையுதிர்க் காடுகளாக இந்த இடம் இருந்தது.'

மேற்கு இந்தியாவின் வறண்ட நிலங்களைவிட அதிக விளைச்சலைக் கொண்டிருந்த இந்தக் காடுகளை அழிப்பது கடினமாக இருந்தது. பின்னாளில் அதிக அடர்த்தி கொண்ட மக்கள் கூட்டத்திற்கு இவை இடமளித்தன. இதன் விளைவாக காசி (இன்றைய வாராணசி), ஹஸ்தினாபுரம் போன்ற முதல் நகரங்கள் பொஆமு 800இல் நிறுவப்பட்டன. புவியியல் எல்லை களை அடிப்படையாகக் கொண்ட குடியரசுகள் என்று நெகிழ்வான முறையில் கருதப்படக்கூடிய் நிர்வாக அமைப்புகள் உருவாகத் தொடங்கின. இவை மேம்பட்ட கருவிகளின் மூலம் சாத்தியமாயின. இந்தக் காலகட்டத்தில் இரும்பின் பயன்பாடு இருந்தாலும் அதன் தரம் மோசமாக இருந்தது. பொஆமு முதல் ஆயிரமாண்டின் நடுப்பகுதியில்தான் மேம்பட்ட திறன் கொண்ட உலைகளால் இரும்புக் கொழு கொண்ட கலப்பைகளின் பயன்பாடு சாத்தியமானது. இது பரவலாகப் பயிரிடுவதற்கும் உருவாக்குவதற்கும் வழிவகுத்தது. வண்ணம் பூசப்பட்ட செம்மையான மட்பாண்டங்கள் உருவானது கிழக்கு நோக்கிய இந்த விரிவாக்கத்தின் மற்றொரு அம்சம். இந்த மட்பாண்டங்களின் எச்சங்களை ஆய்வு செய்வதன் மூலம் இன்றைய பிகாருக்கும் தெற்கே நர்மதா நதியின் எல்லைகளுக்கும் ஆரியர்கள் படிப்படியாக இடம்பெயர்ந்ததைக் கண்டறிய முடியும்.

இந்தியத் துணைக்கண்டத்தில் சமூக அடுக்குமுறை நிலவியதற்கான சான்றுகள் ஹரப்பா நாகரிகத்தின் காலத்திலேயே கிடைக்கின்றன என்றாலும் வெளிர் நிறமுள்ள, சமஸ்கிருதம் பேசும் ஆரியர்கள் கருத்த நிறம் கொண்ட தாசர்களுடன் கலப்பது அதிகரித்ததையொட்டி அது ஆழமான பொருளைப் பெற்றது. இரத்தத்தின் தூய்மை முக்கியத்துவம் பெற்றது. பொஆமு முதல் ஆயிரமாண்டின் நடுப்பகுதியில் ஆரியர்களுக்கும் தாசர்களுக்கும் இடையிலான சமூகப் பிளவானது வகுப்புகள் அல்லது வர்ணங்களின் அமைப்பாக விரிவடைந்தது. அதன் அடிப்படையானது இன்று இந்து மதத்தின் பல அம்சங்களைப் போலவே ரிக் வேதத்தின் ஒரு வசனத்தால் குறிக்கப்பட்டது.

ரிக் வேதத்தில் புருஷ சூக்தம் என்னும் பகுதியில் வரும் ஒரு கவிதை யுகத்தின் தொடக்கத்தில் உருவாக்கப்பட்ட சமூக ஒழுங்கை என்றென்றும் நிலைத்திருக்க வேண்டிய ஒன்றாக முன்வைக்கிறது. ஆதி மனிதனின் (விராட புருஷன்) உடல் எவ்வாறு நான்கு வர்ணங்களை உருவாக்கியது என விவரிக்கிறது. பிராமணர்கள் அந்த மனிதனின் தலையிலிருந்து வந்தார்கள்.

யாகம் போன்ற சடங்குகளின் மீதான ஏகபோக உரிமையால் அவர்கள் ஆற்றலைப் பெற்றார்கள். பழங்காலக் கணிதச் சமன்பாடுகளைப் போல, வேத மந்திரங்களின் சொற்களைச் சரியாக உச்சரிக்க வேண்டும். இல்லையெனில் அவை பயனற்றதாகிவிடும். இந்த மந்திரங்கள் கடவுள்களை நன்மை அல்லது தீமை செய்யத் தூண்டும் அளவுக்கு சக்தி வாய்ந்தவை. இந்த மந்திரங்கள், சடங்குகள் பற்றிய அறிவின் மூலம் பிராமணப் புரோகிதர்கள், அபரிமிதமான அறுவடை, குழந்தைப் பிறப்பு அல்லது போரில் வெற்றி ஆகியவற்றுக்கான பிரார்த்தனை களைச் செய்தார்கள்.

அந்த மனிதனின் தோள்களிருந்து அரசர்களும் போர்வீரர் களும் அடங்கிய க்ஷத்ரியர்கள் வந்தார்கள். விவசாயிகள், வணிகர்கள் ஆகியோரைக் கொண்ட வைசியர்கள் தொடையிலிருந்து வந்தார்கள். பாதங்களிலிருந்து வெளிப்பட்ட சூத்திரர்கள் இந்த வர்ணங்களில் மிகவும் கீழானவர்கள். இவர்கள் சேவகர்கள். ஆரியர்கள் அல்லாதவர்களும் ஆரியர்கள் – தாசர்கள் கலப்பில் உருவானவர்களும் இந்தப் பிரிவைச் சேர்ந்தவர்கள். அவர்களுக்குக் கீழே தீண்டத்தகாதவர்கள் அல்லது வர்ணமற்றவர்கள் (அவர்ணர்கள்). தெருக்களைப் பெருக்குவது, கழிவுகளை அகற்றுவது போன்ற இழிவான வேலைகளை இவர்கள் செய்தார்கள்.

முதல் மூன்று வர்ணத்தவர்களும் இரு பிறப்பாளர்கள் எனக் குறிப்பிடப்பட்டார்கள். முப்புரி நூல் இடும் சடங்கு அவர்களுக்கு இரண்டாவது பிறப்பு. இந்த ஏற்பாடு சூத்திரர் களைச் சாதி அமைப்புக்கு வெளியே நிறுத்தியது. அவர்கள் இரு பிறப்பாளர்களின் வரிசையில் நுழைவதற்கான எந்த வழியும் இல்லாமல் நிரந்தரமாகக் கீழ் நிலைக்குத் தள்ளப்பட்டார்கள். பொது ஆண்டின் முதல் நூற்றாண்டிலிருந்து நிலைபெற்றுவிட்ட சாதி அமைப்பின் முன்னோடியாக வர்ணங்கள் இருந்தன. சாதியின் அடிப்படையில் பாகுபாடு காட்டுவது சட்ட விரோதம் என இந்திய அரசியல் சட்டம் கூறினாலும் இந்தியச் சமூகத்தை வரையறுக்கும் அம்சமாகச் சாதியே உள்ளது.

அப்போது வாய்மொழி வடிவிலேயே இருந்த சமஸ்கிருத மொழியின் பயன்பாடு; அரசர்களைக் காட்டிலும் புரோகிதர் களை உயர்வான இடத்தில் வைத்த சமூக அடுக்குமுறை அமைப்பு; கால்நடை வளர்ப்பைப் பிரதானமாகக் கொண்ட பொருளாதாரம்; மேற்கத்தியக் கடவுள்களையொத்த தெய்வங்கள்; சூதாட்டம், திருமணம், மரணம் என வாழ்வின் ஒவ்வொரு அம்சத்தையும் நிறைவேற்ற வேதச் சடங்குகளைச் சார்ந்திருந்தது

என்பனவாக வேதகாலத்தின் பிற்பகுதியில் (பொ.ஆ.மு 1100–500) நிலவிய ஆரிய சமூகத்தின் அடிப்படை அம்சங்களை வரையறுக்கலாம்.

நகர்ப்புற மக்கள்தொகை அதிகரித்தது வர்த்தகம் பெருகுவதற்கு வழிவகுத்தது. ஆனால் வேளாண்மையைத் தன் முதன்மையான இயல்பாகக் கொண்டிருந்த சமூகத்தில் வர்த்தகப் பரிவர்த்தனைகள் மிக எளிமையானவையாக இருந்தன. பொ.ஆ.மு ஆறாம் நூற்றாண்டுவரை பணம் பயன்படுத்தப்பட்டதற்கான ஆதாரமோ தொழில் முறையிலான வர்க்கம் இருந்ததற்கோ எந்த ஆதாரமும் இல்லை. வேதங்களில் எழுத்தைப் பற்றி எந்தக் குறிப்பும் இல்லை. புரோகித மரபு / வாழ்க்கைமுறை எழுத்தை ஆட்சேபத்திற்குரிதாகக் கருதியது இதற்குக் காரணமாக இருக்கலாம். இறந்தவர்களை அடக்கம் செய்வதைக் காட்டிலும் எரிக்கும் நடைமுறையே அதிகம் இருந்தது. நெருப்புக்கும் சடங்கு சார்ந்த தூய்மைக்குமிடையிலான தொடர்பே இதற்குக் காரணமாக இருக்கலாம். தங்கள் முந்தைய பிறவியின் செயல்களைப் பொறுத்து ஆன்மாக்கள் இந்தப் பிறவியில் நன்மை அல்லது தீமையை அடைகின்றன எனக் கூறும் மறுபிறவிக் கோட்பாடு உபநிடதங்கள் உருவான பிறகு வேரூன்றியது.

வேதங்கள், மகாபாரதம் போன்ற இதிகாசங்கள் ஆகியவற்றிலிருந்து பல தகவல்களைப் பெற முடிந்தாலும் பொது ஆண்டுக்கு முந்தைய முதல் ஆயிரமாண்டின் நடுப்பகுதி வரையிலான இந்தியாவின் வரலாறு பாஷாம் நொந்து கொள்வதைப் போல, 'இணைக்கும் கூறுகள் அற்ற புதிராக உள்ளது... தொழில் முறை வரலாற்றாசிரியர்களும் முறைசாரா வரலாற்றாசிரியர்களும் மேற்கொள்ளும் வரலாற்று ஆய்வுக்கு உயிரூட்டக்கூடிய சுவாரஸ்யமான நிகழ்வுகள், ஆளுமைகளைப் பற்றிய பதிவுகள் இல்லை.' இந்தக் காலகட்டம் பற்றிய சித்திரம் கருத்து வேறுபாடுகளால் மேலும் குழம்பியுள்ளது, சில சித்தரிப்புகள் வரலாற்று ஆதாரங்களின் விளக்கங்களை அடிப்படையாகக் கொண்டவை; மற்றவை முற்றிலும் கருத்தியல் நோக்கங்களால் உருவானவை.

ஆனால் வேத காலத்தின் பிற்பகுதி புதிய வரலாற்று யுகத்தின் தொடக்கமாகவும் இருந்தது. புராண இதிகாசங்களின் சகாப்தம் அரசுகள், தொலைநோக்குள்ள தலைவர்கள் ஆகியோரின் யுகமாக மாறியது. 'பூமியில் பிறந்தவர்களில் மகத்தான மனிதர்' என்று தாகூரால் குறிப்பிடப்பட்ட கவுதம புத்தர் அவர்களில் முதன்மையானவர்.

2

சமயப் புரட்சிகள்

இந்திய அரசியல் சாசனத்தை உருவாக்கியவரும் தாழ்த்தப்பட்ட மக்களின் தலைவருமான பி.ஆர். அம்பேத்கர் (1891–1956) 1956ஆம் ஆண்டு அக்டோபர் 14 அன்று நாகபுரியில் வந்து லட்சம் மக்களுடன் இந்து மதத்தைத் துறந்து புத்த மதத்தைத் தழுவினார். அங்கு குழுமியிருந்தவர்களில் பெரும்பாலானோர் அம்பேத்கரைப் பின்பற்றி மதம் மாறினார்கள். வரலாற்றின் மாபெரும் மதமாற்றம் இது. அதன் பிறகு 30 லட்சத்திற்கும் மேற்பட்ட தீண்டப்படாதோர், இந்து சமுதாயத்தின் கடைநிலையில் தங்களை வைத்திருந்த சாதியமைப்பிலிருந்து வெளியேறிப் புத்த மதத்தைத் தழுவின்ார்கள். இந்தியாவில் பவுத்தர்களின் எண்ணிக்கை பத்தே ஆண்டுகளில் 1671 சதவீதம் உயர்ந்ததை 1961ஆம் ஆண்டின் மக்கள்தொகைக் கணக்கெடுப்பு கூறுகிறது.

புத்தரை (பொஆமு 563–483) உலகுக்குத் தந்த நாட்டில் இருபதாம் நூற்றாண்டின் மத்தியில் பவுத்தர்கள் கிட்டத்தட்ட இல்லாமல் போயிருந்தார்கள். லடாக்கில் இருந்த பவுத்த அரசு, வடகிழக்கு இந்தியாவில் மிகச் சிறிய அளவில் இருந்த சமூகங்கள் ஆகியவற்றைத் தவிர பவுத்தர்கள் வேறெங்கும் இல்லை. இந்தியாவில் பவுத்தத்தை அம்பேத்கர் மீட்டெடுத்தது சமூக நிகழ்வு மட்டுமல்ல, சமயம், நெறிமுறைகள் ஆகியவை சார்ந்த நிகழ்வுமாகும். மதம் மாறுவதற்கு முன்பு நவயான பவுத்தம் என்னும் புதிய கோட்பாட்டை அம்பேத்கர் உருவாக்கினார். பவுத்தத்தில் இருந்த துறவு,

மறுபிறவி, துறவறம் போன்ற கோட்பாடுகளைத் தவிர்த்துவிட்டு, கருணை, சமத்துவம் ஆகியவற்றைத் தக்கவைத்துக்கொண்டார். இவற்றைச் சமூகப் பணியின் வடிவங்களாக வளர்த்தெடுத்தார்.

புத்தமதத்திற்கு அம்பேத்கர் மறுவடிவம் அளித்தது புரட்சிகரமான செயல்பாடாகத் தோன்றினாலும் உண்மையில் அது அந்த அளவுக்குப் புரட்சிகரமானது அல்ல. இந்தியாவில் வேத பிராமணியத்தின் கறாரான பழமைவாதத்திற்கான எதிர்வினையாகவே புத்த மதம் தோன்றியது. சமுதாயத்தின் அனைத்துப் பிரிவினரும் ஆண்களும் பெண்களும் புத்தரைப் பின்பற்றலாம்.

கவுதம புத்தர் பொஆமு 566க்கும் 563க்கும் இடையில் நேபாளத்தின் தென்பகுதியில் ஓர் அரச குடும்பத்தில் பிறந்தார். சுமார் 80 ஆண்டுகள் உயிர் வாழ்ந்தார். புத்த மதக் கதைகள் அவருடைய பிறப்பைத் தெய்வீக அருள் என்று குறிப்பிடுகின்றன. புத்தரின் அன்னை மகாமாயா ராஜ கம்பீரத்திற்கும் அதிகாரத்திற்கும் குறியீடான மாபெரும் வெள்ளை யானை ஒன்று தன் கருப்பைக்குள் நுழைவதாகக் கனவு கண்டார். சித்தார்த்தன் வலி ஏதுமின்றித் தன் தாயின் கருப்பையிலிருந்து வெளியே வந்தபோது தேவர்கள் தங்கத்தாலான வலையில் அவனைத் தாங்கிக்கொண்டார்கள். தன்னுடைய இருப்பிடத்தைச் சுற்றியிருக்கும் பகுதிகளில் வலம் வந்த சித்தார்த்தன் ‘நான் உலகின் தலைவன்’ என்று அறிவித்தான். இந்த அதிசயத்தை விளக்கும்படி முனிவர்களிடம் கேட்ட போது அவர்கள் அந்தக் குழந்தையின் கைகளிலும் பாதங்களிலும் இருந்த சக்கர முத்திரையைக் கண்டுபிடித்தார்கள். அவன் பின்னாளில் மாபெரும் மன்னனாகவோ மகத்தான மத குருவாகவோ விளங்குவான் என்று கணித்தார்கள்.

பொது ஆண்டுக்கு முந்தைய ஆயிரமாண்டுகளின் நடுப்பகுதி மாற்றங்களின் காலகட்டமாக இருந்தது. இந்தியாவில் மட்டுமின்றி, நாகரிக உலகின் பிற பகுதிகளிலும் அப்படித் தான் இருந்தது. சீனாவில் கன்ஃப்யூஷியஸ் தன்னுடைய போதனைகளை முன்வைத்துக்கொண்டிருந்தார். சாக்ரடீஸ் போன்ற கிரேக்கத்தின் தொடக்ககாலத் தத்துவவாதிகள் உண்மை என்னும் கருத்தைப் பற்றி ஆராய்ந்துகொண்டிருந்தார்கள். அண்மைக் கிழக்கில் ஹீப்ரூ தீர்க்கதரிசிகள் பழைய ஏற்பாட்டின் கருத்துக்களைப் பரப்பிக்கொண்டிருந்தார்கள்.

இந்தியாவில் ஓரளவு நாடோடித் தன்மை கொண்ட, மேய்ச்சல்–வேளாண் சமூகமான ஆரியர்கள், நகர்ப் பகுதிகளில் வேளாண்மையை அடிப்படையாகக் கொண்ட சமூகங்கள்

உருவாக வழிவகுத்தார்கள். பிறப்பு விகிதங்கள் உயர்ந்தன. கிரேக்க வரலாற்றாசிரியரான ஹீரோடோடஸ் பூமியில் அதிக மக்கள்தொகை கொண்ட நாடு இந்தியா என்று பொ.ஆ.மு ஐந்தாம் நூற்றாண்டில் எழுதினார். பழங்குடிச் சமூகங்களை யொட்டிக் குடியரசுகளும் அந்தந்தப் பிரதேசங்கள் சார்ந்த முடியரசுகளும் உருவாகத் தொடங்கின. கோசலம், மகதம் ஆகியவை அத்தகைய அரசுகளில் மிகவும் பெரியவை. கோசலம் இன்றைய உத்தரப் பிரதேசத்தின் கிழக்குப் பகுதியிலும் மகதம் இன்றைய பிகாரிலும் அமைந்திருந்தன. மக்களிடம் வரி வசூலிப்பதன் மூலம் இந்த ஆட்சியாளர்கள் பெரிய ராணுவங்களையும் திறன்வாய்ந்த அரசுக் கட்டமைப்பு களையும் உருவாக்க முடிந்தது. மன்னரின் வலிமை அவரது ஆலோசகராக இருந்த வேத பிராமணரின் மந்திர ஆற்றலைச் சார்ந்ததாக இருந்த நிலை மாறி மன்னரின் அரசியல் திறன்களையும் ராணுவ வலிமையையும் பொறுத்ததாக ஆனது.

வேதங்களையும் பிராமணிய ஆதிக்கத்தையும் மறுக்கும் அவைதீகப் போக்கின் புதிய வடிவங்கள் வேர்விட்டுக் கொண்டிருந்தன. இந்து மதத்தின் பெரும்பகுதியைப் பிராமணர் அல்லாதோரால் புரிந்துகொள்ள முடியவில்லை. வேத மந்திரங்கள் சிக்கலானவையாக இருந்தன. அவற்றின் போதனைகளுக்கு அன்றாட வாழ்வுடன் எந்தத் தொடர்பும் இல்லை. உள்ளூர் இயல்புகளுடனும் சிறிய கோவில்களில் வழிபடப்பட்டு வந்த தெய்வங்களுடனும் வேதக் கடவுள்களால் போட்டியிட முடியவில்லை. பலியிடும் சடங்குகள், குறிப்பாக விலங்குகளைக் கொல்லுதல் ஆகியவை புறக்கணிக்கப்பட்டன. அவற்றுடன் பிராமணிய அதிகாரமும் ஓரங்கட்டப்பட்டது. ஆன்மிக வாழ்வில் சாதியின் பங்கு கேள்விக்குள்ளானது. வேண்டிய உரிமைகளைப் பெறாத பிரிவினர் வேத காலத்தின் இறுக்கமான அதிகார அடுக்கை நிராகரிக்கும் புதிய சமயப் பிரிவுகளில் இணைந்துகொண்டார்கள்.

பொ.ஆ.மு சுமார் 800 முதல் 350ஆம் ஆண்டுவரை வேதத்தின் பகுதிகளான உபநிடதங்கள் இயற்றப்பட்டன. இவை சம்சாரம் என்னும் கோட்பாட்டை அறிமுகம்செய்தன. இது பிறப்பு, இறப்பு, மறு பிறப்பு என்னும் சுழற்சியைப் பற்றியது. ஒருவரின் செயல்களே அவரது மறுபிறப்பைத் தீர்மானிப்பதாக உபநிடதங்கள் போதித்தன. நல்ல செயல்களுக்குப் பரிசும் தீயவற்றுக்குத் தண்டனையும் கிடைக்கும். மோட்சம் (நிர்வாணம்) இந்தப் பிறவிச் சுழற்சியிலிருந்து நிரந்தர விடுதலை அளிக்கிறது. இத்தகைய கருத்துக்கள் விடுதலை பெறும் வழியை அறிவதற்கான தவிர்க்க முடியாத தேடலை உருவாக்கின.

துறத்தல் என்பது புதிய மதங்களின் அடிப்படையாக ஆனது. இது இந்தியாவிலும் ஆசியாவின் பெரும்பகுதியிலும் தொலைநோக்கிலான பொருள்களைக் கொண்டிருந்தது.

மோட்சத்திற்கான தேடலும் பிராமணியச் சடங்குகள், பிறரை விலக்கும் போக்கு ஆகியவற்றுக்கு எதிரான உணர்வும் கங்கைச் சமவெளியின் பரந்து விரிந்த காடுகளில் அலைந்து திரிந்த துறவிகள், வைராக்கியம் மிகுந்த ஆன்மிகவாதிகளின் வடிவில் வெளிப்பட்டன. பல சமயங்களில் உடலில் ஆடையின்றியும் நீண்டு வளர்ந்த முடியுடனும் தோற்றமளித்த இவர்கள் தங்கள் வைராக்கியமான வாழ்க்கை முறைகளால் ஒருவரையொருவர் விஞ்ச முனைந்தார்கள். தங்கள் பிரிவிற்குப் புதியவர்களைச் சேர்ப்பதற்காக மாற்றுச் சமயங்களின் நம்பகத்தன்மையைக் கேள்விக்குட்படுத்தினார்கள். எதிர்ப்புணர்வின் இந்தத் தத்துவார்த்தக் கலாச்சாரம், தெய்வீக அதிகாரத்தைக் கோரிய பிராமணியப் போதனைகளைப் புறமொதுக்கிய புதிய நம்பிக்கைகள் உருப்பெற வழிவகுத்தது.

கிட்டத்தட்ட நிர்வாணமாக இருக்கும் ஒரு துறவி ஆணிகள் பதிக்கப்பட்ட படுக்கையில் படுத்திருக்கும் காட்சி பொதுயுகத்துக்கு முந்தைய 800-300 காலகட்டத்தைச் சேர்ந்ததாக இருக்கலாம். துறவறம் என்பது உபநிஷதங்களின் மையக்கருவாக ஆன காலகட்டம் அது.

அறிவொளிப் பாதை

கோசல ராஜ்ஜியத்தின் கீழிருந்த சாக்கிய வம்சத்து அரசர்தான் கவுதம சித்தார்த்தனின் தந்தை. கபிலவஸ்துவில் இருந்த அரண்மனையில் சித்தார்த்தன் வளர்ந்தான். இன்றைய நேபாளத்தின் தாழ்வான பகுதியான டெராயில் உள்ள லும்பினிதான் அன்றைய கபிலவஸ்து. சித்தார்த்தன் சகல வசதிகளுடன் வளர்ந்தான். வெளியுலகின் யதார்த்தங்களிலிருந்து விலகி 'ஒவ்வொரு மணிநேரத்திலும் புதிய உற்சாகம்' தரக்கூடிய சூழலில் வளர்ந்தான். சுமார் 18 வயது இருக்கும்போது அரண்மனைச் சுவர்களுக்கப்பால் என்ன இருக்கிறதென்று

பார்க்கும் ஆர்வத்தில் சித்தார்த்தன் ஒரு தோட்டத்திற்குச் சென்றான். அங்கே ஒரு முதியவர், ஒரு நோயாளி, ஒரு பிணம், தெருவில் அலையும் துறவி ஆகியோரைக் கண்டான். மனிதர்கள் படும் துயரத்தை அன்றுதான் முதன்முதலாக எதிர்கொண்டான். முதுமை, நோய்மை, மரணம் என அவன் கண்ட மூன்று காட்சிகள், துயரத்தின் தவிர்க்க இயலாத் தன்மையையும் ஒருவர் எவ்வளவுதான் வளமாகவும் வலுவாகவும் இருந்தாலும் வாழ்க்கை நிலையற்றது என்பதையும் அவனுக்கு உணர்த்தின. அவன் சந்தித்த துறவி நிலையற்ற இந்த வாழ்வைக் கடப்பதற்கான வழியைக் கூறினார்.

துறவியின் உதாரணத்தைப் பின்பற்ற உறுதிபூண்ட சித்தார்த்தன் தன்னுடைய மனைவி, மகன், அரண்மனை, செல்வ வளம், அரசருக்குரிய உடைகள் ஆகியவற்றைத் துறந்து வெளியேறினான். அடுத்த ஆறு ஆண்டுகளுக்குக் கங்கைச் சமவெளியில் அலைந்துகொண்டிருந்த துறவிகளுடன் இணைந்து அவர்களுடைய கடுமையான விரதங்களைக் கடைப்பிடித்ததுடன் விடுதலை பெறுவதற்கான பரிசோதனைகளிலும் ஈடுபட்டான்.

கடைசியில் விரதங்கள் அல்ல; தியானமே சித்தார்த்தனுக்கு ஞானத்தைத் தந்தது. குழந்தையாக இருந்தபோது சித்தார்த்தன் ஆப்பிள் மரத்தின் கீழ் அமர்ந்தபடி புலன்சார்ந்த ஆசைகளி லிருந்தும் தீய எண்ணங்களிலிருந்தும் விடுபட்டதுண்டு. அப்போது கிடைத்த அகதரிசனங்களை நினைவில் கொண்ட சித்தார்த்தன்

தன்னுடைய கடுமையான விரதத்தின்போது ஒரு நாளுக்கு ஆறே ஆறு நெல்மணிகளை மட்டுமே உண்டதாகப் புத்தர் கூறுகிறார்: 'என்னுடைய உடல் மிகவும் மெலிந்துவிட்டது. என் வயிற்றினுள் இருக்கும் தோலை என்னால் தொட முடியும் என்று தோன்றியது. என்னுடைய முதுகெலும்பை என்னால் பிடிக்க முடிந்தது.'

புனிதமான போதிமரத்தின் கீழே அமர்ந்து தியானம்செய்யத் தொடங்கினான். பேரின்ப அமைதி கிட்டும்வரை அங்கேயே இருக்க வேண்டும் என்றும் உறுதியுடன் தியானம் செய்தான். பலநாட்கள் தியானம் செய்த பிறகு கடைசியில் துயரம், நிலையாமை ஆகியவற்றின் உண்மையான இயல்பை உணர்ந்தான். அவற்றைக் கடப்பதற்கான செயல்திட்டத்தை வகுத்தான். சித்தார்த்தன் விழிப்புணர்வு பெற்ற புத்தனானான். புத்தர் ஞானம் பெற்ற அந்த இடம் தற்போது போதி கயா என அறியப்படுகிறது.

புத்தர் அதன் பிறகு புனிதமான காசி நகருக்கு அருகில் இருந்த சாரநாத்தில் அரசுக்குச் சொந்தமான மான்களின் பூங்காவுக்குச் சென்றார். முன்பு தன்னுடனிருந்த ஐவருக்கு உபதேசம் செய்தார். அவர்களிடம் அவர் தன் போதனைகளை எடுத்துரைத்தார். 'தர்மச்சக்கர பிரவர்த்தனம்' என அந்த உபதேசம் அறியப்படுகிறது. 'நடுவாந்தரப் பாதை'யை முன்னிருத்தித் தன் பேச்சை அவர் தொடங்கினார். முழுமையான துறவறம், உலக இன்பங்களில் ஆழ்ந்திருத்தல் ஆகிய இரண்டையும் தவிர்க்க வேண்டும் என்றார். வெறுப்பு, பொறாமை, கோபம் ஆகியவற்றையும் தவிர்க்கும்படி கூறினார். இயற்கை குறித்த நான்கு மகத்தான சத்தியங்களை அறிவித்தார். துயரத்தின் ஊற்றுக்கண்ணையும் அதைப் போக்கும் வழியையும் கூறினார். துயரங்களை முடிவுக்குக் கொண்டுவர வேண்டுமென்றால் அஷ்டாங்க மார்க்கத்தைப் பின்பற்ற வேண்டும் என்றார். நற்காட்சி, நல்லெண்ணம், நல்வாய்மை, நற்செய்கை, நல்ல பழக்கங்கள், நன்முயற்சி, நற்கடைப்பிடி, நல்தியானம் ஆகியவையே அந்த எட்டு அங்கங்கள்.

அந்த உரை உலகம் பற்றிய பவுத்தப் பார்வையின் அடிப்படைகளை முன்வைத்தது. அறியாமையே மானுடத் துயரத்திற்குக் காரணம் என்று கூறும் ஒன்றுக்கொன்று தொடர்புகொண்ட சிந்தனைகளையும் முன்வைத்தது. வாழ்வின் ஒவ்வொரு அம்சத்திலும் துக்கம் படர்ந்திருக்கும் என்பதும் பிரபஞ்சம் நிலையற்றது என்பதும் இயற்கை. இதைப் புரிந்துகொள்ளத் தவறுவதே அறியாமைக்குக் காரணம். நிரந்தரமானதை உணராத இந்த அறியாமையே துயரத்திற்கு இட்டுச் செல்கிறது என்றார் புத்தர்.

இறுதியாக அவர், இந்தப் பிரபஞ்சம் ஆன்மா அற்றது என்று போதித்தார். ஓர் உயிர் இடம் மாறும்போது ஒரு வாழ்க்கையிலிருந்து மறுவாழ்க்கைக்கு எதையும் அது கொண்டு செல்வதில்லை என்பதே புத்தர் கூறிய மறுபிறவிக் கோட்பாட்டின் சாரம். இன்ப நாட்டங்களைக் கட்டுப்படுத்தி ஆசைகளை வென்றால் மானுட வாழ்வு தாங்கிக்கொள்ளக்கூடியதாக

ஜான் ஜுபர்ஸிக்கி

இருக்கும். ஒருவர் தன் வாழ்நாளில் போதிய அளவு தகுதியைப் பெற்றால் அவர் நிர்வாண நிலையை அடைந்து முடிவற்ற பிறவிச் சுழற்சியிலிருந்து விடுதலை பெறலாம்.

உருவாக்குபவர், மீட்பவர் ஆகியோர் பற்றிய குறிப்பு ஏதும் புத்தரின் போதனைகளில் இல்லை. புத்தர் ஆன்மிக அதிகாரம் எதையும் கோரவில்லை. உருவ வழிபாட்டை அவர் நிராகரித்தார். பவுத்தம் நடப்பிலிருந்த சமயங்களைப் பதிலீடு செய்தது என்பதைக் காட்டிலும் அவற்றுக்கு வளமூட்டியது என்றுதான் சொல்ல வேண்டும். பவுத்தம் ஒரு மதமா அல்லது தத்துவமா என்ற விவாதம் இன்னமும் தொடர்கிறது.

புத்தரின் போதனைகள் தருமம் எனப் பின்னாளில் குறிப்பிடப்பட்டன. ஒழுக்கவிதி, கடமை, நல்லறம், நன்னடத்தை, பக்தி முதலான பல்வேறு பொருள்களை உள்ளடக்கிய சொல் தருமம். மனிதர்கள் பின்பற்ற வேண்டிய நெறிமுறைகளின் தொகுப்பையே தருமம் எனப் புத்தரின் போதனைகள் குறிப்பிடுகின்றன. இந்த நெறிமுறைகள் தத்துவத் தளத்தில் வலுவாக வேரூன்றியவை. புத்தரைப் பின்பற்றியவர்கள்தான் பின்னாளில் அவரைத் தெய்வ நிலைக்கு உயர்த்தினார்கள்.

சக்கரம், அரச மரம், கையில் அபய முத்திரை அல்லது காலடிச் சுவடு ஆகியவை புத்தரைப் பிரதிநிதித்துவப்படுத்தும் குறியீடுகள்

சாரநாத்தில் புத்தரின் போதனையைக் கேட்ட ஐந்து சீடர்கள் சங்கம் எனப்படும் பவுத்தத் துறவிகள் அமைப்பின் மையமாக உருப்பெற்றார்கள். பவுத்தத் துறவிகளின் அமைப்பு வடஇந்தியாவில் வேகமாகப் பரவியது. பாலினம், சமூக அந்தஸ்து ஆகிய பேதங்கள் இல்லாமல் யார் வேண்டுமானாலும் சேர இது அனுமதித்தது. பொருள்களையும் பணத்தையும் கொடையளித்தால் ஆன்மிகப் பலன்களைப் பெற முடியும்

என்பதால் பவுத்தத் துறவற அமைப்புகள் அபரிதமான செல்வத்தைப் பெற்றன. எனவே சமயத்தைப் பரப்புவதற்கான செயல்பாடுகளில் அதிகமாகச் செலவிட முடிந்தது.

2011 மக்கள்தொகைக் கணக்கெடுப்பில் பிரதான மதங்கள்

இந்துக்கள்	827,578,868	80.5%
முஸ்லிம்கள்	138,188,240	13.4%
கிறிஸ்தவர்கள்	24,080,016	2.3%
சீக்கியர்கள்	19,215,730	1.9%
பவுத்தர்கள்	7,955,207	0.8%
சமணர்கள்	4,225,053	0.4%
பிறர்/மதத்தைக் குறிப்பிடாதோர்	7,367,214	0.7%

சமயப் புரட்சிக்கு வித்திட்ட ஆன்மிகத் தலைவர் புத்தர் மட்டுமல்ல. இந்திய விடுதலைப் போராட்டத்தின்போது மகாத்மா காந்தி அகிம்சை, சத்தியம் ஆகிய சமணக் கோட்பாடுகளை வரித்துக்கொண்டார். சமண சமயத்தைத் தோற்றுவித்த வர்த்தமானரும் (பொஆமு 599–527) புத்தரைப் போலவே க்ஷத்திரிய குலத்தைச் சேர்ந்தவர். புத்தரைப் போலவே இவரும் முப்பது வயதில் அலைந்து திரியும் துறவியாக இருந்தார். இவர் பன்னிரெண்டு ஆண்டுகள் – புத்தரைப்போல இரண்டு மடங்கு – அப்படி இருந்தார். ஆறுமாத கால உண்ணாவிரதம் உள்ளிட்ட இவருடைய விரதங்கள் மிகவும் கடுமையானவை. ஞானம் கிடைத்தபோது மரநிழலில் இவர் அமர்ந்திருக்கவில்லை. கொளுத்தும் வெயிலில் திறந்த வெளியில் குத்துக்காலிட்டபடி இரண்டரை நாட்கள் அமர்ந்திருந்தார். முழுமையான அறிவைப் (கேவலின்) பெற்றவராகவும் வெற்றியாளராகவும் (ஜீனா) இவர் ஆனார். ஜீனா என்ற சொல்லிலிருந்தே ஜைனம் (சமணம்) என்னும் சொல் பிறந்தது.

ஞானம் பெற்றபின் மகாவீரர் என அறியப்பட்ட இவர் தன் சீடர்கள் குழுவுடன் வடஇந்தியாவில் முப்பது ஆண்டுகள் பயணம் செய்தார். விரதங்கள் கடுமையாக இருந்ததாலும் பரப்புரைக்கான முக்கியத்துவம் குறைவாக இருந்ததாலும் பவுத்தத்தைக் காட்டிலும் சமணம் மெதுவாகவே பரவியது. பொஆமு 527இல் மகாவீரர் மறைந்த பிறகு அவருடைய

ஜான் ஜுபர்ஸிக்கி

சீடர்கள் முக்கியமான ஆசிரியர்களாக உருவெடுத்தார்கள். சந்திரகுப்த மௌரியர் (பொஆமு 321-297) போன்ற மன்னர்களின் ஆதரவு அவர்களுக்குக் கிடைத்தது.

பவுத்தத்தைப் போலவே சமணமும் பிராமணியக் கூறுகளை எதிர்த்தே பிறந்தது. மனிதர்களிலிருந்து தொடங்கிச் சின்னஞ்சிறு புழு பூச்சிகள்வரை எல்லா உயிர்களுக்கும் ஆன்மா அல்லது முற்பிறவி இருக்கிறது என்ற நம்பிக்கையே சமணத்தின் அடிப்படை. இந்த வாழ்வியக்கம், வாழ்வின் இந்த ஆற்றல் அல்லது ஜீவன்தான் அகிம்சை அல்லது பிற உயிர்களுக்கு எந்தத் தீங்கும் இழைக்காத நடத்தையின் வேர். சமணத்தின் ஒரு பிரிவினரான திகம்பரர்கள் இதை அதீதமான எல்லைகளுக்கு எடுத்துச் செல்கிறாகள். திகம்பரத் துறவிகள் ஆடையின்றித் திரிவார்கள். சுரைக்காயால் ஆன தண்ணீர்க் குடுவை, நிலத்தைச் சுத்தம் செய்வதற்கான மயிலிறகு, தப்பித் தவறியும் எந்தப் பூச்சியையும் உட்கொண்டுவிடாமல் தடுப்பதற்கான முகக்கவசம் ஆகியவற்றைத் தவிர வேறு எந்த உடமையும் இவர்களிடம் இருக்காது. ஈ போன்ற பூச்சிகள் நெருப்பில் விழுந்து மடிந்துவிடும் என்பதால் இரவில் மெழுகுவர்த்தியை ஏற்ற மாட்டார்கள். ஆகாயத்தையே (திக்) ஆடையாக (அம்பரம்) அணிந்து நிர்வாணமாக இருக்கும் இந்தத் துறவிகள் (திகம்பரர்கள்) மட்டுமே ஞானம் பெற முடியும் என்று மிகக் கறாரான சமண மரபுகள் குறிப்பிடுகின்றன.

வேளாண்மை செய்யும்போது புழு பூச்சிகள் இறப்பதால் சமணர்கள் வேளாண்மையைத் தவிர்த்துவிட்டு வர்த்தகத்தில் இறங்கினார்கள். இன்று வங்கிச் சேவைகள், நகை வியாபாரம் ஆகியவற்றில் முன்னணியில் இருக்கும் இவர்கள் இந்தியாவின் மிகவும் வசதி படைத்த சமூகங்களில் ஒன்றாக விளங்குகிறார்கள். குஜராத்திலுள்ள பலான்பூர் என்னும் சிறிய நகரத்தைச் சேர்ந்த சமணர்களின் தொழில் நிறுவனம் வைரத்தைச் செதுக்கி மெருகேற்றும் தொழிலில் உலகின் 90 சதவீதத்தைத் தன் கையில் வைத்திருக்கிறது.

பவுத்தமும் சமணமும் தழைக்கையில் அவை உருவான பகுதிகளும் செழித்து வளர்ந்தன. பொஆமு ஐந்தாம் நூற்றாண்டின் முற்பகுதியில் அஜாதசத்ருவின் (பொஆமு 492–461) ஆட்சியில் இருந்த மகதம் அந்தக் காலகட்டத்தில் துணைக்கண்டத்தின் முதன்மையான ராஜ்ஜியமாகத் திகழ்ந்தது. ஞானியும் புத்தர்மீது பெருமதிப்புக் கொண்டவருமான தன்னுடைய தந்தை பிம்பிசாரரைக் (544–492) கொன்று ஆட்சிக்கு வந்த அஜாதசத்ரு பகை அரசுகளான கோசலத்தையும் விதேகத்தையும்

அழித்து, நேபாளத்தின் இமயமலைப் பகுதியிலிருந்து வங்காள விரிகுடாவரை பெரும் நிலப்பரப்பைத் தன் ஆட்சியின் கீழ் கொண்டுவந்தார். மிகவும் முக்கியமாக, அவர் தன்னுடைய தலைநகரைக் கங்கைக் கரையில் அமைந்துள்ள பாடலிபுத்திரத்திற்கு மாற்றினார். வடஇந்தியாவின் லாபகரமான நதிக்கரை வர்த்தகத்தின் மையமாக விளங்கிய நகரம் அது. அஜாதசத்ருவைத் தொடர்ந்து வந்தவர்களும் தங்கள் தந்தையரைக் கொன்றே ஆட்சிக்கு வந்தார்கள். பொது ஆண்டுக்கு முந்தைய நான்காம் நூற்றாண்டின் முற்பகுதியில் வலுவான நந்த வம்ச ஆட்சியை இவர்கள் உருவாக்கினார்கள்.

இந்தியாவின் 'ஜூலியஸ் சீசர்'

நந்த வம்சத்தின் விரிந்த ஆட்சிப் பரப்பு வரலாற்றில் முன்னுதாரணம் அற்றது. எனினும் மிக வேகமாகப் பரவிவந்த அலெக்சாண்டரின் (பொஆமு 356–323) பேரரசு நந்த வம்சத்தின் ஆட்சிப் பரப்பை வெகுவாகச் சுருக்கிவிட்டது. ஏதென்ஸிலிருந்து புறப்பட்ட அலெக்சாண்டரின் படை மேற்கு ஆசியாவின் பெரும்பகுதியைத் தன் கட்டுப்பாட்டில் கொண்டுவந்தது. பொஆமு 331இல் அலெக்சாண்டர் அகாமெண்டிஸ் வம்சத்தின் கடைசி அரசரான மூன்றாம் டேரியஸை வென்று பெர்ஷியாவில் வெற்றிக்கொடி நாட்டினார். பிறகு அவருடைய படை இந்துகுஷ் பகுதியை வென்று காபூலைச் சுற்றியிருந்த பகுதியைக் கைப்பற்றியது. பொஆமு 326இல் அலெக்சாண்டரின் படை சிந்து நதியைக் கடந்தது. ஆனால் இந்தச் சமயத்தில் அது வெல்ல முடியாத படையாக இல்லை. பல ஆண்டுகள் வலுக்கட்டாயமாக நடைபயணமாகவே இந்தப் படையினர் கடுமையான போர்களில் ஈடுபடுத்தப்பட்டிருந்தனர். தாங்கள் எதிர்கொள்ளப்போவது என்ன என்பது குறித்த அச்சமும் அவர்களைப் பீடித்தது. இதனால் உடலளவிலும் மனதளவிலும் தளர்ந்துபோயிருந்தார்கள். பியாஸ் நதியை அடைந்தபோது, இதற்குமேல் முன்னேறிச் சென்றால் படையினர் கலகத்தில் ஈடுபடக்கூடும் என அஞ்சிய படைத் தளபதிகள் திரும்பிப் போய்விடலாம் எனக் கூறிய ஆலோசனையை அலெக்சாண்டர் ஏற்றுக்கொள்ள வேண்டியிருந்தது.

அலெக்சாண்டர் பெற்ற வெற்றிகளின் முக்கியத்துவம் விவாதத்திற்குரியது. 19ஆம் நூற்றாண்டின் பிரிட்டிஷ் காலனியர்கள் இந்தியாவிற்குள் நுழைந்த முதல் 'மேற்கத்தியர்' என்ற முறையில் மேற்கத்திய நாகரிகத்திற்கு ஆசியாவின் கதவுகளைத் திறந்துவிட்ட முன்னோடி என்று அவரைப்

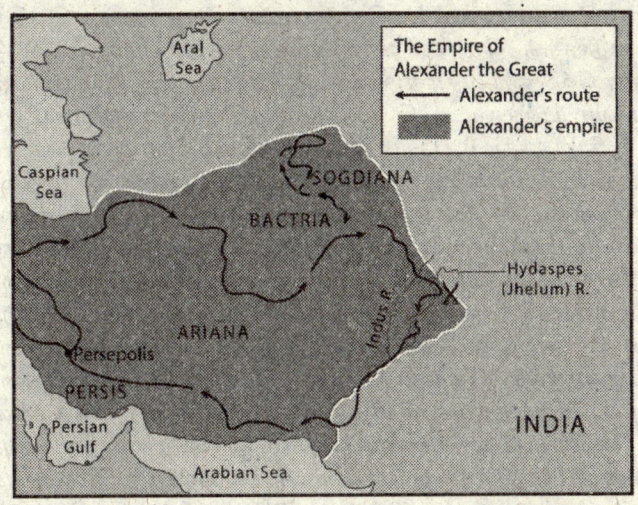

இன்றைய பஞ்சாபில் உள்ள பயஸ் ஆறுவரை முன்னேறிய மகா அலெக்சாண்டர் அதன் பிறகு பின்வாங்க வேண்டியிருந்தது.

புகழ்ந்தார்கள். மேம்பட்ட ராணுவ உத்திகளும் எதற்கும் கவலைப்படாத துணிச்சலும் பிற்காலத்திய இந்திய அரசர்களுக்கும் உத்வேகமளித்தன என்றாலும் வியூகத் திட்டமோ வலுவான நிர்வாகத் திறனோ அலெக்சாண்டரிடம் இல்லை. அயர்லாந்தைச் சேர்ந்த இந்தியவியலாளர் வின்சென்ட் ஸ்மித் சுட்டிக்காட்டுவதுபோல, இந்தியா ஒன்றும் கிரேக்கமயமாகிவிடவில்லை. தன்னுடைய 'அற்புதமான தனிமை'யில் அது தொடர்ந்து நீடித்தது. கிரேக்கத்திலிருந்து விலகிய புயலை அது சீக்கிரத்திலேயே மறந்தும் விட்டது.'

சிந்து நதியின் வழியே பின்வாங்கிச் சென்ற அலெக்சாண்டர் ஹரப்பாவில் எஞ்சியிருந்த மர்மமான எச்சங்களைத் தாண்டிச் சென்றார். தான் உருவாக்கியிருந்த பாதுகாப்பு அரண்களை அப்படியே விட்டுச் சென்றார். வென்ற பகுதிகளை ஆள்வதற்கான தலைவர்களை நியமித்தார். அலெக்சாண்டரின் படையெடுப்பு குறித்த எவ்வளவோ வியப்பூட்டும் கதைகள் சொல்லப்பட்டாலும் தற்போது நமக்குக் கிடைக்கும் பண்டைய இந்திய இலக்கியங்களில் அவரைப்பற்றிய குறிப்பு ஏதும் இல்லை. அவர் விட்டுச் சென்ற தடம் அந்த அளவுக்குக் குறைவாகவே இருக்கிறது. பொஆமு 323இல் பாபிலோனில் அவர் இறந்த ஓராண்டிற்குள் எஞ்சி யிருந்த வரலாற்று எச்சங்களையும் உள்ளூர் எழுச்சிகள் ஒன்றுமில்லாமல் ஆக்கிவிட்டன.

அலெக்சாண்டர் கிழக்குமுகமாகத் தன் இந்தியப் பயணத்தைத் தொடர்வார் என்று எதிர்பார்த்த இந்திய வீரர்களில் ஒருவராக சன்ட்ரூகோட்டஸ் (*Sandrokottos*) என்பவர் பண்டைய கிரேக்கப் பிரதிகளில் குறிப்பிடப்படு கிறார். கிட்டத்தட்டப் புராணப் பாத்திரம் போன்ற இவர் யார் என்பது மர்மமாகவே இருந்தது. பொது ஆண்டின் முதலாம் நூற்றாண்டைச் சேர்ந்த சமஸ்கிருத நாடகப் பிரதி ஒன்றை வில்லியம் ஜோன்ஸ் மொழிபெயர்த்தபோதுதான் இந்த மர்மம் விலகியது. நந்த வம்சத்தின் மன்னனை வீழ்த்தி ஆட்சியைக் கைப்பற்றிய சந்திரகுப்த மௌரியரைப் (பொஆமு 322–297) பற்றிய பதிவுகள் அந்த நாடகத்தில் இருந்தன. பாடலிபுத்திரத்தைத் தலைநகராகக் கொண்டு ஆட்சிசெய்த சந்திரகுப்தரைத் தேடிப் பல நாடுகளிலிருந்தும் தூதர்கள் வந்தார்கள். சன்ட்ரூகோட்டஸும் சந்திரகுப்தரும் ஒருவரே என்ற முடிவுக்கு ஜோன்ஸ் வந்தார். இவர்கள் இருவரையும் இணைத்துப் பார்ப்பதோடு ஜோன்ஸின் கண்டுபிடிப்பின் முக்கியத்துவம் முடிந்துவிடவில்லை. 'சந்திரகுப்தரின் ஆட்சிக் காலத்தை நிர்ணயித்ததன் மூலம் பண்டைய இந்திய வரலாற்றின் பெரும்பகுதியை மீட்டுருவாக்கம் செய்வதும் இதன் மூலம் ஒருவழியாகச் சாத்தியமானது.

சுமார் 25 வயது இருக்கும்போது மகத மன்னர் அவரை நாடுகடத்தினார். அலெக்சாண்டரின் இந்தியப் படையெடுப்பு முடிவுக்கு வந்ததன் காரணங்களில் ஒன்றாக மகத அரசின் படைபலம் குறிப்பிடப்படுகிறது. ஆனால், பியாஸ் ஆற்றினைத் தாண்டி வருமாறு சந்திரகுப்தர் அலெக்சாண்டரை வற்புறுத்தினார். 'மகத மன்னனின் இழிபிறப்பு காரணமாக அவனை வெறுக்கும்' மக்கள் மன்னனுக்கு எதிராகக் கிளர்ச்சி செய்வார்கள் என்பதால் மகத நாட்டைக் கைப்பற்றுவது எளிது என்று சந்திரகுப்தர் அலெக்சாண்டரிடம் கூறினார்.

அந்த யோசனையை அலெக்சாண்டர் நிராகரித்ததை யடுத்துச் சந்திரகுப்தர் சொந்தமாகப் படை திரட்டத் தொடங்கினார். பெரும்பாலும் இந்தியாவின் வடமேற்கு எல்லைப்புறங்களில் இருந்த பல்வேறுபட்ட பழங்குடிகளைச் சேர்ந்த வீரர்களைக் கொண்ட படை அது. சந்திரகுப்தரின் படை அலெக்சாண்டர் உருவாக்கியிருந்த பாதுகாப்பு அரண்களைச் சடுதியில் அழித்துவிட்டு முன்னேறியது. பொஆமு 321ஆம் ஆண்டு மகத மன்னர் நந்தரைத் தோற்கடித்து அவருடைய தலைநகரான பாடலிபுத்திரத்தைக் கைப்பற்றியது. 80,000 குதிரைகள், 2,00,000 காலாட்படையினர், 6000 போர்யானைகள் ஆகியவற்றைக் கொண்ட மகதப் படை சந்திரகுப்தரின் வசமானது.

மேற்கு நோக்கிப் படையெடுத்துச் சென்ற சந்திரகுப்தர் அலெக்சாண்டரின் தளபதிகளில் ஒருவரான செல்யூகஸ் நிகேடரை விரட்டியடித்தார். அலெக்சாண்டர் வென்ற பகுதிகளை மீண்டும் கைப்பற்றுவதற்காக செல்யூகஸ் படையெடுத்து வந்திருந்தார். வெறும் 500 யானைகளைப் பெற்றுக்கொண்டு அவற்றுக்குப் பதிலாக இன்றைய ஆப்கானிஸ்தானத்தின் தெற்கு, கிழக்குப் பகுதிகளின் பெரும்பகுதியை விட்டுக்கொடுக்க வேண்டிய நிர்ப்பந்தத்திற்கு செல்யூகஸ் ஆளானார். இரண்டு தலைவர்களும் ஏதோ ஒரு வகையில் சமாதான உடன்படிக்கையை மேற்கொண்டார்கள். அனேகமாகத் திருமண உறவின் அடிப்படையில் அந்த ஒப்பந்தம் ஏற்பட்டிருக்கக்கூடும்.

நல்லுணர்வின் அடையாளமாக செல்யூகஸ் தன்னுடைய தூதர் மெகஸ்தனீஸை (பொஆமு 350–290) பாடலிபுத்திரத்திற்கு அனுப்பிவைத்தார். இந்தியாவின் பல பகுதிகளையும் சுற்றிவந்த மெகஸ்தனீஸ் இந்தியாவைப் பற்றிய விரிவான தகவல்களைத் தொகுத்தளித்தார். இந்தியாவைப்பற்றி வெளிநாட்டவர் ஒருவர் எழுதிய விரிவான முதல் பதிவு இது. 'இண்டிகா' எனப்படும் அந்தப் பதிவின் மூல வடிவம் காணாமல்போய்விட்டது. அதன் சில பகுதிகள் ஸ்ட்ராபோ, பிளினி, அர்ரியன் உள்ளிட்ட சிலருடைய எழுத்துக்களில் இடம்பெற்றன. 'புராணிக இயல்பும் மாயத்தன்மையும் கொண்ட' இந்த நாட்டைப் பற்றிய மெகஸ்தனீஸின் குறிப்புகள் அனைத்தும் துல்லியமானவை அல்ல. தன்னுடைய நேரடி அனுபவத்திற்குள் வராதவற்றைப் பற்றி எழுதுகையில் அவர் ஏற்கெனவே புழக்கத்திலிருந்த கதைகளிலிருந்து விஷயங்களை எடுத்துக்கொண்டார். வறுத்த இறைச்சி, பழங்கள், பூக்கள் ஆகியவற்றின் வாசனையை நுகர்ந்தே உயிர் வாழ்ந்த வாய்கள் அற்ற மனிதர்களைப் பற்றியெல்லாம் அந்தக் கதைகள் வர்ணித்தன. ஆயிரம் ஆண்டுகள் உயிர் வாழ்ந்த ஹைபர்போரியன்களைப் பற்றியும் மாபெரும் காதுகளைக் கொண்ட இனத்தவர்களைப் பற்றியும் அவை பேசின. இந்தக் காதுகள் எவ்வளவு பெரியவை என்றால் போர்வைக்குள் புகுந்துகொள்வதைப்போல அவர்கள் அந்தக் காதுகளுக்குள்ளேயே புகுந்துகொண்டதாக அவை குறிப்பிட்டன.

'சன்ட்ரூகோட்ட'ஸின் அரசவை பற்றிய மெகஸ்தனீஸின் குறிப்புகள் வரலாற்றாய்வாளர்களுக்கு மிகவும் மதிப்பு வாய்ந்தவை. 'எண்ணற்ற வளமும் கொடூரமும் கொண்ட பகட்டான' முறையில் அந்த அரசவை இருந்ததாக அவர் குறிப்பிட்டிருக்கிறார். மெகஸ்தனீஸின் உயர்வு நவிற்சியைத் தவிர்த்துவிட்டுப் பார்த்தாலும் பாடலிபுத்திரம் பண்டைய

உலகின் மகத்தான நகரங்களில் ஒன்று என்பது அவருடைய எழுத்திலிருந்து தெளிவாகிறது. அங்கு ஏரிகளும் தாமரை, மல்லிகை, செம்பருத்தி ஆகிய பூக்கள் பூத்துக் குலுங்கும் தோட்டங்களும் நீரூற்றுகளும் நிரம்பியிருந்தன. பாடலிபுத்திரம் அதன் இன்றைய வடிவமான நெரிசலும் குளறுபடிகளும் நிறைந்த பட்னாவைக் காட்டிலும் பல மடங்கு மேம்பட்ட நிலையில் இருந்தது. சந்திரகுப்தரின் அரண்மனை முழுக்க முழுக்க மரத்தால் ஆனது. 'தங்கத்தால் ஆன கிண்ணங்களும் கோப்பைகளும் அரண்மனையில் இருந்தன. அவற்றில் சில கோப்பைகள் ஆறடி அகலம் கொண்டவை. நேர்த்தியாகச் செதுக்கப்பட்ட மேசைகள், நாற்காலிகள், விலை மதிப்புள்ள கற்கள் பதித்த, இந்தியத் தாமிரத்தால் ஆன பாத்திரங்கள் ஆகியவை இருந்தன. அழகிய வேலைப்பாடுகள் கொண்ட ஆடைகள் ஏராளமாகக் காணப்பட்டன. பொது விழாக்களின் சிறப்பை அவை கூட்டின.' மல்யுத்தப் போட்டிகள், எருதுப் பந்தயங்கள், அரசர்களின் வேட்டைகள் முதலிய பொழுதுபோக்குகளும் புழக்கத்தில் இருந்தன.

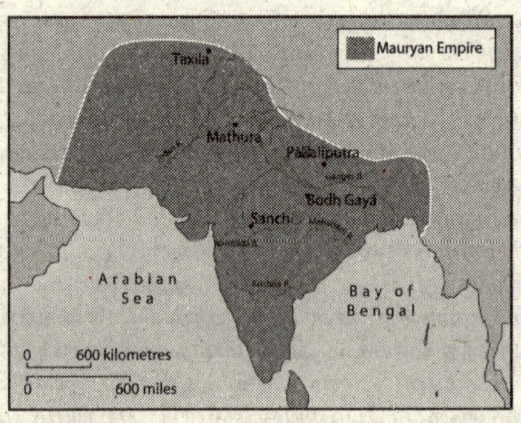

நன்கு ஒழுங்கமைக்கப்பட்ட குடிமைச் சேவைகளை மன்னர் வழங்கிவந்தார்; அரசு நிர்வாகத்தில் மிகுந்த கவனம் செலுத்தினார்; இரவில் நான்கு மணிநேரங்களுக்கு மேல் தூங்குவதில்லை என்ற அளவுக்கு அவர் தன்னுடைய சொந்தப் பாதுகாப்பு விஷயத்தில் மிகவும் கவனமாக இருந்தார் என்றெல்லாம் மெகஸ்தனீஸ் எழுதியிருக்கிறார். மன்னர் எங்கு சென்றாலும் காவலர்கள் அவருடன் சென்றார்கள். யானைகள் சுமந்து செல்லும் சிவிகையில் அமர்ந்து பயணம் செய்வதை மன்னர் விரும்பினார். அவர் பயணம் செய்யும்போது அவருக்கு நிழல் தருவதற்காகப் பெண்கள் குடைகளை ஏந்தியபடி வருவார்கள்.

24 ஆண்டுகள் மட்டுமே ஆட்சிசெய்தாலும் சந்திரகுப்தர் இந்தியாவின் 'ஜூலியஸ் சீசர்' என்றும் அதன் இரும்பு மனிதர் என்றும் அறியப்படலானார். வடஇந்தியாவில் கிரேக்கர்கள் உருவாக்கிய தடுப்பரண்களை அப்புறப்படுத்திய சந்திரகுப்தர் அரபிக் கடலிலிருந்து வங்காள விரிகுடா வரையிலுமான வடஇந்தியாவின் பெரும்பகுதியைத் தன் ஆட்சியின்கீழ் கொண்டுவந்தார். இவ்வளவு பெரிய நிலப்பரப்பைக் கொண்ட மௌரியப் பேரரசு இந்தியாவில் பல்வேறு இனங்களைக் கொண்ட முதல் அரசாக உருவெடுத்தது. சந்திரகுப்தரின் பேரன் அசோகர் காலத்தில் பொஆமு மூன்றாம் நூற்றாண்டில் கிட்டத்தட்டத் துணைக்கண்டம் முழுவதிலும் மௌரியப் பேரரசு விரிவடைந்தது. ஏறத்தாழத் தற்போதைய இந்தியாவின் பரப்புக்கு மிக நெருக்கமாக அமைந்த பரப்பளவு இது. அதன் பிறகு 1600களின் பிற்பகுதியில் முகலாயப் பேரரசர் ஔரங்கசீபின் ஆட்சிக் காலத்தில்தான் இவ்வளவு பெரிய பேரரசு உருவானது.

20ஆம் நூற்றாண்டின் தொடக்கம்வரை மெகஸ்தனீஸ் போன்ற கிரேக்க எழுத்தாளர்களும் இந்திய நாடக ஆசிரியர் களின் சில படைப்புகளுமே மௌரியர்கள் குறித்த ஆதாரமாக இருந்துவந்தன. 20ஆம் நூற்றாண்டின் தொடக்கத்தில் தஞ்சாவூர் பிராமணர் ஒருவர் ஓர் ஓலைச்சுவடிக் கட்டை எடுத்துக்கொண்டு மைசூர் அரசு கீழைத்தேயவியல் நூலகத்திற்கு வந்தார். அந்த ஓலைச்சுவடி 'அர்த்த சாஸ்திரம்' என்னும் பிரதி. பண்டைய இந்தியாவின் நிர்வாகம், சட்டம், வர்த்தகம், போர், அமைதி ஆகியவை குறித்த மிக முக்கியமான ஆதாரங்களில் ஒன்று இது. இதை எழுதியவர் சந்திரகுப்தரின் ஆலோசகரான சாணக்கியர் அல்லது கௌடில்யர் (பொஆமு 375–282) என்னும் பிராமணர் என்று சொல்லப்படுகிறது. பொஆ மூன்றாம் நூற்றாண்டில் இந்த நூல் பலராலும் பெருமளவில் மாற்றப்பட்டிருக்கலாம் என்று அண்மைக்காலக் கல்விப் புல ஆய்வுகள் தெரிவிக்கின்றன.

'வல்லான் வகுத்ததே வாய்க்கால்' என்பதே அர்த்த சாஸ்திரத்தின் தெளிவான செய்தி என நோபல் பரிசுபெற்ற இந்தியப் பொருளியல் அறிஞர் அமர்த்தியா சென் குறிப்பிடு கிறார். ஒரு சிலர் இதை சுன் த்சு எழுதிய 'தி ஆர்ட் ஆஃப் வார்' என்னும் நூலுடன் ஒப்பிடுகிறார்கள். 'போட்டி நிரம்பிய, உலகமயமான பொருளாதார அமைப்பில் செல்வத்தைத் திரட்ட விரும்பும் தொழில்முனைவோருக்கான' கையேடாக இதை முன்னிறுத்துகிறார்கள். இன்னொரு நாட்டின் மன்னனை நம்புவது அழிவுக்கு வித்திடும். தார்மீக உணர்வு நிர்வாகத்தின்மீது செல்வாக்குச் செலுத்த அனுமதிக்கவே கூடாது. ஆற்றல், ஆர்வம் ஆகியவற்றைக் காட்டிலும் சூழ்ச்சித் திறனே மன்னனுக்குரிய

மேலான தகுதி. சூழ்ச்சித் திறனை ஆட்சிக்கு மிக அடிப்படையான அம்சமாகக் காணும் சாணக்கியர் விலைமகளிரை உளவாளிகளாகப் பயன்படுத்துமாறு பரிந்துரைக்கிறார். எதிரிப் படையினரைப் பீதிக்குள்ளாக்குவதற்காகப் பொய்த் தகவல்களைப் பரப்பவோ அல்லது தன்னுடைய படையினரின் நம்பிக்கையைக் கூட்டுவதற்காக வெற்றிகள் பற்றிய கட்டுக் கதைகளைப் பரப்பவோ உளவாளிகளைப் பயன்படுத்தலாம். மன்னர் அனைத்தும் அறிந்தவர் என்று போலிச் சோதிடர்கள் மூலம் அறிவிக்கச் செய்யலாம்.

அர்த்த சாஸ்திரத்துடன் ஒப்பிடுகையில் மாக்கியவல்லியின் 'தி ப்ரின்ஸ்' நூல் மிகவும் சாதுவானது என ஜெர்மானியச் சமூகவியலாளர் மேக்ஸ் வெபர் கூறுகிறார். அதிகாரத்தைக் கைப்பற்றுவது குறித்த சாணக்கியரின் அறிவுரை இதைத் தெளிவாகக் காட்டுகிறது. சாணக்கியர் மன்னனை 'விஜயரசு' (வெற்றியை விழைபவர்) எனக் குறிப்பிடுகிறார். ராஜ்ஜியத்தை விஸ்தரிக்கும் கொள்கை சாணக்கியரின் பார்வையில் முக்கியமானதாக இருந்தாலும் தன்னுடைய அரசு அதிகாரத்தையும் பிராமணப் புரோகித அமைப்பின் மதரீதியான அதிகாரத்தையும் எப்படி இணைப்பது என்னும் சிக்கலை மன்னர்கள் எதிர்கொண்டார்கள். "ஆட்சியாளர் பொருள் சார்ந்த உலகின் அதிகாரத்தின்மீது ஈடுபாடு கொள்ளாத பற்றற்ற நிலையை வெளிப்படுத்த வேண்டும். அதே சமயம் அதிகாரத்திற்கான முயற்சியைப் பலவீனப்படுத்துமளவுக்கு இது போய்விடக் கூடாது. இவை இரண்டுக்கும் இடையில் சமநிலை பேணும் முடிவுறாத போராட்டம் இன்றுவரையிலும் இந்திய ஆட்சியாளர்களுக்குச் சவாலாக இருந்துவருகிறது" என்று அரசியல் அறிவியலாளர் சுனில் கில்னானி குறிப்பிடுகிறார்.

ஊழல் பற்றிச் சாணக்கியர்: 'நீரிலேயே நீந்திக் கொண்டிருக்கும் மீன் எப்போது தண்ணீர் குடிக்கிறது என்பதை அறிய முடியாது. அதுபோலவே கடமைகளில் ஈடுபடும் அதிகாரிகள் எப்போது பணத்தைச் சுருட்டுகிறார்கள் என்பதையும் அறிய முடியாது.

அதிகாரம் பற்றிச் சாணக்கியர்: 'ஆட்சியாளர் வசியம் செய்து தன்னுடைய மக்களின் மனங்களை வெல்ல வேண்டும். அதிசயமான ஆற்றல் கொண்டவர் என்னும் ஒளிவட்டத்தைப் பெறக்கூடிய வகையில் தந்திர வித்தைகளைச் செய்யத் தெரிந்திருக்க வேண்டும். தகிடுதத்தங்களைத் தாராளமாகப் பயன்படுத்த வேண்டும்.'

சந்திரகுப்தர் பொஆமு 297இல் துறவறம் பூண்டதாக மக்களிடையே புழங்கிய கதைகள் கூறுகின்றன. அதிகாரத்தின் உச்சத்தில் இருந்தபோது அவர் ஏன் இப்படிச் செய்தார் என்பதற்குச் சொல்லப்படும் காரணங்கள் வேறுபடுகின்றன. சந்திரகுப்தரின் ஆட்சிக் காலத்தில் நிகழ்ந்த வன்முறைகளின் விளைவாக நாட்டில் 12 ஆண்டுகள் பஞ்சம் ஏற்படும் என்று அவருடைய ஆன்மிக ஆலோசகர் ஆரூடம் கூறியதாகச் சமணக் கதை ஒன்று உள்ளது. இந்தக் கதையின்படி சந்திரகுப்தர் சமண மதத்தைத் தழுவி, சமணத் துறவிகள் புடைசூழத் தென்னிந்தியாவிற்குப் பயணம் செய்தார். அவர்கள் சரவண பெளகுளாவைச் சென்றடைந்ததாகவும் சந்திரகுப்தர் அங்கே துறவறத்தின் உச்சநிலையை மேற்கொண்டு உண்ணா நோன்பிருந்து உயிர் நீத்தார் என்றும் சொல்கிறது அந்தக் கதை.

அசோகர்: மன்னாதி மன்னன்

ஆசியக் கழகத்தின் வில்லியம் ஜோன்ஸுக்குப் பிறகு வந்தவர்கள் மேற்கொண்ட தடயவியல் ஆய்வுகள் இந்திய வரலாற்றின் அடுத்த அத்தியாயத்தை நாம் அறியப் பெருமளவில் காரணமாக அமைந்துள்ளன. சாஞ்சி ஸ்தூபியன் சுற்றுக்கட்டுக் கற்களில் பொறிக்கப்பட்டிருந்தவற்றை ஜேம்ஸ் பிரின்செப் (1799–1840) 1837ஆம் ஆண்டில் ஆய்வு செய்தபோது இரண்டு எழுத்துக்களை அடையாளம் கண்டார். அது பாலி மொழியில் எழுதப்பட்டது என்பதைப் புரிந்துகொள்ள அதுவே போதுமானதாக இருந்தது. அதன்பின் அவர் துணைக்கண்டம் முழுவதிலும் ஆங்காங்கே காணப்பட்ட அத்தகைய பொறிப்புகளையும் புரிந்துகொள்ளும் முயற்சியில் இறங்கினார். சில கற்பாறைகளிலும் சில மலை முகடுகளிலும் இருந்தன. மாபெரும் உருளை வடிவில் இருந்த தூண்களில் பொறிக்கப்பட்டிருந்த செய்திகள் மிகவும் சுவாரஸ்யமான தகவல்களைக்கொண்டிருந்தன. புரியாத வேத மந்திரங்களிலிருந்து பத்துக் கட்டளைகளின் இந்திய வெளிப்பாடுகள் என்பதுவரை அந்தப் பொறிப்புகளின் பொருள் குறித்துப் பல கோட்பாடுகள் முன்வைக்கப்பட்டன. அவை அனைத்தும் ஒரே அரச அதிகாரத்தின் கட்டளைகளை அறிவிப்பவை என்பது ஜேம்ஸ் பிரின்செப்புக்கு விரைவிலேயே தெளிவாயிற்று. அவற்றில் பலவும் 'தேவனாம்பியா பியாதசி இவ்வாறு கூறினார்' என்று தொடங்கின்றன. இலங்கையில் கிடைத்த பவுத்த வரலாற்றுப் பதிவுகள் பியாதசி என்ற மன்னனைப் பற்றிக் கூறுகின்றன. இதே பெயர் பவுத்தத்தைப் பரப்பிய, மாபெரும் பேரரசை ஆட்சிபுரிந்த ஒரு இந்திய மன்னனுக்கும் இருந்தது. ஆனால் 'கடவுளர்களுக்குப் பிரியமானவர்; மனிதர்களில் உயர்ந்தவர்'

எனப் பொருள்படும் தேவனாம்பியா பியாதசி என்பவர் அசோகச் சக்கரவர்த்தி என்பது இருபதாம் நூற்றாண்டின் தொடக்கத்தில்தான் தெரியவந்தது.

அசோகரை 'மாமன்னர்' என 'ஷார்ட் ஹிஸ்டரி ஆஃப் தி வேர்ல்ட்' என்னும் நூலில் ஹெச்.ஜி. வெல்ஸ் குறிப்பிடுகிறார். போரைக் கைவிட்டது, பவுத்தத்தைத் தழுவியது, எல்லா வெற்றிகளையும் 'சமயத்தின் வெற்றி'யாக அறிவித்தது ஆகிய காரணங்களை முன்வைத்து இப்படிக் குறிப்பிடுகிறார். "இந்திய மன்னர்களிலேயே அசோகரின் ஆளுமையைத்தான் ஓரளவிற்குத் தெளிவாக மீட்டுருவாக்கம் செய்ய / வரையறுக்க முடிகிறது. வேறு எதற்காக இல்லாவிட்டாலும் இந்த ஒரு காரணத்திற்காகவே அசோகர் பண்டைய இந்திய மன்னர்களில் உயர்ந்து நிற்கிறார்" என்று வரலாற்றாசிரியர் ஏ.எல். பாஷாம் குறிப்பிடுகிறார். "சற்றே அப்பாவித்தனமானவர், தான் செய்வது சரி என்ற எண்ணமும் பகட்டும் கொண்டவர்; ஆனால் மனஉறுதியும் கம்பீரமும் கொண்ட அயராத உழைப்பாளி" என்று அசோகரின் ஆளுமைப் பண்பை பாஷாம் வர்ணிக்கிறார்.

பொஆமு 250இல் அசோகர் ஆட்சிக்கு வந்தபோது அவருடைய பேரரசில் பல்வேறு சமயத்தைச் சேர்ந்தவர்களும் மாறுபட்ட இனக்குழுவினருமாக 5 கோடி மக்கள் இருந்ததாக மதிப்பிடப்பட்டுள்ளது. மகதத்தைச் சுற்றியுள்ள பகுதிகளிலும் மேற்கு கங்கைச் சமவெளியிலும் ஆரியர்களின் செல்வாக்கு பெருமளவில் இருந்தது. இவற்றுக்கு மேற்கிலும் வடக்கிலும் இருந்த பகுதிகள் ஆப்கானிஸ்தானத்தின் கிரேக்கமயமான கலாச்சாரத்துடன் தொடர்புகொண்டிருந்தன. தெற்குப் பகுதியில் ஆரியர்களுக்கு முந்தைய தனித்துவமான திராவிட நாகரிகம் நிலவியிருந்தது. அரசு நிர்வாக அமைப்பு, அதிகாரம் ஆகியவற்றுக்கு மிகுந்த முக்கியத்துவம் தர வேண்டிய அளவுக்கு அசோகனின் பேரரசு பெரியதாகவும் பன்முகத்தன்மை கொண்டதாகவும் இருந்தது. சாலைகள் அமைக்கப்பட்டிருந்தன. சாலைகளின் இருமருங்கிலும் நிழல்தரும் மரங்கள் இருந்தன. ஒரு நாள் நடந்து செல்லும் தொலைவில் கிணறுகளும் சத்திரங்களும் இருந்தன. மூலிகைச் செடிகளைப் பயிரிடவும் அசோகர் ஆணையிட்டார். இவ்வளவு பெரிய பேரரசை நிர்வாகிப்பதற்காக அசோகர் 'தம்ம மகாமாத்திரர்கள்' (சட்டத்தின் மேற்பார்வையாளர்கள்) என்றும் குழுவை நியமித்தார். உள்ளூர் அதிகாரிகள் தங்களது கடமைகளைச் சரிவர நிறைவேற்றுவதை உறுதிசெய்வதற்காக இவர்கள் பயணம்செய்துவந்தார்கள். அசோகரின் பேரரசில் கட்டளைகள் இன்றியமையாத இடத்தைப் பெற்றன. "என்னுடைய புதல்வர்களும் பேரர்களும் ஆளும்வரை; சூரியனும்

சந்திரனும் இருக்கும்வரை” இந்தக் கட்டளைகளின் செய்திகள் நீடித்து நிலைக்க வேண்டும் என்பதற்காகப் பிறப்பிக்கப்பட்ட இந்தக் கட்டளைகள் முக்கியமான மக்கள்தொகை மையங்களில் அல்லது அவற்றுக்கு அருகில் பார்வைக்கு வைக்கப்பட்டன.

தண்டனைக்குப் பதிலாகத் திருத்துவதை மையமாகக் கொண்ட கொள்கைகளுக்காகவே அசோகர் பெரும்பாலும் நினைவுகூரப்பட்டாலும் அவருடைய ஆட்சி வன்முறையில் தான் தொடங்கியது. கலிங்க அரசை வெல்வதற்கான போரில் ஒரு லட்சம் பேர் கொல்லப்பட்டதாகக் கிர்னாரிலுள்ள பாறைப் பதிவு ஒன்று கூறுகிறது. பஞ்சத்தாலும் நோய்களாலும் மேலும் பலர் உயிரிழந்தார்கள். இந்தப் பேரழிவு அசோகருக்குள் ‘மன உளைச்சலையும் ஆழ்ந்த சோகத்தையும் வருத்தத்தையும்’ உருவாக்கின.

அசோகர் காலத்தைச் சேர்ந்த 33 கல்வெட்டுக்களில் பெரும்பாலானவை பிராகிருத மொழியில் எழுதப்பட்டவை. இலங்கையின் பவுத்தப் பிரதிகளில் பயன்படுத்தப்பட்ட இலக்கியச் செழுமை கொண்ட சமஸ்கிருதம், பாலி ஆகிய மொழிகளைக் காட்டிலும் மக்களிடையே பரவலாகப் புழக்கத்தில் இருந்த பல்வேறு உள்ளூர் வட்டார வழக்குகளின் தொகுப்பே பிராகிருதம். இந்தியாவின் மேற்குப் பகுதிகளில் கிடைத்த கல்வெட்டுக்கள் கிரேக்கம், அராமியம் ஆகிய மொழிகளில் இருந்தன. இவை பெர்சியப் பேரரசின் அலுவல் மொழிகள். அசோகரின் ஸ்தூபிகள் கலாபூர்வமான அழகு கொண்டவை. சிங்கங்கள், காளைகளின் உருவங்கள் இந்தத் தூண்களின் உச்சியில் தத்ரூபமாகச் செதுக்கப்பட்டுள்ளன. அகாமனிசியப் பேரரசு *(Achaemenid Empire)* வீழ்ந்த பிறகு பெர்ஷியாவிலிருந்து இந்தியாவுக்கு வந்த கல் தச்சர்கள் இதைச் செய்திருக்கக்கூடும். ஒரே கல்லில் செதுக்கப்பட்ட இந்தத் தூண்களில் சில 12முதல் 15 மீட்டர்வரை உயரம் கொண்டவை. வாராணசிக்கு அருகே சூனாரில் தோண்டி எடுக்கப்பட்ட இந்தத் தூண்கள் ஒவ்வொன்றும் 50 டன் எடை கொண்டவை. நூற்றுக்கணக்கான கிலோமீட்டர்கள் தொலைவில் உள்ள முக்கியத்துவம் வாய்ந்த இடங்களுக்கு இவை கொண்டுசெல்லப்பட்டன.

தூண்களும் பாறைகளில் செதுக்கப்பட்ட கட்டளைகளும் பெர்ஷியாவின் முதலாம் டேரியஸின் கல்வெட்டுக்களிலிருந்து ஊக்கம் பெற்று உருவாகியிருக்கக்கூடும். இவை பேரரசரையோ அவருடைய மகத்துவத்தையோ புகழ்ந்துரைக்கவில்லை. அவருடைய தர்மக் கோட்பாடுகளை விளக்குகின்றன. தர்மத்தின் மிக முக்கியமான கோட்பாடு சகிப்புத்தன்மை.

பிரபலமான அசோக ஸ்தூபி சாரநாத்தில் கண்டுபிடிக்கப்பட்டது. தர்ம சக்கரத்தின் மீதிருக்கும் நான்கு சிங்கங்கள் நான்கு வெவ்வேறு திசைகளைப் பார்த்தபடி இருக்கின்றன. இது சுதந்திர இந்தியாவின் அதிகாரப்பூர்வ இலச்சினையாக உள்ளது. இன்றைய இந்தியாவின் நாணயங்கள், ரூபாய் நோட்டுக்கள், தபால் தலைகள் ஆகியவற்றில் இது உள்ளது. இந்தியக் கொடியிலும் இந்தச் சின்னம் இடம்பெற்றிருக்கிறது.

மக்கள், அவர்களுடைய நம்பிக்கைகள், கருத்தாக்கங்கள் ஆகிய அனைத்தின் மீதான சகிப்புத்தன்மை. "அடிமைகள் மீதான அக்கறை, பெற்றோருக்குக் கீழ்ப்படிதல், நண்பர்கள், உற்றார், உறவினர், புரோகிதர்கள், துறவிகளிடத்தில் பெருந்தன்மை யோடு நடந்துகொள்ளுதல்" என அசோகர் இதை விளக்குகிறார். இன்னொரு கோட்பாடு அகிம்சை. எங்கெல்லாம் முடியுமோ அங்கெல்லாம் கருணையுடன் வெற்றியைக் கையாள வேண்டும். விவேகமான அரசாட்சிக்கான முன்னுதாரணத்தை உருவாக்குவதன் மூலம் அக்கம்பக்கத்து நாடுகளைத் தன்னுடைய கொள்கைகளின் மதிப்பை உணரச்செய்ய முடியும் என்றும் அவர்கள் தன்னுடைய பேரரசில் இணைந்து கொண்டு விவேகமான கூட்டமைப்பை உருவாக்க முடியும் என்றும் அசோகர் நம்பினார்.

அசோகர் காலம்வரையிலும் இந்தியாவின் அரசியல் அமைப்பானது வன்முறையால் கிடைத்த வெற்றியின் மூலம் பேரரசை விஸ்தரிப்பதை அடிப்படையாகக் கொண்டது. அசோகர் காலத்தில் இது மாறியது. புத்தரின் சிந்தனைகளின் தாக்கம் பெற்ற அசோகர் இறையுணர்வின் அடிப்படையில் வெற்றிபெற முடியும் என நம்பினார். விலங்குகளைப் பலியிடுவதை அவர் தடைசெய்தார். இறைச்சி நுகர்வைக்

ஜான் ஜுபர்ஸிக்கி

கட்டுப்படுத்தினார். மன்னர்கள் விலங்குகளை வேட்டையாடும் பழக்கம் முடிவுக்கு வந்தது. கிளிகள், புறாக்கள், வவ்வால்கள், ஆமைகள், அணில்கள், பசுக்கள், காண்டாமிருகங்கள், ஆடுகள் உள்ளிட்ட பல விலங்குகள் பாதுகாக்கப்பட்டன. அசோகரின் அகிம்சைக் கொள்கையால் அவருடைய குடிமக்கள் பலரும் சைவ உணவுப் பழக்கத்தைக் கைக்கொண்டார்கள்.

பாறையில் பொறிக்கப்பட்ட இரண்டாவது கட்டளை: 'தந்தை, தாய்க்குக் கீழ்ப்படிய வேண்டும். உயிரினங் களுக்கு மரியாதை அளிக்க வேண்டும். இவை கடமைகள் குறித்த சட்டத்தின் நெறிமுறைகள். இவற்றைப் பின்பற்ற வேண்டும். அதுபோலவே, மாணவர்கள் ஆசிரியரை மதிக்க வேண்டும். உறவுகளில் முறையான நடத்தையைப் பேண வேண்டும். இது கடமைகளுக்கான பண்டைய அளவுகோல்கள். இவற்றைப் பொறுத்தே மனிதர்கள் செயல்பட வேண்டும்.

இந்தியாவில் உள்ளூர் சமயமாக இருந்த பவுத்தத்தை உலகச் சமயமாக மாற்றியது அசோகரின் ஆகப்பெரிய சாதனை. பிகார் பகுதியில் புத்தரின் சாம்பல் புதைக்கப்பட்ட இடங்களில் அவர் நினைவாக எட்டுத் தூண்களை (ஸ்தூபிகள்) அமைக்க வேண்டும் என்று அசோகர் ஆணையிட்டார். இவை அவருடைய ராஜ்ஜியம் முழுவதும் பரவியிருந்தன. இவற்றில் பலவும் தட்சசீலத்தில் முடிவுற்றன. இது சந்திரகுப்தர் காலத்தில் அமைக்கப்பட்ட ராஜபாட்டையின் வழியாகப் பாடலிபுத்திரத்துடன் இணைக்கப்பட்டிருந்தது. தனது ராஜ்ஜியத்தில் பல்வேறு இடங்களில் பவுத்த, சமண முனிவர்கள் தியானம் செய்வதற்காகத் தியானக் குகைகளை அமைக்கவும் அசோகர் ஆணையிட்டார். போதி கயாவிற்கு அருகில் உள்ள பராபர் மலைகளில் அமைக்கப்பட்ட அத்தகைய குகைகள் ஃபார்ஸ்டர் எழுதிய 'எ பாசேஜ் டூ இன்டியா' *(1924)* என்னும் நூலில் மரபார் மலைகளாகப் பதிவுபெற்று அழியாப் புகழை அடைந்தன. பொஆமு *250*இல் அசோகர் பாடலிபுத்திரத்தில் மாபெரும் மாநாடு ஒன்றைக் கூட்டினார். பவுத்தச் சிந்தனைகளை இந்தியாவிலும் வெளிநாடுகளிலும் பரப்பும்படி பவுத்தச் சங்கத்தின் உறுப்பினர்களுக்கு அந்த மாநாட்டில் ஆணையிடப்பட்டது.

பொஆமு இரண்டாம் நூற்றாண்டில் இந்திய வணிகர்கள் அலெக்சாண்ட்ரியாவில் அமைத்த பவுத்தக் குடியிருப்பு அசோகர் காலத்தில் பவுத்தத்தின் பரவலுக்கான சான்றாகத் திகழ்கிறது. 'கிரேக்கர்கள் தங்கள் சித்தாந்தத்தை பார்பேரியன்களிடமிருந்து திருடிக்கொண்டார்கள்' என அந்த நகரத்தின் ஆளுநர்

புகார்செய்ய அந்தக் குடியிருப்பு காரணமானது. புத்தரின் ஜாதகக் கதைகளுக்கும் கிறிஸ்தவ நீதிக்கதைகள், அற்புத நிகழ்வுகள் ஆகியவற்றுக்கும் இடையிலான ஒற்றுமைகளை அண்மைக்காலக் கல்விப்புல ஆய்வுகள் சுட்டிக்காட்டுகின்றன. ஜாதக் கதையொன்றில் பக்தி நிரம்பிய பவுத்த சீடர் ஒருவர் தண்ணீரின் மேல் நடக்கிறார். அவருடைய நம்பிக்கை அவரைக் கைவிட்டபோது அவர் நீரில் மூழ்கிவிடுகிறார். இன்னொரு கதையில் புத்தர் ஒரே ஒரு ரொட்டித் துண்டை வைத்துக் கொண்டு தன்னுடைய சீடர்கள் 500 பேருக்கு உணவளிக்கிறார். இன்னொரு பவுத்தக் கதை பழைய ஏற்பாட்டில் உள்ள 'மனம் திருந்திய மைந்தன்' கதையைப் பிரதிபலிக்கிறது. "வளர்நிலையிலிருந்த கிறிஸ்தவம் முழுமையாக வளர்ச்சியடைந்திருந்த பவுத்தத்தைக் கல்விப் புலங்களிலும் ஆசிய, எகிப்துச் சந்தைகளிலும் சந்தித்தது. இந்த இரண்டு மதங்களும் தங்களைச் சுற்றிலும் புழக்கத்தில் இருந்த பாகன் மதத்தின் பல்வேறு வடிவங்கள், பல தெய்வ வழிபாட்டின் வெளிப்பாடுகளாக அமைந்த எண்ணற்ற கலைப் படைப்புகள் ஆகியவற்றின் தாக்கத்திற்கு உள்ளாயின" என்று வின்சென்ட் ஸ்மித் எழுதுகிறார்.

அசோகர் ஆட்சியின் அமைதியும் வளமும் நீண்ட காலத்திற்கு நீடிக்கவில்லை. புத்தரின் போதனைகளைப் பரப்ப 'தர்ம அதிகாரி'களை அவர் நியமித்திருந்தாலும் இந்தியச் சமூகத்தில் ஆழமாக ஊறியிருந்த பாகுபடுத்தும் மனப்பான்மை அசோகரின் செய்தியைப் பலவீனப்படுத்தத் தொடங்கியது. பொஆமு 232இல் அசோகர் இறந்தபோது மௌரியப் பேரரசில் விரிசல் விழத் தொடங்கியிருந்தது. அவருடைய புதல்வர்கள் வாரிசுரிமைக்காகச் சண்டையிட்டுக்கொண்டார்கள். போருக்கு எதிரான அசோகரின் அணுகுமுறை மறக்கப்பட்டது. போர் மீண்டும் இயல்பாக மாறியது. "பல்வேறு அரச வம்சங்களுக்கிடையில் ஆதிக்கத்திற்காக நடந்த போர்கள்தான் மௌரியப் பேரரசுக்குப் பிந்தைய இந்திய வரலாறு என்று பொதுவாகச் சொல்லலாம். இந்தியாவின் கலாச்சாரரீதியான ஒற்றுமை பாதிக்கப்படாமல் இருந்தாலும் அரசியல்ரீதியான ஒற்றுமை கிட்டத்தட்ட இரண்டாயிரம் ஆண்டுகளுக்குக் காணாமல்போயிருந்தது" என்று ஏ.எல். பாஷாம் வருத்தத்துடன் குறிப்பிடுகிறார்.

மௌரியப் பேரரசின் வீழ்ச்சிக்கான காரணங்கள் குறித்த விவாதம் இன்னமும் தொடர்கிறது. புத்த மதத்திற்கு அசோகர் அளித்த ஆதரவைப் பிராமணப் புரோகிதர்கள் எதிர்த்தார்கள் என்று சில வரலாற்றாசிரியர்கள் கூறுகிறார்கள். அவருடைய அகிம்சைக் கொள்கை அவருடைய அரசின் ராணுவ வலிமையைப்

பலவீனமாக்கிவிட்டது என்று சிலர் சொல்கிறார்கள். இதனால் மேற்கிலிருந்து வந்த படையெடுப்பாளர்களின் தாக்குதலுக்கு அசோகரின் அரசு இலக்காயிற்று என்கிறார்கள். அவ்வளவு பெரிய நிலப்பரப்பில் தேசிய உணர்வை உருவாக்குவதில் உள்ள சிரமமும் ஒரு காரணமாகச் சுட்டப்படுகிறது. அது அடிப்படைப் பொருளாதாரம் சார்ந்த காரணமாகவும் இருக்கக்கூடும். சந்திரகுப்தர் உருவாக்கிய படையையும் மாபெரும் அதிகார வர்க்கத்தையும் பெருமளவில் வேளாண் பொருளாதாரத்தைக் கொண்டே சமாளிப்பது சாத்தியமற்றுப் போனது. மௌரியப் பேரரசின் பிற்பகுதியில் வெள்ளி நாணயங்களின் மதிப்பு வீழ்ச்சியடைந்தது இதற்கான சான்று என வரலாற்றாசிரியர்கள் சுட்டிக்காட்டுகிறார்கள்.

ஆக்கிரமிப்பாளர்களின் காலம்

மௌரிய நாகரிகத்தைத் தொடர்ந்து வந்த காலம் இந்தியாவின் 'இருண்ட காலம்' எனப் பலரும் குறிப்பிடுகிறார்கள். இந்தக் கூற்று கடுமையானது என்றுதான் சொல்ல வேண்டும். மத்திய ஆசியாவிலிருந்து வந்த போர் வீரர்களும் கிரேக்க சாகச வீரர்களும் இந்தியாவின் சிறு, பெரு நகரங்களைத் தரைமட்ட மாக்கினாலும் விவேகம் கொண்ட ஆட்சியாளர்களும் இந்தக் காலகட்டத்தில் இருக்கத்தான் செய்தார்கள். பவுத்தம் தன் தாயகத்தில் வளர்ந்ததுடன் பக்கத்து நாடுகளுக்கும் பரவியது. கிரேக்க பாக்திரியா அரசர்கள் சோதிடம், மருந்துகள் ஆகியவை குறித்த மேற்கத்தியக் கோட்பாடுகளைக் கொண்டுவந்தார்கள். மேற்காசியா, மத்தியதரைக் கடல் ஆகிய பகுதிகளின் நாடுகளுடனான இந்தியாவின் வர்த்தகம் செழித்து வளர்ந்தது. ரோமானியப் பெண்கள் இந்தியாவிலிருந்து வரும் சொகுசுப் பொருட்களான பட்டிலும் நகைகளிலும் பணத்தை வீணடிப்ப தாக ரோமானிய செனட்டர்கள் புகார் சொல்லும் அளவுக்கு இந்த வர்த்தகம் செழித்திருந்தது. 'உலகின் தங்கத் தொட்டி'யாக இந்தியா ஆகிவிட்டது என்று முதலாம் பிளினி பொஆ 77இல் புலம்பினார். இந்தத் தங்கத்தின் பெரும்பகுதி தென்னிந்தியாவின் புகழ்பெற்ற கோலார் தங்க வயல்களிலிருந்து வந்தது. ஹரப்பா நாகரிகத்திலிருந்தே தங்கம் இங்கிருந்து ஆசியா, ஐரோப்பா, ஆப்பிரிக்கா ஆகியவற்றின் பெரும்பகுதிக்குச் சென்றது.

இந்தியாவின் வடகிழக்குப் பகுதியிலிருந்து ஆயிரக் கணக்கான கிலோமீட்டர்களுக்கு அப்பால் இந்தச் சமயத்தில் நடந்த நிகழ்வுகள் துணைக்கண்டத்தின் வரலாற்றில் நுழைந்தன. பழங்குடியினரின் தொடர் சூறையாடல்களைத் தடுப்பதற்காகச் சீனாவில் கட்டப்பட்ட பெருஞ்சுவரின் முதல் கட்டப் பணி

முடிவடைந்திருந்தது. யூ–சி என்னும் பழங்குடியினர் பொஆமு 165ஆம் ஆண்டில் அப்படித் தடுக்கப்பட்ட பழங்குடியினரில் ஒரு குழுவினர். மேற்கு நோக்கிச் சென்ற அவர்கள் இதர பழங்குடியினரை அப்புறப்படுத்திவிட்டு பாக்டிரியாவில் குடியமர்ந்தார்கள். 'இனக்குழுவினர் மீதான தாக்குதல்' என இது வரலாற்றில் குறிப்பிடப்படுகிறது.

சகரர் எனப்படும் இனக்குழுவினர் அங்கே வசித்து வந்தார்கள். அலெக்சாண்டர் பின்வாங்கிய பிறகு அங்கேயே தங்கிவிட்ட கிரேக்கர்களில் மிச்சமிருந்தவர்களைத் துரத்தி விட்டுச் சகரர்கள் அங்கே குடியேறினார்கள்.

தங்களது வலுவான இருப்பிடமான பாக்டிரியவிலிருந்து துரத்தப்பட்ட கிரேக்கர்கள் வேறுவழியின்றி, (இன்றைய) பாகிஸ்தானுக்கு மேற்கில் தட்சசீலம் நகரத்தைச் சுற்றிலும் இருந்த காந்தாரத்திற்குச் சென்று குடியேறினார்கள். காந்தாரத்தில் பெருமளவில் பவுத்தர்கள் வசித்துவந்தார்கள். கிரேக்க ஆட்சியாளர்கள் பவுத்த அறிஞர்களைத் தங்கள் ஆலோசகர்களாக நியமித்துக்கொண்டார்கள். இந்த ஏற்பாடு பவுத்தர்களின் ஆன்மிக, சமூக, பொருளாதார, கலாச்சாரத் தேவைகளை நிறைவுசெய்யும் வகையில் இருந்தது. அரசு ஆவணங்களில் கிரேக்க மொழி பயன்படுத்தப்பட்டது. கிரேக்க நாணய முறை அறிமுகப்படுத்தப்பட்டது. கிரேக்க–ரோம *(Greco-Roman)* அழகியல் கூறுகளைக் கொண்ட தனித்துவம் மிக்க சிற்பக் கலைப் பாணி ஒன்று இந்திய உள்ளடக்கத்துடன் செழிக்கத் தொடங்கியது.

பொஆ முதல் நூற்றாண்டில் யூ – சி இனக்குழுவைச் சேர்ந்த குஷானர்கள் எனப்படும் பிரிவினர் காந்தாரத்திற்கு வந்து, பிறகு இந்தியாவின் வடகிழக்குப் பகுதிகளுக்குச் சென்றார்கள். இந்தக் குடிப்பெயர்வு ஆசியாவின் இரண்டு முக்கியமான வணிகப் பாதைகள் அவர்கள் கைவசம் வருவதற்கு வழிவகுத்தது. 1500 ஆண்டுகளுக்கு முன்பு வந்த ஆரியர்களைப் போலவே குஷானர்களும் குதிரையேற்றத்தில் வல்லவர்கள். அவர்கள் ஆக்கிரமிப்பாளர்களாக வந்தார்களா, ஏற்கெனவே இங்கிருந்த ஆட்சியாளர்களின் கூட்டாளிகளாக வந்தார்களா அல்லது அகதிகளாக வந்தார்களா என்பது வரலாற்று ஆதாரங்களின் போதாமையினால் விவாதத்திற்குரியதாகவே உள்ளது.

குஷான அரசர்கள் தங்களை 'சொர்க்கத்தின் புதல்வர்கள்' எனக் கூறிக்கொண்டார்கள். இது அந்தக் காலகட்டத்தில் சீன அரசர்கள் தங்களுக்குச் சூட்டிக்கொண்ட பட்டம். குஷான

அரசர்களில் மிகவும் புகழ்பெற்றவரான கனிஷ்கர் (பொ.ஆ 127–150) பொ.ஆ 127இல் ஆட்சிக்கு வந்தார். கேஷ்கர்முதல் கங்கைப் படுகைவரை விரிந்திருந்த பேரரசை அவர் ஆட்சிபுரிந்தார். இன்றைய பெஷாவர் நகரமான புருஷபுரம், யமுனை ஆற்றங்கரையில் அமைந்த மதுரா ஆகிய இரு நகரங்களை அவர் தன் தலைநகரங்களாகக் கொண்டிருந்தார்.

அசோகரைப் போலவே குஷானரும் பவுத்த மதத்திற்கு மாறினார். 500க்கும் மேற்பட்ட பவுத்த பிக்குகள் கலந்துகொண்ட பவுத்த மாநாடு ஒன்றை அவர் கூட்டினார். பவுத்தத் தத்துவ நூல்களைப் பிக்குகள் அந்த மாநாட்டில் முழுமையாக மறு ஆய்வு செய்தார்கள். பவுத்த மடாலயங்கள் பெரும் பொருளாதார அமைப்புகளாக உருவெடுத்தன. வணிகம், மது உற்பத்தி உள்ளிட்ட பல்வேறு செயல்பாடுகளில் அவை ஈடுபட்டன. மத்திய ஆசியாவிலும் சீனாவிலும் புத்தரின் போதனைகளைப் பரப்புவதற்கான இயக்கத்திற்குத் தேவையான பொருளாதார உதவியை இதன்மூலம் செய்ய முடிந்தது. பின்னாளில் இந்த ராஜ்ஜியத்தின் சில பகுதிகளில் புத்தரின் உருவமும் கிரேக்க எழுத்துக்களும் பதித்த நாணயங்கள் புழக்கத்திற்கு வந்தன. பெர்ஷியா, ரோமாபுரி, கிரேக்கம் இவற்றின் தெய்வங்களின் உருவங்களோடு பிராமணிய இந்தியாவின் தெய்வ உருவங்களும் நாணயங்களில் இடம்பெற்றன.

காந்தார, பவுத்தக் கட்டிடக் கலையை ஆதரித்து வளர்த்தது இந்திய நாகரிகத்திற்குக் கனிஷ்கர் செய்த பங்களிப்புகளில் ஒன்று. பண்டைய ரோமானியர்கள் அணிந்ததுபோன்ற தளர்வான முழுநீள அங்கியும் மத்தியதரைக் கடல் பகுதியில் இருந்த மக்களின் தலைமுடிப் பாணியும் முக அமைப்புகளும் கொண்ட புத்தரின் முழு உருவச் சிலைகள் கிரேக்க–ரோமக் கலையின் தாக்கத்திற்கான சான்றாகத் திகழ்கின்றன. வடமேற்கு இந்தியாவிற்கு வந்த பட்டுப் பாதையின் வழியே பயணித்து இடம்பெயர்ந்த சிற்பிகள் இந்தச் சிலைகளைச் செய்திருக்கக்கூடும். தட்சசீலத்தைச் சுற்றியிருந்த பகுதிகள் புத்த மதத்தின் மையமாக மாறின. இப்பகுதிகளில் நூற்றுக்கணக்கான தூண்கள் (ஸ்தூபிகள்) அமைக்கப்பட்டன. சிறிய கோயில்களிலிருந்து அந்தக் காலத்தில் உலகின் மிக உயரமான கோபுரம்வரை பலவிதமான கட்டுமானங்கள் இவற்றில் இருந்தன. 170 அடி உயரம் கொண்ட அந்தக் கோபுரங்களின் உச்சியில் புருஷபுரத்திற்கு வருபவர்களை வரவேற்கும் விதமாகத் தங்க முலாம் பூசிய நகைகள் கொண்ட பதிமூன்று குடைகள் அமைக்கப்பட்டிருந்தன.

குஷானர்களின் அங்கியை அணிந்துகொண்டு அகலமான வாளைத் தாங்கி, குதிரைச் சவாரிக்கான காலணிகளை அணிந்திருக்கும் கனிஷ்கரின் சிலை 1911இல் நடந்த அகழாய்வில் கிடைத்தது. இந்தச் சிலைக்குத் தலை இல்லை. இதேபோன்றதொரு சிலை காபூல் அருங்காட்சியகத்தில் இருந்தது. 2001இல் தலிபான்கள் அதைத் தகர்த்துவிட்டார்கள்.

பவுத்தத்திற்கு அளித்த ஆதரவு, போர்ப்படையில் குதிரைப் படையைச் சேர்த்தது ஆகியவற்றைத் தவிர இந்த நாடோடி இனத்தவரிடமிருந்து இந்திய நாகரிகம் எதையும் பெற்றுக்கொள்ளவில்லை. கனிஷ்கருக்கு அடுத்து ஆட்சிக்கு வந்தவர்கள் பற்றிப் பெரிதாக எந்தத் தகவலும் கிடைக்கவில்லை. அவர் உருவாக்கிய சாம்ராஜ்ஜியம் சிதறுண்டது. ஆயினும், ஆப்கானிஸ்தானத்திலும் காஷ்மீரிலும் காந்தாரக் கலை செழித்து வளர்ந்தது. இரண்டாம் நூற்றாண்டில் நிறுவப்பட்ட பவுத்த மடாலய மையமான பாமியான் பாக்டிரியாவுக்கும் தட்சசீலத்திற்கும் இடையில் உள்ள பாதையில் அமைந்துள்ளது. பாமியானின் குறுகிய பள்ளத்தாக்கின் கூர்முனைப் பகுதிகளில் அகழ்ந்து உருவாக்கப்பட்ட புனிதக் குகைகள் மடாலயத்தின் வசிப்பிடங்களாக இன்னமும் உள்ளன. 53 மீட்டர் உயரம் கொண்ட சிலை உள்ளிட்ட புத்தரின் மாபெரும் சிலைகள் 2001, மார்ச் மாதம் தலிபான் விக்கிரக அழிப்பாளர்களால் தரைமட்டமாக்கப்பட்டன. பொது ஆண்டின் முதல் ஆயிரமாண்டின்போது இந்தியா எதிர்கொண்ட இருண்ட காலத்தைக் காட்டிலும் மோசமான காலகட்டத்தின் அடையாளமாக இந்த நிகழ்வு வரலாற்றில் பதிவாகியிருக்கிறது.

ஜான் ஜுபர்ஸிக்கி

3

செவ்வியல் யுகம்

'முழுமை எய்தப்பட்டது'. மத்திய இந்தியாவில் உள்ள சாஞ்சி என்னும் ஊரில் அமைந்திருக்கும் பவுத்த ஸ்தூபி ஒன்றில் இவ்வாறு பொறிக்கப்பட்டிருக்கிறது. இந்தியாவின் பொற்காலம் (பொஆ 320–550) என இன்று குறிப்பிடப்படும் காலகட்டத்தின் உச்சத்தில் இவ்வாறு எழுதப்பட்டது. செவ்வியல் காலம் என்றும் அறியப்படும் இந்தக் காலகட்டத்தில் அதற்கு முன்பு இருந்திராத வகையில் பொருளாதார வளம் பெருகியிருந்தது. அறிவியல் மலர்ந்தது. வணிகம் செழித்தது. குற்றங்கள் குறைந்தன. கல்வியறிவு பெற்ற குடிமக்கள் ஏழைகளுக்காக இலவச மருத்துவமனைகளை நடத்தினார்கள். மனு ஸ்மிருதி ஒருவரின் கடமை அல்லது தருமத்தை வரையறுத்தது. கடமையை நிறைவேற்றிய பின் இன்பம் துய்ப்பதற்கான வழிகளைக் காமசூத்திரம் காட்டியது. பரவலான மக்களைச் சென்றடைந்த புராணங்களும் ராமாயணம், மகாபாரதம் போன்ற இதிகாசங்களும் ஆன்மிக வழிகாட்டிகளாகத் திகழ்ந்தன.

இந்த லட்சிய யுகத்திற்கு அடித்தளமிட்டவர் முதலாம் சந்திரகுப்தர் (ஆட்சிக் காலம்: பொஆ 319–350) மௌரிய வம்சத்தின் சந்திரகுப்தரிடமிருந்து வேறுபடுத்திக் காட்டுவதற் காக இவர் இப்படிக் குறிப்பிடப்படுகிறார். இவர் பொஆ 319இல் மகத வம்ச அரசின் அரியணை ஏறினார். மௌரியர்களுக்குப் பிறகு இந்திய அளவில் பரந்து விரிந்த குப்தப் பேரரசின் தோற்றம் தெளிவற்றதாகவே உள்ளது. சந்திரகுப்தர் வசதி

படைத்த நிலவுடமைக் குடும்பத்தில் பிறந்து, லிச்சவி என்னும் செல்வாக்கு மிகுந்த இனத்தைச் சேர்ந்த இளவரசியைத் திருமணம் செய்துகொண்டு மகத நாட்டின் மன்னரானதாகச் சில தகவல்கள் கூறுகின்றன. பாடலிபுத்திரம்தான் அப்போதும் மகத நாட்டின் தலைநகராக இருந்தது. பலன் கருதி நடைபெற்ற இந்தத் திருமணத்தையொட்டிப் புதிய அரசர், அரசியின் உருவங்கள் பொறித்த நாணயங்கள் வெளியிடப்பட்டன. இந்திய நாணயவியலில் அதற்கு முன்பு இருந்திராத வழக்கம் இது.

சந்திரகுப்தரின் மகன் சமுத்திரகுப்தர் (ஆட்சிக் காலம்: 350–375) பேரரசை விரிவுபடுத்தி, அந்தப் பேரரசு நீடித்திருக்க உதவும் வகையில் அரசு நிர்வாக அமைப்பையும் உருவாக்கினார். 1800களின் தொடக்கத்தில் அலகாபாதில் கிடைத்த கல்தூண் ஒன்றில் காணப்படும் நீண்ட பதிவு சமுத்திரகுப்தரின் வெற்றிகளைக் கூறுகிறது. வடக்கில் இமயமலை அடிவாரத்திலிருந்து தெற்கில் பல்லவ அரசின் தலைநகரமாக இருந்த காஞ்சிபுரம்வரை அவருடைய ஆட்சியை விரிவுபடுத்த உதவிய வெற்றிகளைப் பற்றி அந்தக் கல்தூண் பதிவு கூறுகிறது. அப்போது துணைக்கண்டத்தின் மக்கள் தொகை சுமார் ஏழரைக் கோடி என மக்கள்தொகைத் துறையாளர்கள் கணக்கிடுகிறார்கள். ‘பூமியின் நான்கு திசைகளையும் வென்றவர்’ என அவருடைய கல்வெட்டு ஒன்று கூறுகிறது. நேபாளம், இலங்கை ஆகிய மன்னர்களுடன், சமுத்திரகுப்தரின் ஆட்சி அதிகாரத்தை ஏற்றுக்கொண்ட தென்கிழக்கு ஆட்சியாளர்களையும் சேர்த்தே இது குறிப்பிடுகிறது என்று கொள்ளலாம். சமுத்திரகுப்தர் தன்னை விஷ்ணுவின் மானுட அவதாரமாகக் கருதியதை அவர் காலத்திய நாணயங்கள் மூலம் அறிகிறோம். சமுத்திரகுப்தர் சிங்கத்தை வீழ்த்தும் காட்சி, வில் அம்பு ஏந்திய தோற்றம், இசைக் கருவியை மீட்டும் தோற்றம் ஆகியவையும் அவர் காலத்து நாணயங்களில் காணக் கிடைக்கின்றன. மிகையாகப் புகழும் திறமைக்காகவே தேர்ந்தெடுக்கப்படும் ஆஸ்தான வரலாற்றாசிரியர்கள் சமுத்திரகுப்தரின் கவித்திறனையும் இந்து சாஸ்திரங்களில் அவருக்கு இருந்த அறிவையும் விதந்தோதியிருக்கிறார்கள். இந்து மதத்திற்கு அவர் அளித்த ஆதரவும் இந்து தர்மத்தை அவர் முன்னிறுத்தியதும் இன்றைய இந்து தேசியவாதிகள் விரும்பும் மன்னராக அவரை ஆக்கியிருக்கின்றன. மன்னர்களின் லட்சிய வடிவமாக அவரை இந்து தேசியவாதிகள் கருதுகிறார்கள். அவருடைய பேரரசின் வீச்சு, வெளிநாட்டவர்கள் மட்டுமே இந்தியா முழுவதையும் வென்றார்கள் என்னும் கருத்தை மறுக்கக்கூடிய சான்றாக முன்வைக்கப்படுகிறது.

௸ 74 ௵ ஜான் ஜுபர்ஸிக்கி

சமுத்திரகுப்தரையடுத்து அவர் மகன் சந்திரகுப்த விக்ரமாதித்தன் (ஆட்சிக் காலம்: 375–415) ஆட்சிக்கு வந்தார். தந்தையைப் போலவே அவரும் கலைகளையும் அறிவுத் துறைகளையும் ஆதரித்தார். அவருடைய ஆட்சிக் காலத்தில் தான் நாளந்தா பல்கலைக்கழகம் நிறுவப்பட்டது. காளிதாசர் போன்ற மகாகவிகளை அவர் ஆதரித்தார். இரண்டாம் சந்திரகுப்தர் என அறியப்படும் இவர் சுமார் 35 ஆண்டுகள் ஆட்சிபுரிந்தார். மேற்கில் சிந்து முதல் கொங்கணி கடற்கரைப் பகுதிவரை தன் அரசை விரிவுபடுத்தினார். தலைநகரை ராமன் பிறந்த இடமாகக் கருதப்படும் அயோத்திக்கு மாற்றினார்.

இரண்டாம் சந்திரகுப்தரின் நிர்வாகம் மௌரியர்கள் நிர்வாகத்தைக் காட்டிலும் அதிகாரப்பரவல் கொண்டதாக இருந்தது. பிராந்திய, உள்ளூர் மட்டங்களில் இருந்த அதிகாரிகளுக்குக் கணிசமான அதிகாரம் வழங்கப்பட்டது. புதிதாக ஒரு பகுதி குப்தரின் ஆட்சியின் கீழ் வந்த பிறகு அதன் முந்தைய அரசரே அப்பகுதியைத் தொடர்ந்து ஆட்சி செய்துகொள்ள அனுமதிக்கப்பட்டார். அவர் பேரரசருக்குக் கப்பம் கட்டுவதுடன் அவருக்கு விசுவாசமாக இருப்பதாக உறுதி ஏற்க வேண்டும். வர்த்தகம் செழித்து வளர்ந்தது. வாசனைப் பொருட்கள், துணிமணிகள், தந்தங்கள், விலையுயர்ந்த கற்கள், நறுமணப் பொருட்கள், மூலிகைகள் ஆகியவை கடல் வழியாகவும் பட்டுப் பாதையின் கிளைகள் மூலம் தரை வழியாகவும் தெற்காசியத் துறைமுகங்களுக்கும் கிழக்கு ஆப்பிரிக்கா, வளைகுடா ஆகிய கடற்கரைப் பகுதிகளுக்கும் கொண்டு செல்லப்பட்டன.

வணிகத்துடன் அறிவியல் களத்திலும் பரிமாற்றங்கள் நிகழ்ந்தன. தசம எண்ணிக்கை முறையும் பூஜ்யம் என்னும் கோட்பாடும் உலகிற்கு இந்தியா அளித்த கொடைகளில் மிக முக்கியமானவை. பூமி கோள வடிவில் இருப்பதாகவும் அது தன்னுடைய அச்சை மையமாகக் கொண்டு சுழல்வதாகவும் ஆர்யபட்டர் (476–550) ஒரு கருத்தாக்கத்தை முன்வைத்தார். ஒரு நாளின் மொத்த நேரத்தை ஒரு நொடிக்கும் குறைவான வித்தியாசம் மட்டுமே வருமளவிற்குத் துல்லியமாகக் கணக்கிட்டார். சூரியன், சந்திரன், பூமி ஆகியவற்றின் அமைப்பினால்தான் கிரகணம் ஏற்படுகிறது; ராகுவால் அல்ல என்றும் அவர் கூறினார். சந்திரனும் இதர கிரகங்களும் சூரியனின் ஒளியைத்தான் பிரதிபலிக்கின்றன என்றும் அவர் சரியாகக் கண்டுபிடித்தார். 'பை'யின் மதிப்பை நான்கு இலக்க எண்ணாகக் கணக்கிட்டுக் கூறினார். 1975இல் இந்தியா தன்னுடைய முதல் செயற்கைக்கோளை விண்ணில் ஏவி வான்வெளிப் பந்தயத்தில்

இணைந்துகொண்டபோது அந்தச் செயற்கைக்கோளுக்கு ஆர்யபட்டா எனப் பெயரிட்டது. ஒரு எண்ணை அதே எண்ணால் கழித்தால் கிடைப்பதுதான் பூஜ்ஜியம் என்று குப்தர் காலத்தின் கணிதவியலாளரான பிரம்மகுப்தர் (598–665) வரையறுத்தார். ஆனால் சாதியமைப்பின் இறுக்கங்களினால் இத்தகைய அறிவு சமுதாயத்தின் ஒரு சிறு பிரிவுக்குள்ளேயே முடங்கிவிட்டது.

குப்தர்களின் சதுரங்கம்

சதுரங்க விளையாட்டு குப்தர்கள் காலத்தில் கண்டுபிடிக்கப்பட்டதாக வரலாற்றாய்வாளர்கள் குறிப்பிடுகிறார்கள். நான்கு பேர் விளையாடும் ஆட்டமாக அது முதலில் இருந்தது (சதுர்–அங்கம்: நான்கு உறுப்புக்கள்) போர்க்களத்தில் சதுரங்க சேனைகளின் வியூகம் பற்றி மகாபாரதம் கூறுகிறது. ஏழாம் நூற்றாண்டில் இது இன்று உள்ளதுபோல இருவர் ஆடும் ஆட்டமாகப் பரிணமித்தது. ஆட்டப் பலகையில் உள்ள காய்களின் வலிமை சமுதாயத்தில் அவரவர்க்கு உரிய அதிகாரத்தைப் பிரதிபலிக்கும் வகையில் அமைந்திருந்தது (சிப்பாய், குதிரை வீரன், யானை வீரன், அமைச்சர், ராணி, ராஜா). ராஜாவை வீழ்த்தினால் வெற்றி. இந்தியாவில் இந்த ஆட்டத்தின் பண்டைய வடிவில் அமைச்சர் யானையாகவும் ராணி மன்னரின் ஆலோசகராகவும் விளங்கினார்கள்.

பிராமணர்களின் செல்வாக்கு வளர்ந்துவந்தது. நாணயங்களிலும் இலக்கியங்களிலும் சமஸ்கிருதத்தின் பயன்பாடு அதிகரித்துவந்ததில் இது பிரதிபலித்தது. சமஸ்கிருதப் புத்தெழுச்சியின் அடையாளமாக நாடக ஆசிரியரும் கவிஞருமான காளிதாசர் விளங்கினார். இவர் நான்காம் நூற்றாண்டில் வாழ்ந்திருக்கக்கூடும். இந்தியாவின் ஷேக்ஸ்பியர் எனக் குறிப்பிடப்படும் இவர் மகாபாரதக் கதையை அடிப்படையாகக் கொண்டு சாகுந்தலம் என்னும் காவியத்தைப் படைத்தார். 18ஆம் நூற்றாண்டின் இறுதியில் வில்லியம் ஜோன்ஸ் இதை ஆங்கிலத்தில் மொழிபெயர்த்தபோது இந்திய இலக்கியத்தின் வளமையை இது உலகுக்குப் பறைசாற்றியது. இந்தியாவின் செல்வாக்குப் பரவிய இடமெல்லாம் சமஸ்கிருதம் கல்விப் புலத்தின் மொழியாக ஆனது. 'ஏழாம் நூற்றாண்டில் சுமத்திரா தீவில் சீனப் பயணி ஒருவர் சமஸ்கிருத இலக்கணம் படிப்பது, பத்தாம் நூற்றாண்டில் இலங்கையைச் சேர்ந்த அறிவுஜீவி ஒருவர் வடக்குத் தக்காணப் பீடபூமியில் சமஸ்கிருத இலக்கியக் கோட்பாட்டை எழுதுவது, 12ஆம்

நூற்றாண்டில் அங்கோரில் இருந்த மெபோன், பிரீரூப் என்னும் மாபெரும் தூண்களில் கெமர் அரசரின் சமஸ்கிருதக் கவிதை இடம்பெற்றிருப்பது ஆகியவை இயல்பான நிகழ்வுகளாகவே இருந்தன' என்று இந்தியவியலாளர் ஷெல்டன் பொல்லாக் குறிப்பிடுகிறார்.

இந்தக் காலகட்டத்தின் நன்கு அறியப்பட்ட நூல் காமசூத்திரம். இதன் ஆசிரியரான வாத்ஸ்யாயனரைப் பற்றி அதிகம் தெரியவில்லை. அவருடைய இயற்பெயர் மல்லநாகர்; அவர் பொஆ இரண்டாம் நூற்றாண்டின் இறுதியில் அல்லது மூன்றாம் நூற்றாண்டின் தொடக்கத்தில் வாழ்ந்தவர் என்னும் விவரங்கள் தெரியவந்திருக்கின்றன. அவருடைய ஊர் பாடலிபுத்திரமாக இருக்கலாம். அவர் பிரம்மச்சரிய விரதம் பூண்டு ஆழ்ந்த தவத்தில் இருந்தபோது இதை எழுதினார். இன்பம் துய்ப்பதை இயல்பானதாகக் கருதக்கூடிய லட்சிய சமுதாயத்தைக் காமசூத்திரம் விவரிக்கிறது. காமசூத்திரத்தின் ஏழு பகுதிகளில் ஒன்று மட்டுமே பாலுறவு நிலைகளை விளக்குகிறது என்றாலும் இந்த நூல் மேற்கத்திய வாசகர்களுக்கு முதன்முதலில் அறிமுகமானபோது அதன் பாலின்பக் கூறுகள் அம்மக்களைக் கவர்ந்தன. பிரிட்டிஷ் ஆய்வாளரான ரிச்சர்ட் பர்ட்டனின் காமசூத்திர மொழியாக்கம்தான் விக்டோரியக் காலகட்டத்தில் அதிகமாகத் திருட்டுத்தனமாகப் பதிப்பிக்கப் பட்ட நூல்.

காமசூத்திரத்தின் பெரும்பகுதி இணையைக் கண்டுபிடிக்கும் கலை, திருமண வாழ்வை நடத்திச்செல்லுதல், ஆசைநாயகியுடன் வாழ்தல், பிற பெண்களுடன் ரகசிய உறவுகொள்ளுதல் ஆகியவற்றைப் பற்றிப் பேசுகிறது. என்றாலும் இணையரை ஏமாற்றுவதை அது கண்டிக்கிறது. இன்பம் துய்ப்பதற்கான நேரமும் பணமும் கொண்ட நகர்ப்புற மேட்டுக் குடியினருக்கான நூல் இது. காமசூத்திரம் வர்ணிக்கும் லட்சிய சமுதாயத்தில் வசதி படைத்த ஒருவர் நல்ல இடத்தில் ஆற்றங்கரையோரத்தில் பசுமையான தோட்டம் சூழ்ந்த ஒரு வீட்டை வாங்கி அதில் குடியிருப்பார். அவருடைய படுக்கையறையில் நறுமணம் வீசும். அன்று மலர்ந்த பூக்கள் படுக்கையை அலங்கரிக்கும். தினமும் காலையில் அவர் நெற்றியிலும் மார்பிலும் தோள்களிலும் சந்தனம் தடவிக்கொள்வார். கண்களுக்கு மையிட்டுக்கொள்வார். கிளிகளுக்குப் பேசச் சொல்லிக் கொடுப்பது, சேவல் சண்டையை வேடிக்கை பார்ப்பது, உணவகங்களுக்குச் செல்வது, கலை, கவிதைகள் பற்றி உரையாட மனமகிழ் மன்றங்களுக்குச் செல்வது, பாடல்களைக் கேட்பது என அவருடைய பகல்

பொழுது கழியும். பிறகு அவர் தன் வீட்டில் ஊதுபத்தி ஏற்றி வைத்துத் தன் காதலியை வரவேற்பார். அந்தப் பெண் மழையில் நனைந்து அவள் ஒப்பனை கலைந்திருந்தால் இவர் அந்த ஒப்பனையைச் சரிசெய்துவிடுவார். அவளுடைய ஆடைகள் நனைந்துவிட்டால் அவளைத் துவாலையால் துவட்டிவிடுவார்.

பாலுறவில் மென்மையாக நடந்துகொள்ள வேண்டும் என்று வலியுறுத்தும் காமசூத்திரம் சருமத்தில் படிந்திருக்கும் நகக்கீறல்கள், பல்லால் கடித்த வடுக்கள் ஆகியவை மூலம் காமத்தின் தீவிரத்தைச் சித்தரிக்கிறது. பாலுறவின் பல்வேறு நிலைகளையும் விவரிக்கிறது. 26 வகையான முத்தங்களைப் பட்டியலிடுகிறது. தன்பாலுறவைப் பற்றிச் சுருக்கமாகவும் ஆர்வமின்றியும் பேசுகிறது.

இன்பம் துய்ப்பதற்குத் தேவையான அறிவு, நடத்தை ஆகியவற்றில் ஒன்றுதான் காமம். (சமயக்) கடமைகளைச் செய்வதற்கான 'அறம்.', வளம் பெருக்கும் 'பொருள்' ஆகியவற்றுக்குப் பிறகுதான் 'காமம்' என வாத்ஸ்யாயனர் வலியுறுத்துகிறார். பொறுப்புள்ள குடிமகன் முதிய வயதில் மோட்சம் அடைவதற்கான முயற்சிகளில் ஈடுபட வேண்டும் என்றும் எதிர்பார்க்கப்பட்டது. இவ்வாறாக அறம், பொருள், இன்பம், வீடுபேறு என்னும் விழுமியங்களைக் காமசூத்திரம் ஆதரித்தது.

இந்து மறுமலர்ச்சி

குப்தர்களின் காலத்தை 'இந்து மறுமலர்ச்சிக் காலம்' என வரலாற்றாசிரியர்கள் குறிப்பிடுகிறார்கள். இந்தியாவில் புத்த மதத்தின் வளர்ச்சி உச்சத்தை அடைந்தது. காஷ்மீர், ஆப்கானிஸ்தான் ஆகியவற்றின் சில பகுதிகளில் அது மேலும் வளர்ந்துவந்தது. பலிச் சடங்குகளுக்கான முக்கியத்துவம் குறைந்து பக்தி மார்க்கம் வளரத் தொடங்கியது. படைக்கும் கடவுளான பிரம்மா, காக்கும் கடவுளான விஷ்ணு, அழிக்கும் கடவுளான சிவன் ஆகியோர் மும்மூர்த்திகளாக வழிபடப்பட்டார்கள். இந்தக் கடவுள்கள் இன்றளவிலும் இந்து மதத்தின் மையமாக விளங்குகிறார்கள். வேதகாலக் கடவுள்களில் சூரியன் மட்டுமே புதிய சிலை வழிபாட்டு மரபில் இடம்பெறுகிறார். புத்தரின் உருவத்தையும் யட்சர்கள் என அறியப்படும் பெண் உருவங்களையும் உருவாக்குவதில் தம் திறமையை வளர்த்துக்கொண்ட குப்தர் காலத்துச் சிற்பிகள் இந்துக் கடவுளர்களின் உருவங்களைச் செதுக்குவதில் கவனத்தைத் திருப்பினார்கள். இந்துக் கடவுள்களின் ஆகச் சிறந்த வடிவங்கள் எனச் சொல்லத்தக்க உருவங்களை வடித்தார்கள்.

ஐந்தாம் நூற்றாண்டின் தொடக்கத்தில் போபால் அருகே உள்ளே உதயகிரி கோயிலில் பாறைகளைக் குடைந்து செதுக்கப்பட்ட சிலை குப்தர் காலக் கலையின் சிறந்த எடுத்துக்காட்டுகளில் ஒன்றாகத் திகழ்கிறது. பூமியைக் கடலில் மூழ்கடிக்க முயன்ற நாகத்திடமிருந்து பூமியை மீட்க விஷ்ணு வராக (பன்றி) அவதாரம் எடுத்ததைச் சித்தரிக்கும் சிலை இது.

டச்சுக் கலை வரலாற்றாய்வாளரான அலெக்ஸ் ஜார்ல் அஜந்தா குகை ஓவியங்கள் பற்றி இப்படி எழுதினார்: 'இந்தச் சித்திரங்களின் ஒட்டுமொத்த அமைப்பிலிருந்து சின்னஞ்சிறிய மலர் அல்லது முத்துவரை இவற்றின் ஒவ்வொரு அம்சமும் மகத்தான தொழில்நுட்பத்திறனுக்கும் ஆழ்ந்த கலையுணர்வுக்கும் (தத்துவப் பார்வைக்கும்) சான்றாக இருக்கிறது.'

மன்னரின் பக்தியைப் பறைசாற்றுவதற்காகக் கட்டப்பட்டு இன்றளவிலும் உறுதியாக நிற்கும் கோயில்களில் மிகப் பழமையானவை குப்தர் காலக் கோயில்கள். பொது ஆண்டின் முதல் ஆயிரமாண்டுகளின் இறுதியில்தான் இந்துக் கோயில்களின் எண்ணிக்கை பவுத்த ஸ்தூபிகளின் எண்ணிக்கைக்கு நிகராக வளர்ந்தது. இன்றும்கூட இந்துக்கள் வீட்டு முற்றத்திலோ அரச மரத்தடியிலோ புனித ஆறு அல்லது குளத்தங்கரையிலோ அமைந்திருக்கும் சிறிய கோயில்களில் வழிபடுவதையே மிகவும் வசதியாக உணர்கிறார்கள்.

இந்து மறுமலர்ச்சி ஏற்பட்டாலும் பவுத்த, சமண மதங்களுடனான இணக்கம் ஒருபோதும் குறைந்துவிடவில்லை. 1817இல் பிரிட்டிஷ் படைவீரர்கள் சிலர் தக்காணத்தின் வடமேற்குப் பகுதியில் புலிகளை வேட்டையாடிக் கொண்டிருந்தார்கள். அப்போது கிராமத்துச் சிறுவன் ஒருவன் குதிரையின் குளம்பு வடிவில் இருந்த ஒரு பள்ளத்தாக்கிற்கு அவர்களை அழைத்துச் சென்றான். அடர்ந்த புதர்களால் மூடப்பட்டிருந்த அந்த இடத்தில் 28 குகைகள் இருந்தன. அவற்றில் ஓவியங்கள் வரையப்பட்டிருந்தன. நாம் காணக்கூடிய பண்டைய இந்திய ஓவியங்களில் அவைதான் மிகப் பழமையானவை. ஐந்தாம் நூற்றாண்டின் பிற்பகுதி தொடங்கிப் பல நூற்றாண்டுகளாக உருவாக்கப்பட்ட அந்த ஓவியங்கள் உன்னதமான கலைப் படைப்புகளாகக் கருதப்படுகின்றன. ஜாதகக் கதைகளின் அடிப்படையில் புத்தரின் வாழ்வைச் சித்தரிக்கும் அந்த ஓவியங்கள் அவற்றை உருவாக்கிய கலைஞர்களுக்குக் கிடைத்த ஆதரவைக் காட்டுகின்றன.

இந்தியாவின் பொற்காலம் எனக் குப்தப் பேரரசு பெற்றிருக்கும் புகழுக்குப் பவுத்த யாத்ரீகராக இந்தியாவிற்கு வந்த பாஹியான் (337–422) என்னும் சீனரின் எழுத்தே பெருமளவில் காரணம். இவர் இரண்டாம் சந்திரகுப்தரின் ஆட்சியின் கீழ் இருந்த பகுதிகளில் ஆறு ஆண்டுகள் பயணம் செய்தார். அமைதியும் வளமும் நிறைந்த சமுதாயத்தை அவர் சித்தரிக்கிறார். அந்தச் சமூகத்தில் குற்றங்கள் மிகக் குறைவாக இருந்தன என்கிறார். பாடலிபுத்திரத்தில் இருந்த எண்ணற்ற சமூக நல அமைப்புகள் (தர்ம ஸ்தாபனங்கள்) பற்றியும் பேசுகிறார். குப்தர்களின் தலைநகரில் அனைவருக்குமான இலவச மருத்துவமனை இருந்தது. அதற்கான செலவை நல்ல உள்ளம் கொண்ட குடிமக்கள் ஏற்றுக்கொண்டதாக இவர் குறிப்பிடுகிறார். கிட்டத்தட்ட அனைவருமே சைவ உணவுப் பழக்கம் கொண்டவர்கள்; வெங்காயம், பூண்டு ஆகியவற்றைச்

சாப்பிடுவது கீழானதாகக் கருதப்பட்டது. மதுபானம் அறவே கிடையாது. சீனாவில் இருந்ததைப் போல அதிகக் கட்டுப்பாடுகள் குப்தர் ஆட்சியில் இல்லை. ஓரிடத்திலிருந்து இன்னொரு இடம் செல்லக் கடவுச் சீட்டு தேவைப்படவில்லை. 'போக விரும்புவோர் போகலாம்; தங்க விரும்புவோர் தங்கலாம்.' நீதி வழங்கும் முறையில் தண்டனைகள் மிகவும் குறைவாகவே இருந்தன. கையை வெட்டுவதுதான் ஆகக் கடுமையான தண்டனை. அதுவும் மிக அரிதாகவே வழங்கப்பட்டது. குற்றவியல் சட்டங்களும் குடிமைச் சட்டங்களும் முதல்முறையாகப் பிரித்து வகைப்படுத்தப் பட்டன. அன்றாட வாழ்வில் அரசுத் தலையீடு மிகவும் குறைவாகவே இருந்தது. மக்கள் தத்தமது வேலைகளைச் செய்துகொண்டு வாழ்வில் முன்னேறுவதற்கான சுதந்திரமான சூழல் நிலவியது .

பவுத்த அரசுகள் பற்றி பாஹியான்:

'அவருடைய குடிமக்கள் யாரும் தர்மத்தை விட்டு விலகிச் செல்லவில்லை. துயரம், வறுமை, வேதனை, பேராசை ஆகியவை கொண்டவர் யாரும் இல்லை. தண்டனைக்கோ சித்திரவதைக்கோ உரியவரும் யாரும் இல்லை.

புத்தரின் போதனைகளைப் பின்பற்றும் சமூகத்தைப் பற்றி விவரிக்கையில் பாஹியானின் ஒருதலைப்பட்சமான பார்வைகள் வெளிப்படுகின்றன. தலைநகரில் இருந்த இரண்டு மடாலயங்கள் உள்பட குப்தப் பேரரசில் எண்ணற்ற மடாலயங்கள் இருந்தன. இவற்றில் பவுத்த மதத்தைச் சேர்ந்த நூற்றுக்கணக்கான மாணவர்கள் பயின்றார்கள். ஆனால், பவுத்தம் வீழ்ச்சியடைந்துவந்ததற்கான அறிகுறிகளும் காணப்பட்டன. புத்தர் ஞானம் பெற்ற முக்கியத் தலமான பவுத்த கயா காடுகளுக்குள் புதைந்துபோயிருந்தது. புத்தருடன் தொடர்புடைய கபிலவஸ்து, குஷிநகரம் ஆகிய புனித இடங்களும் கேட்பாரற்றுக் கிடந்தன. பவுத்தத் துறவிகள் சிலர் எப்போதாவது வரும் சுற்றுலாப் பயணிகளிடம் கையேந்தினார்கள். சாதியமைப்பில் நிலவும் தீண்டாமை குறித்த விவரணைகளும் பாஹியானின் எழுத்துக்களில் உள்ளன. ஆகக் கீழான நிலையில் இருந்த சாதியைச் சேர்ந்தவர்கள் பொது இடங்களுக்கு வரும்போது கம்பால் தட்டி ஒலியெழுப்பித் தங்கள் வருகையை அறிவிக்க வேண்டும். அவர்களால் 'தீட்டுப்பட்டு'விடாமல் மற்றவர்கள் தங்களைக் காத்துக்கொள்வதற்கான முன்னெச்சரிக்கை இது.

முதல் ஆயிரமாண்டின் தொடக்கத்தில் நான்கு வர்ணங்களில் சிக்கலான புதிய அடுக்குகள் தோன்றின. சமூகம் அவரவரது தொழிலின் அடிப்படையில் சாதிகளாகப் பிரிக்கப்பட்டிருந்தது. பேக்கர், ஸ்மித், போட்டர் ஆகிய ஆங்கிலப் பெயர்கள் தொழில்களைக் குறிப்பதுபோல இந்தியப் பெயர்களின் பின்னொட்டுக்கள் சாதியைக் குறிக்கின்றன. எடுத்துக்காட்டாக பட் என்றால் கற்றறிந்தவர் எனப் பொருள். யாதவ் என்றால் கால்நடைப் பராமரிப்பாளர். சாதியின் அடிப்படையிலேயே தனி நபர்கள் தத்தமது நடவடிக்கைகளை ஒழுங்குபடுத்திக்கொள்ள வேண்டிய நிர்ப்பந்தம் இருந்தது. மக்கள் தத்தமது சாதிக் குழுக்களுக்குள் மட்டுமே உணவுகளைப் பகிர்ந்துகொள்ள முடியும். வெவ்வேறு சாதிகளுக்கிடையிலான பாலுறவோ திருமணமோ தடைசெய்யப்பட்டிருந்தன. தீண்டப்படாதவர்கள் உயர்நிலையில் இருந்த சாதியினரின் வசிப்பிடத்திலிருந்து தொலைவிலேயே வசித்தார்கள். தீண்டப்படாதவரின் நிழல்கூடத் தீட்டாகக் கருதப்பட்டது. கோயில்களில் நுழைய அவர்களுக்கு அனுமதி இல்லை. அவர்களுக்கெனத் தனிக் கிணறுகள் இருந்தன.

சடங்குரீதியான தூய்மைக்கு முக்கியத்துவம் இருந்தாலும் அந்த அமைப்பு முறை இறுக்கமானதாக இல்லை. இறைச்சி உண்பதைக் கைவிடுதல், கூடுதலான சமய சம்பிரதாயங்களைக் கடைப்பிடித்தல் ஆகியவற்றின் மூலம் சாதிப் படிநிலையில் கீழே இருப்பவர்கள் மேலே வரக்கூடிய வாய்ப்பு காலப்போக்கில் உருவானது. 11ஆம் நூற்றாண்டில் முஸ்லிம்கள் படையெடுப்பை அடுத்து உண்டான போர்களில் படை வீரர்களாகக் கலந்து கொள்வதன் மூலம் படிநிலையின் கீழ் மட்டங்களில் இருந்த சாதியினர் தங்கள் நிலையை உயர்த்திக்கொள்ள முடிந்தது. அண்மைக் காலங்களில் வாழ்வாதாரத்திற்கான தேர்வுகள் பெருகி, கிராமங்களிலிருந்து மக்கள் நகர்ந்து நகரங்களுக்குக் குடிபெயர்வது அதிகரித்தது. தன்னுடைய சாதித் தொழிலைத்தான் ஒருவர் மேற்கொள்ள வேண்டும் என்ற நிலையை இந்தக் காரணிகள் மாற்றின. ஆனால் தீண்டாமை என்னும் களங்கம் இன்று வெளிநாடுகளுக்குச் சென்ற இந்தியச் சமூகங்களுக்குள்ளும் நீடிக்கிறது. சாதியப் பாகுபாடுகளுக்கு எதிரான சட்டத்தைக் கொண்டுவர வேண்டும் என இங்கிலாந்தில் கோரிக்கை எழுமளவுக்கு இது வலிமையாக இருக்கிறது.

ஆக்கிரமிப்பாளர்களின் காலம்

இந்தியாவின் பொற்காலம் விரைவிலேயே முடிவுக்கு வந்தது. சந்திரகுப்தரின் மகனும் அவருக்குப் பின் அரியணை

ஏறியவருமான குமாரகுப்தர் (ஆட்சிக் காலம்: 415–455) காலத்தில் புதிய ஆபத்து உருவெடுத்தது. வழக்கம்போல அது வடமேற்குப் பகுதியில் உள்ள மலைக் கணவாய்கள் வழியாக வந்தது. ஹுணர்கள் அட்டிலா என்னும் பண்பாடற்ற ஹுணர் கூட்டத்தைச் சேர்ந்தவர்கள். மத்திய ஆசியாவின் புல்வெளிகளைக் கடந்து வந்த அவர்கள் இரு குழுக்களாகப் பிரிந்தார்கள். ஒரு குழு வால்கா நதியை நோக்கிச் சென்றது. மற்றொன்று ஆக்சஸை நோக்கிப் பயணித்தது. முதல் குழு 375இல் கிழக்கு ஐரோப்பாவை ஆக்கிரமித்து கோத் இனக்குழுவினரை தனுபே ஆற்றுக்குத் தெற்கே விரட்டியது. ஆக்சஸ் நதிக்கரைக்குச் சென்றவர்கள் வெள்ளை ஹுணர்கள் என அறியப்பட்டார்கள். ஐந்தாம் நூற்றாண்டின் தொடக்கத்தில் அவர்கள் காபூலைக் கைப்பற்றிக் கைபர் கணவாய் வழியாக இந்தியாவிற்குள் வந்தார்கள். குமாரகுப்தருக்குப் பின் பதவிக்கு வந்த அவர் மகன் ஸ்கந்தகுப்தர் (ஆட்சிக் காலம்: 455–467) 455இல் நிகழ்ந்த முதல் படையெடுப்பை வெற்றிகரமாகத் தடுத்து நிறுத்தினார். 12 ஆண்டுகள் கழித்து அவர் மரணமடைந்ததும் மையப்படுத்தப்பட்ட அதிகாரம் நிலைகுலைந்துபோனது. குப்தப் பேரரசு எண்ணற்ற சிறு அரசுகளாகச் சிதறுண்டது. அவர்களில் சில ஆட்சியாளர்கள் ஹுணர்களின் கொடூரங்களுக்குத் தங்கள் குடிமக்கள் ஆட்படுவதைத் தடுப்பதற்காக ஆக்கிரமிப்பாளர்கள் பக்கம் சாய்ந்துவிட்டார்கள்.

ஹுணர்கள் கொடூரமான அடக்குமுறையைக் கட்டவிழ்த்துவிட்ட அந்த 75 ஆண்டுகளைப் பற்றி இந்திய வரலாற்றாசிரியர்கள் அதிகம் ஆராய்ந்ததில்லை. ஹுணர்கள் சாதிய விதிகளுக்கு எந்த மதிப்பும் அளிக்கவில்லை. புனிதத் தலங்களைச் சீரழித்தார்கள். பிராமணர்கள், தீண்டப்படாதோர் என்ற வேறுபாடெல்லாம் காட்டவில்லை. ஹுண அரசர்களில் ஆகக் கொடூரமானவர் 'இந்தியாவின் அட்டிலா' எனக் குறிப்பிடப்படும் மிஹிராகுலா. யானைகளை மலை மேலிருந்து தள்ளிவிட்டு அவை உருண்டு கீழே விழுவதைப் பார்த்துக் குரூர திருப்தி அடைந்தவர் இவர். ஹுணர்களுக்குப் பவுத்தம் என்றாலே ஆகாது. புதிய பகுதியை வென்றதும் முதலில் புத்த பிக்குக்குளைப் படுகொலை செய்வார்கள். இது வட இந்தியாவில் பவுத்தத்தின் வீழ்ச்சிக்குக் காரணமாக அமைந்தது. அதிலிருந்து பவுத்தம் மீளவேயில்லை. மிஹிராகுலா தன் அட்டூழியங்களுக்கு ஏற்ற வகையில் கொடூரமான முடிவை எட்டியதாகப் பவுத்தப் பிரதிகள் கூறுகின்றன. பகலும் இரவும் சேரும் அந்திப் பொழுதில் தோன்றிய சூறாவளியும் நிலநடுக்கமும் மிஹிராகுலாவின் 'முடிவற்ற நரக வேதனை'யைத் தொடங்கிவைத்து உயிரை மாய்த்ததாக அவை கூறுகின்றன.

கடைசியில், மத்திய இந்தியாவில் இருந்த யசோதர்மன் என்னும் அரசர் பல அரசுகள் இணைந்த கூட்டுப் படையை உருவாக்கினார். அந்தப் படை மிஹிராகுலாவை 528இல் தோற்கடித்தது. எஞ்சியிருந்த ஹுணர்கள் ராஜபுத்திரர் என அறியப்பட்ட போர்ப் பிரிவினருடன் சங்கமமானார்கள்.

ஆறாம் நூற்றாண்டின் இதர விவரங்கள் குறித்து வரலாற்று ஏட்டில் எதுவுமில்லை. ஏழாம் நூற்றாண்டின் நடுப்பகுதியில் தான் வரலாற்றுச் சித்திரம் தெளிவாகத் துலங்குகிறது. மீண்டும் சீனப் பயணி ஒருவர்தான் இந்தக் காலகட்டம் பற்றிய மதிப்பு வாய்ந்த பதிவுகளை அளிக்கிறார். யுவான் சுவாங் (602–664) வடஇந்தியாவில் 640முதல் 644வரை பல இடங்களுக்கும் பயணித்தார். பிறகு, பவுத்த நினைவுச் சின்னங்கள், பிரதிகளைச் சுமந்த 20 குதிரைகளுடன் சீனா திரும்பினார். அந்தச் சமயத்தில் வடஇந்தியாவின் பெரும்பகுதியை ஆண்டவர் ஹர்ஷவர்த்தனர் (ஆட்சிக் காலம்: 606–647). இவர் 606இல் தன் பதினைந்தாவது வயதில் அரியணை ஏறினார். 5000 போர் யானைகளையும் 20,000 காலாட் படையினையும் கொண்ட சிறிய ராணுவமே அவரிடம் இருந்தாலும் விரைவிலேயே எதிரிகளை வென்று தன் அரசை விரிவுபடுத்தினார். மேற்கில் பஞ்சாப் எல்லைமுதல் கிழக்கில் வங்காளம்வரை பெரும் நிலப்பரப்பை ஆட்சிசெய்தார். அசோகரைப் போலவே இவரும் தன் எதிரிகளை வென்ற பிறகு போரிடுவதை நிறுத்தினார். முப்பதாண்டுக் காலம் நீடித்த அவருடைய ஆட்சிக் காலத்தின் பெரும்பகுதி அமைதியாகவே கழிந்தது. இந்துக்களுக்கும் பவுத்தர்களுக்கும் ஆதரவளித்தார். தன்னுடைய இறுதிக் காலத்தில் பவுத்தத்தையே அதிகம் ஆதரித்தார். கங்கை நதியை ஒட்டி ஆயிரக்கணக்கான பவுத்தத் தூண்களை அமைக்க ஆணையிட்டார். மூங்கிலாலும் மரத்தாலும் ஆன அந்தத் தூண்களில் எதுவும் தற்போது எஞ்சியில்லை.

ஹர்ஷருக்கு ரசவாதத்தில் ஆர்வம் இருந்ததாக யுவான் சுவாங் குறிப்பிடுகிறார். ஹரிஷரின் அவையில் நாகார்ஜுனர் என்றும் துறவியைச் சந்தித்ததாகவும் அவர் மருந்து தயாரிப்பதில் வல்லுநர் என்றும் யுவான் சுவாங் கூறுகிறார். நாகார்ஜுனர் தயாரித்த ஒரு மருந்து அவருடைய ஆயுளையும் அவருடைய பரிவாரங்களின் ஆயுளையும் நூற்றுக்கணக்கான ஆண்டுகள் கூட்டியதாகக் கூறப்பட்டதையும் பதிவுசெய்திருக்கிறார். நாகார்ஜுனருக்காக ஒரு மடாலயத்தைக் கட்டித்தருவதற்கு வேண்டிய பணம் ஹர்ஷரிடம் இல்லாமல் போனபோது நாகார்ஜுனருடன் இருந்த துறவிகளில் ஒருவர் 'குறிப்பிட்ட சில கற்களின் மீது மந்திர சக்தி கொண்ட திரவத்தையும் சில

மருந்துகளையும் தெளித்ததும் அவை தங்கமாக மாறிவிட்டன' என்று யுவான் சுவாங் குறிப்பிட்டிருக்கிறார்.

பாண(பட்ட)ர் என்னும் 'இன்ப வேட்கைக்கார பிராமணர்' ஒருவரும் ஹர்ஷரின் ஆட்சிக் காலத்து நிகழ்வுகளைப் பதிவுசெய்திருக்கிறார். 'மோசமான இளமைக் காலத்தையும் கலவையான பல நண்பர்களையும்' பெற்றிருந்த அவர் 'ஹர்ஷசரிதம்' என்னும் நூலை எழுதினார். இந்திய ஆட்சியாளர் ஒருவரைப் பற்றிய ஆதாரபூர்வமான முதல் வரலாற்று நூல் இது. ஹர்ஷரின் ஆட்சியில் பவுத்தர்களும் பிராமணர்களின் அனைத்துப் பிரிவினர்களும் 'தத்தமது கோட்பாடுகளை விடாமல் கடைப்பிடித்தார்கள். அவை குறித்துச் சிந்தித்தார்கள். மாற்றுக் கருத்துக்களை வரவேற்றார்கள். ஐயங்களை எழுப்பிக்கொண்டு அவற்றுக்குத் தீர்வுகண்டார்கள்.' ஹர்ஷரைப் பற்றிய பாணரின் சித்தரிப்பு வரலாற்று எழுத்தைப் புதிய உயரங்களுக்குக் கொண்டுசெல்கிறது:

> அவருடைய கண்களில் பெருமிதத்தின் விஷக் கறை படியவில்லை. அவருடைய குரல் தீங்கு விளைவிக்கும் போதைப் பொருளான அகந்தையின் மட்டுமீறிய விளைவுகளால் அடைத்துக்கொள்ளவில்லை. ஆணவத்தால் உருவான மறதியால் அவருடைய உடல்மொழி தன் இயல்பான கண்ணியத்தை இழந்துவிடவில்லை. சமாளிக்க முடியாத சுயவிருப்பத்தின் ஆவேசமான வெளிப்பாடுகளால் அவருடைய உணர்வுகள் அதீத நிலைக்குச் சென்றுவிடவில்லை.

ஹர்ஷவர்த்தனர் எப்படி இறந்தார் என்பது பற்றி ஒன்றும் தெரியவில்லை. அதிருப்தி கொண்ட பிராமணர்கள் சிலர் அவருடைய ஆட்சியின் கடைசிக் காலத்தில் அவரைக் கொல்ல முயன்றார்கள் என்று யுவான் சுவாங் குறிப்பிடுகிறார். பதினோராம் நூற்றாண்டில் இஸ்லாமியர்கள் ஹர்ஷரின் மரணத்துடன் வடஇந்தியாவின் குறிப்பிடத்தகுந்த கடைசி இந்துப் பேரரசு முடிவுக்கு வந்தது. அதன் பிறகு பதினோராம் நூற்றாண்டில் முகலாயர்கள் இந்தியாவிற்கு வந்து பேரரசை அமைப்பது வரையிலுமான சுமார் 500 ஆண்டுகளில் இந்தியாவில் பழைய வரலாறு திரும்பியது: அதிகார மையங்கள் ஒவ்வொன்றும் மேலாதிக்கம் பெறப் போராடிக் கொண்டிருந்தன. எண்ணற்ற சிறு அரசுகள் யாருடன் சேர்ந்தால் அதிகப் பலன் கிடைக்கும் என்பதைக் கணக்கிட்டு அணி மாறிக்கொண்டிருந்தன.

எனினும், குழப்பமான இந்த ஒட்டு வேலைகளுக்கிடையில் சில முறைமைகளும் உருப்பெற்றன. இந்தியா புவியியல் ரீதியாகவும் அரசியல்ரீதியாகவும் நேர்த்தியான நான்கு பகுதிகளாகப் பிரிந்திருக்கிறது. சிந்து நதியிலிருந்து கங்கைச் சமவெளி வரையிலுமான வடக்குப் பகுதி; வங்கம், அசாம் ஆகியவற்றை உள்ளடக்கிய கிழக்குப் பகுதி; வேளாண் வளம் கொண்டதும் புவியியல்ரீதியாக மிகப் பழமையானதுமான தக்காணப் பீடபூமி அமைந்துள்ள மத்தியப் பகுதி; தெற்கில் தீபகற்பம் ஆகியவையே அந்த நான்கு பகுதிகள். இந்த ஒவ்வொரு பகுதியிலும் ஆதிக்கம் செலுத்திய எந்த சக்தியும் பிற பகுதிகளில் எந்த ஒன்றையும் குறுகிய காலத்திற்கு மேல் தன் கட்டுப்பாட்டில் வைத்துக்கொள்ள முடிந்ததில்லை. அந்தந்தப் பகுதிகளுக்குள் நடந்த மோதல்களும் கடுமையாக இருந்தன. குறிப்பாக வடக்கிலும் மத்தியப் பகுதியிலும்.

தென்னகத்தின் பேரரசுகள்

தென்னிந்தியா ஒப்பீட்டளவில் இணக்கமான சித்திரத்தைக் கொண்டிருக்கிறது. இந்து மதத்தின் வேர்கள் ஆரியமயமான வடக்கில் இருந்தாலும் ஏழாம் நூற்றாண்டு முதல் தென்னகத்தில்தான் அதன் வளர்ச்சி அதிகமாக இருந்தது. மகத்தான சமய, பக்தி இலக்கியங்கள் திராவிட மொழிகளில், குறிப்பாகத் தமிழில்தான் உருவாகியிருக்கின்றன. இந்தக் காலகட்டத்தில் மிக உன்னதமான கோயில் கட்டிடக் கலையும் வெண்கலச் சிற்பங்களும் கல் சிற்பங்களும் தென்னகத்தில் உருவாயின.

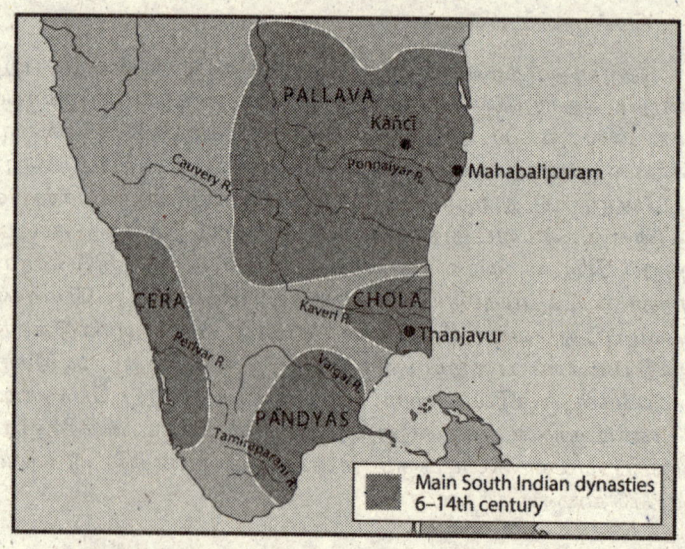

சேர, சோழ, பாண்டிய, பல்லவ அரசுகள் தென்னகத்தின் முக்கியமான அரசுகள். பொஆமு நான்காம் நூற்றாண்டின் கிரேக்க நூல்களில் பாண்டியர்களைப் பற்றிய குறிப்பு இருக்கிறது. பாண்டியர்களின் தலைநகரம் மதுரை. சேரர்களின் காலம் பொஆ முதல் நூற்றாண்டிலிருந்து தொடங்குகிறது. இன்று கேரளம் என அறியப்படும் மாநிலத்தின் பெரும்பகுதியைச் சேரர்கள் ஆண்டார்கள். இந்திய தீபகற்பத்தின் கணிசமான பகுதிவரையிலும் பரவி, இந்தியாவின் பிற பகுதிகளிலும் தென்கிழக்கு ஆசியாவிலும் தாக்கத்தை ஏற்படுத்திய முதல் பேரரசு பல்லவப் பேரரசு. காஞ்சியைத் தலைநகராகக் கொண்டு பொஆ 275இல் நிறுவப்பட்ட பல்லவப் பேரரசு அதன் வளர்ச்சியின் உச்சத்தில் இன்றைய ஆந்திரப் பிரதேசத்தின் வடக்குப் பகுதி முதல் தெற்கே காவிரி ஆறுவரை பரவியிருந்தது. காஞ்சியின் வணிகர்களும் மன்னர்களும் இந்து மதத்தைத் தென்கிழக்கு ஆசியாவில் பரப்பினார்கள். கம்போடியாவின் தொடக்ககால ஆட்சியாளர்களான கெமர்களிடமிருந்து இதற்கான தடயங்கள் கிடைக்கின்றன. இவர்களின் பெயர்களும் பல்லவர்களைப் போலவே பெரும்பாலும் வர்மன் என்னும் பின்னொட்டைக் கொண்டுள்ளன. கம்போடியாவிலும் கெமரிலும் உள்ள பெயர்களின் மூல வடிவைப் புராணங்களில் இடம்பெறும் கம்பு என்னும் பெயரில் காணலாம்.

பல்லவர்களின் பேரரசு குறிப்பிடத்தக்க வணிக சாம்ராஜ்ஜியமாக விளங்கியது. பெர்ஷியா, ரோமாபுரி, சுமத்திரா, மலாயா ஆகிய நாடுகளின் துறைமுகங்களுக்கு இந்தியப் பொருட்களை அவர்கள் அனுப்பினார்கள். எல்லா மதங்களையும் அரவணைத்தார்கள். பல்லவ அரசர்களில் ஒருவர் சமண மதத்திலிருந்து இந்து மதத்திற்கு மாறினார். இசை, ஓவியம், இலக்கியம் ஆகியவற்றை ஆதரித்து வளர்த்தார்கள். இந்துக் கலைகள், கட்டிடங்கள் ஆகியவற்றுக்கான தேவை தமிழகத்தில் அதிகரித்ததால் அஜந்தா போன்ற குகைகளில் பணிபுரிந்த சிற்பிகளும் ஓவியர்களும் தென்னகத்திற்கு இடம்பெயர்ந்தார்கள். பல்லவர்களின் அரசைத் தோற்றுவித்த சிம்மவிஷ்ணு என்ற மன்னர் பகீரதன் தவம் செய்து கங்கையைப் பூமிக்குக் கொண்டுவரும் காட்சியைக் கடலை ஒட்டியுள்ள துறைமுக நகரமான மகாபலிபுரத்தில் மாபெரும் சிலையாக வடிக்க உத்தரவிட்டார். அவருடைய வழித்தோன்றல்களில் ஒருவர் காஞ்சிபுரத்தில் கைலாசநாதர் கோவிலை எழுப்பினார். இந்தியாவின் மிகப் பழமையான சிவன் கோயில்களில் ஒன்று இது.

ஒன்பதாம் நூற்றாண்டில் அதிகாரச் சமன்பாடு திசைமாறிச் சோழர்களிடம் சென்றது. சோழர்களைப் பற்றிய குறிப்பு

அசோகரின் கல்வெட்டுக்களில் காணப்படுகிறது. சோழர்களின் மூதாதையர்கள் வரலாற்றுக் காலத்திற்கு முன்பே காவிரி ஆற்றுப் படுகையை ஆட்சி செய்திருக்கக்கூடும். பல்லவர்களின் ஆட்சி உச்சத்தில் இருந்தபோது சோழர்கள் குறுநில மன்னர்களாகச் சுருங்கியிருந்தார்கள். பல்லவர்கள் தங்கள் பரம்பரைப் பகைவர்களான வாதாமி நதிக்கரையில் அரசாண்டுவந்த சாளுக்கியர்களைப் பழிதீர்ப்பதில் கவனம் செலுத்தியபோது சோழர்கள் தலையெடுத்தார்கள். பல்லவ வம்சத்தில் வாரிசுரிமை நெருக்கடி ஏற்பட்டபோது சோழர்கள் அதில் தலையிட்டுக் காஞ்சியையும் மகாபலிபுரத்தையும் தங்கள் கட்டுப்பாட்டின் கீழ் கொண்டுவந்தார்கள்.

சோழர்களில் மாபெரும் புகழைப் பெற்ற ராஜராஜ சோழன் (ஆட்சிக் காலம்: *985–1014*) நிர்வாக மேதையாக விளங்கினார். தென்னிந்திய அரசியலில் மிகவும் ஸ்திரமான, நன்கு நிர்வகிக்கப்பட்ட, நெடுங்காலம் நீடித்து நின்ற பேரரசுக்கு அடித்தளமிட்டவர் அவர்.

மகத்தான பேரரசை உருவாக்கியதில் ராஜராஜன் அசோகருடன் ஒப்பிடப்படுகிறார். அவர் கலைகளுக்கு ஆதரவளித்தார். பிற சமயங்களை அரவணைத்தார். தஞ்சைப் பெரிய கோயில் போன்ற மாபெரும் நினைவுச் சின்னங்களை உருவாக்கினார். இந்தக் கோயிலில் மிளிரும் கட்டிடக் கலை இதை இந்து மதத்தின் மையத்தில் இருத்தியிருக்கிறது. 1010ஆம் ஆண்டு கட்டப்பட்ட இந்தக் கோயில் 64.8 மீட்டர் உயரம் கொண்டது. தென்னிந்தியாவின் எந்தக் கட்டுமானத்தை விடவும் மூன்று முதல் நான்கு மடங்குவரை உயரமானது; விசாலமானது. அதன் கோபுரக் கலசம் 80 டன் எடை கொண்டது. மணலைக் குவித்து அதன் வழியே இழுத்து அதை மேலே கொண்டுசென்றிருக்க வேண்டும். ராஜராஜன் சாளுக்கியர்களை வென்றதன் அடையாளமாகக் கட்டப்பட்ட சிவன் கோயில் இது. மாபெரும் சிவலிங்கம் இங்கே பிரதிஷ்டை செய்யப்பட்டிருக்கிறது. போர்களில் பெற்ற வெற்றியால் கிடைத்த செல்வத்திலிருந்து ராஜராஜன் 250 கிலோ தங்கமும் அதைவிட அதிகமான வெள்ளியும் இந்தக் கோயிலுக்குக் கொடையளித்தார். கோயிலைப் பராமரிக்கும் செலவுக்காக அக்கம்பக்கத்துக் கிராமங்களில் வசித்த மக்களிடம் வரி வசூலிக்கப்பட்டது. கோயிலுக்கு வந்த வசதி படைத்த யாத்ரிகர்கள் அளித்த கொடையும் கோயிலின் வளத்தைக் கூட்டியது. இதனால் இந்தக் கோயில் வங்கியைப் போலச் செயல்படத் தொடங்கியது. தொழில்களில் முதலீடு செய்தது; வரி செலுத்திய மக்களுக்குக் கடனுதவி வழங்கியது. கோயிலில்

நடனமாடுவதற்கெனப் பணிக்கப்பட்ட 400 பெண்களுக்குச் ஊதியம் வழங்கியது. கூடவே பல்வேறு உதவியாளர்கள், கைவினைஞர்கள், தையல்காரர்கள், நிர்வாகிகளுக்கும் ஊதியம் தந்தது.

தஞ்சாவூரிலுள்ள ராஜராஜேஸ்வரர் கோயிலை (பிரகதீஸ்வரர் கோயில் என்றும் அறியப்படுகிறது) தென்னிந்தியாவின் மாபெரும் கோயில்களில் ஒன்றாக யுனெஸ்கோ பட்டியலிட்டுள்ளது. தனித்துவமுள்ள அதன் கோபுர வடிவம் தென்னிந்தியக் கட்டிடக் கலையின் பிரதானமான அம்சத்தைப் பிரதிபலிக்கிறது.

ராஜராஜன் சிவபெருமானை மலர்கள் தூவி வழிபடும் ஓவியம் ஒன்று கோயிலின் சுவரோவியங்களில் உள்ளது. இந்தியக் கலைகளில் மன்னனைச் சித்தரிக்கும் முதல் ஓவியம் இது. நலங்களையெல்லாம் வரமளிக்கும் மன்னனாக ராஜராஜன் மக்களிடையே புகழ்பெற்றிருந்தார். ராஜராஜனின் இந்தப் படிமத்திற்கும் தென்னிந்தியாவில் இன்றளவிலும் நிலவும் தலைவர்களைப் போற்றித் துதிக்கும் கலாச்சாரத்திற்கும் இடையே ஒற்றுமைகள் உள்ளன.

சாளுக்கியர்கள், பாண்டியர்கள், சேரர்கள் ஆகியோரை வென்ற ராஜராஜன், அதன் பிறகு 993ஆம் ஆண்டு இலங்கையின் பெரும்பகுதியை வென்று அதன் தலைநகரான அனுராதபுரத்தைச் சூறையாடினார். பிறகு அரபு நாடுகளுடனான வர்த்தகப் பாதைகளின் பெரும் பகுதியைத் தன்னிடம் வைத்திருந்த மாலத்தீவுகளைக் கைப்பற்றினார். ராஜராஜனுக்குப் பிறகு ஆட்சிக்கு வந்த ராஜேந்திர சோழன் (ஆட்சிக் காலம்: 1014–1044) சோழப் பேரரசை வடக்கு நோக்கி விரிவுபடுத்தினார்.

ஆற்றில் யானைகளை வரிசையாக நிற்கவைத்து அவற்றைப் பாலமாகப் பயன்படுத்திப் படைவீரர்கள் ஆற்றைக் கடந்தார்கள். அவருடைய தளபதிகள் கடற்கரையை ஒட்டியே பயணித்தார்கள். வங்கத்தில் இருந்த பாலா என்னும் பவுத்தப் பேரரசை வென்ற ராஜேந்திரனின் படை 1023இல் கங்கைக் கரையை அடைந்தது. கங்கையின் புனித நீரைப் பெரிய பெரிய சாடிகளில் எடுத்துவந்து ராஜேந்திரன் உருவாக்கிய கங்கை கொண்ட சோழபுரம் என்னும் புதிய தலைநகரில் அமைந்த மாபெரும் குளத்தில் கங்கை நீரைக் கலந்தார்கள். கங்கைப் பகுதியை வென்றதன் அடையாளமாக ராஜேந்திரன் கட்டிய கோயில் இன்னமும் அங்கே உள்ளது. ஆனால் அந்த நகரத்தின் சுவடுகள் எதுவும் எஞ்சவில்லை.

தென்னிந்தியாவின் அனைத்து அரசுகளையும் வெற்றி கொண்ட ராஜேந்திரன் இலங்கையில் ஐந்தாம் மகிந்தனின் (982–1029) தலைமையில் இருந்த பவுத்த அரசின் கடைசி எச்சங்களையும் அழித்துப் பொலனருவ நகரை இலங்கையின் புதிய தலைநகராக ஆக்கினார். கடற்படையை முதன்முதலில் நிறுவிய இந்திய மன்னன் ராஜேந்திரன். தெற்காசிய அரசுகளுடன் தமிழகத்தின் வர்த்தக உறவுகள் ஆயிரம் ஆண்டுகளாக நீடித்துவந்தன. இதனால் இந்தியாவின் கலாச்சாரத் தாக்கம் அந்த நாடுகளிலும் பரவியது. ராஜேந்திரன் பர்மாவின் சில பகுதிகளையும் மலாயா, சுமத்ரா ஆகிய அரசுகளையும் வென்று தன்னுடைய அரசை விரிவுபடுத்தினார். தன்னுடைய 'மகுடத்தில் மேலும் ஒரு ரத்தினக் கல்லைப் பதித்துக்கொள்ள' ராஜேந்திரன் முடிவு செய்ததாக வரலாற்றாசிரியர் ஒருவர் இதுபற்றிக் குறிப்பிடுகிறார்.

மலாக்கா நீரிணையைத் தன் கட்டுப்பாட்டில் வைத்திருந்த சுமத்திராவின் ஸ்ரீவிஜய அரசின் மீது 1025இல் சோழர்கள் படையெடுத்தார்கள். அது மிகுந்த எதிர்பார்ப்போடு மேற்கொள்ளப்பட்ட படையெடுப்பு. மிகவும் வேகமாகச் செல்லும் கப்பலில் பயணித்து ராஜேந்திரனின் பேரரசின் கீழ் இருந்த எல்லாத் தீவுகளுக்கும் செல்ல விரும்பினால் இரண்டு ஆண்டுகளுக்கு மேல் பயணிக்க வேண்டியிருக்கும் என்றுஅவரது சமகாலத்தைச் சேர்ந்த புவியியலாளர் ஒருவர் குறிப்பிட்டார். உலகின் மாபெரும் செல்வந்தர் என ராஜேந்திரனை அவர் குறிப்பிட்டார்.

சோழர்கள் மொத்தம் 14 துறைமுகங்களைக் கைப்பற்றினார்கள். ஆனால் இந்த வெற்றிகளின் தாக்கம் நெடுங்காலம் நீடிக்கவில்லை. வழமைக்கு மாறான இத்தகைய

படையெடுப்புகள் பற்றிப் பலவித கருத்துக்கள் நிலவுகின்றன. அந்தப் பகுதியில் அதிகரித்திருந்த கடல் கொள்ளையர்களை அடக்குவது, லாபகரமான இந்த வணிகப் பாதையில் சீன ஆதிக்கத்தைத் தகர்ப்பது, வளம் குவிப்பது எனப் பல கருத்துக்கள் கிழக்கு நோக்கிய சோழப் படையெடுப்புக்குக் காரணமாகச் சொல்லப்படுகின்றன.

நீண்டகாலம் (சுமார் மூன்று நூற்றாண்டுகள்) நீடித்த ஆட்சி, கட்டிடக் கலை, இலக்கியம், பிற கலைகள் ஆகியவை கண்ட அபாரமான வளர்ச்சி, மதத்திற்கு அளித்த முக்கியத்துவம், சீர்மை கொண்ட நிர்வாகம் ஆகியவற்றை வைத்துப் பார்க்கும்போது சோழப் பேரரசின் காலகட்டத்தைத் தென்னிந்தியாவின் பொற்காலம் என்று சொல்லலாம். சோழர்கள் கட்டிய மாபெரும் கோயில்கள் தமிழகத்திலும் கேரளத்திலும் இன்றளவிலும் விண்ணளாவ உயர்ந்து நிற்கின்றன. இந்தக் கோயில்கள் வழிபாட்டுத் தலங்களாக மட்டுமன்றி நீதிமன்றங்களாகவும் செயல்பட்டன. அரண்மனைகளைப் போலவே வடிவமைக்கப்பட்டன. பரந்து விரிந்த பிரகாரங்களில் மத விழாக்கள் நடைபெற்றன. 'மேல்நோக்கிச் செல்லும் அரச பரம்பரைகளின் பேரரசு விரிவாக்கத் திட்டங்களின் மையமாகக் கோயில்கள் இருந்தன. வெற்றி பெற்ற ஒவ்வொரு மன்னனும் தன் வெற்றியைப் பறைசாற்றும் விதமாக ஒரு கோயிலைக் கட்டுவது தன் கடமை என்று நினைத்தார்' என்று வென்டி டோனிகர் குறிப்பிடுகிறார். தனிப்பட்ட முறையிலான வழிபாடு பொது வழிபாடாக மாறியது. கோயில்கள் புனித யாத்திரைக்கும் சமயம் சார்ந்த நடவடிக்கைகளுக்குமான மையங்களாக மட்டுமின்றி மக்கள் கூடும் இடங்களாகவும் வழிபாட்டுப் பொருட்களை விற்கும் இடங்களாகவும் விளங்கின.

கோயில்களில் இருந்த அபரிமிதமான செல்வம் வடஇந்தியாவின் இந்து அரசர்களின் பிரதான இலக்காக அவற்றை ஆக்கின. அதன் பிறகு முஸ்லிம் ஆக்கிரமிப்பாளர்கள் கோயில்களைக் கொள்ளையடித்துப் பெரும் செல்வங்களை ஆப்கானிஸ்தானிலிருந்த தங்களின் அரண்களுக்கு எடுத்துச் சென்றார்கள். திருவனந்தபுரத்தில் உள்ள பத்மநாபஸ்வாமி கோயிலில் கணக்கற்ற செல்வம் புதைத்துவைக்கப்பட்டிருப்ப தாகக் கூறப்படுகிறது. ஒருகாலத்தில் திருவிதாங்கூர் சமஸ்தானத்தின் மையமாக இருந்த திருவனந்தபுரம் தற்போது கேரள மாநிலத்தின் தலைநகராக இருக்கிறது. இந்தக் கோயிலின் ரகசிய அறைகளில் 70,000 கோடி டாலருக்கும் அதிகமான மதிப்புள்ள தங்கம், வெள்ளி, அலங்கார நகைகள், நாணயங்கள்

ஆகியவை இருப்பதாகக் குறைந்தபட்ச மதிப்பீடு கூறுகிறது. பொ.ஆ 800ஆம் ஆண்டிலிருந்து திரண்ட சொத்து இது. கோயிலின் நிர்வாக உரிமை இந்திய அரசுக்குச் சொந்தமா அல்லது திருவிதாங்கூர் வம்சாவளிக்குச் சொந்தமா என்பது குறித்துப் பல ஆண்டுகளாக நடைபெற்ற சட்டப் போராட்டத்தின் காரணமாகக் கோயிலின் சில பகுதிகள் மூடப்பட்டிருந்தன. கோயிலில் மிகவும் உட்புறத்தில் இருக்கும் ரகசிய அறையொன்றில் மாபெரும் ராஜநாகங்கள் இந்தப் புதையலைக் காப்பாற்றிவருவதாகவும் வதந்திகள் உலாவின.

அற்புதமான வெண்கலச் சிலைகளுக்காகவும் சோழர்கள் நினைவுகூரப்படுகிறார்கள். இந்த வெண்கலச் சிலைகளை விஞ்சும் சிற்பக் கலை ‘உலகின் எந்தப் பகுதியிலும் எந்தக் காலத்திலும்’ தோன்றியதில்லை என்று கலை வரலாற்றாய்வாளர் ஜே.சி. ஹர்லே கூறுகிறார். உலகைப் படைத்து அழிக்கும் ஆற்றல் உள்ளவராகக் கருதப்படும் சிவபெருமானை நடராஜனாகச் சித்தரிக்கும் சிலைதான் சோழர் காலச் சிற்பங்களில் மிகவும் பிரபலமானது.

நடராஜ தாண்டவத்தைச் சித்தரிக்கும் இந்தச் சிலையை இந்தியாவில் அதன் பிறகு ஏற்பட்ட கொந்தளிப்புகளின் உருவகமாகவும் பார்க்கலாம். அந்தக் கொந்தளிப்புகளின்

‘நடராஜர் சிலை தாள லயமும் பேரின்ப நிலையும் இணைந்தது’, என்று கலை வரலாற்றாய்வாளர் ரெனே கிரௌசெட் கூறுகிறார். ‘நடராஜரின் முகத்தில் விசாலமான புன்னகை உள்ளது. அவருடைய புன்னகை வாழ்வையும் மரணத்தையும் மகிழ்ச்சியையும் வேதனையையும் வெளிப்படுத்துகிறது என்று சொல்லலாம்.’

தாக்கம் தென்கோடி வரையிலும் எதிரொலித்தது. இதுபற்றி வரலாற்றாய்வாளர் ஜான் கே இப்படி எழுதுகிறார்:

> இந்துப் புராணங்கள் குறிப்பிடும் 'மத்ஸ்ய நியாய'த்திற்கான (பெரிய மீன் சிறிய மீனை விழுங்குதல்) சிறந்த எடுத்துக்காட்டை இந்தியாவிலேயே 11,12ஆம் நூற்றாண்டுகளில் காணலாம். தர்மத்தின் பிரபஞ்ச ஒழுங்கு முற்றிலுமாகக் குலைந்தது. மண்டலத்தின் வடிவங்கள் தாறுமாறாகச் சீர்குலைந்தன. சிறிய பெரிய அரசுகள் பிற அரசுகளை விழுங்கின. வம்சங்கள் பிற வம்சங்களை அழித்தன. பஞ்சாபில் சுறா மீனைப் போல உள்ளே நுழைந்த பெரும் அபாயத்தைப் பற்றிக் கவலையேபடாமல் இந்திய மன்னர்கள் தங்களுக்குள் தீவிரமாக அடித்துக்கொண்டார்கள்.

அந்தச் சுறாமீன் இந்தியாவின் அடையாளத்தை நிரந்தரமாக மாற்றிவிட்டது. புவியியல் அரண்கூடத் தென்னகத்தின் அரசுகளை அந்தச் சுறாவிடமிருந்து காப்பாற்ற முடியவில்லை.

4

இஸ்லாமின் வருகை

அந்தக் காலகட்டத்தில் அது நல்ல யோசனையாகவே இருந்திருக்க வேண்டும். 1839இல் தொடங்கிய ஆங்கில–ஆப்கன் போர், ஆங்கிலேயர்களுக்குப் பேரழிவில் முடிவடைந்த போது இந்தியாவில் தனக்கென வலுவான அடித்தளம் இருக்க வேண்டும் எனக் கிழக்கிந்தியக் கம்பெனி முடிவுசெய்தது. 1842இல் ஆங்கிலேயர் களின் மீட்புப் படை கஜினியின் கோட்டையைக் கைப்பற்றியது. அங்கே இருந்த இரண்டு மாபெரும் கதவுகள் சந்தன மரத்தால் ஆனவை என்றும் அவை ஏழாம் நூற்றாண்டின் தொடக்கத்தில் குஜராத்தில் உள்ள சோமநாதர் ஆலயத்திலிருந்து கொள்ளையடிக்கப்பட்டவை என்றும் கருதப்பட்டது. முஸ்லிம்கள் இந்தியாவுக்குச் செய்த வரலாற்றுத் தீமைகளுக்குப் பரிகாரம் செய்பவர்களாகத் தம்மைக் காட்டிக்கொள்வதற்கான வாய்ப்பை உணர்ந்த கிழக்கிந்தியக் கம்பெனியின் ஆளுநர் எல்லன்பரோ பிரபு (1790–1871), அந்தக் கதவுகளைத் திருப்பிக் கொடுப்பதாக அறிவித்தார். ‘800 ஆண்டுக் கால அவமானம் ஒருவழியாகத் துடைக்கப்படுகிறது... உங்களுடைய அவமானத்தின் சின்னமாக் இருந்துவரும் சோமநாதபுர ஆலயத்தின் கதவுகள் இப்போது உங்கள் தேசிய மகிமையின் பெருமைமிகு சின்னமாக மாறுகிறது’ என்று அறிவித்தார். கெடுவாய்ப்பாக, அந்தக் கதவுகள் சோமநாதர் ஆலயத்தைச் சேர்ந்தவை அல்ல; அவை சந்தன மரத்தால் ஆனவையும் அல்ல. தேவதாரு மரத்தை வைத்து உள்ளூர்க் கைவினைஞர்கள் செய்த கதவுகள்

அவை. இஸ்லாமிய வரலாற்றுப் பதிவுகளில் இந்தக் கதவுகள் குறித்த எந்தப் பதிவும் இல்லை.

அதற்கு ஒன்றரை நூற்றாண்டுகளுக்குப் பிறகு சோமநாதர் ஆலயம் மீண்டும் முக்கியத்துவம் பெற்றது. பாரதிய ஜனதா கட்சியின் தலைவர் எல்.கே. அத்வானி (பி. 1927) தன்னுடைய ரத யாத்திரையைச் சோமநாதர் ஆலயத்திலிருந்து தொடங்கினார். 1990, செப்டம்பர் 25 அன்று தொடங்கிய யாத்திரையில் அவர் பயணம் செய்த வாகனம் பண்டைய இந்து மன்னர்களின் ரதங்களைப் போலவே வடிவமைக்கப்பட்டிருந்தது. அந்தப் பயணத்தில் வடஇந்தியாவின் பல பகுதிகளுக்கும் சென்ற அவர் உத்தரப் பிரதேசத்திலுள்ள அயோத்தியைச் சென்றடையத் திட்டமிட்டிருந்தார். அயோத்தியில் முகலாயப் பேரரசர் பாபர் கட்டிய மசூதி இருந்த இடத்தில் ராமருக்குக் கோயில் கட்ட வேண்டும் என்பதே யாத்திரையின் நோக்கம். 1992இல் கர சேவகர்கள் எனக் குறிப்பிடப்பட்ட தொண்டர்கள் மசூதியை இடித்துத் தகர்த்ததை அத்வானி தன் கண்களால் கண்டார். அந்த இடத்தில் ராமர் கோயில் கட்டலாம் என 2019இல் இந்திய உச்ச நீதிமன்றம் தீர்ப்பளித்தபோது அவர் அரசியலிலிருந்து ஓய்வுபெற்றிருந்தார்.

பேராசை பிடித்த பன்னாட்டு வர்த்தக நிறுவனம் ஒன்றையும் வெளிப்படையாகவே இந்து அடையாளம் கொண்ட ஒரு அரசியல் கட்சியையும் இணைக்கும் அளவுக்குச் சோமநாதர் ஆலயம் என்னும் குறியீடு வலுவானது. 11ஆம் நூற்றாண்டைச் சேர்ந்த துருக்கி மன்னரான சர்ச்சைக்குரிய முகம்மது கஜினியை ஒட்டி உருவான குறியீடு அது. இந்தியாவின்மீது பலமுறை படையெடுத்த முகம்மது கஜினியை இந்து தேசியவாதிகளும் இந்திய வரலாற்றாசிரியர்கள் சிலரும் தீமையின் அவதாரமாகச் சித்தரிக்கிறார்கள். இஸ்லாம் துணைக்கண்டத்திற்கு வந்தது, அதன் பிறகு நடந்தவை ஆகியவை குறித்த வரலாற்றுக் கதையாடலில் கஜினி பெரும்பங்கு வகிக்கிறார்.

சிவன் கோயிலான சோமநாதர் ஆலயம் அரபிக் கடலின் கரையில் அமைந்திருக்கிறது. ஒரு கோட்டைக்குள் அமைந்திருக்கும் இந்தக் கோயில் முப்புறங்களிலும் கடலால் சூழப்பட்டிருக்கிறது. பிராமணர்களும் இந்து பக்தர்கள் சிலரும் மட்டுமே பாதுகாத்துவந்த இந்தக் கோயில் 1026ஆம் ஆண்டில் கஜினியின் படைகளிடம் எளிதில் வீழ்ந்தது. அந்தத் தாக்குதலை விவரிக்கும் இஸ்லாமிய வரலாற்றாசிரியர்களே சங்கடமடையும் அளவிற்குக் கோரமான தாக்குதல் அது. கோயிலில் இருந்த தங்கத்தைக் கொள்ளையடித்த பிறகு கோயிலில் பிரதிஷ்டை

செய்யப்பட்டிருந்த மாபெரும் லிங்கத்தைக் கஜினியே தகர்த்துத் தரைமாட்டமாக்கியதாகச் சொல்லப்படுகிறது. 'இந்தியாவின் மகத்தான சிலை' எனக் குறிப்பிடப்படும் லிங்கம் அது. அதன் சிதிலங்களைக் கொண்டு மசூதியின் படிக்கற்களை கஜினி அமைத்ததாகவும், அந்த லிங்கத்தின் சிதிலங்கள் மசூதிக்கு வரும் முஸ்லிம்களிடம் மிதிபட்டு ஒவ்வொரு நாளும் புனிதக் கேடு அடைவதற்காக இப்படிச் செய்ததாகவும் கூறப்படுகிறது.

விவரம்கெட்ட அந்த அறிவிப்பை எல்லன்பரோ வெளியிடாமல் இருந்திருந்தால் கஜினி இன்று வரலாற்றில் பெற்றிருக்கும் இடத்தைப் பெற்றிருப்பாரா என வரலாற் றாசிரியர்கள் தற்போது கேள்வி எழுப்பத் தொடங்கி யிருக்கிறார்கள். 26 ஆண்டுகளில் கஜினி முகம்மது இந்தியாவின் மீது 17 முறை படையெடுத்திருக்கிறார். கொள்ளையடிப்பதே அவருடைய நோக்கம்; நிலப்பரப்பைக் கைப்பற்றுவதல்ல. இந்திய வரலாற்றாய்வாளர் ரொமிலா தாப்பர் குறிப்பிடுவது போல, சமண சமயப் பிரதி ஒன்றில் போகிறபோக்கில் குறிப்பிடப்படுவதைத் தவிர இந்தத் தாக்குதல்களைப் பற்றிய சமகால ஆதாரங்கள் ஏதுமில்லை. இரண்டு நூற்றாண்டு களுக்குப் பிறகு அரபு வணிகர் ஒருவர் இந்த நகரத்தில் மசூதி கட்டிக்கொள்ள வேண்டும் எனக் கோரியபோது உள்ளூர் நிர்வாகிகளும் சோமநாதர் கோயிலின் பூசாரிகளும் அவருக்கு அன்போடு அனுமதியளித்தார்கள். 'நன்மைகளைப் பெறுவதற்காக மக்கள் பூஜை செய்யும் இடம்' என்று மசூதியைப் பற்றி இந்துச் சொல்லாடல்களின்படி சமஸ்கிருதக் கல்வெட்டு ஒன்று கூறுகிறது. சிவனையும் அல்லாவையும் குறிப்பிட ஒரே சொல்லை அந்தக் கல்வெட்டு பயன்படுத்துகிறது.

பதினோராம் நூற்றாண்டில் தொடங்கிய இஸ்லாமியச் சவாலை எதிர்கொள்வதற்கான போதிய தயார் நிலையில் இந்தியா ஏன் இல்லை என்னும் ஆழமான கேள்வியை கஜினி யின் தாக்குதல்கள் எழுப்புகின்றன. செழிப்பான வேளாண் சமூகத்தினருக்குக் கிடைத்த வளமை தங்களது நிலப்பரப்பைக் காத்துக்கொள்வதற்கான படைபலத்தை ஆட்சியாளர்களுக்கு அளித்திருக்க வேண்டும். ஆப்கானிஸ்தானிலிருந்து தொடங்கும் கணவாய்கள் வழியே பல நூற்றாண்டுகளாக அலெக்சாண்டர் முதல் பலரும் படையெடுத்து வந்திருக்கிறார்கள். என்றாலும் எல்லைப்புறங்களில் பாதுகாப்பு அரண்களை அமைப்பதற்கான கூட்டு முயற்சி எதுவும் நடைபெற்றதே இல்லை.

எப்படி இந்தத் தவறு நடந்தது? இதற்குப் பலவிதமான காரணங்கள் இருந்திருக்கக்கூடும். பேராசை பிடித்த மன்னர்கள்

விவசாயிகளிடம் வரி வசூலித்து அந்தப் பணத்தை மதம் சார்ந்த, மதம் சாராத பயனாளர்களுக்கு மடைமாற்றினார்கள்; தங்களுக்குள் இருந்த சண்டைகளிலேயே மூழ்கியிருந்த உள்ளூர்த் தலைவர்கள் முஸ்லிம்கள் கொள்ளைக்காரர்தானே தவிர, நாட்டை ஆள வருபவர்கள் அல்ல என்னும் கற்பனையான பாதுகாப்புணர்வில் ஆழ்ந்திருந்தார்கள்; பிராந்திய அளவிலான சிறிய அரசுகள் தங்களுக்குள் சண்டையிட்டுக்கொள்வதில் காட்டிய ஆர்வத்தைத் தேசிய உணர்வை உருவாக்கிக் கொள்வதில் காட்டவில்லை.

பிரிட்டிஷ் வரலாற்றாசிரியர் அர்னால்டு டாயன்பி சாதி அமைப்பையும் சமூக ஒற்றுமையைக் குலைத்த அதன் விளைவு களையும் இந்தக் காரணங்களில் சேர்க்கிறார். உலக நாகரிகங்கள் பற்றிய தன்னுடைய அற்புதமான ஆய்வில் அவர் இந்தப் பார்வையை முன்வைக்கிறார். இந்து மதத்தின் அங்கீகாரம் பெற்ற சாதியமைப்பு, 'மிக அபாயகரமான பரிமாணங்களை எட்டியே தீரும்' என எழுதினார். தன்னைத் தானே இழிவுபடுத்திக்கொண்ட இந்து நாகரிகம் 'பரந்த சமூகத்தின் பிரதிபலிப்பு என்னும் உரிமைகோரலை' இழந்துவிட்டது; என்றாலும் தன்னுடைய விருப்பங்களைச் சமூகத்தின்மீது திணித்தது.' இந்தியாவின் பண்டைய வரலாற்றின் 'மிக மோசமான நிகழ்வாக' இது அமைந்தது.

அந்தக் காலத்து இந்து மக்கள் பிளவுபட்டிருந்ததாக ஜே.எல். குப்தா போன்ற இந்திய வரலாற்றாசிரியர்கள் குறிப்பிடுகிறார்கள். 'தங்களுடைய சொந்த இல்லங்களையும் அதன் உடைமைகளையும் பாதுகாக்க வேண்டிய பொறுப்பு தங்களுக்கு இருப்பதையே உணராத அளவுக்கு அவர்களுடைய சமூக, தேசியப் பார்வை குறுகியதாக இருந்தது' என்கிறார் குப்தா. இந்தியாவின் உள்ளார்ந்த பலவீனம் அதன் 'உயிர்ச்சத்தைக் குலைத்துவிட்டது' என்றும் 'அதன் அபரிமிதமான வளம், பலவீனமான அரசியல் கட்டுமானம், "அச்சத்தில் உறைந்திருந்த அதன் சமூகம்" ஆகியவை பாதுகாப்பற்ற அதன் செல்வ வளத்தை அள்ளிக்கொண்டு போகலாம் என்னும் எண்ணத்தை முஸ்லிம் படையெடுப்பாளர்களுக்கு ஏற்படுத்தின.'

இந்தியச் சமூகத்தில் இருந்த பிளவுகள் இதில் முக்கியப் பங்கு வகித்தாலும் முஸ்லிம் படையெடுப்பாளர்களின் படை வலிமையும் அவர்கள் பெற்ற வெற்றிக்குக் காரணமாக இருந்தது. அவர்களுடைய குதிரைப் படை மிக வேகமாக ஓடும் மத்திய ஆசியக் குதிரைகளைக் கொண்டிருந்தது. படையினரின் எண்ணிக்கையைக் காட்டிலும் அவர்களின் செயல்திறனுக்கு முக்கியத்துவம் அளிக்கும் போர் வியூகம் அவர்களிடம் இருந்தது.

இணைந்து போர்புரியும் தொழில்முறைப் போர்வீரர்களைக் கொண்ட படைகளை அவர்கள் கொண்டிருந்தார்கள். இந்தியப் படைகளோ வெவ்வேறு தலைமைகளின் கீழ் இருந்த பல்வேறு படைகளைத் தேவைப்படும்போது ஒன்றிணைத்து உருவாக்கப்பட்டவை.

வெற்றிக்கு முந்தைய வணிகம்

இஸ்லாம் எழுச்சி பெறுவதற்குப் பல நூற்றாண்டுகளுக்கு முன்பாகவே அரபு உலகுடன் இந்தியாவுக்குத் தொடர்பு ஏற்பட்டுவிட்டது. இந்திய வணிகர்கள் அராபியக் கடலோடிகளைப் பணியில் அமர்த்திக்கொண்டார்கள். மத்தியதரைக் கடலுக்கும் துணைக்கண்டத்திற்கும் இடையில் இருந்த பட்டுப் பாதையில் அரபு ஒட்டகங்கள் வர்த்தகப் பொருட்களைச் சுமந்து வந்தன. இந்தியாவின் மேற்குக் கடற்கரைப் பகுதியில் அரபு வணிகர்களின் வர்த்தகம் நன்கு நிலைபெற்றிருந்தது. பாக்தாத், கெய்ரோ ஆகிய ஊர்களின் சந்தைகளில் பருத்தி, பட்டு, தந்தம், விலையுயர்ந்த கற்கள், வாசனைப் பொருட்கள், சர்க்கரை ஆகிய இந்தியப் பண்டங்கள் விற்பனை ஆயின. இந்தியக் கலாச்சாரம், அறிவியல், தத்துவம் ஆகியவை மேற்குத் திசையில் பரவுவதற்கும் இந்தத் தொடர்புகள் வழிவகுத்தன. ஆயிரத்தொரு இரவுகள் தொகுப்பில் உள்ள கதைக்குள் கதை சொல்லும் உத்தியின் வேர்களை இந்திய மரபுக் கதைகளான பஞ்சதந்திரம், புத்த ஜாதகக் கதைகள் ஆகியவற்றில் காணலாம்.

623இல் நிகழ்ந்த இறைத்தூதர் முகம்மது நபிகளின் மரணம் வரலாற்றில் இணை சொல்ல முடியாத அளவில் பல்வேறு படையெடுப்புகளுக்கு வழிவகுத்தது. இருபது ஆண்டுகளுக்குள் முஸ்லிம் படைகள் சிரியாவிலும் எகிப்திலும் இருந்த பைசாந்தியப் பேரரசையும் இரானிலும் இராக்கிலும் இருந்த சசானிதப் பேரரசையும் வெற்றிகொண்டன. ஆப்கானிஸ்தானத்தின் பெரும் பகுதியைக் கைப்பற்றிய அப்படைகள் 712இல் சிந்துவை வந்தடைந்தன. அதற்கு மேல் முன்னேறிச் செல்ல முடியவில்லை. இந்தியாவுக்கும் அதன் இஸ்லாமிய அண்டை நாடுகளுக்கும் இடையிலான எல்லைப் பகுதியில் சிந்து நதியிலிருந்து காபூல்வரை அடுத்த மூன்று நூற்றாண்டுகள் மோதல்கள் நிகழ்ந்துகொண்டிருந்தன. பத்தாம் நூற்றாண்டின் இறுதிவரை இஸ்லாமியப் படைகளால் இந்தியாவுக்கு அச்சுறுத்தலை ஏற்படுத்த முடியவில்லை. படையெடுப்பாளர்கள் சிந்து பகுதியில் இருந்த இஸ்லாமியப் படைத் தளங்களிலிருந்து மட்டுமின்றி மத்திய ஆசியாவிலிருந்தும் வந்தார்கள். 986ஆம்

ஆண்டு வாக்கில் அடிமையாக இருந்து படைத் தளபதியாக மாறிய சபுக்தஜின் தன்னுடைய வலுவான தளமான புகழ்பெற்ற புகாரா நகரை விட்டு வெளியேறிக் காபூலைக் கைப்பற்றி விட்டுப் பஞ்சாபை நோக்கி முன்னேறினார். ஷாஹியின் மன்னர் ஜெயபாலர் வலுவான எதிர்ப்பைக் காட்டினார். ஆனால் போர்க்களத்தில் மாபெரும் புயல் வீசியபோது அதைக் கெட்ட சகுனமாகக் கருதிச் சமாதான உடன்படிக்கை செய்துகொள்ள முன்வந்தார். வியூக முக்கியத்துவம் வாய்ந்த கைபர் கணவாய் சுபுக்திஜின் வசம் வந்தது. பிற்காலப் படையெடுப்புகளுக்குப் பெரிதும் உதவிபுரிந்த தளமாக இது அமைந்தது. அங்கிருந்து மேலும் முன்னேறுவதற்குப் பதில் சுபுக்திஜின் மீண்டும் புகாராவுக்குத் திரும்பினார். அங்கே அவர் கலிபாவாக ஆக்கப்பட்டார். அதன் பிறகு அவருடைய மகன் மஹ்மூது போர்களைத் தொடர்ந்து நடத்தி வெற்றிகளைக் குவித்தார்.

'குறைபாடுள்ள உருவ'த்தைக் கொண்டிருந்ததாக மஹ்மூது தன்னைப் பற்றிக் குறிப்பிட்டிருக்கிறார். 'மன்னனின் தோற்றம் காண்பவர்களின் விழிகளைப் பிரகாசிக்கச் செய்வதாக இருக்க வேண்டும். ஆனால் இயற்கை என்னிடம் தாறுமாறாக நடந்துகொண்டதால் என்னுடைய தோற்றம் மோசமானதாக உள்ளது' என்று அவர் கூறினார். இந்துக் கோவில்களைச் சிதைத்தவராக அறியப்பட்டாலும் பாகிஸ்தானிலுள்ள முல்தானைச் சேர்ந்த இஸ்மாயில்களுக்கு எதிராகத்தான் அவருடைய முதல் தாக்குதல் நடந்தது. இஸ்லாத்தின் ஷியா பிரிவைச் சேர்ந்த இஸ்மாயில்களை ஸன்னி பிரிவு முஸ்லிம்கள் மத விரோதிகளாகவே பார்த்தார்கள். வளைகுடாவுக்கும் இந்தியாவுக்கும் இடையில் இருந்த முக்கியமான வணிகப் பாதையின் நடுவே சிந்து சமவெளியில் வியூக முக்கியத்துவம் வாய்ந்த இடத்தில் முல்தான் அமைந்திருந்தது. 1007இல் இந்த நகரத்தை மஹ்மூத் இரண்டாம் முறையாகச் சூறையாடினார். அடுத்த ஆண்டு கங்க்ராவின் மாபெரும் கோட்டையையும் கோயிலையும் தகர்த்தார். அங்கிருந்து 180 கிலோ தங்கம், இரண்டு டன் வெள்ளி, ஏழு கோடி திர்ஹாம் மதிப்புள்ள நாணயங்கள் ஆகியவற்றைத் தன்னுடைய தலைநகருக்கு எடுத்துச் சென்றார். 1018இல் மதுரா நகரம் அதேபோன்ற அழிவுக்கு ஆளானது. கன்னோஜ் நகரின்மீது படையெடுத்து அந்நகரைப் பாதுகாத்து நின்ற ஏழு கோட்டைகளையும் ஒரே நாளில் கைப்பற்றினார்.

எவ்வளவுதான் கொடூரமானவராக இருந்தாலும் மஹ்மூதைப் பற்றிச் சொல்வதற்கு நல்ல விஷயம் ஒன்று இருக்கிறது. தான் கொள்ளையடித்த பொருட்களைக் கொண்டு அவர் அந்தக் காலத்தின் மிகச் சிறந்த மசூதிகளில் ஒன்றை

கஜினி நகரத்தில் கட்டினார். பெரிய நூலகம் ஒன்றையும் அமைத்தார். ஃபிர்தௌசி என்னும் கவிஞரை ஆதரித்துப் போற்றினார். இஸ்லாமுக்கு முந்தைய பெர்ஷியாவின் ஆட்சியாளர்கள் பற்றிய காவியக் கவிதையை இயற்றியவர் ஃபிர்தௌசி. அல்பெருனி (அல்–பிருனி என்றும் அறியப்படு கிறார்) என்னும் அறிஞரை இந்தியாவில் பத்தாண்டுகள் கழிக்கும்படி மஹ்மூத் ஆணையிட்டார். அல்பெருனி சமஸ்கிருதம் கற்றுக்கொண்டு இந்து சமய நூல்களை மொழிபெயர்த்தார். அல்பெருனி எழுதிய 'கிதாப் அல் ஹிந்த்' (இந்தியாவைப் பற்றிய நூல்) பெருமளவில் சமஸ்கிருதப் பிரதிகளை அடிப்படையாகக் கொண்டது. இந்தியா, அதன் மக்கள், தத்துவங்கள், முகலாயர் வருவதற்கு முந்தைய அதன் சமயங்கள் ஆகியவை குறித்த ஆகச் சிறந்த நூல் என்று இதைச் சொல்லலாம்.

1030இல் மஹ்மூத் இறந்ததும் அவருடைய இரண்டு மகன்களும் அதிகாரத்தைக் கைப்பற்ற மோதிக்கொண்டார்கள். இவர்கள் இருவரும் ஒரே நாளில் வெவ்வேறு அன்னையருக்குப் பிறந்தவர்கள் என்பது இந்த மோதலை மிகவும் கூர்மைப் படுத்தியது. மஹ்மூதுக்குப் பிறகு ஆட்சியைப் பிடித்த மசூத் அரண்மனையில் உருவான சதியில் கொல்லப்பட்ட பிறகு கஸ்னாவித் வம்சம் வீழ்ச்சியடையத் தொடங்கியது. 1173இல் கஜினி நகரத்தைக் குரித்துகள் கைப்பற்றினார்கள். பிறகு கஸ்னாவித்தின் தலைநகரான லாகூரைக் குறிவைத்தார்கள். 1186இல் அதையும் தங்க்ள் வசம் கொண்டுவந்தார்கள்.

மஹ்மூதைப் போலன்றி குரித் வம்ச அரசர் முகம்மது கோரி தன் அரசைக் கிழக்கு நோக்கி விரிவுபடுத்த விரும்பினார். எளிதில் வெற்றிபெறலாம் என்ற அவர் கனவு 1191இல் ராஜபுத்திர மன்னன் மூன்றாம் பிருத்விராஜனுடன் வடக்கு தில்லியில் உள்ள தாரைன் என்னும் இடத்தில் நடந்த போரில் (முதலாம் தாரைன் போர்) சிதைந்தது. அந்தப் போரில் கோரியின் தோள்பட்டையில் ஒரு ஈட்டி தாக்கியது. அவருடைய படை வீரர்களில் ஒருவர் கோரியைக் காப்பாற்றி அழைத்துக்கொண்டு போனார். அதன் பிறகு கோரியின் படைகள் பின்வாங்கின. இந்த வெற்றியை ராஜபுத்திர வரலாற்றாசிரியர்கள் இன்றளவிலும் கொண்டாடுகிறார்கள். கோரி, போர்க்களத்திலிருந்து பின்வாங்கிய வீரர்களைப் பொது இடத்தில் நிற்கவைத்துக் குதிரையின் வாயில் கட்டும் தீவனப் பையை முகத்தில் கட்டித் தொங்கவிட்டு, கொள்ளைச் சாப்பிடச் சொல்லித் தண்டித்தார்.

கோரி தன் முயற்சியைக் கைவிட விரும்பவில்லை. மீண்டும் படை திரட்டிக்கொண்டு கிழக்கு நோக்கி முன்னேறினார்.

துணைக்கண்டத்தின் போர்களில் 2000 ஆண்டுகளுக்கு மேலாக யானைகள் பிரதானமாகப் பயன்படுத்தப்பட்டுவந்தன. மன்னர்கள் குதிரைகளைக் காட்டிலும் யானைகளுக்கு அதிக மதிப்பளித்தார்கள்.

நூற்றுக்கணக்கான போர் யானைகளைக் கொண்ட ராஜபுத்திரர்களின் படை மிகவும் வலிமையானதாக இருந்தாலும் கோரியின் படைக்கு இணையானதாக இல்லை. சமாதான உடன்படிக்கைக்குத் தயாராக இருப்பதாகக் கோரி ராஜபுத்திரர் களை நம்பவைத்ததாகவும் ஒரு கருத்து நிலவுகிறது. இந்தச் செய்தியைக்கேட்டு மகிழ்ந்த ராஜபுத்திர வீரர்கள் இரவு முழுவதும் கொண்டாடினார்கள். மதுபானமும் போதைப்பொருளும் உட்கொண்டு மயங்கியிருந்த அவர்களைக் கோரியின் இலகு ரக ஆயுதங்களைக் கொண்ட குதிரைப் படை தோற்கடித்தது. பிருத்விராஜ் கொல்லப்பட்டார் என்கிறது அந்தப் பதிவு.

1192இல் தாரைனில் ராஜபுத்திரர்கள் தோற்றுப்போன அந்தப் போர் (இரண்டாம் தாரைன் போர்) 'இந்திய வரலாற்றைத் தீர்மானித்த போர்களில் முதன்மையானது'. தில்லிக்கும் ஒட்டுமொத்த இந்தியாவுக்குமான நுழைவாயில் இப்போது கோரியின் வசமானது. தெற்காசியாவில் இஸ்லாம் நுழைந்துவிட்டது.

தில்லி சுல்தானகம்

தன் பேரரசுக் கனவு நிறைவேறுவதைக் காண கோரி உயிருடன் இல்லை. பகை இஸ்லாமியப் பிரிவைச் சேர்ந்த

ஒருவர் 1206இல் அவரைக் கொலைசெய்தார். கோரியின் நம்பிக்கைக்குரிய சகாவான குத்புதீன் ஐபக், மம்லுக் வம்சத்தின் ஆட்சியை நிறுவினார். தில்லி சுல்தானகத்தை உருவாக்கிய ஐந்து வம்சங்களில் முதலாவது வம்சம் இது. மம்லுக் வம்சத்திற்குப் பிறகு கில்ஜி, துக்ளக், சையீத், லோடி ஆகிய வம்சங்கள் ஆட்சிசெய்தன. லோடி வம்சத்தின் ஆட்சி 1526வரை நீடித்தது. முகலாயர்களின் முதல் அரசர் பாபருடனான போரில் லோடி வம்சத்து அரசன் இப்ராஹிம் லோடி கொல்லப்பட்டார். இந்த வம்சங்கள் அனைத்தும் தத்தமது தடங்களைத் தில்லியில் விட்டுச் சென்றிருக்கின்றன. அவை உருவாக்கிய நகரங்கள், மசூதிகள், கல்லறைகள் ஆகியவை இந்தியாவின் தலைநகரில் இன்னமும் இருக்கின்றன.

தில்லியை ஆண்ட வம்சங்கள்

மம்லுக் / அடிமை வம்சம் (1206–1290)

கில்ஜி வம்சம் (1290–1320)

துக்ளக் வம்சம் (1320–1414)

சையது வம்சம் (1414–1451)

லோடி வம்சம் (1451–1526)

தில்லி சுல்தான்களின் ஆட்சியில் மூன்று அம்சங்கள் திரும்பத் திரும்ப நிகழ்ந்தன: அரியணை கைமாறியபோது ரத்த ஆறு ஓடியது; இந்திய மன்னர்கள் தொடர்ந்து எதிர்த்துக் கொண்டிருந்தார்கள்; மேற்கிலிருந்து அச்சுறுத்தல்கள் வந்தவண்ணம் இருந்தன. சுல்தான்களின் தலைநகரமான தில்லி பொஆமு ஆறாம் நூற்றாண்டிலிருந்தே மக்களின் வசிப்பிடமாக இருந்துவந்தது. முழுமையான நகரமாக அது உருப்பெற்றிருந்தது. வியூகரீதியிலும் குறியீட்டு அளவிலும் முக்கியத்துவம் வாய்ந்த மையமாக இருந்தது. சுல்தான்களின் ஆட்சியின்போது பெர்ஷிய மொழி அங்கே கற்பிக்கப்பட்டது. சம்பளம் பெறும் அதிகாரவர்க்கம், ராணுவ அடிமை முறை ஆகிய பெர்ஷிய நடைமுறைகள் தில்லியில் அமலாக்கப் பட்டன. இஸ்லாத்தின் மறைஞான வடிவைப் பின்பற்றிய சூஃபி துறவிகளின் வலுவான ஆன்மிக மரபு இந்தியாவில் இஸ்லாத்திற்குத் தனித்துவம் கொண்ட மென்மையான அடையாளத்தைக் கொடுத்தது.

மம்லுக் வம்சத்தின் மன்னர்கள் பலர் துருக்கியர்களுக்கு அடிமைகளாக இருந்தவர்கள் என்பதால் அவர்களின் ஆட்சி அடிமை வம்சத்தின் ஆட்சி என்று அறியப்பட்டது. விலைக்கு

வாங்கப்பட்ட அவர்கள் ஏற்கெனவே இஸ்லாமியர்களாக இல்லையென்றால் இஸ்லாத்திற்கு மாற்றப்பட்டார்கள். குதிரை லாயங்களையும் வேட்டைப் புலிகளையும் பராமரிக்க இவர்கள் பயிற்சியளிக்கப்பட்டார்கள். அவர்களில் சிலர் போர்ப் படையிலும் நிர்வாகத்திலும் உயர் நிலைகளை அடைந்தார்கள். தங்கள் எஜமானர்கள் மீதான அவர்களுடைய விசுவாசம் தங்களுடைய உறவினர்கள், இனக்குழுக்களின் மீதான விசுவாசத்தைக் காட்டிலும் அதிகமாக இருந்தது. இந்தியாவின் மீது அவ்வப்போது தாக்குதல் தொடுத்த மங்கோலியர்களுக்கு எதிரான போர்களில் ஈடுபடுத்தப்பட்ட இவர்கள் தங்களுடைய சொந்த நாட்டவருடன் போரிட ஒருபோதும் தயங்கியதில்லை. அந்த அளவுக்கு ஆழமான விசுவாசம் கொண்டவர்களாக இருந்தார்கள்.

1210இல் குதிரையின் மீதமர்ந்து ஆடும் விளையாட்டின் போது நடந்த விபத்தில் குத்புதீன் ஐபக் இறந்த பிறகு ஆட்சிக்கு வந்த இல்டுட் மிஷ் 26 ஆண்டுகள் ஆட்சிபுரிந்தார். தன்னுடைய அதிகாரத்தை நிலைநிறுத்திக்கொள்ள அவருக்கு இது போதுமானதாக இருந்தது. மங்கோலியர்கள் ஆக்கிரமிப்பினால் பெர்ஷியாவிலிருந்து வெளியேறிய அகதிகளுக்குத் தன்னுடைய ராஜ்ஜியத்தில் இடமளித்தார். அப்படி வந்தவர்களின் எண்ணிக்கை மிகப் பெரிய அளவில் இருந்ததால் அவர் குதுப் மசூதியை மூன்று மடங்கு பெரிதாக்க வேண்டியிருந்தது. அதன் கோபுரத்தில் மூன்று மாடிகளைக் கட்டினார். அகதிகளில் பெர்ஷிய அறிஞர்கள், கலைஞர்கள், கைவினைஞர்கள் ஆகியோரும் இருந்தார்கள். இவர்கள் அரசுப் பணிகளிலும் நீதித்துறையிலும் பணியமர்த்தப்பட்டார்கள். அதே சமயம் மங்கோலியர்கள் மேற்கு நோக்கித் தங்கள் அரசை விரிவு படுத்திக்கொண்டே சென்றதால் தில்லி சுல்தானகம் மெசபடோமியாவிலும் வடஆப்பிரிக்காவிலும் இருந்த இஸ்லாமிய அரசுகளிடமிருந்து தனிமைப்பட்டு சுயேச்சையான அரசாக நிலைபெற்றது.

ஆண்களே நிரம்பிய முஸ்லிம் ஆட்சியாளர்களின் வரிசை யில் இந்தக் கட்டத்தில் ஒரு மாற்றம் நிகழ்கிறது. இந்தியாவில் இஸ்லாமிய வம்சத்தின் முதல் பெண் ஆட்சியாளரான ராஸியா அல்–தின் (1205–1240) ஆட்சிக்கு வந்தார். மரணப் படுக்கையில் இருந்த இல்டுட்மிஷ் தனது மகன்களைத் தலைமைப் பீடத்திற்குத் தகுதியற்றவர்கள் என்று அறிவித்தார். மகன்களுக்குச் சமமாகத் தான் வளர்த்த தன்னுடைய 31 வயதான மகள் ராஸியாவைத் தனக்கு வாரிசாக அறிவித்தார். 1983ஆம் ஆண்டில் முன்னணி நடிகை ஹேமமாலினி (பி. 1948) நடிப்பில் வெளியான

குத்புதீன் ஐபக் ஆட்சியின் மகத்தான நினைவுச் சின்னம் குதுப்மினார். புதுதில்லியின் கிழக்குப் பகுதியில் உள்ள சமவெளிப் பகுதியில் இது எழுப்பப்பட்டுள்ளது. இந்து, சமணக் கோயில்களின் தூண்கள், கற்கள் முதலானவற்றைக் கொண்டு இது கட்டப்பட்டிருக்கிறது. இந்துக்களின் கோயில் கட்டும் தொழில்நுட்பங்களையும் இந்து கைவினைஞர்களையும் மசூதிகள் கட்டுவதற்குத் தில்லி சுல்தான்கள் பயன்படுத்திக்கொண்டார்கள்.

சர்ச்சைக்குரிய 'ராஸியா சுல்தான்' என்னும் திரைப்படம் ராஸியாவின் கதைக்கு அழியாப் புகழை ஏற்படுத்தித் தந்தது. இந்திய சினிமாவில் முத்தமிடுவதற்குக்கூடத் தடை இருந்த அந்தக் காலத்தில் இந்தத் திரைப்படம் ராஸியாவை அவளது அந்தப்புரத்தில் உள்ள பெண்களில் ஒருவரான காகுனுடன் (பர்வீன் பாபி) தன்பாலின உறவில் இருந்ததாகக் கற்பனையாகச் சித்தரிக்கிறது. திரைப்படத்தின் மிகவும் பிரபலமான காட்சியொன்றில் பேரரசி, தன்னை நெருங்கும் தனது ஆண் அபிமானிகளில் ஒருவரைத் தடுத்து நிறுத்துகையில் காகுன் ராஸியாவின் முகத்தை இறகால் வருடியபடி முத்தமிடுகிறார் அல்லது அவரது காதில் கிசுகிசுக்கிறார் (தணிக்கைக் குழுவைச் சமாளிக்க இதுபோன்ற மூடுமந்திரம் அவசியம்). உருது கற்க வேண்டும், சூடான பாலைவன மணலில் நடக்க வேண்டும், யானைகள்மீது சவாரி செய்ய வேண்டும், தொளதொளப்பான ஆடைகளை அணிந்துகொண்டு வாள் சண்டையில் ஈடுபட வேண்டும். இவ்வளவு சவால்களுக்கிடையே ஹேமமாலினி சிறந்த நடிப்பை வழங்கியதாக விமர்சகர்கள் கூறினார்கள்.

படத்தில், உண்மையான அன்பைக் கண்டறிவதற்குத் தடையாக இருப்பதால் பேரரசியின் ஆடையைச் 'சவத்தை மூடும் சீலை'யாகக் கருதித் தூக்கி எறிகிறார் ராஸியா. நிஜ வாழ்க்கையில் ராஸியா, மக்களுக்கு நெருக்கமாக இருப்பதற்காக முகத்தைத் திரையிடாமல் பொது வெளியில் தோன்றினார். இது குடிமக்களுக்கு அவர்மீது அன்பை ஏற்படுத்தியது. ஆனால், தில்லியின் உலோமாக்கள் அல்லது மதகுருக்கள் இதை விரும்பவில்லை. அரண்மனைக் குதிரைகளை மேற்பார்வை யிடும் அபிசீனிய அடிமை ஒருவருடன் அவருக்கு ஏற்பட்ட தொடர்பு மாகாண ஆளுநர்களுக்கு ஆத்திரமூட்டியபோது நிலைமை மோசமானது. லாகூரில் கிளர்ச்சியை அடக்கும் முயற்சியில் ஈடுபட்டுக்கொண்டிருந்தபோது, அல்துனியா என்ற துருக்கிய அடிமையால் ராஸியா சிறைப்படுத்தப்பட்டார். தன்னை எதிர்த்தவர்களின் திட்டத்தை முறியடிக்கும் விதத்தில் ராஸியா அல்துனியாவையே மணந்துகொண்டார். உள்ளூர் இனக்குழுக்களின் படைகளின் உதவியுடன் அவர்கள் இருவரும் அரியணையை மீட்டுக்கொண்டார்கள்.

மக்களிடையே பிரபலமாக இருந்த ராஸியா, மக்களை நேரடியாகச் சந்திக்கும் பொருட்டு முகத்திரை இல்லாமல் பொது இடங்களில் வலம் வந்தார்.

படைவீரர்கள் 1240இல் ராஸியாவைக் கைவிட்ட பிறகு அவர் கொல்லப்பட்டார். குறுகிய காலமே ஆட்சியில் இருந்தாலும் அவர் விட்டுச் சென்ற தடம் முக்கியமானது. ஆட்சிக்கு வந்த

பிறகு தன்னுடைய பெயரில் நாணயங்களை வெளியிட்டார். 'பெண்களின் தூண்' என்றும் 'காலத்திற்கேற்ற அரசி' என்றும் தன்னை அறிவித்துக்கொண்டார். பள்ளிக்கூடங்களையும் நூலகங்களையும் நிறுவினார். 'ராஸியா சதித்திட்டங்களைத் திறமையாக எதிர்கொண்டார். ராணுவ உத்திகளில் குறிப்பிடத் தகுந்த அளவுக்கு ஆழ்ந்த அறிவு அவருக்கு இருந்தது. சுதந்திர மாகத் தான் எடுத்த முடிவுகளைத் தன்னிடமிருந்த வள ஆதாரங்களைக் கொண்டு அமல்படுத்தினார். ஒத்துழைக்க மறுத்த நில உரிமையாளர்களை ராஜதந்திரத்துடன் கையாண்டார். தன்னுடைய வயதுக்கே உரிய பாரபட்சங்களைத் தாண்டி உயர்ந்து நின்றது அவருடைய மாபெரும் சாதனை' என்று வரலாற்றறிஞர் எஸ்.ஏ.ஏ. ரிஸ்பி குறிப்பிடுகிறார்.

ராஸியாவின் மரணத்திற்குப் பிறகு அரியணையைப் பிடிப்பதற்கான போட்டி சிறிது காலம் நடந்தது. கடைசியில் சியாத் அல்–தீன் பால்பன் (ஆட்சிக் காலம்: 1266–1287) ஆட்சிக்கு வந்தார். இவர் இல்டூட்மிஷ்ஷால் அடிமையாக வாங்கப்பட்டுப் படிப்படியாக முன்னேறி 'நாற்பது பேர் கொண்ட படை' என அறியப்பட்ட துருக்கிப் படைவீரர்களின் குழுவில் நம்பிக்கைக்குரிய வீரராக ஆனார். தன்னுடைய பின்னணியில் இருந்த இழிவைத் துடைப்பதற்காகத் தன் அரசவையைப் பகட்டானதாகவும் கம்பீரம் பொருந்தியதாகவும் ஆக்கினார். பார்வையாளர்கள் தன் காலில் விழுந்து பாதங்களை முத்தமிட வேண்டும் என்று வலியுறுத்தினார். அரசவைக்கு வந்தவர்கள் அதனால் 'அவமானமாக உணர்ந்தார்கள்; அச்சத்தில் உறைந்து வாயடைத்துப் போனார்கள்' என இந்திய வரலாற்றாசிரியர் ஜஸ்வந்த் லால் மேத்தா குறிப்பிடுகிறார். எப்போதும் அரசருக்கான உடைகளையே அவர் அணிந்திருந் தார்; அரசவைப் பணியாளர்கள்கூட அவரை வேறு உடையில் பார்த்ததில்லை என்று அரசவையின் வரலாற்றுப் பதிவாளர் பாரனி குறிப்பிடுகிறார். பால்பன் சிரித்ததே இல்லை என்றும் அரசவையில் தனக்கு முன்னால் யாரும் சிரிக்க அனுமதித்ததும் இல்லை என்றும் சொல்லப்படுகிறது.

கொடுங்கோலர் எனப் பெயரெடுத்தாலும் பால்பனின் ஆட்சிக் காலம் கொந்தளிப்பான அந்தக் காலகட்டத்தில் ஸ்திரத்தன்மையைக் கொண்டுவந்தது. மகா விஷ்ணு பாற்கடலில் நிம்மதியாக உறங்கலாம் என்று சொல்லப்பட்டது. அந்த அளவுக்கு அவருடைய நல்லாட்சியில் அமைதியும் மனநிறைவும் கொண்ட சூழல் உருவானது. மத விவகாரங்களைக் காட்டிலும் அரசியல் ஸ்திரத்தன்மைக்கு அவர் முன்னுரிமை அளித்தார். முஸ்லிம் அல்லாதவர்களிடம் அவர் காட்டிய சகிப்புத்தன்மையில்

இது வெளிப்பட்டது. இந்தப் போக்கைக் கண்டு பாரனி போன்ற முஸ்லிம் மதத் தலைவர்கள் ஆவேசம் கொண்டார்கள். இந்துக்கள் உருவ வழிபாடு செய்யவும் இஸ்லாத்திற்கு விசுவாசமற்று இருக்கவும் அனுமதிக்கப்படுகிறார்களே என்று அவர்கள் புலம்பினார்கள்.

"அவிசுவாசிகள், பல இறைக்கொள்கையாளர்கள், உருவ வழிபாட்டாளர்கள், பசுஞ்சாணத்தைக் கும்பிடுபவர்கள் ஆகியோர் அரண்மனைகளைப் போன்ற வீடுகளைக் கட்டிக்கொள்ளவும் பகட்டான பட்டாடைகளை அணிந்து கொள்ளவும் தங்கம், வெள்ளி ஆபரணங்கள் பூண்ட குதிரை களில் பயணிக்கவும் முஸ்லிம் அரசர்கள் அனுமதிப்பது மட்டுமல்ல; அதைக் கண்டு மகிழவும் செய்கிறார்கள்" என்று பால்பனைக் குறிப்பிட்டு பாரனி எழுதினார்.

1287இல் பால்பன் இறந்த பிறகு அவருடைய 17 வயது மகன் அரியணையைக் கைப்பற்றுவதற்காக நடந்த போட்டியைச் சமாளிக்க முயன்று தோற்றுப்போனான். படைத் தளபதி ஜலாலுதீன் கில்ஜி *(1220–1296)* கலகத்தின் மூலம் ஆட்சியைப் பிடித்து கில்ஜி வம்சத்தின் ஆட்சியை நிறுவினார். ஆப்கானிஸ்தானைச் சேர்ந்த கில்ஜி வம்சத்தினர் குரித் படைகளில் சிப்பாய்களாக இருந்தவர்கள். 12ஆம் நூற்றாண்டில் ஆப்கானிஸ்தானில் மங்கோலியப் படையெடுப்பு நடந்தபோது அவர்கள் பெருங்கூட்டமாக வெளியேறி வட இந்தியாவில் குடியேறிப் போர்வீரர்களாகவும் ஆனார்கள். படிப்படியாக உயர்ந்து படைகளிலும் நிர்வாகப் பணிகளிலும் படைப் பிரிவுகளிலும் தலைமைப் பொறுப்புகளைப் பெற்றார்கள். கில்ஜி வம்சத்தின் மாபெரும் மன்னராக விளங்கிய அலாவுதீன் கில்ஜி *(1296–1316)* அரசின் எல்லைகளை விந்திய மலைத் தொடருக்கும் அப்பால் விரிவுபடுத்தினார். அலாவுதீனின் ஆப்பிரிக்க அடிமையும் அலியுமான மாலிக்கபூர் தலைமையில் அலாவுதீனின் ராணுவம் தக்காணத்தின்மீது பலமுறை படையெடுத்தது. தக்காணத்தின் நகரங்களைச் சூறையாடியதில் கிடைத்த செல்வத்தைக் கொண்டு மங்கோலியர்களின் ஊடுருவலைத் தடுப்பதற்கான அரண்கள் அமைக்கப்பட்டன. இஸ்லாமிய ஆக்கிரமிப்பாளர்கள் முதல் முறையாக இந்தியாவின் தென்கோடியை எட்டி, மதுரை, ஸ்ரீரங்கம், சிதம்பரம் ஆகிய கோயில்களைக் கொள்ளையடித்து ஆயிரக்கணக்கான கிலோ எடை கொண்ட தங்கம், வெள்ளி, விலையுயர்ந்த கற்கள் ஆகியவற்றை எடுத்து வந்தார்கள். சோமநாதர் ஆலயமும் சூறையாடப்பட்டது. அதில் பிரதிஷ்டை செய்யப்பட்டிருந்த லிங்கம் மீண்டும் அடித்து நொறுக்கப்பட்டு அதன் சிதிலங்கள்

தில்லியில் உள்ள மசூதியின் படிக்கட்டுகளைக் கட்டுவதற்குப் பயன்படுத்தப்பட்டன. தோல்வியடைந்த இந்து மன்னர்கள் தில்லி சுல்தானின் தலைமையைப் பகிரங்கமாக ஏற்றுக்கொண்டு ஆண்டுதோறும் கணிசமான தொகையைக் கப்பமாகச் செலுத்த ஒப்புக்கொண்டதால் அவர்கள் ஆட்சியைத் தொடர அனுமதிக்கப்பட்டது.

அலாவுதீன் செய்த சீர்திருத்தங்கள் அவருடைய மதவெறியின் தீவிரத்தைச் சமன் செய்தன. இடம்பெயர்ந்து வந்த முஸ்லிம் ஏழைகள், இஸ்லாத்திற்கு மதம் மாறிய இந்தியர்கள், இந்துக்கள் உள்ளிட்ட சாமானிய மக்களையும் நிர்வாகப் பணியிலமர்த்தினார். மதுபான விற்பனையைத் தடைசெய்தார். கடுமையான தண்டனைகள் லஞ்ச ஊழலைக் கட்டுப்படுத்த உதவின. வேளாண் துறையில் இந்து இடைத்தரகர்கள் மேற்கொண்டுவந்த வரி வசூலுக்குத் தடை விதித்தார். அரசவையைச் சேர்ந்தவர்கள் அரசுக்கு எதிராகக் கிளர்ச்சி செய்யப் பயன்படக்கூடிய அவர்களுடைய நிலச்சொத்துக்களைப் பறிமுதல்செய்தார். வர்த்தக அமைச்சகம் பொருட்களுக்கான விலையை நிர்ணயித்தது. அந்த வரம்பிற்கு மேல் விற்றவர்களுக்குப் பொது இடத்தில் சவுக்கடி கொடுக்கப்பட்டது. இதனால் சந்தையில் உணவு தானியங்களின் விலை குறைந்தது. வறட்சியின் போதும் இந்த நிலை நீடித்தது.

> **அலாவுதீன் ஆட்சி பற்றி பரானி:** ஒரு ஒட்டகத்தை ஒரு டங்கா கொடுத்து வாங்கலாம். ஒரு அடிமைப் பெண்ணின் விலை 5 முதல் 12 டங்காக்கள். வைப்பாட்டிக்கான விலை 20 முதல் 40 டங்காக்கள். அழகான இளம் பெண்ணை 20 முதல் 30 டங்கா் கொடுத்து வாங்கிவிடலாம். அடிமைத் தொழிலாளி ஒருவரை 10 முதல் 15 டங்காவுக்கு வாங்கலாம். நுகர்பொருட்களும் வீட்டு வேலை செய்பவர்களும் மலிவாகக் கிடைத்ததால் சாதாரண வருமானம் கொண்டவரும் சட்டப்படி ஒன்று முதல் நான்கு மனைவிகள், எண்ணற்ற வைப்பாட்டிகள், பல அடிமைப் பெண்கள், அடிமைத் தொழிலாளர்கள் ஆகியோரை வைத்துக்கொண்டு மகிழ்ச்சியான வாழ்க்கையை நடத்த முடியும்.

சுல்தான் அரசின் உச்சம்

இபின் பத்துவா (1304–1349) மகத்தான சாகச யாத்ரீகர் எனக் குறிப்பிடப்படுகிறார். இவர் மொராக்கோவின்

மார்க்கோபோலோ. இருவரும் கிட்டத்தட்ட ஒரே கால கட்டத்தைச் சேர்ந்தவர்கள். டஞ்சீரில் பிறந்த வழக்கறிஞரான இபின் பத்துவா 1325இல் மெக்காவிற்குப் புனித யாத்திரை சென்றார். அங்கிருந்து வீடு திரும்புவதற்குப் பதிலாக அடுத்த 30 ஆண்டுகள் அப்போது அறியவந்திருந்த உலகின் பெரும்பாலான பகுதிகளுக்குப் பயணம் செய்தார். வட ஆப்பிரிக்காவிலிருந்து கிழக்கு சீனாவரை சென்றார். பத்து ஆண்டுகள் இந்தியாவில் கழித்தார். அதில் பெரும் பகுதியை முகம்மது பின் துக்ளக்கின் (1290–1351) அரசவையில் செலவிட்டார். 'இந்திய ஆட்சியாளர் களில் மிகுந்த சர்ச்சைக்குரியவர்' என வர்ணிக்கப்படும் துக்ளக் 'ரத்த வெறி கொண்ட முகம்மது', 'தில்லியின் நீரோ மன்னன்', என்றெல்லாம் பெயர் பெற்றவர். முதலில் நீதிபதியாகவும் பிறகு தூதராகவும் துக்ளக்கிடம் பணிபுரிந்த பத்துவா துக்ளக்கைப் பற்றியும் அவருடைய முரண்பாடுகளைப் பற்றியும் விரிவாக எழுதிச் சென்றிருக்கிறார். 'பரிசளிப்பதிலும் ரத்தம் சிந்துவதிலும்' துக்ளக்கைப் போல அதீத ஈடுபாடு கொண்ட யாரையும் தான் அறிந்ததில்லை என்று பத்துவா எழுதியிருக்கிறார். 'பரம ஏழை ஒருவர் பணக்காரராவதும் யாரோ ஒருவர் தூக்கிலிடப்படுவதும் துக்ளக்கின் ஆட்சியில் அன்றாட நிகழ்வுகள்... இத்தனைக்கும் அவர் மிகவும் பணிவான மனிதர்; சமத்துவ உணர்வை வெளிப்படுத்தவும் சரியானதை ஏற்றுக்கொள்ளவும் தயாராக இருந்தவர்.'

பத்துவா 1334இல் தில்லிக்கு வந்தார். 1316ஆம் ஆண்டில் அலாவுதீன் கில்ஜி இறந்ததையடுத்து யார் பதவிக்கு வருவது என்பதற்கான உக்கிரமான மோதலால் அரசு ஆட்டம் கண்டிருந்த காலகட்டம் அது. குப்த் அல்தீன் முபாரக் என்னும் கொடூரமான இயல்பு கொண்ட திருநங்கை இந்தக் காலகட்டத்தில் ஆட்சி செய்தவர்களில் அதிகம் அறியப்பட்டவர். பாலுறவுத் தேவைக்காகத் தான் அமர்த்திக்கொண்டிருந்த அடிமையான குஸ்ரூ கானால் அவர் கொலை செய்யப்பட்டார். நான்கு மாதங்களே ஆட்சியில் இருந்த குஸ்ரூ கான் அதற்குள் அலாவுதீன் கில்ஜியின் மகன்கள் அனைவரையும் படுகொலை செய்தார். 60 வயதைக் கடந்த படைத் தளபதியான சியாத் அல்தீனுக்கு விசுவாசமாக இருந்த அரச குடும்பத்தினரையும் அப்புறப்படுத்தினார். குஸ்ரூ கானின் ஆட்சியும் நெடுநாள் நீடிக்க வில்லை. முகம்மது பின் துக்ளக் 1325இல் யமுனையாற்றங்கரை யில் அமைந்திருந்த ஆஃப்கான்பூரில் பலவீனமான வரவேற்பறை மாடம் ஒன்றைக் கட்டித் தன் தந்தையைத் தீர்த்துக் கட்டினார். அதிகாரப்பூர்வமான தகவலின்படி, தந்தையும் மகனும் வரவேற்பு மாடத்தில் அமர்ந்து சாப்பிட்டுக்கொண்டிருந்தபோது இடி

தாக்கியதில் மேற்கூரை இடிந்து விழுந்து கியாத் அல்தீனின் உயிரைப் பறித்தது. எளிதில் இடிந்து விழும் வகையில் வேண்டு மென்றே அந்த மாடம் பலவீனமாகக் கட்டப்பட்டிருந்தது என்று பத்துவா எழுதியிருக்கிறார். எல்லோரும் தொழுகைக்குச் சென்றிருந்தபோது யானைகளைக் கொண்டு தரையை மிதிக்கும்படி துக்ளக் உத்தரவிட்டதாகவும் அந்த அதிர்வில் கூரை இடிந்து விழுந்ததாகவும் பத்துவா குறிப்பிட்டிருந்தார்.

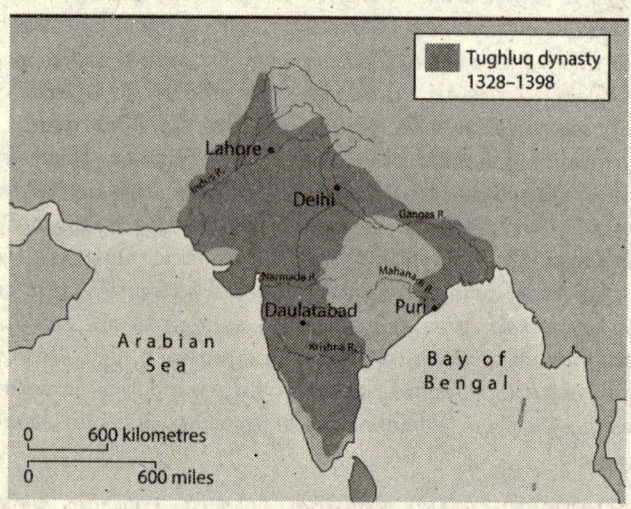

தில்லி சுல்தான்களுக்கு வன்முறை புதிதல்ல. ஆனால் முகம்மது பின் துக்ளக் பழிவாங்கும் போக்கை அதீதமான எல்லைகளுக்கு எடுத்துச் சென்றார். தன்னுடைய எதிரிகளில் ஒருவரை உயிருடன் தோலை உரிக்க உத்தரவிட்டார். உரிக்கப்பட்ட தோலைப் பொது இடத்தில் காட்சிக்கு வைத்தார். சதையைத் துண்டுதுண்டாக வெட்டி அரிசியுடன் சேர்த்துச் சமைத்து அவருடைய குடும்பத்தினரையே சாப்பிட வைத்தார். அவருடைய நிர்வாகமும் சர்ச்சைக்குரியதாகவே இருந்தது. தன்னுடைய மாபெரும் படையைப் பராமரிப்பதற்காக விவசாயிகள்மீது அபரிமிதமாக வரி விதித்தார். வரிச் சுமை தாள முடியாமல் பலர் விவசாயத்தையே கைவிட வேண்டியிருந்தது. இதனால் பஞ்சம் ஏற்பட்டது. சீனாவில் புழக்கத்தில் இருந்த காகிதப் பணம் என்னும் ஏற்பாட்டை இந்தியாவில் புழக்கத்திற்குக் கொண்டுவர அவர் மேற்கொண்ட நடவடிக்கை அவருடைய நிர்வாகத் தோல்விகளில் முதன்மையானது. அவர் புழக்கத்திற்குக் கொண்டுவந்த வெண்கல, தாமிர நாணயங்கள் அவற்றின் உலோக மதிப்பைக் காட்டிலும் கூடுதலான மதிப்புக் கொண்டவையாக

ஜான் ஜுபர்ஸிக்கி

நிர்ணயிக்கப்பட்டன. எளிதாகக் கள்ள நாணயங்களை உருவாக்க முடிந்ததால் இவற்றைப் புழக்கத்திலிருந்து திரும்பப் பெற்றுக்கொள்ள வேண்டியதாயிற்று. நல்ல நாணயங்களும் கள்ள நாணயங்களுமாக அரசு திரும்பப் பெற்றுக்கொண்ட நாணயங்கள் 'துக்ளகாபாதில் மலைகளைப் போலக் குவியும்' அளவுக்கு மாபெரும் எண்ணிக்கையில் இருந்தன.

முஸ்லிம் அல்லாதவர்களைக் கையாளும் விதத்தில் மத உணர்வைக் காட்டிலும் நடைமுறை சார்ந்த அறிவே அழுத்தம் பெற்றிருந்தது. இந்துக் கோயில்களைப் புனரமைக்க நிதி ஒதுக்கப்பட்டது. முஸ்லிம் அல்லாதவர்கள்மீது விதிக்கப்பட்ட ஜியா வரியைச் செலுத்துபவர்கள் வழிபாட்டுத் தலங்களைக் கட்டிக்கொள்ள அனுமதிக்கப்பட்டார்கள். ஜியா வரியின் மூலம் அரசுக்குக் கிடைத்த பணம் மதமாற்றத்தின் தேவையைக் குறைத்துவிட்டது. முஸ்லிம் அல்லாதவர்கள் அதிகம் இருந்தால் வரி வசூலும் அதிகமாகும்.

முகம்மது பின் துக்ளக்கின் காலத்தில் தில்லி சுல்தானகம் ஆகப் பெரிய அளவில் விரிவடைந்தது. மேற்கு, கிழக்கு இந்தியாவின் பெரும்பகுதியைத் தன்னுள் அடக்கியபடி தக்காணத்தின் உட்பகுதிகள்வரை நீண்டிருந்தது. தில்லியிலிருந்து 1400 கிலோ மீட்டர் தெற்கில் இருக்கும் தௌலதாபாத்துக்குத் தலைநகரை மாற்றியது இன்னொரு சர்ச்சைக்கு வழி வகுத்தது. தனக்கு மொட்டைக் கடிதம் எழுதும் தில்லிவாசிகளைத் தண்டிக்க சுல்தான் விரும்பினார் என்று பத்துவா கூறுகிறார். மத குருமார்கள் ஆட்சிக்கு எதிராகக் கலகம் செய்யக்கூடும் என்னும் ஐயமும் இந்த நடவடிக்கைக்கான உள்நோக்கமாக இருந்திருக்கலாம்.

சுட்டெரிக்கும் கோடைகாலத்தில் தில்லியிலிருந்து 40 நாள் பயணமாகத் தன்னுடைய அரசவையையும் அதிகாரிகளையும் தௌலதாபாத்துக்கு ('அரசின் நகரம்' என்ற பொருளில் பெயர்மாற்றம் பெற்றது) இடம்பெயரச் செய்தது தில்லியின் மேல் தட்டு மக்கள், இஸ்லாமிய மத குருமார்கள், வணிகர்கள், தொழிலதிபர்கள் ஆகியோரின் கோபத்துக்கு அவரை ஆளாக்கியது. செல்லும் வழியெங்கும் எக்கச்சக்கமான மரங்களை நட்டதால் அது 'தோட்டத்தின் வழியே' செல்லும் பயணமாக அமைந்தாலும் பாதையெங்கும் கொள்ளையர்களும் ஆயுதம் தாங்கிய பழங்குடி இனக் குழுக்களும் இருந்ததால் அந்தப் பயணம் ஆபத்தானதாக இருந்தது.

சிந்து பகுதியில் கலகக்காரர்களை அடக்கும் முயற்சியில் ஈடுபட்டிருக்கும்போது 1351இல் துக்ளக் இயற்கையான

முறையில் மரணமடைந்தார் இப்படிப்பட்ட மரணம் இந்திய ஆட்சியாளர்களில் அரிதானது. அவருடைய ஒன்றுவிட்ட சகோதரர் ஃபிரூஸ் ஷா துக்ளக் (1309–1388) அவருக்குப் பின் ஆட்சிப் பொறுப்பேற்றார். அவர் அரியணை ஏறியபோது பேரரசு நொறுங்கும் நிலையில் இருந்தது. வங்காளத்தில் சுல்தானகத்தின் கட்டுப்பாட்டில் இருந்த பெரும் பகுதிகள் கலகம் செய்து சுதந்திர நாடுகளாக மாறின. எனினும் அவை தம்முடைய இஸ்லாமிய அடையாளங்களைத் தக்க வைத்துக்கொண்டன.

போர் வியூகங்களில் பலவீனமானவரான ஃபிரூஸ் ஷா துக்ளக் பேரரசைக் கட்டமைப்பதில் எந்த ஆர்வமும் காட்டவில்லை. அவர் காலத்தில் குஜராத்தில் கலகம் எழுந்ததில் அது பகுதியளவு தன்னாட்சியைப் பெற்றது. தக்காணத்தின் பெரும் பகுதி பாமினி வம்சத்தின் கீழ் முழுமையான சுதந்திரம் பெற்ற அரசாக ஆனது. இந்து அன்னைக்குப் பிறந்ததால் ஏற்பட்ட தாழ்வு மனப்பான்மையால் அவர் இஸ்லாமிய அரசின் இறையாண்மையைக் காப்பதிலும் இஸ்லாமிய நம்பிக்கையைப் பாதுகாப்பதிலும் தீவிரமாகக் கவனம் செலுத்தினார். பூரி ஜெகன்நாதர் ஆலயம் களங்கப்படுத்தப்பட்டது. பிராமணர்களுக்கு ஜியா வரியிலிருந்து அளிக்கப்பட்டிருந்த விலக்கு ரத்து செய்யப்பட்டது. கடந்த காலத்து முன்னுதாரணத்தைப் பின்பற்றி, தன்னுடைய ஆட்சியின் மாட்சிமையைக் கூட்டும் விதத்தில் துக்ளகாபாத்துக்கு வடக்கில் ஃபிரூஸாபாத் என்றொரு நகரை நிர்மாணித்தார்.

1388இல் ஃபிரூஸ் ஷா துக்ளக் இறந்தபோது மீண்டும் வாரிசுரிமை நெருக்கடி எழுந்ததால் அரசு பலவீனமடைந்தது; வெளியிலிருந்து வரும் தாக்குதல்களுக்கு இலக்காயிற்று. மத்திய ஆசியாவைச் சேர்ந்த தைமூர் 1398இல் இந்தியாவின் மீது படையெடுத்தபோது 10000 துருப்புக்களை மட்டுமே களத்தில் நிறுத்த முடிந்தது. தலைநகரை அவர்களால் காப்பாற்ற முடியவில்லை. தில்லியின் குடிமக்களை ஒன்றும் செய்ய வேண்டாம் என்று தைமூர் தன்னுடைய துருப்புகளுக்கு உத்தரவிட்டார். ஆனால் குடிமக்களின் பாதுகாப்பு வெகு நாட்களுக்கு நீடிக்கவில்லை. ஆக்கிரமிப்பாளர்கள் சிலர் ஊருக்குள் புகுந்து கொள்ளையடிக்கத் தொடங்கினார்கள். படை வீரர்கள் பலரும் கொல்லப்பட்டார்கள். அடுத்த மூன்று நாட்கள் தைமூரின் படையினர் நகரைச் சூறையாடினார்கள். இந்துக்களைக் கொன்று அல்லது அடிமைப்படுத்தி அவர்கள் உடமைகளைப் பறித்துக்கொண்டார்கள். துஜக் இ தைமூதி பின்னாளில் இது குறித்துத் தன்னுடைய நினைவுக் குறிப்புகளில் இவ்வாறு எழுதினார்:

'இந்தச் சூறையாடலில் கிடைத்தவை அபரிமித மானவை. படைவீரர் ஒவ்வொருவரும் 50முதல் 100பேர்வரை ஆண்கள், பெண்கள், குழந்தைகளைச் சிறைப்பிடித்தார். இருபதுக்குக் கீழ் சிறைப்பிடித்த வீரன் யாருமில்லை. ரொக்கப் பணம், வைரங்கள், முத்துக்கள், ரத்தினங்கள்; தங்க, வெள்ளி நகைகள்; அஷ்ராஃபிக்கள், தங்கத்தாலும் வெள்ளியாலும் ஆன டங்காக்கள், விலை உயர்ந்த பட்டுத் துணிகள் ஆகியவை எக்கச்சக்கமாகக் கிடைத்தன. இந்துப் பெண்களிடமிருந்து கிடைத்த தங்கம், வெள்ளி நகைகள் இவை அனைத்தையும்விட அதிகமாக இருந்தன.'

தைமூரின் படையெடுப்பால் அரசு மேலும் சிதறுண்டது. பஞ்சாபிலும் கங்கைச் சமவெளியின் கிழக்குப் பகுதியிலும் பகுதியளவு தன்னாட்சி கொண்ட அதிகார மையங்கள் உருப்பெற்றன. ஃபிரூஸ் ஷா துக்ளக்கின் எத்தியோப்பிய அடிமைகளில் ஒருவர் கங்கைச் சமவெளியின் கிழக்குப் பகுதியில் இருந்த ஜான்பூரில் புதிய அரசை நிறுவினார். சையது வம்சம் துக்ளக் ஆட்சியை அகற்றி அதன் நிலப்பரப்பை மிகச் சிறியதாகச் சுருக்கிவிட்டது. பாலம் என்னும் கிராமத்தை மட்டுமே ஆட்சி செய்துகொண்டிருந்த துக்ளக் வம்சத்து ஆட்சியின் கடைசி மன்னர்களில் ஒருவரான சுல்தான் ஆலம் ஷா தன்னை 'உலகின் அரசர்' என அழைத்துக்கொண்டதற்காகப் (ஆலம்–உலகம்) பரிகசிக்கப்பட்டார். இந்த இடம் தற்போது சர்வதேச விமான நிலையத்திற்கு அருகில் உள்ளது.

1451இல் லோடி வம்சத்தினரின் வருகை சுல்தானகத்திற்குச் சற்றுப் புத்துயிர் அளித்தது. ஆப்கானிஸ்தான் வணிகர்கள், கூலிப்படையினரைச் சேர்ந்த லோடிகளை நெகிழ்வான முறையில் இணைந்த அரசுகளின் கூட்டமைப்பு என்று சொல்லலாம். அவர்களுடைய சுல்தான்கள் தங்களுக்காக அரியணைகளை உருவாக்கிக்கொள்ள மாட்டார்கள். சுல்தான் ஆட்சியின் கீழ் இருந்த அனைத்து ஆப்கானியர்களும் அந்த அரசை ஆதரிப்பவர்களல்ல என்பதை 1526இல் பாபர் தில்லியின்மீது படையெடுத்தபோது சுல்தானகத்தின் கடைசி மன்னரான இப்ராஹிம் லோடி (1480–1526) அறிந்துகொண்டார். பஞ்சாபில் இருந்த ஆப்கானிஸ்தான் தலைவர்கள் வரவேற்று ஆதரவளித்திருக்காவிட்டால் முகலாயப் பேரரசை நிறுவிய பாபரால் ஒருபோதும் தன் முயற்சியில் வெற்றி பெற்றிருக்க முடியாது.

சாதி, உருவ வழிபாடு ஆகியவற்றிலிருந்து விடுதலை பெற்றுத்தருவதாக உறுதியளித்த சூஃபி மார்க்கம் அஜ்மீர்

போன்ற நகரங்களிலும் சிந்துவின் சில பகுதிகளிலும் செழித்து வளர்ந்தது. இந்து மதத்தின் பக்தி மார்க்கத்தைப் போலவே சூஃபி மார்க்கங்களும் சம்பிரதாயமான மதச் சடங்குகளைத் தவிர்த்துவிட்டுத் தனிமனிதருக்கும் கடவுளுக்குமிடையே தனிப்பட்ட உறவை முன்னிறுத்தின.

'முஸ்லிம்கள், கிறிஸ்துவர்கள், யூதர்கள், ஜொராஷ்டிரியர்கள், இந்துக்கள் ஆகிய அனைவருமே ஒரே இலக்கை நோக்கிப் பயணிப்பவர்கள்தான்; அவர்களைப் பிரித்து வைக்கும் புற அடையாளங்கள் பொய்யானவை' என்று சூஃபிக்கள் கூறினார்கள். சூஃபி துறவிகளுக்கான தர்க்காக்கள் வட இந்தியா முழுவதும் எழுந்தன. இந்துக்களும் முஸ்லிம்களும் இந்தத் தர்க்காக்களுக்கு வந்தார்கள்.

சூஃபி, இந்து பக்தி மார்க்கங்களின் சங்கமத்தின் உச்சத்தைப் பதினைந்தாம் நூற்றாண்டின் கவிஞர் கபீர்தாசரிடம் காணலாம். இஸ்லாமிய நெசவாளர் குடும்பத்தில் பிறந்த இவர் வாராணசியில் வசித்தார். அங்கிருக்கும் இவருடைய தர்க்காவுக்கு அனைத்து மதங்களையும் சேர்ந்த பக்தர்கள் இன்றளவும் வருகிறார்கள். அவர் மரணமடைந்தபோது இந்து அல்லது இஸ்லாமிய முறைப்படி அவர் உடலை எரிக்கவோ புதைக்கவோ முடியாதபடி அவர் உடல் பூக்களாக மாறிவிட்டதாக ஐதீகம் உள்ளது. இன்று அவருக்கு இரண்டு சாமாதிகள் உள்ளன. கபீரைப் பொறுத்தவரை புரோகிதருக்கோ முல்லாவுக்கோ எந்த முக்கியத்துவமும் இல்லை. நியமங்களுடன் மேற்கொள்ளப்படும் சடங்குகளைக் காட்டிலும் பக்தி சிரத்தையுடன் செய்யப்படும் பிரார்த்தனை, அது எந்த வடிவில் இருந்தாலும் கடவுளை எளிதில் அடையும் என்றார் கபீர்தாசர்.

கபீர் மொழி:

கவனமாகக் கேளுங்கள்,
வேதங்களோ குர்ஆனோ
உங்களுக்கு இதைக் கற்றுத்தராது.
தறிகெட்டு ஓடும் உங்கள் மனதுக்குக்
கடிவாளம் போடுங்கள்.
அதன் முதுகில் சேணத்தைப் போடுங்கள்.
அதன் மீது ஆரோகணித்து.
சொர்க்கத்திற்கு அதை ஓட்டிச் செல்லுங்கள்.

தில்லி சுல்தானகத்தின் காலத்திலிருந்து 18ஆம் நூற்றாண்டின் தொடக்கம் வரையிலான முஸ்லிம் ஆட்சியாளர்கள் பெரும்பாலும் யதார்த்தவாதிகள். விரிந்து பரந்த துணைக்கண்டத்தில் பெரும்பான்மையாக இந்துக்களைக் கொண்ட பெரும் மக்கள் கூட்டத்தை ஆளும் சிறுபான்மைக் கூட்டத்தினர் தாங்கள் என்பதை அவர்கள் உணர்ந்திருந்தார்கள். அவர்களுடைய படைகள் நிலப்பரப்பை வெற்றிகொள்வதைக் காட்டிலும் மங்கோலியப் படையெடுப்பின் அபாயத்திலிருந்து இந்தியாவைக் கப்பாற்றுவதற்காகவே முதன்மையாகப் பயன்பட்டன. பல்வேறு வம்சங்களைச் சேர்ந்த பல்வேறு மன்னர்களின் ஆட்சிகளின்போது இஸ்லாம் அனைவரையும் அரவணைக்கும் அணுகுமுறைக்கும் சிலைகளைத் தகர்க்கும் போக்கிற்கும் இடையே ஊசலாடிக்கொண்டிருந்தது. எந்தக் கட்டத்திலும் ஒட்டுமொத்த மதமாற்றம் நிகழ்ந்ததே இல்லை.

அபரிமிதமான செல்வங்களைக் கொள்ளையடிக்கவும் உள்ளூர் ஆட்சியாளர்களின் அரசியல் அதிகாரத்தை மட்டுப்படுத்தவும்தான் இந்துக் கோயில்கள் அழிக்கப்பட்டன. இஸ்லாமிய ஆட்சிக் காலத்தின் பெரும் பகுதியில் இந்துக்கள், சமணர்கள் ஆகியோருடன் யூதர்கள், பார்சிகள் போன்ற மதச் சிறுபான்மையினரும் எந்தக் குறுகீடுமின்றித் தத்தமது தெய்வங்களை வழிபட அனுமதிக்கப்பட்டார்கள். இந்துக்களை மதம் மாற்றுவதற்கான ஆவலைக் காட்டிலும் அவர்களை நிர்வாகத்திலும் படையிலும் சேர்த்துக்கொள்ள வேண்டிய தேவையே கூடுதலாக இருந்தது. இந்துக்களே பெரும்பாலும் பொருளாதாரத்தை நிர்வகித்தார்கள். மத்திய ஆசியாவிலிருந்து இந்தியாவிற்குப் புதிதாக வரும் முஸ்லிம்களுக்கு அடிமைகள், பட்டாடைகள், நகைகள், குதிரைகள் ஆகியவற்றை வாங்க உதவி செய்வதன் மூலம் இந்து வங்கியாளர்கள் பெரும் லாபத்தை ஈட்டினார்கள்.

மதமாற்றத்தைவிட வர் வணிகமே வெற்றியின் நோக்கமாக இருந்தது. சிந்து நதிக்கு அப்பால் உள்ள நிலப்பரப்பு பல்வேறு வளங்களையும் கொண்டிருந்தது. உலகின் மேம்பட்ட பொருளாதார மையங்களில் ஒன்றாக அது இருந்தது. தங்கம், வெள்ளி, விலையுயர்ந்த கற்கள், வாசனைப் பொருள்கள், அடிமைகள் ஆகியவை இங்கு நிறைந்திருந்தன. சாலைகள் பாதுகாப்பானவை. துறைமுகங்கள் மேம்பட்ட வசதிகள் கொண்டவை; கட்டணங்கள் குறைவு. தங்களை உத்தமர்களாகக் காட்டிக்கொள்வதற்காகப் பிரிட்டிஷ்காரர்கள் இஸ்லாமிய ஆட்சியாளர்களைக் கொடுங்கோலர்களாகவும் சர்வாதிகாரிகளாகவும் சித்தரித்தார்கள். இந்தியா விடுதலை

பெற்ற காலகட்டத்தில் உருவாகி, அதன் பிறகு வளர்ந்துவரும் இந்து–முஸ்லிம் மோதல்கள் முஸ்லிம்கள் இந்தியாவை ஆட்சி செய்த காலத்தில் மிகக் குறைவாகவே இருந்தன.

விஜய நகரம்:

முகம்மது பின் துக்ளக் போன்ற மன்னர்கள் தென்னிந்தியாவில் பெற்ற வெற்றிகள் தற்காலிகமானவை என்றாலும் அவை அப்போது இருந்த பல அரசுகளின் வீழ்ச்சியை முடுக்கிவிட்டன. அதையடுத்து அரசியலில் உருவான நெகிழ்ச்சியின் ஆக முக்கியமான விளைவு விஜயநகரப் பேரரசின் உருவாக்கம்தான். ஹரிஹரர் (ஆட்சிக் காலம்: 1336–1356), புக்கர் (ஆட்சிக் காலம்: 1356–1377) ஆகிய சகோதரர்கள் இந்தப் பேரரசை உருவாக்கினார்கள். முஸ்லிமாக மதம் மாறித் துக்ளக்கிடம் வேலை செய்துவந்த இவர்கள் துக்ளக்கிற்கு எதிராகக் கலகம் செய்தார்கள். இந்து முனிவர் ஒருவர் ஹரிஹரரை இந்துக் கடவுள் விரூபாட்சனின் அவதாரம் எனக் குறிப்பிட்டார். ஹரிஹரர் மீண்டும் இந்துவாக மதம் மாறினார். இந்து சித்தாந்தங்களின் அடிப்படையில் ஓர் அரசை அமைக்க இந்து சமூகம் அவரை அனுமதித்தது. இந்த அரசின் தலைநகரமான விஜயநகரம் என்னும் பெயரிலேயே அறியப்பட்ட இந்தப் பேரரசு மூன்று நூற்றாண்டுகளுக்கு நீடித்தது. அதன் உச்சத்தில் தென்னிந்தியாவின் ஆகப் பெரிய அரசாக உருவெடுத்தது. துணைக்கண்டத்தின மக்கள் தொகை 15 கோடியாக இருந்த அந்தக் காலகட்டத்தில் இரண்டரைக் கோடி மக்கள் விஜயநகரப் பேரரசின் ஆட்சியின் கீழ் இருந்தார்கள். 15 ஆம் நூற்றாண்டின் நடுவில் விஜய நகரத்திற்கு வந்த தைமூரிய நாட்டின் தூதர் அப்த் அல்–ரஸாக் (1413–1482) இந்த நகரத்தைப் பற்றி இவ்வாறு குறிப்பிடுகிறார்; ‘இந்த நகரத்திற்கு இணையாக வேறு எதையும் ஒருபோதும் கண்டதில்லை; இதற்கு இணையாக வேறு எதுவும் எப்போதேனும் இருந்ததாகக் கேள்விப்பட்டதில்லை.’ நகைச் சந்தையில் முத்துக்கள் கொட்டிக் கிடந்தன. ‘நிலவின் 14ஆம் பிறை இந்த முத்துக்களைப் பார்த்த மாத்திரத்தில் தீப்பிடித்து எரிந்தது’ என்று அவர் வர்ணித்திருக்கிறார். இந்தப் பேரரசின் ஆட்சியாளர்கள் இந்த உலகையே ஆள்பவர்கள் எனக் கூறிக்கொண்டார்கள். ‘விரிந்து பரந்த இந்த உலகத்தை ஒரு குடையின் கீழ்’ ஆள்வதே அவர்கள் நோக்கமாக இருந்தது.

குல்பர்காவை ஆட்சிசெய்த பாமினி சுல்தான்களும் இன்றைய ஒடிஷாவின் பெரும் பகுதியைத் தங்கள் கட்டுப் பாட்டில் வைத்திருந்த கஜபதிகளும்தான் விஜயநகரத்தின் பிரதான எதிரிகள். நடைமுறை சார்ந்த அணுகுமுறை

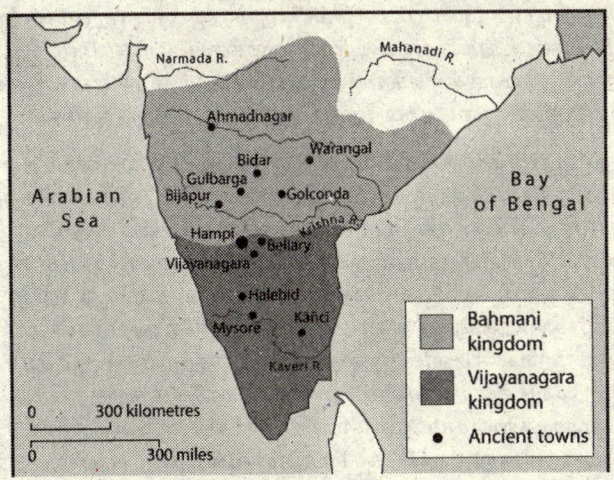

கொண்ட இரண்டாம் தேவராயர் (ஆட்சிக் காலம்: 1432–1446) பாமினிகளைத் தன் படையின் சிப்பாய்களாகவும் படைத் தலைவர்களாகவும் சேர்த்துக்கொண்டதன் மூலம் தன்னுடைய படையின் வலிமையைச் சுல்தான்களின் படைக்கு நிகராகப் பெருக்கிக்கொண்டார். 1509இல் ஆட்சிக்குவந்த கிருஷ்ண தேவ ராயர் (1471–1579) விஜயநகர அரசர்களில் மகத்தானவராகக் கருதப்படுகிறார். இவர் கஜபதிகளை அவர்களுடைய தலைநகரான கட்டக்கிற்கு விரட்டியடித்தார்.

மலபார்முதல் சோழமண்டலக் கடற்கரைவரையிலும் பரவியிருந்த பேரரசை ஆண்ட கிருஷ்ண தேவ ராயர் ஐரோப்பிய வணிகர்களைத் தன்னுடைய நாட்டுக்கு வரவேற்ற முதல் இந்தியத் தலைவர்களில் ஒருவர். உலகை ஆள்வதற்கு வணிகம் முக்கியம் என்று அவர் கருதினார். நல்ல ஆட்சியாளர் துறைமுகங்களின் வளர்ச்சியில் கருத்தாக இருக்க வேண்டும் என்று அவர் எழுதினார். அப்போதுதான் சந்தனக் கட்டைகள், விலையுயர்ந்த கற்கள், முத்துக்கள் ஆகியவற்றைத் தடையின்றி இறக்குமதி செய்ய முடியும் என்று அவர் குறிப்பிட்டிருக்கிறார். வெளிநாடுகளிலிருந்து வரும் கப்பல்கள் உடைந்து தன்னுடைய நாட்டின் கடற்கரையில் ஒதுங்கும்போது அவற்றிலுள்ள பயணிகளைக் காப்பாற்றி ஆதரவளிக்க வேண்டும் என்றும் அவர் கூறினார். 'யானைகளையும் நல்ல குதிரைகளையும் வணிகம் செய்யத் தொலைதூர நாடுகளிலிருந்து வரும் வணிகர்கள் நமக்கு நெருக்கமாக இருக்குமாறு நடந்துகொள்ள வேண்டும். தினசரி அவர்களுக்குப் பரிசுகள் அளிப்பது, அவர்கள் நல்ல லாபம் ஈட்ட வகைசெய்வது ஆகியவற்றைச்

செய்து நட்புப் பாராட்ட வேண்டும். அப்போதுதான் இந்தப் பொருட்கள் உங்கள் பகைவர்கள் கைக்குப் போகாமல் இருக்கும்' என்றார். போர்ச்சுக்கீசியத் துப்பாக்கி வீரர்கள் கிருஷ்ண தேவராயரின் படையின் முதுகெலும்பாக இருந்தார்கள்.

விஜயநகரத்தின் இந்து ஆட்சியாளர்களைத் தென்னிந்தியாவில் முஸ்லிம் செல்வாக்கின் விரிவாக்கத்திற்கு எதிரான அரணாக வரலாற்றாசிரியர்கள் கருதிவந்திருக்கிறார்கள். இருப்பினும், விஜயநகர அரசின் கலாச்சாரம், சமூகம், கட்டிடக்கலை ஆகியவற்றை ஆய்வுசெய்யும்போது மாறுபட்ட சித்திரம் கிடைக்கிறது. தொடக்கத்திலிருந்தே அவர்கள் தங்களை 'இந்திய மன்னர்களின் சுல்தான்' (இந்து–ராய–சூரத்ராணா) என்று அழைத்துக்கொண்டார்கள். பாரசீகக் கருத்துக்களையும் நடைமுறைகளையும் உள்வாங்கினார்கள். தலைநகரின் ராயல் சென்டர் என்று அழைக்கப்படும் வளாகம், குவிமாடங்கள், வளைவுகள், கவிகைமாடங்கள், படைப்புச் சிற்பங்கள் என இஸ்லாமியக் கட்டிடக்கலை பாணிகளை உள்ளடக்கியது. துருக்கிய, ஈரானிய வீரர்கள் விஜயநகர அரசின் படையில் சேர்க்கப்பட்டனர். துருக்கியச் சிப்பாய்களின் சிற்பங்கள்கூட இந்நகரத்தின் கோயில்களை அணி செய்கின்றன.

பன்னிரண்டாம் நூற்றாண்டின் ஈரானின் அரச உடை பாணியிலான சீனப் பட்டாடையை மன்னர் அணிந்திருப்பதை அப்துல் ரசாக் குறிப்பிட்டுச் சொல்கிறார். பாரசீகப் பாணியில் அமைந்த விளிம்பு இல்லாத கிரீடங்களைப் பொது நிகழ்ச்சிகளில் அணிந்த பிரபுக்கள், இந்து மத விழாக்களில் பாரம்பரியத் தென்னிந்திய உடைகளை அணிந்தார்கள். இந்த மேல்தட்டினருக்கு இஸ்லாமிய நாகரிக உலகத்தில் தங்களின் அரசவை இடம்பெறும் அளவுக்கு நேர்த்தி பெறுவதுதான் நாகரிகத்தின் அடையாளமாகத் தோன்றியது. அதே சமயம், அப்போது உருப்பெற்றுவந்த தனித்துவமான தென்னிந்திய மேல்தட்டுக் கலாச்சாரத்தையும் தொடர்ந்து ஆதரித்து வந்தார்கள்' என வரலாற்றாசிரியர் ரோசாலிண்ட் ஓ'ஹான்லன் எழுதுகிறார். பின்னர் உருப்பெற்ற முகலாயப் பேரரசில் இந்து, இஸ்லாமியப் பண்பாடுகளுக்கிடையேயான இந்தத் தொடர்புகள் உச்சத்தை எட்டின.

5

மகத்தான முகலாயர்கள்

1500ஆம் ஆண்டில் தெற்காசியாவில் பயணம் செய்த ஒருவர் பரஸ்பரம் மோதிக் கொள்ளும் பல்வேறு அரசுகளாக இந்தப் பகுதி பிரிந்திருந்ததைக் கண்டிருப்பார். அதிகாரத்தை வசப்படுத்திக்கொள்ளவும் பெருமைக்காகவும் இந்தியாவின் அபரிமிதமான வளங்களைச் சொந்தமாக்கிக்கொள்ளவும் போராடிக் கொண்டிருந்த பல்வேறு இனக்குழுக்களின் அரசுகள் அவை. நூற்றாண்டுகளுக்குப் பிறகு துணைக்கண்டத்தின் வடபகுதி முழுவதும் முகலாயப் பேரரசு என்னும் குடையின் கீழ் வந்துவிட்டது. இந்தப் பேரரசின் முதல் ஆறு பேரரசர்கள் மகத்தான முகலாயர்கள் என அறியப்படுகிறார்கள். ஆசியக் கண்டத்தின் மிகச் சிறந்த கட்டிடக் கலையைத் தங்கள் அடையாளமாக இவர்கள் விட்டுச் சென்றிருக்கிறார்கள். ஆக்ராவில் உள்ள பளிங்குக் கல் அற்புதமான தாஜ் மஹல், சிறிது காலம் அக்பரின் தலைநகராக இருந்த ஃபதேபுர் சிக்ரியின் சிதிலங்கள் ஆகியவை இந்தக் கட்டடக் கலையின் எடுத்துக்காட்டுக்கள். வரலாற்றறிஞர்கள் சிலர் முகலாயர்களைக் கீழைத் தேசத்தின் சர்வாதிகாரிகளாகக் காண்கிறார்கள். ஈவிரக்கமற்ற வாரிசுரிமைச் சண்டைகளையும் பேரழிவுகளை ஏற்படுத்திய போர்க்கள வெற்றிகளையும் கொண்டதாக இவர்களுடைய ஆட்சியைப் பார்க்கிறார்கள். வேறு சில வரலாற்றறிஞர்கள் முகலாயப் பண்பாட்டிற்கும் இந்தியாவின் சமஸ்கிருதப் பண்பாட்டிற்கும் இடையிலான செழுமையான பரிமாற்றங்களுக்கு முக்கியத்துவம்

அளிக்கிறார்கள். பொதுமக்களின் பார்வையில் முகலாயப் பேரரசு என்பது அபரிமிதமாக வளங்கள், கம்பீரமான அரண்மனைகள், விலையுயர்ந்த கற்கள் நிரம்பி வழியும் கருவூலங்கள் ஆகியவற்றைக் கொண்டவை. மகத்தான முகலாயப் பேரரசர்கள் 'மானுட இனத்தின் ஆகச் சிறந்த ஆட்சியாளர்கள்' என 1900களின் தொடக்கத்தில் ஜெர்மானியப் பயணியும் தத்துவவாதியுமான கவுண்ட் ஹெர்மன் குறிப்பிட்டார். 'அவர்கள் செயல் வீரர்கள், தேர்ந்த ராஜதந்திரிகள், மானுட மனத்தை அறிந்த அனுபவசாலிகள்; அதே சமயம் அழகுணர்ச்சியும் கனவுகளும் கொண்டவர்கள்' என்கிறார் அவர். 'மானுடப் பண்புகளின் மேலான சங்கமம்' என்று கூறிய ஹெர்மன், எந்த ஐரோப்பிய அரசரைக் காட்டிலும் மேலான தகுதிகளைக் கொண்டவர்களாக முகலாயப் பேரரசர்களைக் குறிப்பிட்டார்.

முகலாய வம்சத்தின் மீது படர்ந்திருக்கும் புகழொளிக்கான ஆதாரமாக எழுத்துப்பூர்வமான ஏராளமான வரலாற்றுப் பதிவுகள் உள்ளன. பேரரசர்களின் தனிப்பட்ட குறிப்புக்களைத் தவிர, அரசவை வரலாற்றாசிரியர்களின் பதிவுகளும் உள்ளன. அன்றாட நிர்வாகத்தின் மிக நுட்பமான தகவல்களைக்கூட இவர்கள் எழுதிவைத்திருக்கிறார்கள். முகலாயர்களின் எழுச்சியும் ஐரோப்பியர்களின் தேடலும் விரிவாக்கமும் கொண்ட நடவடிக்கைகளும் ஒரே சமயத்தில் நிகழ்ந்தன. ஆங்கிலேயத் தூதுவர்கள் வணிக உரிமைகளைப் பெற்றுக்கொண்டு பரிசுகளை அளித்தார்கள்; ஜெசூட் மதப் பரப்புரையாளர்கள் மதமாற்ற முயற்சிகளில் ஈடுபட்டார்கள்; பிரான்ஸ் நாட்டின் நகை வியாபாரிகள் விலையுயர்ந்த கற்களை வாங்கும் தொழிலை மேற்கொண்டார்கள்; இத்தாலிய மருத்துவர்கள் கீல்வாதத்திற்கும் ஆண்மைக்குறைவுக்கும் துரித சிகிச்சைகளை வழங்கினார்கள்; முகலாய ஆட்சியாளர்கள், அவர்களுடைய இயல்புகள், அதீதப் போக்குகள், அவர்களுடைய அரசவையின் மகத்துவம் ஆகியவற்றைப் பற்றிய வெளிப்படையான பதிவுகளை அக்காலத்தில் தனிப்பட்ட முறையில் சாகசப் பயணம் மேற்கொண்ட பலர் எழுதி வைத்திருக்கிறார்கள்.

முகலாயர்களும் மங்கோலியர்களும்

பாபரின் வம்சத்தை முகலாய வம்சம் என்று வெளியாட்கள் குறிப்பிடுகிறார்கள். முகலாயர் என்பது மங்கோலியர் என்பதற்கான பெர்ஷியச் சொல். பாபர் தன் தந்தையின் துருக்கிய வேர்களுக்கு அழுத்தம் தந்தார். 15ஆம் நூற்றாண்டில் 'மங்கோலிய' என்பது பண்பாடற்ற நடத்தையைக் குறித்தது. 'மங்கோலியர்கள்

> தேவதைகளின் இனமாகவே இருந்தாலும் அது தீமைகள் நிறைந்த நாடாகவே இருக்கும் என பாபர் குறிப்பிட்டார்.

முகலாயர்களின் கதை இன்றைய உஸ்பெகிஸ்தானில் ஜாஹிருதீன் பாபர் பிறந்த 1483ஆம் ஆண்டில் தொடங்குகிறது. பாபரின் தந்தை தைமூரின் எள்ளுப் பேரன்; ஃபெர்கானாவின் மன்னர். இது மேற்கு சாமர்கண்டில் அமைந்த சிறிய, ஆனால் மிகவும் வளமான பகுதி. தைமூரின் பழைய தலைநகரம். அவருடைய மாபெரும் சமாதியும் அங்குதான் இருக்கிறது. தைமூரின் அன்னை மங்கோலியப் பேரரசை நிறுவிய ஜெங்கிஸ்கானின் வம்சத்தில் வந்தவர். எதிர்பாராத விபத்தொன்றில் அவரது தந்தை மரணமடைந்ததையடுத்து 1494ஆம் ஆண்டு பாபர் (1483–1530) தனது பதினோராவது வயதில் அரசரானார். பாபரின் தந்தை புறாக்களை வளர்ப்பதில் ஆசை கொண்டவர். அரண்மனையின் வெளிச்சுவரில் அமைந்திருந்த புறாக்கூண்டுகளில் புறாக்களைக் கொஞ்சிக்கொண்டிருக்கையில், அவர் நின்றிருந்த குன்று சரிந்து விழுந்தது. 'உமர் ஷேக் மிர்ஸா தன்னுடைய புறாக்கள், அவற்றின் கூடு ஆகியவற்றுடன் பறந்து சென்று பருந்தாக மாறிவிட்டார்' என்று பாபர் இதுபற்றித் தன் நினைவுக் குறிப்புகளில் கவித்துவமாகக் குறிப்பிடுகிறார்.

ஆட்சிக்கு வந்த இரண்டு ஆண்டுகளில் சாமர்கண்டைக் கைப்பற்றுவதற்கான முதல் முயற்சியை மேற்கொண்டார். அதில் வெற்றி கிடைக்கவில்லை என்றாலும் அடுத்த ஆண்டில் சில மாதங்களுக்கு மட்டும் அந்த நகரம் அவர் வசம் வந்தது. அவர் இல்லாதபோது அவருடைய மாற்றாந்தாயின் மகன் ஃபெர்கானாவைக் கைப்பற்றிக்கொண்டதில் பாபர் தன்னுடைய அரசை இழந்தார். பாபரும் அவர் அன்னையும் மிகச் சிறிய எண்ணிக்கையிலான ஆதரவாளர்களும் அடுத்த இரண்டு ஆண்டுகள் மத்திய ஆசியாவிலுள்ள மலைகளிலும் பள்ளத்தாக்குகளிலும் அலைந்து திரிந்தார்கள். 'வீடின்றி, உதவிக்கு யாருமின்றி, ஒரு மலையிலிருந்து இன்னொரு மலைக்கு அலைந்துகொண்டிருப்பது மிகவும் கொடுமையானது' என்று பின்னாளில் அவர் எழுதினார்.

'அரியணை இழந்த காலம்' என்று பாபர் குறிப்பிடும் இந்த காலகட்டம் பற்றிய விவரங்கள் அவருடைய சுயசரிதையான பாபர்நாமாவில் உள்ளன. பிறரால் எழுதப்பட்ட, பெரும்பாலும் புகழுரையாகவே இருக்கும் இதர முகலாயப் பேரரசர்களின் தன்வரலாற்றுப் பதிவுகளைப் போல அல்லாமல் பாபரின் பதிவு அதிர்ச்சியூட்டும் அளவுக்கு வெளிப்படையானது. அவர்

ஒரே நேரத்தில் 'சீசராகவும் செவாண்டிஸாகவும் (புகழ்பெற்ற ஸ்பானிய எழுத்தாளர்)' இருந்தார் என்று பிரபல இந்திய எழுத்தாளர் அமிதவ் கோஷ் குறிப்பிடுகிறார். 'ஒவ்வொரு விஷயத்திலும் உண்மை கண்டறியப்பட வேண்டும்; ஒவ்வொரு செயலும் அது நிகழ்ந்த விதத்திலேயே பதிவு செய்யப்பட வேண்டும்' என்பதே தன் குறிக்கோள் என்று வாசகர்களிடம் பாபர் கூறுகிறார். 'மிகவும் விறுவிறுப்பான, மிகுஉணர்ச்சி கொண்ட படைப்புகளில் ஒன்று' என்று பாபர்நாமா வர்ணிக்கப்படுகிறது. இதற்கு முக்கியக் காரணம் அதிலுள்ள நேர்மை. பின்னாளில் முகலாயப் பேரரசராக உருவெடுத்த பாபருக்குத் தன்னுடைய முதல் மனைவியுடன் பாலுறவு கொண்டபோது ஏற்பட்ட கூச்சம், ஆண்டிஸான் கடைத்தெரு வில் இருந்த ஒரு பையனுடன் முகிழ்த்த நிறைவேறாத காதல், முலாம்பழங்கள்மீது இருந்த ஆசை ஆகியவற்றையெல்லாம் எழுதியிருக்கிறார். விஷ மருந்து கொடுத்து அவரைக் கொல்லும் முயற்சி நடந்த பிறகு கழித்த மலத்தின் நிறத்தைக்கூட அவர் பதிவு செய்திருக்கிறார். 'வறண்ட பித்த மலம் போன்ற அடர் கறுப்பு'.

1504இல் தனது 21 ஆவது வயதில் பாபர் சாமர்கண்டைக் கைப்பற்றும் கனவைத் துறந்துவிட்டுக் காபூலின்மீது தன் பார்வையைச் செலுத்தினார். அந்த நகரத்தின் சர்வாதிகார மன்னர் அப்போதுதான் மரணமடைந்திருந்தார். அவருடைய வாரிசு அப்போது கைக்குழந்தை. எனவே காபூலை வெற்றி கொள்வது எளிதாக இருந்தது. அந்த வெற்றி இந்தியாவையும் மத்திய ஆசியாவையும் இணைக்கும் முக்கியத்துவம் வாய்ந்த பாதைகளை, பாபரின் கட்டுப்பாட்டின் கீழ் கொண்டுவந்தது. ஓராண்டுக்குப் பின் இந்தியாவை நோக்கிய தன்னுடைய முதலாவது பயணத்தைத் தொடங்கினார். ஆரம்ப கட்டத்தில் கொள்ளையடிப்பதற்கான படையெடுப்புகளாகவே அவை அமைந்தன. 1514இல் சாமர்கண்டை வெல்வதற்கான தன் கடைசி முயற்சியில் தோற்ற பாபர் தைமூரின் அதிகாரத்தை மீண்டும் கட்டமைக்கக்கூடிய இடமாக வட இந்தியாவைப் பார்க்கத் தொடங்கினார். லோடியின் அரசவையைச் சேர்ந்த சில அதிருப்தியாளர்களின் ஆதரவு அவருக்குக் கிடைத்தாலும் அவர்கள் நம்பத்தக்கவர்களல்ல என்பதைக் கண்டு கொண்டார். எனவே 1519க்கும் 1524க்கும் இடைப்பட்ட காலகட்டத்தில் மூன்று தருணங்களில் படையெடுத்துச் சென்ற தன் படையினரைத் திரும்பி வருமாறு உத்தரவிட்டார். 1525இல்தான் இப்ராஹிம் லோடியுடன் மோதத் தயாரானார். 8000 வீரர்களை மட்டுமே கொண்டிருந்த படையுடன் சென்ற பாபர் லோடியின் அதிகாரம் பெருமளவில் குலைந்து

போயிருந்த பஞ்சாப் சமவெளிகளுக்கு எந்த எதிர்ப்புமின்றி வந்து சேர்ந்தார். 1526, ஏப்ரலில் இன்றைய ஹரியானாவிலுள்ள பானிப்பட்டை அடைந்தார். படைபலம் குறைவாக இருந்தாலும் அப்போது உருவாகியிருந்த புதிய ராணுவத் தொழில்நுட்பத்தின் – தீப்பொறித் துப்பாக்கிகளும் பீரங்கி களும் – மூலம் அதை ஈடுகட்டினார். வட அமெரிக்காவில் அமெரிக்கப் பூர்வகுடியினரை எதிர்கொள்வதற்கு அமெரிக்கர்கள் பயன்படுத்தியதற்கு இணையான வியூகத்தை பாபர் பயன்படுத்தினார். எருதுகளால் இழுக்கப்படும் வாகனங்கள் வட்ட வடிவில் ஒன்றுடன் ஒன்று இணைத்துக் கட்டப்பட்டன. வலுவான இந்த அரணுக்குப் பின்னால் பீரங்கிப் படை அணிவகுத்தது. லோடியின் படைகள் தாக்கத் தொடங்கிய போது குண்டுகளால் வீழ்த்தப்பட்டார்கள். மீதி வேலையைக் குதிரைப் படையினர் பார்த்துக்கொண்டார்கள். ஒருசில மணிநேரங்களில் போர் முடிவுக்கு வந்தது.

லோடி போரில் இறந்தார். தில்லியை ஆண்ட முஸ்லீம் ஆட்சியாளர்களில் போர்க்களத்தில் உயிரிழந்தவர் இவர் மட்டுமே. அன்றைய வழக்கப்படி படை வீரர்கள் அவர் தலையைத் துண்டித்து பாபரின் முன் வைத்தார்கள். அந்தத் தலையைத் தன் கைகளால் தூக்கிய பாபர், 'உன்னுடைய துணிச்சலுக்குத் தலை வணங்குகிறேன்' என்றார். பாபரின் மூத்த தளபதிகள் இருவர் லோடியின் உடலைப் பட்டுத் துணியில் சுற்றி அதைக் குளிப்பாட்டி, அந்த உடல் வீழ்ந்த இடத்திலேயே புதைத்தார்கள். தன்னுடைய வெற்றியின் அடையாளமாக மசூதியொன்றைக் கட்டிய பாபர், சமச்சீரான தோட்டத்தையும் அமைத்தார். கால்வாய்கள் வெட்டி, சுற்றிலும் நடைபாதைகளை உருவாக்கி மத்திய ஆசியாவின் பாலைவனச் சோலைகளை நினைவுபடுத்தும் விதமாக அதை அமைத்தார். பின்னாளில் இந்தியாவின் இதர பகுதிகளிலும் இத்தகைய தோட்டங்களை உருவாக்கினார்.

இந்த வெற்றிக்குப் பிறகு பாபர் தில்லிக்குப் பயணமானார். அங்கே அவர் பெயரில் வெள்ளிகிழமை தொழுகை நடத்தப்பட்டது புதிய மன்னரை ஏற்றுக்கொண்டதை மக்கள் வெளிப்படுத்தும் விதம் அது. அந்தத் தொழுகை முடியும்வரை அங்கிருந்த பாபர் லோடியின் தலைநகரமான ஆக்ராவுக்குச் சென்றார். பாபரின் மகன் ஹுமாயூன் (1508–1556) முக்கியமான வட இந்திய மகாணமான குவாலியரின் இந்து மன்னரின் குடும்பத்தை அங்கே சிறைப்பிடித்து வைத்திருந்தார். ஆட்சி மாற்றத்தை ஏற்றுக்கொள்ளும் அடையாளமாக அந்த மன்னர் ஹுமாயூனுக்கு நகைகளைப் பரிசாக வழங்கினார். அதில் பெரிய அளவிலான வைரமும் இருந்தது. 'ஒட்டுமொத்த

உலகத்திற்கும் இரண்டரை நாள் உணவளிக்கக்கூடிய' அளவுக்கு அதன் மதிப்பு இருந்தது. பாபர் அதைத் தன் மகனிடமிருந்து பெற்றுக்கொள்ள மறுத்தார். பாபர் வைரம் என அறியப்பட்ட அந்த வைரத்தைப் பல ஆண்டுகள் கழித்து ஹுமாயூன் பெர்ஷிய மன்னரிடம் கொடுத்தார். புகழ்பெற்ற அந்த வைரத்தின் அளவைப் பற்றிச் சொல்லப்படும் நிகழ்ச்சிகளைப் பார்க்கும்போது அதுதான் கோஹினூர் வைரம் எனத் தோன்றுகிறது.

புதிதாகத் தான் வென்ற பிரதேசங்களைக் குறித்து பாபருக்கு எதிர்மறை எண்ணங்களே இருந்தன. போரினால் களைப்படைந்திருந்த அவர் படை வீரர்களும் அப்படியே நினைத்தார்கள். ஆப்கானிஸ்தானத்தின் குளிர்ந்த மலைப் பிரதேசங்களுக்குத் திரும்பிச் செல்ல அவர்கள் விரும்பினார்கள். அவர்களைத் தடுத்து நிறுத்த விரும்பிய பாபர் அவர்களைப் பார்த்து, 'நாம் மீண்டும் காபூலுக்குத் திரும்பிச் சென்று வறுமையில் வாடலாமா? என்னை ஆதரிப்பவர்கள் யாரும் இனி அப்படிச் சொல்ல வேண்டாம். இங்கே தாக்குப்பிடிக்க முடியாமல் வெளியேற விரும்புபவர்களை யாரும் தடுக்க வேண்டாம்' என்றார். வேறெதுவும் இல்லாவிட்டாலும் இந்தியா பரந்து விரிந்த வளமான பகுதி என்று அவர் கூறினார்.

தைமூரின் ஆட்சியை வட இந்தியாவில் நிறுவும் பாபரின் முயற்சிக்குப் பல தடைகள் ஏற்பட்டன. முதலாவதாக, '[இந்திய] மக்களுக்கு என்னைப் பிடிக்கவில்லை; அவர்கள் என்மீது பெரும் விரோதம் பாராட்டினார்கள்' என்று பாபர் குறிப்பிட்டிருக்கிறார். தவிர, முகலாயர்கள் அப்போது இந்தியாவில் ஆதிக்கம் செலுத்தக்கூடிய சக்தியாக இல்லை. தில்லி சுல்தானகம் வலுவிழந்த நிலையில் வட இந்தியாவின் பெரும்பகுதிகள் ஓரளவு தன்னாட்சி கொண்ட ஆப்கானிஸ்தானிய சமஸ்தானங்களின் கட்டுப்பாட்டில் இருந்தன. தில்லி சுல்தானகத்தின் அரசுகள் போர்களுக்கு ஆப்கானிஸ்தானத்தின் சிப்பாய்களையும் ஆப்கானிய வணிகர்கள் இறக்குமதி செய்த மத்திய ஆசியாவின் குதிரைகளையும் நம்பியிருந்தார்கள். இந்தச் சிப்பாய்களில் பலர் சிறு தலைவர்களாகிவிட்டார்கள்.

பாபர் நாமாவில் இந்தியாவைப் பற்றி பாபர்: இதன் மக்களிடம் அழகு இல்லை. மேலான சமூக உறவு இல்லை. கவித்துவ ஆற்றலோ புரிந்துகொள்ளும் திறனோ இல்லை. உயர் பண்பும் நாகரிகமும் ஆண்மையும் இல்லை. இங்குள்ள கலைகளிலும் கைவினைப் படைப்புகளிலும் ஒத்திசைவோ ஒழுங்கோ இல்லை. நல்ல குதிரைகள் இல்லை. நாய்கள், பேரிச்சைகள்,

முலாம்பழங்கள் அல்லது முதல் தரமான பழங்கள் இங்கே இல்லை. குளிர்ந்த நீர் இல்லை. சந்தைகளில் ரொட்டியோ சமைத்த உணவோ கிடைக்க வில்லை. வெந்நீர் குளியல் வசதி, கல்லூரிகள் இல்லை. மெழுகுவர்த்திகளோ தீப்பந்தங்களோ மெழுகுவர்த்திகளைப் பொருத்துவதற்கான தாங்கிகளோ இல்லை.

பாபர் எண்ணற்ற ராஜபுத்திரர்களுடனும் போரிட வேண்டியிருந்தது. சிசோதியர்கள் என்ற ராஜபுத்திர வம்சத்தினர் அவர்களில் மிகவும் வலுவானவர்கள். ராஜபுத்திர அரசர் பிருதிவிராஜ் சௌஹானின் ராஜபுதனப் பேரரசை மீட்டுருவாக்கம் செய்ய உறுதி பூண்ட சிசோதிய மன்னர் ராணா சங்கா (1482–1528) பெரும்படையைத் திரட்டிக்கொண்டு அன்னியப் படையெடுப்பாளரை வெல்லும் நோக்கத்துடன் மேவார் கோட்டையை விட்டுக் கிளம்பினார். லோடி வம்சத்தினரை அப்புறப்படுத்திய பாபர் ராஜபுதனப் பேரரசை மீண்டும் நிறுவும் ராஜபுத்திரர்களின் கனவுக்கு உயிரூட்டியிருந்தார். எண்ணிக்கையில் பெருமளவு குறைந்திருந்த பாபரின் படை, கிரகங்களின் நிலை சாதகமாக இல்லாததால் தோல்வி நிச்சயம் என்று ஒரு சோதிடர் கூறியிருந்தால் ஊக்கம் குன்றியிருந்தது. அதற்குப் பரிகாரமாக பாபர் இஸ்லாமியர் அல்லாதவர்கள்மீதான வரிகள் சிலவற்றை ரத்து செய்தார். மதுபானம் அருந்துவதைக் கைவிட்டார். அவருடைய தளபதிகளில் 300 பேரும் இந்த விரதத்தைக் கடைப்பிடித்தார்கள். காபூலிலிருந்து வரவழைக்கப்பட்டிருந்த அருமையான ஒயினைக் கிணற்றில் கொட்டினார்கள். ஒயின் நிரப்பியிருந்த தங்கம், வெள்ளிச் சாடிகள் உடைக்கப்பட்டு அதன் துண்டுகள் ஏழைகளுக்கு வினியோகிக்கப்பட்டன. படைவீரர்களின் மன உறுதியை வலுப்படுத்துவதற்காக, ராஜபுத்திர காஃபிர் அரசருக்கு எதிராகப் புனிதப் போர் தொடுப்பதாக அறிவித்தார். புனித வீரர் எனப் பொருள்படும் காஜி என்றும் பட்டத்தைத் தனக்குச் சூட்டிக்கொண்டார்.

ஆக்ராவுக்குச் சுமார் 70 கிலோ மீட்டர் தொலைவில் கன்வா என்னும் இடத்தில் இரண்டு படைகளும் சந்தித்துக்கொண்டன. ராஜபுத்திரர்கள் தங்கள் புகழுக்கு ஏற்ற வகையில் தீரத்துடன் போரிட்டார்கள். பாபர் பானிபட்டில் பயன்படுத்திய யுத்த தந்திரத்தையே இங்கும் பயன்படுத்தினார். எருதுகள் இழுத்துச் செல்லும் வாகனங்களுக்குப் பின்னால் பீரங்கிப் படை. குண்டுகளிலிருந்து தப்பும் ராஜ புத்திர வீரர்களைச் சுற்றி வளைக்கக் குதிரைப் படை. இந்த வியூகம் பலித்தது.

பாபர் வெற்றிபெற்றார். இந்த வெற்றியைக் கொண்டாடும் விதத்தில், துண்டிக்கப்பட்ட தலைகளை வைத்து ஒரு தூணை எழுப்பும்படி ஆணையிட்டார். தன்னை எதிர்க்க நினைப்பவர் களை எச்சரிப்பதற்காக இப்படிச் செய்தார்.

பாபரின் வயது நாற்பதுகளின் மத்தியில் இருந்தபோது அவர் உடல்நலம் குன்றத் தொடங்கியது. இளமைக் காலத்தில் அவர் பட்ட கஷ்டங்களின் விளைவு அவர் உடலைத் தாக்கியது. தன்னுடைய தந்தை உடல் நலமின்றி இருப்பதையும் அரசவை யின் அதிகாரிகள் தன்னுடைய மாமாவை அரியணையில் ஏற்ற முயல்வதையும் கேள்விப்பட்ட ஹுமாயூன் பதக்ஸ்தானிலிருந்து தில்லிக்குத் திரும்பினார். அங்கு வந்ததும் அவரும் கடுமையாக நோய் வாய்ப்பட்டுப் படுத்துவிட்டார். தன் மகன் உயிர் பிழைக்க வேண்டும் எனப் பிரார்த்தனை செய்தபடி ஹுமாயூனைச் சுற்றி பாபர் மூன்று முறை வலம் வந்ததாகவும் அதன் மூலம் ஹுமாயூனின் நோயைத் தானே பெற்றுக்கொண்டதால் அவர் விரைவிலேயே மரணமடைந்ததாகவும் ஒரு கதை புழக்கத்தில் உள்ளது. ஆனால் இந்த நிகழ்வுக்குப் பல மாதங்கள் கழித்துதான் பாபர் மரணமடைந்ததாக வரலாற்று ஆவணங்கள் சொல்கின்றன. முதல் முகலாயப் பேரரசராக ஆன நான்கே ஆண்டுகளுக்குள், 1530ஆம் ஆண்டு டிசம்பர் 26 அன்று பாபர் மரணமடைந்தார். ஆக்ராவில் அவர் உருவாக்கிய மலர்ப் படுக்கைகள் நிரம்பிய தோட்டமொன்றில் அவர் உடல் புதைக்கப்பட்டது. பின்னாளில் அவரது உடல் காபூலைப் பார்த்தவாறு இருக்கும் கட்டிடம் ஒன்றின் மாடியில் அமைக்கப்பட்ட கல்லறையில் வைக்கப்பட்டது. உயிருடன் இருந்தபோது அந்த இடத்தில் அமர்ந்தபடி அங்கிருந்து தெரியும் காட்சியை பாபர் ரசிப்பதுண்டு. கல்லறைக்குப் பனியும் சூரிய ஒளியும் முழுமையாகக் கிடைக்க வேண்டும் என்பதற்காக, அங்கே வேறு எந்தக் கட்டுமானமும் அனுமதிக்கப்படவில்லை.

தோல்வியும் வெளியேற்றமும்

ஹுமாயூனின் ஆட்சிக் காலம் ஜெங்கிஸ்கான், தைமூர் ஆகியோர் உருவாக்கிய வகையிலேயே அமைந்தது. அவருடைய தந்தை அவரைத் தன் வாரிசாகத் தேர்ந்தெடுத்திருந்தாலும் அவருடைய சகோதரர்கள் கம்ரன், அஸ்கரி, ஹிந்தால் ஆகியோருக்கும் அவருடைய ஆட்சிக்குட்பட்ட பகுதிகளில் பங்கு இருந்தது. முகலாயப் பேரரசராக ஆக முடியவில்லை என்ற கசப்புணர்ச்சி அவர்களுக்கு இருந்தது. காபூல், கந்தஹார் ஆகிய பகுதிகளை ஆளும் உரிமை பெற்ற கம்ரன், தனக்குக் கிடைத்த பங்கு குறைவானது என்று கருதித் தன் சகோதரனுக்கு

எதிராகச் செயல்பட்டுப் பஞ்சாபைத் தன் ஆட்சிப் பகுதியாக இணைத்துக்கொண்டார். விருப்பமில்லாவிட்டாலும் வேறு வழியின்றி ஹுமாயூன் அதை ஏற்றுக்கொள்ள வேண்டியதாயிற்று.

கடல் வழி வாணிபத்தால் வளம் கொழித்த குஜராத்தை ஆண்டுவந்த பகதூர் ஷாவிடமிருந்து (1505–1537) மேலும் பெரிய அச்சுறுத்தல் எழுந்தது. 1535இல் ஹுமாயூன் பகதூர் ஷாவை எதிர்த்துத் தெற்கு நோக்கிப் படையெடுத்துச் சென்றார். பகதூர் ஷாவின் ராணுவத்தில் நவீன ரக பீரங்கிகளும் போர்ச்சுகீசியத் துப்பாக்கி வீரர்களும் இருந்தார்கள். இரவில் துணிச்சலான தாக்குதலை மேற்கொண்ட ஹுமாயூனின் படையினர் சம்பனார் கோட்டையைக் கைப்பற்றி பகதூர் ஷாவின் கஜானாவைக் கொள்ளையடித்தார்கள். பிறகு தலைநகர் அகமதாபாதையும் இந்தியாவின் மத்திய மேற்குப் பகுதியான மால்வாவில் இருந்த மந்து என்னும் மலைக்கோட்டையையும் ஹுமாயூன் கைப்பற்றினார். ஆனால் தான் பெற்ற வெற்றிகளை வலுப்படுத்திக்கொள்ளும் முயற்சிகளில் இறங்காமல் கொண்டாட்டங்களிலும் கேளிக்கைகளிலும் ஈடுபட்டார்.

'வெற்றியின் தொலைநோக்கிலான லாபங்களைக் காட்டிலும் உடனடிப் பலன்களே அவரைக் கவர்ந்தன. வெற்றி பெற்றதும் மாதக்கணக்கில் மதுபானம், ஓபியம் (இதை அவர் பன்னீரில் கலந்து குடித்தார்) கவிதை முதலானவற்றில் மூழ்கிக் கிடந்தார்' என்று ஆங்கிலேய வரலாற்றாசிரியர் பாம்பர் காஸ்கோய்ன் குறிப்பிடுகிறார்.

ஹுமாயூன் ஆக்ராவுக்குத் திரும்பியதும் அச்சுறுத்தல் வந்தது. வாராணசிக்கு அருகே சிறிய பகுதியை ஆட்சி செய்து வந்த ஷெர் ஷா சூரி (1456–1545) என்னும் லோடி வம்சத்து அரசர் கிழக்கிந்தியாவில் முகலாயப் பேரரசை எதிர்த்த ஆப்கானியர்களின் தலைவராக உருவெடுத்தார். 1537இல் வங்கத்தின் மீது படையெடுத்த ஷெர் ஷா அதன் தலைநகர் கவுரை முற்றுகையிட்டார். தன் சகோதரர்களான கம்ரன், ஹிந்தால் ஆகியோருடன் தற்காலிகமாகச் சமரசம் செய்துகொண்ட ஹுமாயூன் அவர்களையும் உடன் அழைத்துக்கொண்டு மிதவைகள் மூலம் யமுனையையும் கங்கையையும் கடந்து சென்றார். ஆனால் கவுரை நோக்கி முன்னேறுவதற்குப் பதிலாக ஷெர் ஷாவின் கோட்டையான சுனாரைக் கைப்பற்றும் முயற்சியில் ஆறு மாதங்களை வீணடித்தார். இந்தத் தாமதம் ஷேர் ஷாவுக்குக் கவுரைக் கைப்பற்றி அதன் கருவூலத்தைக் கொள்ளையடிக்க வகைசெய்தது. அந்தச் செல்வத்தைக் கொண்டு வட இந்திய வரலாற்றில் உருவான மாபெரும்

படைகளில் ஒன்றை ஷேர் ஷா திரட்டினார். சுல்தானாக முடிசூட்டிக்கொள்ளும் நம்பிக்கையைப் பெற்ற அவர் தனக்கு ஷேர் ஷா (மன்னர்) எனப் பட்டமளித்துக்கொண்டார்.

கவுர் கைவிட்டுப்போனதும் ஷேர் ஷாவுடன் அதிகாரத்தைப் பங்கிட்டுக்கொள்ளும் சமரச உடன்படிக்கை மேற்கொள்ளும் முயற்சியில் ஹுமாயூன் இறங்கினார். ஆனால் வங்கத்தை யார் ஆள்வது என்பதில் அவர்களிடையே கருத்தொற்றுமை ஏற்படாததால் சமரச முயற்சி தோல்வியடைந்தது. ஹுமாயூன் கவுருக்குச் சென்றபோது அதன் பெரும் பகுதி கைவிடப்பட்ட நிலையில் இருப்பதைக் கண்டார். சாதகமான அந்த நிலையைப் பயன்படுத்திக்கொள்வதற்குப் பதிலாக முகலாயப் பேரரசர் மீண்டும் தன் கவனத்தைச் சிதறவிட்டார். இந்த முறை கவுரைச் சேர்ந்த 'வெண்ணிறம் கொண்ட பெண்கள், அழகான வேலைக்காரப் பெண்கள், கண் கவரும் தோட்டங்கள், மனதை மயக்கும் குளங்கள்' ஆகியவற்றால் கவரப்பட்டார்.

ஹுமாயூன் கவுரின் அந்தப்புரத்தில் 'சகல சுகங்களையும்' அனுபவித்துக்கொண்டிருந்தபோது அவருடைய மாற்றாந்தாய் மகனான ஹிந்தால் முகலாயர்களின் தலைநகரான ஆக்ராவைத் தாக்கிக் கைப்பற்றித் தன்னைப் பேரரசராக அறிவித்துக் கொண்டார். இதற்கிடையில் பஞ்சாபுக்குத் திரும்பிய கம்ரன் வட இந்தியாவில் உள்ள பகைவர்களை அடக்குவதற்கு ஹுமாயூனுக்கு உதவுவதற்குப் பதிலாக, கிடைத்த இடங்களை எப்படிப் பகிர்ந்துகொள்வது என்று ஹிந்தாலுடன் சேர்ந்து திட்டம் தீட்டினார். முகலாய அரண்மனையில் ஏற்பட்ட கொந்தளிப்பைப் பயன்படுத்திக்கொண்ட ஷேர் ஷா 1539ஆம் ஆண்டின் மழைக் காலத்தில் சௌசா என்னுமிடத்தில் ஹுமாயூனின் படைகளை எதிர்த்துப் போர் புரிந்தார். ஹுமாயூன் தன் தம்பிகளின் உதவியை நாடினார். இனி ஹுமாயூனை நம்பிப் பயனில்லை எனக் கருதிய கம்ரனும் ஹிந்தாலும் அவருடைய கோரிக்கையைப் புறக்கணித்தார்கள். மூன்று மாதங்கள் ஒவ்வொருவரும் தத்தமது பாதுகாப்பைப் பலப்படுத்திக்கொள்வதிலும் போலித்தனமான ராஜதந்திர நடவடிக்கைகளிலும் ஈடுபட்டுவந்தார்கள். 1539இல் ஆப்கானியப் படைகள் எதிர்பாராத தாக்குதல் நடத்தி ஹுமாயூனின் படையை நிர்மூலமாக்கியபோது இது முடிவுக்கு வந்தது. வெள்ளம் பெருக்கெடுத்தோடும் கங்கையின் வழியே பின்வாங்கிச் சென்றபோது ஹுமாயூன் குதிரையிலிருந்து கீழே விழுந்துவிட்டார். அவருடைய படையில் தண்ணீர் சுமந்து வரும் பொறுப்பில் இருந்த ஒருவர் ஹுமாயூனைக் காப்பாற்றினார். தன்னுடைய உயிரைக் காப்பாற்றிய அந்த வேலைக்காரருக்கு

நன்றிக்கடனாக அவரை ஒரு நாள் அரசராக அரியணையில் அமரவைத்தார் ஹுமாயூன்.

இரண்டு படைகளும் அடுத்து கங்கைச் சமவெளியில் உள்ள கனோஜில் மோதிக்கொண்டன. படையிலிருந்து பலர் வெளியேறியதால் வலுவிழந்து மனவுறுதி குன்றியிருந்த முகலாயப் படையினர் அச்சத்திற்கு ஆட்பட்டுப் போர்க்களத்தை விட்டு ஓடிவிட்டார்கள். 'நடந்தது ஒரு சண்டையே அல்ல. படுதோல்வி. இரு தரப்பிலும் யாருக்கும் எந்த காயமும் படவில்லை. ஒரு பீரங்கிகூட முழங்கவில்லை, ஒரு துப்பாக்கியும் சுடவில்லை' என்று முகலாயப் படைத் தளபதிகளில் ஒருவர் பின்னர் குறிப்பிட்டார். முகலாயப் பேரரசர் மீண்டும் ஒருமுறை பின்வாங்க வேண்டியிருந்தது. இந்த முறை யானை மீது பயணம் செய்து லாகூருக்குத் தப்பிச் சென்றார். ஷேர் ஷா பானிப்பட்டில் பெற்ற நஷ்டத்திற்கு ஈடுசெய்துகொண்டார். துணைக்கண்டத்தில் கால் பதித்த பதினொன்றே ஆண்டுகளில் முகலாயர்கள் தோல்வியின் விளிம்பில் இருந்தார்கள்.

ஹுமாயூனால் லாகூரில் வெகுகாலம் பாதுகாப்பாக இருக்க முடியவில்லை. ஷேர் ஷா லாகூரைக் கைப்பற்றப் போவதாக மிரட்டியதும் ஹுமாயூன் காபூலுக்குச் செல்லத் திட்டமிட்டார். ஆனால் ஆப்கான் தலைநகரம் கம்ரனின் கட்டுப்பாட்டில் இருந்ததால் மீண்டும் படை திரட்டிக்கொண்டு தன் அரசை மீட்கும் நம்பிக்கையுடன் சிந்துவுக்குச் செல்வதைத் தவிர ஹுமாயூனுக்கு வேறு வழியில்லாமல்போனது. கம்ரனும் அஸ்கரியும் ஹுமாயூன் மீதான தீராப் பகையுடன் ஆப்கானிஸ்தானிலேயே இருக்கையில் ஹிந்தால் நாடிழந்த பேரரசருடன் இணைந்துகொண்டார். 1541இல் ஹிந்தாலின் ஆசிரியரின் மகள் ஹமிதாவை (1527–1604) ஹுமாயூன் மணந்துகொண்டார். ஓராண்டுக்குப் பிறகு கோடைகாலத்தின் உச்சத்தில் தார் பாலைவனத்தைக் கடந்து சிந்துவில் இருந்த அமரக்கோட்டைக்குச் சென்ற ஹமிதா பின்னாளில் மகத்தான முகலாயப் பேரரசராக உருவெடுத்த அக்பரைப் பெற்றெடுத்தார். தன் குழந்தையைக் கந்தஹாரில் விட்டுவிட்டு ஹுமாயூன் மேற்கு நோக்கிப் பயணம் செய்து ஆப்கானிஸ்தானத்தைக் கடந்து பெர்ஷிய ஷஃபாவித் அரசரான ஷா தாமாஸ்பின் ஆட்சிக்குட்பட்டிருந்த ஹெராத் என்னும் நகருக்குப் போய்ச் சேர்ந்தார். 1544இல் அவர் இன்றைய ஈரானிலிருக்கும் கஸ்வினில் இருந்த அவரது அரண்மனையை அடைந்தார். அவரும் அவரைச் சேர்ந்தவர்களும் இஸ்லாமின் ஷியா பிரிவுக்கு மாறினால் பாதுகாப்புத் தருவதாக ஷா கூறினார். கூடவே கோகினூர் வைரமும் வேண்டும் என்றார்.

1545இல் ஷா கொடுத்த நிதியையும் படைபலத்தையும் பயன்படுத்திக்கொண்டு ஹுமாயூன் முகலாய பெர்ஷியக் கூட்டுப் படைகளுடன் அஸ்கரியிடமிருந்து கந்தாஹரைக் கைப்பற்றினார். மூன்று மாதங்கள் கழித்துக் காபூலில் கம்ரனையும் தோற்கடித்தார். அடுத்த எட்டு ஆண்டுகளில் காபூலை மீட்க கம்ரன் நான்கு முறை முயற்சி செய்தும் வெற்றிபெற முடியவில்லை. கடைசி முயற்சியின்போது ஹுமாயூனின் படையினர் கம்ரனைக் கைதுசெய்து ஹுமாயூனிடம் கொண்டுவந்தனர். ஹுமாயூன் கம்ரனின் பார்வையைப் பறிக்கும்படி ஆணையிட்டார். தன்னைக் கொன்றுவிடும்படி சிறை அதிகாரிகளிடம் கம்ரன் வேண்டிக்கொண்டதாகச் சொல்லப்படுகிறது. அவர்கள் மறுக்கவே, தன் கண்களை அவர்கள் சிதைத்தபோது வலியைப் பொறுத்துக்கொண்டு சலனமற்றிருந்தார். பிறகு மெக்காவுக்குச் செல்லத் தன்னை அனுமதிக்கும்படி கேட்டுக்கொண்டு கிளம்பிச் சென்ற அவர் 1557இல் மெக்காவில் மரணமடைந்தார்.

ஷேர் ஷா திறமையாக ஆட்சி செய்தார். அவருடைய அரசு, நிலையான, வளமான, நன்கு நிர்வகிக்கப்பட்ட அரசாக விளங்கியது. ராணுவத்தை ஒழுங்குபடுத்தினார். வருவாய் அமைப்பைச் சீர்மைப்படுத்தினார். வேளாண் விளைபொருள்களுக்கான வரிகளைச் சீராக்கினார். ஊழலைக் கட்டுப்படுத்தினார். மத்திய ஆசியாவை இந்தியத் துணைக்கண்டத்துடன் இணைக்கும் பெரும் சாலையை மேம்படுத்தி விரிவுபடுத்தினார். உள்ளூர்த் தலைவர்களை அதன் பாதுகாப்புக்குப் பொறுப்பாக நியமித்தார். சாலைகளில் நிழல் தரும் மரங்களை வளர்க்கச்செய்தார். இந்துக்களும் முஸ்லிம்களும் பயன்படுத்திக்கொள்ளும் விதத்தில் ஒரு நாள் பயண இடைவெளிகளில் தங்கும் சத்திரங்களைக் கட்டினார். இன்றைய இந்தியாவிலும் பாகிஸ்தானிலும் புழக்கத்தில் இருக்கும் ரூபாயின் முன்னோடியான ரூபியா என்னும் வெள்ளி நாணயங்களை அறிமுகப்படுத்தினார். ஆனால் ராஜஸ்தான், மால்வா, பந்தேல்கண்ட் ஆகிய பகுதிகளில் ஆப்கானிஸ்தானின் காலனிகளை அமைப்பதற்கான அவர் திட்டம் நிறைவேறவில்லை. 1545இல் கலிஞ்சாரில் ராஜபுதனக் கோட்டை ஒன்றைக் கைப்பற்ற முனைந்தபோது வெடிமருந்துக் கிடங்கொன்று வெடித்ததில் அந்த இடத்திலேயே மரணமடைந்தார். இறப்பதற்கு முன்பு அவர், சசாரத்தில் தனக்கு அதுவரையிலும் ஆண்ட முஸ்லீம் அரசர்களின் கல்லறைகளைவிடப் பெரிய கல்லறையைக் கட்ட வேண்டும் என்று ஆணை பிறப்பித்திருந்தார்.

இந்தியாவில் .வேறு எந்த முகலாயப் பேரரசரின் கல்லறையைக் காட்டிலும் பெரியது அது.

ஷேர் ஷாவின் மரணத்திற்குப் பிறகு தலைமை ஏற்பது யார் என்னும் நெருக்கடி உருவானது. அடுத்தடுத்து ஐந்து ஆட்சியாளர்கள் மாறிவிட்டார்கள். இது இழந்ததை மீட்கும் துணிவை ஹுமாயூனுக்கு அளித்தது. 1555இல் பஞ்சாப் சீர்ஹிந்த் பகுதியில் ஷேர் ஷாவின் மகனை ஹுமாயூனின் படைகள் தோற்கடித்தன. அதே ஆண்டின் மத்தியில் தில்லியையும் கைப்பற்றினார். 14 ஆண்டுகளுக்குப் பின் பாபரின் அரசு மீட்கப்பட்டது.

46 மீட்டர் உயரமும் மூன்று அடுக்குகளும் கொண்ட நினைவுச் சின்னத்தை ஏரியின் நடுவில் ஷேர் கான் எழுப்பினார். அவருக்குப் பிறகு வந்த முகலாய மன்னர்கள் ஆப்கானிஸ்தான் மன்னர்கள் கட்டிய கல்லறைகளைக் காட்டிலும் பெரிய கல்லறைகளைக் கட்டினார்கள். இந்தப் போக்கின் உச்சம் ஆக்ராவில் உள்ள தாஜ் மஹால்.

தான் பெற்ற வெற்றியின் சுவையை அனுபவிப்பதற்கான அவகாசம் ஹுமாயூனுக்குக் கிடைக்கவில்லை. தில்லியை மீட்ட ஆறு மாதங்களுக்குப் பிறகு 1556 ஜனவரி மாதத்தில் தில்லி புராணா கிலாவில் இருந்த தன்னுடைய நூலகத்தில் சோதிடர்களுடன் கிரக நிலைகள் பற்றிக் கலந்தாலோசித்துக் கொண்டிருந்தார். தொழுகைக்கான அழைப்பைக் கேட்டு எழுந்தபோது தன்னுடைய அங்கி தடுக்கிச் செங்குத்தான படிக்கட்டில் விழுந்து மண்டையில் பலத்த காயமடைந்தார். சில நாட்களில் மரணமடைந்த அவர், இறக்கும் முன்பு சொன்ன கடைசி வார்த்தைகள் இவை: 'நான் இறைவனின் அழைப்பை ஏற்றுக்கொள்கிறேன்.'

மகத்தான முகலாயப் பேரரசர்

ஹுமாயூன் இறந்தபோது அவர் மகன் அக்பருக்கு (1542–1605) 13 வயதுதான் ஆகியிருந்தது. ஹுமாயூன் தில்லியை மீட்பதற்கான திட்டங்களை வகுத்துக்கொடுத்த தளபதியான பைராம் கானின் (1501–1561) பொறுப்பில் அக்பர் இருந்தார். இங்கிலாந்தின் அரசி முதலாம் எலிசபெத்தின் சமகாலத்தவரான அக்பர் முகலாயப் பேரரசர்களில் மகத்தானவராக வரலாற்றில் உருவெடுத்தார். இந்தியாவின் ஆகப் பெரிய பேரரசராகவும் வரலாற்றாசிரியர்கள் சிலர் அவரை மதிப்பிடுகிறார்கள். 'வட இந்தியாவில் இந்து, முஸ்லிம் கலாச்சார சங்கமம்' அக்பரின் ஆட்சியில் நிகழ்ந்ததாக ஜவர்ஹர்லால் நேரு தன் 'கண்டுணர்ந்த இந்தியா' நூலில் குறிப்பிடுகிறார். அக்பரின் ஆட்சியில் 'முகலாய வம்சம் இந்திய வம்சமாகவே தன்னை உறுதியாக நிலைநிறுத்திக்கொண்டது'

அக்பர் இறந்த பிறகு ஓவியக் கலைஞர் கோவர்த்தன் (செயல்பட்ட காலம்: 1596–1645) வரைந்த இந்த ஓவியம் அக்பரின் நல்லாட்சியில் சிங்கமும் பசுங்கன்றும் இணைந்து வாழும் இணக்கமான சூழலைச் சித்தரிக்கிறது.

சகிப்புத்தன்மைக்கும் மிதவாதப் போக்கிற்கும் உதாரணமாகச் சொல்லப்பட்டாலும் அக்பர் ஆட்சியின் தொடக்க ஆண்டுகள் தெற்காசிய அளவுகோல்களின்படி பார்த்தாலும்சுவட ரத்தக்களரியாகவே இருந்தன. அக்பர் அரியணையில் ஏறிய சில மாதங்களில் சூரி ராணுவத்தின் அடிமட்டத்திலிருந்து முன்னேறி

அதன் தலைமைப் பொறுப்புக்கு வந்த இந்து வெடிமருந்து வியாபாரி ஹேமு தில்லியைத் தாக்கினார். ஹேமுவின் படை அக்பரின் படையைக் காட்டிலும் பெரியது. பானிப்பட்டில் இரு படைகளும் மோதின. 16ஆம் நூற்றாண்டின் இறுதியில் வாழ்ந்த பத்மசாகரர் என்னும் கவிஞர் அந்தப் போரைப் பற்றி இவ்வாறு விவரிக்கிறார்: 'இளைஞரான முகலாய மன்னர் கடலை நோக்கிப் பாயும் அகஸ்திய நட்சத்திரத்தைப் போல சூரியின் படைகள்மீது பாய்ந்தார். தன்னுடைய பெயரைக் கேட்ட மாத்திரத்திலேயே எதிரிகள் சிதறி ஓடும்படி செய்தார். வெற்றிச் சுவை நிரம்பிய கடலாகக் காட்சியளித்த அவர் தன் படையினருக்கு மரணம் ஏற்படாது என்ற நம்பிக்கையை அளித்தார்'. எதிரிகளிடம் ஏற்படுத்திய அச்சம் மட்டுமின்றி அதிருஷ்டமும் அக்பருக்குத் துணை நின்றது. அம்பு ஒன்று ஹேமுவின் கண்ணில் தாக்கியதால் பீதியடைந்த அவருடைய படைகள் களத்தை விட்டு ஓடின. முகலாய வீரர்கள் ஹேமுவைச் சிறைப்பிடித்து அக்பர் முன் கொண்டுவந்தார்கள். ஹேமுவின் தலையைத் துண்டிக்க இளம் மன்னரை பைராம் கான் அனுமதித்தார். அக்பர் அப்போது காஜியாக (புனிதப் போர் வீரர்) ஆகியிருந்தார்.

அக்பர் தன் சுயசார்பை நிலை நிறுத்திக்கொண்டபோது பைராம் கானுடனான அவருடைய உறவு சீர்குலைந்தது. 1560இல் பைராம் கான் மெக்காவுக்குப் போக வேண்டும் என்று அக்பர் யோசனை கூறினார். அதன்படி செல்வதைத் தவிர அந்தத் தளபதிக்கு வேறு வழி இருக்கவில்லை. ஆனால் அவரால் அதை நிறைவேற்ற முடியவில்லை. அவர் மீது வஞ்சம் கொண்டிருந்த ஆப்கானிஸ்தானைச் சேர்ந்த பதான் ஒருவரால் குஜராத்தில் 1561இல் பைராம் கான் கொல்லப்பட்டார். தனக்குப் போட்டியாக வரக்கூடிய இன்னொருவரையும் இரண்டு ஆண்டுகளுக்குப் பிறகு அக்பர் தீர்த்துக்கட்டினார். தன்னுடைய வளர்ப்புச் சகோதரன் ஆதாம் கானை அரண்மனை உப்பரிகையிலிருந்து தூக்கிக் கீழே வீசினார். ஆதாம் கான் சாகவில்லை. பலத்த அடிபட்டு உடல் சிதைந்த நிலையில் அவரை மேலே கொண்டு வந்தார்கள். மீண்டும் அவர் தூக்கி வீசி எறியப்பட்டார். இந்த முறை உயிர் பிழைக்கவில்லை.

19 வயதில் கிழக்கே லாகூரிலிருந்து மேற்கில் ஜானுபூர் வரை பரந்திருந்த பேரரசை அக்பர் ஆட்சி செய்தார். என்றாலும் ஆங்காங்கே எதிர்ப்புகள் எஞ்சியிருந்தன. முகலாயரின் எழுச்சிக்குச் சவலாக இருந்த, சக்திகளை மட்டுப்படுத்துவதே அவரது ஐம்பதாண்டுக்கால ஆட்சியின் முக்கிய அம்சமாக ஆகிவிட்டது. பேரரசைக் கட்டி எழுப்புவதற்கு அவர் மேற்கொண்ட வழிமுறைகள், அவரது முன்னோர்களது

வழிமுறைகளிலிருந்து முற்றிலும் மாறுபட்டதாக இருந்தன. குறிப்பாக ராஜபுத்திர அரசுகள் விஷயத்தில் அவருடைய அணுகுமுறை. அவர்களைப் போர்க்களத்தில் எதிர்கொள்வதற்குப் பதில் முகலாயப் பேரரசின் சேவைகளில் இணைத்துக்கொண்டார். தன்னுடைய ஆட்சியதிகாரத்திலும் வளங்களிலும் அவர்களைக் கூட்டாளிகளாகச் சேர்த்துக்கொண்டார். தங்களது விவகாரங்களை அவர்களே பார்த்துக்கொள்ளவும் தங்களது பாரம்பரியமான பிரதேசங்களை நிர்வகித்துக்கொள்ளவும் அனுமதித்தார். அவர்கள் மதம் மாற வேண்டிய அவசியம் இருக்கவில்லை.

இந்தக் கொள்கை மாற்றம் கிட்டத்தட்டத் தற்செயலாகவே வந்தது. 1561இல் ஆம்பரை ஆட்சிசெய்த குஷ்வாஹ வம்சத்தின் அரசர் பாரமல் (1548–1574) தன்னுடைய ஆட்சிக்கு எழுந்த எதிர்ப்பைச் சமாளிக்க அக்பரின் உதவியைக் நாடினார். அதற்குப் பிரதியுபகாரமாகத் தன் மகளை அக்பருக்கு மணமுடிப்பதாகக் கூறினார். பெரிய முக்கியத்துவம் ஏதும் அற்ற அவருடைய வம்சம் சட்டென்று ராஜபுதன அரசுகளிலேயே மிகவும் முக்கியத்துவம் வாய்ந்த அரசுகளில் ஒன்றாகிவிட்டது. ஆம்பரின் இளவரசிகள் முகலாய அரசிகளாகவும் வருங்கால முகலாயப் பேரரசர்களின் அன்னையர்களாகவும் ஆனார்கள். ஆம்பரின் ஆட்சியாளர்கள் முகலாயப் படையின் தளபதிகளானார்கள். பாரமல்லின் பேரன் ராஜா மான் சிங் ஆப்கானியர்களுக்கு எதிரான போரில் தலைமை ஏற்றார். வங்கத்தின் ஆளுநராகவும் அவர் நியமிக்கப்பட்டார். பிகானர், ஜோத்பூர் ஆகிய பகுதிகளின் ஆட்சியாளர்கள் உட்படப் பிற ராஜபுதன வம்சங்களும் குஷ்வாஹத்தைப் பின்பற்றின.

அக்பரின் ஆதரவு குஷ்வாஹ வம்சத்தின் அந்தஸ்தைக் கூட்டினாலும் மேவாரின் சிசோடிய வம்சமே ராஜபுதன வம்சங்களில் முதலிடம் பெற்றிருந்தது. இதன் அரசர் உதய் சிங் (1540–1572) ராணா சங்காவையடுத்து மன்னரானார். இவர் முகலாய அந்தப்புரத்திற்குத் தங்கள் மகள்களை அனுப்பிய ராஜபுதன மன்னர்களை வெளிப்படையாக இகழ்ந்து பேசினார். சிசோடிய வம்சத்தைப் பணியவைக்க முடிவுசெய்த அக்பர் ராணா சாங்காவின் வலுவான கோட்டையான சித்தூர்மீது 1567இல் படையெடுத்துச் சென்றார். இரண்டு முக்கியமான ராஜபுத்திரத் தளபதிகளால் வலிமை கூடியிருந்த அக்பரின் படையணி 16 கிலோ மீட்டர்களுக்கு நீண்டிருந்தது. நீண்ட கால முற்றுகைக்கான களம் தயாரானது.

சித்தூர் கோட்டைக்குள் பல ஆண்டுகளுக்குத் தேவையான உணவும் போதிய தண்ணீரும் இருப்பில் இருந்தன. ஆனால்

அது தகர்க்க முடியாத கோட்டையல்ல. நான்கு மாதங்களில் கோட்டைச் சுவர்கள் தகர்க்கப்பட்டன. கோட்டைத் தளபதியை அக்பரே சுட்டுக் கொன்றதாகச் சொல்லப்படு கிறது. கோட்டைக்குள் பல இடங்களில் நெருப்பு பற்றி எரிந்து கொண்டிருந்தது. மானத்தை இழப்பதைக் காட்டிலும் உயிரை விடுவது மேல் எனக் கருதிய ஆயிரக்கணக்கான பெண்கள் தீக்குளித்து உயிரை மாய்த்துக்கொண்டார்கள். எஞ்சியிருந்த 30,000 பேரையும் வெட்டிக் கொல்லுமாறு அக்பர் ஆணையிட்டார். சிசோடிய வம்சத்தினர் அப்போது தோல்வியைத் தழுவினாலும் முகலாய ஆட்சிக் காலம் முழுவதும் தங்கள் எதிர்ப்பைக் காட்டியபடியே இருந்தார்கள்.

சிசோடிய வம்சத்தினரின் தோல்விக்குப் பிறகு முகலாய ஆட்சிக்குட்பட்டிருந்த முக்கியமான பகுதிகள் அனைத்தும் கிட்டத்தட்டப் பாதுகாப்பான நிலையில் இருந்தன. இதனால் அக்பரால் நிர்வாகத்தில் கவனம் செலுத்த முடிந்தது. கொள்கை வகுப்பதில் வல்லவரான அக்பர் நன்கு திட்டமிட்ட மையப்படுத்தப்பட்ட ஆட்சி முறையை அமல்படுத்தினார். மாபெரும் பேரரசு முழுவதும் சமச்சீரான நிர்வாக முறையை நடைமுறைப்படுத்த இது வகை செய்தது. முகலாயப் படையை வலுப்படுத்தி விஸ்தரித்தது. அவர் ஆட்சிக்கு வந்தபோது இருந்ததைக் காட்டிலும் முகலாயப் படை ஆறு மடங்கு பெருகியது. இது அக்பரின் சாதனைகளில் ஒன்று. பல்வேறு இனத்தவரையும் மதத்தவரையும் தன் படையில் சிப்பாய்களாக, தளபதிகளாகச் சேர்த்துக்கொண்டார். பதவி, பட்டம் ஆகியவை வாரிசுரிமையாக வழங்கப்படவில்லை. செயல்பாட்டின் அடிப்படையில் வழங்கப்பட்டன. மன்சப்தாரி என்ற ராணுவ அதிகாரிகளுக்கு அவர்களின் கட்டுப்பாட்டிலுள்ள வீரர்களின் எண்ணிக்கையின் அடிப்படையில் பட்டம் வழங்கப்பட்டது. 10 முதல் 10000 வீரர்கள்வரை உள்ளடக்கியதாக மன்சப்தார்கள் இருந்தன.

அக்பரின் ஆட்சியை வரையறுத்த கூறுகளில் ஒன்று மதப் பன்முகத்தன்மை. ஐரோப்பா உள்பட உலகின் எல்லாப் பகுதிகளிலும் சமய நிந்தனைத் தண்டனை அளிக்கப்பட்டு மதச் சகிப்பின்மை வளர்ந்துவந்த அந்தக் காலத்தில் இது மிகவும் குறிப்பிடத் தகுந்ததாகும். தன்னுடைய 21ஆவது வயதில் புனித யாத்திரைகள்மீது விதிக்கப்பட்ட வரியையும் ஜிஸியா வரியையும் அக்பர் நீக்கினார். பேரரசின் குடிமக்கள் அனைவரும் குறைந்தபட்சம் கருத்தளவிலாவது சமய வேறுபாடு இன்றிச் சமமாக நடத்தப்பட்டார்கள். ஷரியத் சட்டம் விலக்கப்பட்டது. துறவிகள் மடங்களை நிறுவிக்கொள்ள நிதி வழங்கப்பட்டது.

இந்துக் கோயில்கள் புனரமைக்கப்பட்டு மீண்டும் கட்டித் தரப்பட்டன. மதமறுப்புக்கு மரண தண்டனை வழங்கும் வழக்கம் முடிவுக்கு வந்தது. தீபாவளி போன்ற முக்கியமான இந்து பண்டிகைகளை அக்பரும் அவர் அரசவையினரும் கொண்டாடினார்கள். தங்கம், வெள்ளி, உணவு தானியங்கள் முதலானவற்றை மன்னரின் எடைக்கு எடை நிறுத்து அவற்றை ஏழை எளியவர்களுக்குக் கொடுக்கும் இந்து மரபையும் அவர் பின்பற்றினார்.

தில்லி சுல்தான்கள், தனக்கு முந்தைய முகலாயப் பேரரசர்கள் ஆகியோரைப் போலவே அக்பரும் சூஃபி ஆன்மிக மார்க்கத்தைக் கடைப்பிடித்தார். சூஃபி துறவியாகத் தன்னை வெளிப்படுத்திக்கொண்ட அவர் வருடாந்தர யாத்திரைகளை மேற்கொண்டார். சில சமயம் வடமேற்குப் பகுதியில் இருந்த அஜ்மீரில் அமைந்த முய்ன் அல்–தீன் சிஷ்டிக்கு – இந்தியாவில் சிஷ்டி சூஃபி மரபைத் தோற்றுவித்தவர் – தர்காவுக்குக் கோடைகாலத்தின் கொளுத்தும் வெயிலில் வெறுங்காலுடன் நடந்து சென்றார். தன்னுடைய மூத்த மகன் சலீம் – பின்னாளில் பேரரசர் ஜஹாங்கீர் – பிறப்பைக் கணித்துக் கூறிய சூஃபி

அக்பர் குஜராத்தை வெற்றிகொண்டதைக் குறிக்கும் விதமாக 1575இல் இந்த 'வெற்றி நுழைவாயில்' கட்டப்பட்டது. ஃபதேபூர் சிக்ரியில் உள்ள ஜாமா மசூதிக்குச் செல்வதற்கான பிரதான நுழைவாயில் இது.

துறவி சலீம் சிஷ்டியின் சீடரானார். அந்தத் துறவிக்கு நன்றி தெரிவிக்கும் விதமாக அவருடைய கிராமமான சிக்ரியைத் தன் தலைநகரமாக்கிக் கொண்ட அக்பர் அதற்கு ஃபதேபூர் சிக்ரி எனப் பெயரிட்டார். சலீம் சிஷ்டியைக் கௌரவிக்கும் விதத்தில் இந்தியாவின் மாபெரும் சமாதிகளில் ஒன்றை அங்கே அவருக்காக அமைத்தார். ஃபதேபூர் சிக்ரி அக்பரின் ஏகாதிபத்தியப் பாசறையொன்றை முன்மாதிரியாகக் கொண்டு அமைக்கப்பட்டது. ஏகாதிபத்திய ஆட்சி குறித்த அக்பரின் லட்சியத்தை அமல்படுத்தும் களமாகவும் அது விளங்கியது. இன்றோ அது நல்ல பராமரிப்பில் இருக்கும் பாழடைந்த நகரம்.

பிற சமயங்கள், கடவுளை அடைவதற்கான அவற்றின் வழிமுறைகள் ஆகியவற்றை மதிக்கும் சூஃபி மரபால் கவரப்பட்ட அக்பர் ஃபதேபூர் சிக்ரியில் அமைந்த தன்னுடைய இல்லத்தில் இறையில், சமயம் குறித்த முறையான ஒப்பாய்வில் ஈடுபட்டார். 'வழிபாட்டு இல்லம்' என்றும் கூடத்தை (மையம்) அமைத்தார். ஒவ்வொரு வியாழக்கிழமை மாலை நேரங்களிலும் சமயங்கள் தொடர்பான விவாதங்கள் அங்கே நடந்தன. எல்லாச் சமயப் பிரிவுகளைச் சேர்ந்தவர்களும் அதில் கலந்துகொள்ளலாம். இஸ்லாம் மட்டுமின்றி எல்லாச் சமயங்களுமே உண்மையின் சில அம்சங்களைக் கொண்டிருப்பதாக அக்பர் கருதினார். ஜெசூட் கிறிஸ்தவப் பிரிவினர் தன்னுடைய அரண்மனைக்கு வந்தபோது, போர்ச்சுகீசிய உடையணிந்தபடி விவிலிய நூலை முத்தமிட்டு அதைத் தன் தலையின் மேல் வைத்துக்கொண்டு வரவேற்றார். வழக்கத்துக்கு மாறான இந்தச் செய்கை வந்தவர்களை மகிழ்ச்சியிலாழ்த்தியது. கிறிஸ்தவத்தை அவர் வரவேற்ற விதத்தைப் பார்த்த ஜெசூட் மதகுருக்கள் அவர் கிறிஸ்தவராக மாறிவிட்டார் என்றே நம்பினார்கள். ஆனால் இந்து மதம், சமணம், யூத சமயம், ஜொராஷிட்ரிய மதம் ஆகியவற்றின் மீதும் அவர் அதே அளவுக்குக் கவரப்பட்டதையும் அதே சமயம் இஸ்லாமியத் தொழுகைகளை முறையாக மேற்கொண்டு வந்ததையும் பிறகு உணர்ந்தார்கள். ஜெசூட் பாதிரியார் அன்டோனியோ மோன்சரேட் அக்பருடனும் அவர் படைகளுடனும் ஆப்கானிஸ்தானத்திற்குச் சென்றார். கைபர் கணவாய் வழியே சென்றுகொண்டிருந்தபோது அந்தப் பாதிரியார் இறைத்தூதரை இழிவுபடுத்திப் பேசியதால் கோபமடைந்து அவரைக் கல்லால் அடித்துக் கொல்ல முனைந்த கூட்டத்தினரை அக்பர் கட்டுப்படுத்தினார்.

அக்பரின் தலைமைப் பண்பு குறித்து மான்சரேட்: 'தன்னைச் சந்திக்க விரும்புபவர்கள் எல்லோரும் அணுகும்படியாக அக்பர் இருந்தார் என்று

சொன்னால் அதில் மிகை இல்லை. ஒவ்வொரு நாளும் பொதுமக்களில் யாராவது ஒருவரோ அல்லது அரண்மனையைச் சேர்ந்தவர்களோ தன்னைச் சந்தித்து உரையாட வாய்ப்பளித்தார். தன்னிடம் உரையாட வருபவர்களிடம் இனிமையாக பேசுபவராகவும் அன்போடு நடந்து கொள்பவராகவும் தன்னைக் காட்டிக்கொள்ள முயலுவார்.

அக்பருக்கு எழுதப்படிக்கத் தெரியாது என்றாலும் (அவருக்குக் கற்றல் குறைபாடு இருந்ததற்கான தடயம் உள்ளது) அக்பர் தன் நூலகத்தில் 24,000 நூல்களைச் சேகரித்து வைத்திருந்தார். ராமாயணம், மகாபாரதம் ஆகியவற்றையும் லத்தீன் மொழியிலிருந்து கிறிஸ்தவ சுவிசேஷங்களையும் பெர்ஷிய மொழியில் மொழிபெயர்க்கவும் அவற்றின் பிரதிகளைத் தன் ஆளுகைக்குட்பட்ட பகுதிகளில் விநியோகிக்கவும் ஏற்பாடு செய்தார். சமஸ்கிருதம் பேசும் வானியல் அறிஞர்களைத் தன் அரசவையில் நியமித்தார்.

அக்பரின் சமயப் பரிசோதனைகளை அனைவரும் ஏற்றுக் கொண்டுவிடவில்லை. பல்வேறு சமயங்களின் கருத்துக்களை இணைத்து அவர் உருவாக்கிய தீன் இலாஹி (தெய்வீக சமயம்) என்றும் மார்க்கத்தின் தலைவராக அவர் இருந்தார். இஸ்லாத்தை அவர் இழிவுபடுத்துகிறார் என அவருடய எதிரிகள் குற்றம் சாட்ட இது வழி வகுத்தது. பல்வேறு சமயங்களின் மீதான அக்பரின் ஆர்வத்தை எதிர்த்து வெளியேறியவர்களில் ஒருவர் வரலாற்றாசிரியர் பதௌனி (1540–1615). இவர் அக்பரைக் கடுமையாக விமர்சித்தார். மகாபாரதத்தை நான்கு ஆண்டுகளில் மொழிபெயர்க்க வேண்டும் என்றும் பணியை அவருக்குக் கொடுத்து அதில் குரூரமான மகிழ்ச்சியை அக்பர் அடைந்ததாகத் தோன்றுகிறது. மகாபாரதத்தில் ‘குழந்தைத்தனமான உளறல்’களைத் தவிர வேறொன்றும் இல்லை என்று பதௌனி பின்னாளில் குறிப்பிட்டார். அக்பர் 1001 சமஸ்கிருத சூரிய நாமாவளியை மனப்பாடம் செய்தது, தினமும் நான்கு முறை காயத்ரி செய்தது, ‘அனைத்து மதங்களையும் சேர்ந்த புனித குருமார்’களைச் சந்தித்து உரையாடியது ஆகியவற்றுக்காக அக்பரை பதௌனி விமர்சித்தார். அக்பரும் பதிலுக்கு பதௌனியைக் குற்றம் சாட்டினார். ‘அவருடைய மதவெறி என்னும் நரம்பை எந்த வாளாலும் ஊடுருவ முடியாது’ என்றார்.

‘நம்முடைய ஆட்சியின் பெருகிவரும் வெற்றிகளின் மகத்துவமான நிகழ்வுகளை நேர்மையுடன் பதிவுசெய்ய வேண்டும்’ என்று அக்பர் தன்னுடைய அமைச்சரும்

கவிஞருமான அபுல் ஃபசலைப் (1551–1602) பணித்தார். தாராளப் போக்கும் வரலாற்றை எழுதுவதில் திறமையும் கொண்ட ஃபசல் அயினி அக்பரி (அக்பரின் அரசியல் சாசனம்), அக்பர் நாமா (அக்பரின் சரிதம்) ஆகிய இரண்டு மாபெரும் படைப்புகளை எழுதினார். அரசு அறிவிக்கைகள், பஞ்சாங்கம், சட்டப் புத்தகம், புள்ளிவிவரங்களின் தொகுப்பு ஆகியவற்றைக் கொண்ட அயினி அக்பரியின் ஆங்கில மொழியாக்கப் பதிப்பு 1500 பக்கங்களைக் கொண்டது. 'ஒட்டகங்களுக்கு எண்ணெய் தடவி அவற்றின் நாசிகளில் எண்ணெய் ஊற்றுவது தொடர்பான கட்டுப்பாடுகள்' தொடங்கிப் பூமியை அளவிடுவதற்கான கணிதம்வரை எண்ணற்ற தகவல்களை உள்ளடக்கியது அது. 2500 பக்கங்கள் கொண்ட அக்பர் நாமா, அக்பரை அமானுஷ்ய ஆற்றல்கள் கொண்ட தெய்வீகப் பிறவியாகச் சித்தரித்துப் புகழ்பாடும் வரலாறு. 'புழுதி படிந்த, அறிவாற்றல் அற்ற குடிமக்களிடையேயும் உண்மையை அவர் தேடினார். யோகிகள், துறவிகள், சூஃபி மறைஞானிகள் ஆகியோரிடம் நெருங்கிப் பழகினார்' என்று ஃபசல் எழுதுகிறார்.

தனது ஆட்சியின் பிற்பகுதியில், அக்பர் 'புரட்டுகள் பகட்டுகள், பலவித யோகநிஷ்டைகள், ஆசனங்கள், ஜெபதபங்கள், உபாசனைகள், ரசவாதம், மந்திர தந்திரங்களில் ஈடுபடும்' இந்து சாமியார்களுடன் உறவாடினார். மானுட இயல்பைப் புரிந்துகொள்வதில் அவருக்கு இருந்த ஆவேசம் அவரை காஸ்பர் ஹவுசர் பாணியிலான பரிசோதனைக்கு உத்தரவிடத் தூண்டியது. டஜன் கணக்கான குழந்தைகள் தனி வீட்டிற்குள் அனுப்பப்பட்டார்கள். வளர்ந்த மனிதர்கள் யாரும் அவர்களைப் பார்க்க முடியாது. அப்படி அவர்கள் வளரும்போது மனித குலத்தின் இயல்பான மொழி வெளிப்படும் என்ற நம்பிக்கையில் மேற்கொள்ளப்படும் பரிசோதனை இது. 'வளர்ந்த பிறகு அவர்கள் எந்த மதத்தின் பக்கம் சாய்வார்கள், எந்த நம்பிக்கையை வெளிப்படுத்துவார்கள்' என்பதைப் பார்க்கவும் குழந்தைகள் கண்காணிக்கப்பட்டனர். குழந்தைகளை அங்கே அனுப்பிய நான்கு ஆண்டுகளுக்குப் பிறகு 1582இல் அக்பர் அந்த வீட்டிற்குச் சென்றபோது அங்கே, 'அழுகை இல்லை, மழலையின் வசீகரம் இல்லை, பேச இயலாதவர்கள் எழுப்பும் சத்தத்தைத் தவிர எதுவும் வெளியே வரவில்லை'.

அக்பரின் இறுதி ஆண்டுகள் சோகம் நிறைந்தவை. அதிகாரப்பூர்வமான மனைவியருக்குப் பிறந்த அவருடைய மூன்று மகன்களும் குடிப்பழக்கத்திற்கு அடிமையானவர்கள். அவர்களில் இருவர் அக்பர் உயிருடன் இருக்கும்போதே இறந்துவிட்டார்கள். அவரது மூத்த மகன் சலீம் (1569–1627) முப்பதுகளில் இருந்தபோது அரியணை ஏறுவதற்கு

அவசரப்பட்டார். 1600ஆம் ஆண்டில் தனது தந்தைக்கு எதிராகக் கிளர்ச்சியை மேற்கொண்டார். அது வெற்றிபெறவில்லை. இரண்டு ஆண்டுகளுக்குப் பிறகு சலீம் தன்னைப் பேரரசராக அறிவித்துக்கொண்டு தன் பெயரில் நாணயங்களை வெளியிட்டார். ஃபசலைக் கொல்லவும் உத்தரவிட்டார். அக்பரின் மனைவியின் தலையீட்டிற்குப் பிறகு தந்தையும் மகனும் சமரசம் செய்துகொண்டார்கள். அக்பர் சலீமை அரியணையின் வாரிசாக அறிவித்தார். ஆனால் சலீம் பேரரசருக்கான கடமைகளுக்குத் தன்னைத் தயார்படுத்திக் கொள்வவதற்குப் பதிலாக அபின், மது எனப் போதையில் மூழ்கியிருந்தார். 'தான் எதிர்பார்த்ததைக் காட்டிலும் அதிகமாகவே அவர் (அக்பர்) சாதித்திருந்தார். ஆனால் தான் பெற்றுத் தந்ததைச் சுட்டிக்காக்கும் பொறுப்போ தகுதியோ அற்ற பிள்ளைகளால் தனது வெற்றிகள் மதிப்பிழப்பதை அவர் காண வேண்டிவந்தது' என்று வரலாற்றாசிரியர் பாம்பர் காஸ்கோய்ன் எழுதுகிறார்.

உலகின் பணக்காரப் பேரரசு

1605இல் தன் தந்தையின் மரணத்திற்குப் பிறகு அரியணை ஏறிய சலீம், ஜஹாங்கீர் (உலகை வென்றவர்) என்ற பெயரைச் சூட்டிக்கொண்டார். உலகை ஆள்வது என்பது கனவாக இருக்கலாம். ஆனால் அவர் வாரிசுரிமையாகப் பெற்ற பேரரசு அந்தக் காலத்தில் உலகிலேயே மிகவும் வளமையானது; மிகவும் விரிவானது. வட இந்தியாவின் பெரும்பாலான பகுதிகளிலும் தற்போதைய பாகிஸ்தான், வங்கதேசம், ஆப்கானிஸ்தான் ஆகிய இடங்களிலும் அது பரவியிருந்தது. பத்துக் கோடி மக்கள் அந்த அரசின் குடிமக்கள். ஒட்டோமான் பேரரசு உச்சத்தில் இருந்தபோது அதன் ஆளுகையில் இருந்த குடிமக்களைப் போல இது ஐந்து மடங்கு. ஜவுளி, மசாலா, சர்க்கரை, ஆயுதங்கள் உள்ளிட்ட உலகின் மொத்த உற்பத்திகளில் கால் பகுதி இந்தப் பேரரசில் உற்பத்தியானது.

ஜஹாங்கீர் பெரும்பாலும் சோம்பேறியாகவும் சோர்ந்திருப்பவராகவும் பல நேரங்களில் சித்தரிக்கப்படுகிறார். ஓபியம், மது ஆகிய போதைப்பொருட்கள் அவரது வாழ்வின் கடைசிக் காலத்தில் அவரைச் செயலிழக்கச்செய்தன, என்றாலும் அவர் பரந்த அறிவும் சகிப்புத்தன்மையும் கொண்ட ஆட்சியாளராகவே இருந்தார். தன் தந்தையின் கொள்கைகள் பலவற்றைப் பின்பற்றி மேம்படுத்த முயன்றார். இந்தியக் கலை வரலாற்றாசிரியர் அசோக் குமார் தாஸ் ஜஹாங்கீரை அழகியலாளர் என்று கூறுகிறார். 'உயர்குடியில் பிறந்த அவர்

இயற்கை ஆர்வலர். கவிஞருக்கான பார்வையைக் கொண்டவர். தேர்ந்த ரசிகர். வாழ்க்கையில் இன்பமே பிரதானம் என்னும் எபிக்யூரியத் தத்துவத்தை நம்பியவர்.' பாபரைப் போலவே அவர் ஜஹாங்கிர் நாமா என்ற விரிவான நினைவுக் குறிப்பை எழுதியிருக்கிறார். இயற்கை எழில் கொஞ்சும் உலகின்மீது அவருக்கு இருந்த பெரும் காதலையும் (வட இந்தியாவில் உள்ள ஒவ்வொரு பறவையின் பெயரும் அவருக்குத் தெரிந்திருந்தது) கலைகளுக்கு அவர் அளித்த ஆதரவையும் இந்த நூல் காட்டுகிறது. ஜஹாங்கீர் 'இயற்கை வரலாற்று அருங்காட்சியகத்தின் தலைவராக இருந்திருந்தால் மிகவும் மேம்பட்ட, மகிழ்ச்சியான மனிதராக' இருந்திருப்பார் என்று ஜஹாங்கீரின் நினைவுக் குறிப்புகளைப் பத்தொன்பதாம் நூற்றாண்டில் மொழிபெயர்த்த ஹென்றி பெவரிட்ஜ் கூறினார்.

அவர் உருவாக்கச் சொன்ன ஆயிரக்கணக்கான ஓவியங்களில் தற்போது அழிந்துவிட்ட மொரிஷிய டோடோ என்னும் பறவையின் உருவமும் உள்ளது. அரசவைக் கலைஞர் உஸ்தாத் மன்சூர் வரைந்த இந்த ஓவியம், அந்தப் பறவையை நேரில் பார்த்து வரைந்தது. இந்தப் பறவையைத் துல்லியமாகச் சித்தரிக்கும் ஒரே ஓவியம் இதுதான். அவரது நினைவுக் குறிப்பில் சாரஸ் கொக்குகளின் இனப்பெருக்கப் பழக்கவழக்கங்கள் பற்றிய விரிவான அவதானிப்புகளும் சிங்கம் இவ்வளவு துணிச்சலாக இருப்பதற்கான காரணத்தை அறிவதற்காக அதைக் கூறுபோட்டுப் பார்த்த ஒரு பரிசோதனையின் விளைவுகள் பற்றிய பதிவுகளும் உள்ளன.

1628–1633 காலகட்டத்தில் உஸ்தாத் மன்சூர் என்பவர் வரைந்ததாகச் சொல்லப்படும் ஓவியம் இது. சண்டையில் ஈடுபடாத இந்தப் பறவை போர்ச்சுக்கீசியர்களின் கட்டுப்பாட்டில் இருந்த கோவா வழியாக ஜஹாங்கீரின் அரசவைக்கு வந்திருக்கக்கூடும்.

இனயத் கான் என்பவரை ஜஹாங்கீருக்கு மிகவும் பிடிக்கும். அவர் ஓபியத்துக்கு அடிமையானதால் உடல் நலிவுற்று மரணத் தறுவாயில் இருந்தபோது, அவருடைய உருவத்தை ஓவியமாகத் தீட்டும்படி மன்னர் உத்தரவிட்டார். ஜஹாங்கீரின் அரசவையில் இடம்பெற்றிருந்த சமணத் துறவியான உபாத்யாய பானுசந்திர கனி, அந்தக் காலகட்டத்தின் சீரழிவை அழுத்தமாகப் பதிவுசெய்திருக்கிறார்:

> சொர்க்கத்தில் இருக்கும் இந்திரனைப் போல ஜஹாங்கீர் கேளிக்கைகளில் திளைத்திருந்தார். சில சமயங்களில் அற்புதமான ஓய்வறைகளில், சில சமயம் சிந்து நதிக்கரையில், சில சமயம் வண்ணமயமான மாளிகைகளில் அவர் உல்லாசமாக இருந்தார். சிறந்த நடனமணிகளின் நடனத்தைக் காண்பதிலும் அழகான பெண்களின் இனிமையான இசையைக் கேட்பதிலும், நாடக நிகழ்ச்சிகளைப் பார்ப்பதிலும் பொழுதைக் கழித்தார்.

ஜஹாங்கீரின் அரசவைக்கு வருகைதந்த ஏராளமான ஐரோப்பியர்களில் சர் தாமஸ் ரோ (1581–1644) என்பவரும் ஒருவர். 1615ஆம் ஆண்டு முதலாம் ஜேம்ஸின் கடிதங்கள், பரிசுகளுடன் கிழக்கிந்தியக் கம்பெனிக்கு வர்த்தக ஒப்பந்தத்தைப் பெற வந்தார். ரோ வழங்கிய பரிசுகளில், ஆங்கிலேய ஓவியங்கள், குறுஞ்சிற்பங்கள் ஆகியவற்றை மிகவும் மதிப்பு வாய்ந்தவையாகக் கருதிய ஜஹாங்கீர் அவற்றைப் போலவே உருவாக்கும்படி தனது கலைஞர்களுக்கு உத்தரவிட்டார். மூன்று வருடங்கள் இந்தியாவில் கழித்த தாமஸ் ரோ, தன்னுடைய அனுபவங்களை விரிவாகப் பதிவுசெய்திருக்கிறார். ஜஹாங்கீர் அவ்வப்போது மேற்கொண்ட சுற்றுப்பயணங்களின்போது அரசவையையும் இடம் மாற்றிக்கொண்டிருந்ததைப் பற்றியும் அவர் எழுதியிருக்கிறார். அரசவைக் கூடாரங்களைச் சுமந்து செல்வதற்கு மட்டும் ஆயிரத்திற்கும் மேற்பட்ட யானைகள், ஒட்டகங்கள், காளைகள் தேவைப்பட்டன. அரசரும் அவர் பரிவாரங்களும் இரவு நேரங்களில் எங்காவது முகாமிட்டுத் தங்கியபோது அந்த முகாம் 32 கிலோமீட்டர் சுற்றளவுக்கு விரிந்திருந்ததாகவும் ஐரோப்பாவில் உள்ள எந்த நகரத்துக்கும் சமமான பரப்பளவைக் கொண்டதாக அது இருந்ததாகவும் ரோ குறிப்பிட்டிருக்கிறார்.

தாமஸ் ரோ முகலாய அரசவைக்குச் சென்ற முதல் வர்த்தகரல்ல. எகிப்தின் மம்லுக்கில் இருந்த யூத, அல்–கரிமி வணிக அமைப்புகள் முதல் யேமனின் ரசூலிட்கள், போர்த்துகீசியர்கள்வரை பல்வேறு வர்த்தகச் சமூகங்கள்

பதினாறாம் நூற்றாண்டில் இந்தியாவுடன் ஆழமான வணிகத் தொடர்புகளைக் கொண்டிருந்தன. முக்கியமாக, கேரளத்திலிருந்து மிளகு, ஏலக்காய் போன்ற வாசனைப் பொருட்களை வாங்கிச் சென்றனர். கொச்சி சந்தைகளில் வாங்கும் மிளகுக்கு லிஸ்பனில் எட்டு மடங்கு விலை கிடைத்தது. பாரசீக, ஒட்டோமான் பேரரசுகளிலும் மிங் சீனாவிலும் மிளகின் தேவை அதிகமாக இருந்ததால் 1500களின் முற்பகுதியில் தொடங்கி மிளகு உற்பத்தியும் அதிகரித்தது. தங்கம், வெள்ளி, தந்தம், தாமிரம், அடிமைகள் ஆகியவற்றால் இந்திய வணிகர்களின் வளம் பெருகியது. அக்பர், ஜஹாங்கீர் ஆட்சிக் காலங்களில் இந்திய நெசவாளர்களுக்கு மேம்படுத்தப்பட்ட தயாரிப்பு நுட்பங்களைக் கற்பிப்பதற்காக ஐரோப்பியர்கள் உட்பட வெளிநாட்டுக் கைவினைஞர்கள் வரவழைக்கப்பட்டார்கள் அவர்கள் இங்கேயே தங்கியிருந்து பயிற்சி அளித்தார்கள். இந்தியத் தயாரிப்புகளில் சில சமயம் ஈரானிய, ஐரோப்பிய சீன வடிவமைப்புகளும் இடம்பெற்றன.

தன் தந்தையைப் போலவே ஜஹாங்கீரும் தனது அரசவையில் பல்வேறு மதங்களைச் சேர்ந்த அறிவுஜீவி களையும் ஆசிரியர்களையும் இணைத்துக்கொண்டார். சமஸ்கிருதத்திலிருந்து மொழிபெயர்க்கப்பட்ட நூல்களைப் படித்தார். அன்னை மேரியின் படங்களும் சிலைகளும் அவரது அரண்மனைகளை அலங்கரித்தன. அவர் முஸ்லிமாக இருந்தபோதிலும் மதச்சார்பற்ற கண்ணோட்டத்தைக் கொண்டிருந்தார். ‘அனைத்து வகையான மதங்களும் இங்கே வரவேற்கப்படுகின்றன; சுதந்திரமாகச் செயல்படுகின்றன; ஏனென்றால் மன்னர் இவற்றில் எதையும் சேர்ந்தவரல்ல’ என்று தாமஸ் ரோ குறிப்பிட்டார். இந்து யோகிகள் மட்டும் விதிவிலக்கு. அவர்களையும் ஜஹாங்கீர் சகித்துக்கொண்டாலும் அவர்களை ‘முழுமையான சமய அறிவு’ அற்றவர்கள் என்று குறிப்பிட்டார். அவர்களின் கருத்துக்களில் ‘ஆவியின் இருள் மட்டுமே’ இருப்பதாக அவர் உணர்ந்தார்.

1611இல் ஜஹாங்கீர் தனது தளபதிகளில் ஒருவரின் விதவையான மெஹருன்னிசாவை (1577–1645) மணந்தார். முப்பத்து நான்கு வயதேயான அவர் முதலில் நூர் மஹல் (அரண்மனையின் ஒளி) என்றும் பின்னர் நூர் ஜஹான் (உலகின் ஒளி) என்றும் தனக்குப் பட்டம் சூட்டிக்கொண்டார். விரைவிலேயே அரசவையில் ஆதிக்கம் செலுத்தத் தொடங்கினார். அவர் பெயரில் நாணயங்கள் அடிக்கப்பட்டன. இஸ்லாமிய இந்தியாவில் ஒரு பெண் இவ்வாறு கௌரவிக்கப்பட்டது இதுவே முதல் முறை. அவரிடம் கேட்ட பிறகே வணிக ஒப்பந்தங்கள் மேற்கொள்ளப்பட்டன. ‘நூர் ஜஹான் ஜஹாங்கீரை ஆள்கிறார்.

தன் விருப்பத்திற்கேற்ப அவரை ஆட்டுவிக்கிறார்' என்று தாமஸ் ரோ குறிப்பிட்டார். நூர் ஜஹான் துப்பாக்கி சுடுவதில் வல்லுநர். யானையின் மேல் திரையிடப்பட்ட அம்பாரியின் மீது அமர்ந்தபடி ஒரே நாளில் வெறும் ஆறு தோட்டாக்களில் நான்கு புலிகளைக் கொன்றவர். அவர் ஆணைகளைப் பிறப்பித்தார். பிரகடனங்களை வெளியிட்டார். தன்னுடைய குடும்ப உறுப்பினர்களை அரசவையின் மூத்த பதவிகளில் நியமித்தார். பார்வையாளர்கள் தனக்குப் பரிசுகளைக் கொண்டுவர வேண்டும் என்று அவர் வலியுறுத்தியதால் முகலாய சாம்ராஜ்ஜியத்தில் அதுவரை கண்டிராத அளவில் ஊழல் பெருத்தது.

ஜஹாங்கீரின் முந்தைய திருமணத்தில் பிறந்த குர்ரம் *(1592–1666)*, நூர் ஜஹானின் ஆதரவைப் பெற்றவர்களில் ஒருவர். சிசோடியாக்களை அடிபணியச் செய்வதில் பெற்ற வெற்றி குர்ராமின் உயர்வுக்கு ஓரளவு காரணமாக அமைந்தது. சித்தூரில் அக்பர் மேற்கொண்ட தாக்குதலைத் தொடர்ந்து, சிசோடியா வம்சத்தின் தலைவர் ராணா பிரதாப் *(1540–1597)* முகலாயர்களுக்கு எதிராக நீண்ட கெரில்லாப் போரை நடத்தினார். *1614*இல் இராணுவத்தில் முதன்முதலாக நியமிக்கப்பட்டபோது குர்ரம் ராணா பிரதாப்பின் வாரிசான அமர் சிங்கை *(1559–1620)* எதிர்கொண்டார். மிகவும் வலுவான முகலாய இராணுவத்திடம் தோல்வியடைந்த அமர் சிங் சமாதான உடன்படிக்கைக்கு முன்வந்தார். ஒரு வருடம் கழித்து ஒப்பந்தம் மேற்கொள்ளப்பட்டது. முகலாயர்களுடன் திருமண உறவுகளில் ஈடுபடுவது அல்லது அவர்களின் அரசவைக்குப் பிரதிநிதிகளை அனுப்புவது ஆகியவற்றிலிருந்து சிசோடியாக்களுக்கு விலக்கு அளிக்கப்பட்டது. சிசோடியாக்கள் தங்கள் பிரதேசத்தை நிர்வகித்துக்கொள்ளவும் தங்களுடைய கோட்டையான சித்தூருக்குச் செல்லவும் அனுமதி அளிக்கப்பட்டது.

வெற்றி பெற்ற குர்ரம் ஜஹாங்கீரின் வாரிசாகத் தேர்ந்தெடுக்கப்பட்டார். ஆனால் அரசுக்கு எதிரான அவரது கலகப் போக்கு அதிகரித்துவந்ததால் அவரது தந்தை அவரை பிடல்வத் (பாழாய்ப்போனவன்) என்று குறிப்பிட்டார். நூர் ஜஹான், தனது கணவரின் போதைப் பழக்கத்தையும் மோசமான உடல்நலத்தையும் பயன்படுத்திக்கொண்டு பேரரசின் அறிவிக்கப்படாத ஆட்சியாளராக ஆனார். குர்ரமுக்கு எதிராகத் திரும்பிய அவர் ஜஹாங்கீரின் இளைய மகன்களில் ஒருவரான ஷஹ்ரியாருக்கு ஆதரவளித்தார். குர்ரமைப் போட்டியிலிருந்து அப்புறப்படுத்த டெல்லி சுல்தானகத்தின் எச்சங்களிலிருந்து முகலாயப் பேரரசின் தெற்குப் பகுதியைப்

பாதுகாப்பதற்காக பர்ஹான்பூருக்கு அனுப்புமாறு ஜஹாங்கிரை வற்புறுத்தினார். இந்தப் பணியில் குர்ரம் உயிருடன் தப்பிக்க மாட்டார் என்பது அவரது நம்பிக்கை.

1627ஆம் ஆண்டு அக்டோபர் 28ஆம் தேதி ஜஹாங்கீர் மரணமடைந்தபோது வழக்கம்போல வாரிசுரிமைச் சண்டை உருவானது. நோய்வாய்ப்பட்ட ஷஹ்ரியாரை (அவர் ஒரு வகையான தொழுநோயால் பாதிக்கப்பட்டார்) அரியணையில் அமர்த்த நூர் ஜஹான் முயன்றார். ஆனால் அவரது திட்டங்களை முறியடித்த குர்ரமுக்கு விசுவாசமான தளபதி அசஃப் கான் நூர் ஜஹானை வீட்டுக் காவலில் வைத்தார். தந்தையின் இறப்புச் செய்தி வந்தபோது குர்ரம் தென்னிந்தியாவில்தான் இருந்தார். அங்கிருந்து ஆக்ராவை அடைய மூன்று மாதம் பயணம் செய்ய வேண்டும். குர்ரம் 1628, ஜனவரி 24 அன்று நகரத்திற்குள் நுழைந்தார். அதற்குப் பன்னிரண்டு நாட்கள் கழித்து, ஜோதிடர்கள் தேர்ந்தெடுத்த நாளில் ஷாஜஹான் (உலகின் அரசர்) என்ற பெயருடன் அவருக்கு முடிசூட்டப்பட்டது. முதல் காரியமாக ஷஹ்ரியாரையும் அவரது ஆதரவாளர்களையும் தூக்கிலிட உத்தரவிட்டார். நூர் ஜஹானை லாகூருக்கு அனுப்பினார். அங்கு அவர் 1645இல் இறந்தார்.

ராஜபுத்திர அன்னைக்குப் பிறந்த ஷாஜஹானின் ரத்தத்தில் முகலாயத் தன்மையைக் காட்டிலும் இந்தியத் தன்மையே அதிகமாக இருந்தது. ஆனால் தனது இஸ்லாமிய வேர்களை அவர் ஒருபோதும் மறக்கவில்லை. மதம், அரசு ஆகிய விஷயங்களில் தனது தந்தையைக் காட்டிலும் அதிகமாக மரபுவழிப்பட்ட அணுகுமுறையையே கொண்டிருந்தார். மன்னருக்கு முன் மண்டியிட்டு வணங்கும் பழக்கம்—இஸ்லாத்திற்கு மாறானதாகக் கருதப்பட்டது – தடை செய்யப்பட்டது. வருடாந்தர ஹஜ் யாத்திரைக்கு உதவிசெய்யும் வழக்கம் மீண்டும் கொண்டு வரப்பட்டது. முஸ்லிம் அல்லாதவர்களின் வழிபாட்டுத் தலங்களைக் கட்டுவதற்கும் பழுதுபார்ப்பதற்கும் அனுமதிக்கும் கொள்கை முடிவுக்கு வந்தது. எனினும் அவரது அரசவையில் ஜேசூட் பாதிரிகள் இருந்தார்கள். அக்பரைப் போலவே அவர் தனது படைகளின் தளபதிகளாக இந்துக்களை நியமித்தார்.

போர் விஷயத்தில் ஷாஜஹான் வலுவான அணுகுமுறையையே பின்பற்றினார். கிழக்கு இந்தியாவின் பகுதிகள், சிந்து, ஆப்கானிஸ்தானுடன் வடமேற்கு எல்லைப் பகுதி ஆகியவற்றைப் பேரரசில் சேர்த்தார். தக்காணத்தின் இரு பெரிய ராஜ்ஜியங்களான பீஜப்பூரின் அடில் ஷாக்கள், கோல்கொண்டாவின் குதுப் ஷாக்களுடன் ஒப்பந்தங்களை மேற்கொண்டார். வடக்கு ஆப்கானிஸ்தானிலும் மத்திய

ஆசியாவிலும் உள்ள தைமூர் பேரரசின் பகுதிகளை மீட்பதற்கான அவரது முயற்சிகள் அந்த அளவுக்கு வெற்றி பெறவில்லை. அவருக்குப் பிறகு அரசுரிமையைப் பெறப் போட்டியிட்ட அவருடைய மகன்கள் தாரா ஷுகோ, ஔரங்கசீப் ஆகியோரின் வாழ்க்கையைத் தீர்மானித்ததுதான் இந்தப் போர்களின் முக்கியத்துவம்.

ஷாஜகானுக்கு மிகவும் விருப்பமான அவருடைய மனைவி மும்தாஜ் மஹல் (1593–1631) ஷாஜஹான் களம்கண்ட போர்களில் எப்போதும் அவருடன் சென்றார். மும்தாஜின் மீது ஷாஜஹானுக்கு இருந்த காதலில் ஆயிரத்தில் ஒரு பங்குகூட அவருக்கு மற்ற மனைவிகள்மீது இல்லை என்று அவருடைய சமகால எழுத்தாளர் இனயத் கான் குறிப்பிட்டார். அரசாங்கத்தின் அனைத்து விஷயங்களிலும் அரசர் மும்தாஜிடம் ஆலோசனை கேட்டார். அதிகாரப்பூர்வ ஆவணங்களில் மும்தாஜின் அரச முத்திரையும் இருந்தது. 1631இல் பதினான்காவது குழந்தையைப் பெற்றெடுக்கையில் முப்பது மணிநேரம் நீடித்த பிரசவ வலிக்குப் பின் மும்தாஜ் இறந்தபோது ஷாஜஹான் மிகவும் கலக்கமடைந்தார். ஒரு வாரம் பொது நிகழ்ச்சிகள் எதிலும் கலந்துகொள்ளவில்லை. 'தொடர்ந்து அழுததால் அவர் கண்ணாடி போட்டுக்கொள்ள வேண்டிய கட்டாயம் ஏற்பட்டது. அவரது அழகான தாடி, மீசையில் அதற்கு முன்பு ஒரு சில வெள்ளை முடிகள் மட்டுமே இருந்தன. மும்தாஜ் இறந்த சோகத்தால் சில நாட்களிலேயே மூன்றில் ஒரு பங்கிற்கு மேல் நரைத்துவிட்டது' என இனாயத் கான் பதிவுசெய்தார்.

புர்ஹான்பூர் நகரின் தப்தி நதிக்கரையிலுள்ள தோட்டத்தில் மும்தாஜ் புதைக்கப்பட்டார். அந்த நகரில்தான் அவர் இறந்தார். ஆறு மாதங்களுக்குப் பிறகு அவர் உடல் ஆக்ராவுக்குக் கொண்டு செல்லப்பட்டு யமுனைக் கரையில் புதைக்கப்பட்டது. அவரது கல்லறை இருக்குமிடத்தில் இந்தியாவின் மகத்தான முகலாய நினைவுச் சின்னமான தாஜ் மஹல் எழுப்பப்பட்டது. வெள்ளைப் பளிங்குக் கற்களால் ஆன இந்தக் கட்டிடம், 'இனி வரவிருக்கும் யுகங்களுக்கெல்லாம் தலைசிறந்த படைப்பாக' இருக்கும் என்றும் 'மனித குலம் முழுவதையும் வியப்பில் ஆழ்த்தும்' என்றும் ஷாஜகானின் அரசவை வரலாற்றாசிரியர் கஸ்வினி கூறியிருக்கிறார்.

முகலாய வம்சத்தில் நிகழ்ந்த வாரிசுரிமைச் சண்டைகளிலேயே ஷாஜகானின் நான்கு மகன்களுக்கிடையே நடந்த சண்டைதான் மிகவும் கொடூரமானது. 1657 ஏப்ரலில், பேரரசர் ஷாஜஹான் தன் கோடை விடுமுறையை முடித்துக்கொண்டு

1684இல் தாஜ் மஹல் கட்டி முடிக்கப்பட்டதும் அதைப் பார்த்த பிரெஞ்சு மருத்துவர் பிரான்சுவா பெர்னியர், எகிப்தின் தாறுமாறான வடிவம் கொண்ட பிரமிடுகளைக் காட்டிலும் இதுதான் உலக அதிசயம் என்று சொல்லத் தகுதியானது என்றார்.

தில்லி திரும்பியபோது நோய்வாய்ப்பட்டார். வெனிஸ் நாட்டுப் பயணியும் போலி மருத்துவருமான நிக்கோலாவ் மானுசி, பாலுணர்வைத்தூண்டும்மருந்துகளை அதிகமாகஉட்கொண்டதே அவரது நோய்க்குக் காரணம் என்றார். 'வயதாகிவிட்டாலும் இளைஞரைப் போல அனுபவித்து வாழ விரும்பினார்' என்று அவர் குறிப்பிட்டிருக்கிறார். ஷாஜகான் குணமடைந்தார். ஆனால் அவர் விரைவில் மரணமடைந்துவிடுவார் என்ற வதந்தி அவர் குணமாவதற்கு முன்பே பரவிவிட்டது. தில்லிக்குத் திரும்புவதற்கு முன் அவர் தனக்கு மிகவும் விருப்பமான தனது மூத்த மகனான தாரா ஷுகோவைத் *(1615–1659)* தனது வாரிசாக நியமித்தார். அக்பரைப் போலவே, தாரா ஷுகோவும் மறுமலர்ச்சியை நாடும் மனிதர். 'இந்து மதத்தின் அடிப்படையான இயல்பு இஸ்லாத்தை ஒத்ததாக இருக்கிறது' என்று அவர் ஒருமுறை கருத்துத் தெரிவித்தார். தனக்குப் பிறகு யார் வர வேண்டும் என்று திட்ட மிட்ட ஷாஜகான் ஒரு விஷயத்தைக் கோட்டை விட்டுவிட்டார். அரியணைக்கு ஆசைப்பட்ட மற்ற இளவரசர்களான ஷுஜா, ஔரங்கசீப், முராத் ஆகியோரிடமிருந்து ஆயுதங்களையும் படைபலத்தையும் பறிக்க அவர் தவறிவிட்டார்.

ஷாஜஹான் மரணத்தைத் தொட்டு மீண்டதற்குப் பிந்தைய ஒன்பது ஆண்டுகளில் ஔரங்கசீப் *(1618–1707)* அதிகாரத்தைப் பெற மிகவும் தீவிரமாகப் போட்டியிட்டார். ஔரங்கசீப் தனிப்பட்ட

நடத்தையிலும் சமய நெறிமுறையிலும் கண்டிப்பானவர். அவர் தனது அண்ணனையும் அவர் ஆதரித்த அனைத்தையும் வெறுத்தார். தாரா ஷுகோ, 'முகஸ்துதி, இனிமையான பேச்சு, அதிகமான சிரிப்பு' ஆகியவற்றின் மூலம் தனது தந்தையின் ஆதரவைப் பெற்றதாக ஔரங்கசீப் கூறினார். தாரா ஷுகோ ஆப்கானிஸ்தானில் கந்தஹாரைக் கைப்பற்றும் முயற்சியில் தோல்வியடைந்தபோது, ஔரங்கசீப் 1658இல் ஆக்ராவைக் கைப்பற்றி ஷாஜகானைச் செங்கோட்டையில் சிறைவைத்தார். இந்தியாவுக்குத் திரும்பியதும் அவருடைய தளபதி ஒருவரின் துரோகத்தால் ஷுகோ கைது செய்து தில்லிக்கு அழைத்துவரப்பட்டார். அங்கு அவரைச் சங்கிலியால் பிணைத்து யானைமீது வைத்து நகரம் முழுவதும் ஊர்வலமாக அழைத்துச் சென்றார்கள். 'தாராவுக்கு நேர்ந்த கதியைக் கண்டு மக்கள் கதறி அழுது புலம்புவதை எல்லா இடங்களிலும் கண்டேன். ஆண்களும் பெண்களும் குழந்தைகளும் தங்களுக்கே ஏதோ பேரழிவு ஏற்பட்டதுபோலப் புலம்புகிறார்கள்' என்று பிரெஞ்சு மருத்துவர் பிரான்சுவா பெர்னியர் கூறினார். தாரா ஷுகோவின் மேல் ராஜதுரோகக் குற்றச்சாட்டு சுமத்தப்பட்டு மரண தண்டனை விதிக்கப்பட்டது. அவர் தலை துண்டிக்கப்பட்டது.

1659 மே மாதம் பேரரசராகத் தன்னை அறிவித்துக்கொண்ட ஔரங்கசீப் ஆலம்கீர் (உலகின் அரசர்) என்னும் பட்டத்தையும் சூட்டிக்கொண்டார். சிறையில் அடைக்கப்பட்ட அவரது தந்தை அவருக்குக் கொடுத்த வாளில் பொறிக்கப்பட்ட பாரசீகச் சொல் இது. ஔரங்கசீப் மதப் பழமைவாதி என்னும் கருத்து இந்தியாவில் ஆழமாக வேரூன்றியுள்ளது. ஏறக்குறைய ஐம்பது ஆண்டுகாலம் நீடித்த அவரது ஆட்சியில் சமஸ்கிருதக் கலாச்சாரத்துடனான முகலாய உறவுகள் முடிவுக்கு வந்தன. 'இந்தியா ஒரு இஸ்லாமிய நாடு அல்ல என்பதை உணர்ந்த அக்பர் முஸ்லிம் சமூகத்தைக் கலகலக்கச் செய்தார். இந்தியா முஸ்லிம் நாடு என்பதுபோல நடந்துகொண்ட ஔரங்கசீப் இந்தியாவைச் சீர்குலைத்தார்' என பாம்பர் காஸ்கோயின் என்னும் வரலாற்றாசிரியர் எழுதுகிறார். அவர் குரானை மனப்பாடம் செய்வதில் பல மாதங்கள் செலவிட்டார். போரின் மத்தியிலும் கம்பளத்தை விரித்து மாலை நேரத் தொழுகையை மேற்கொண்டார். 'ஔரங்கசீப், தீவிரமான மதத் தூய்மைவாதி' என்று அவரது ஆரம்பகால வாழ்க்கை வரலாற்றாசிரியர்களில் ஒருவரான ஸ்டான்லி லேன்–பூல் குறிப்பிட்டார். 'இஸ்லாத்தின் கொள்கைகளைக் காட்டிலும் வாழ்க்கையில் எதுவும்–சிம்மாசனமோ, அன்போ, ஆசுவாசமோ –அவர் மனதில் முக்கியத்துவம் பெறவில்லை.'

முகலாய அரசவை ஓவியக் கலைஞர் பிசித்ர வரைந்ததாகச் சொல்லப்படும் இந்த ஓவியம் ஔரங்கசீப் தங்க அரியணையில் அமர்ந்திருப்பதைச் சித்தரிக்கிறது. காலம் 1660

ஔரங்கசீப் மத வெறியர் என்னும் இந்தப் பார்வையை ஆட்ரி ட்ரஷ்க், கேத்ரின் ஷொஃபீல்ட் *(Audrey Truschke, Katherine Schofield)* போன்ற அறிஞர்கள் கேள்விக்குள்ளாக்குகிறார்கள். இஸ்லாத்திற்கு அன்னியமானது என்பதால் அவர் இசையைத் தடை செய்தார் என்ற கருத்து நீண்ட காலமாக நிலவுகிறது. வரலாற்றை நெருக்கமாக ஆராயும்போது அந்தக் கருத்து அவரைப் பற்றிய கட்டுக்கதைகளில் ஒன்று என்பது தெரியவருகிறது. மரபுவழிப்பட்ட இஸ்லாத்தைக் கடைபிடித்தபோதிலும், அவர் தனது ஆட்சியின் முதல் பத்தாண்டுகளில் இந்துக்கள் விஷயத்தில் எச்சரிக்கையுடன் செயல்பட்டார். அவரது மகன்களும் அரசவை உறுப்பினர்களும் தொடர்ந்து இந்து மதப் பண்டிகைகளைக் கொண்டாடினார்கள். கவிஞர்களை ஆதரித்தார்கள். இசையையும் மதுவையும் ரசித்தார்கள். 1669ஆம் ஆண்டு நிலைமை மாறியது. முகலாய ஆட்சியின் கீழ் உள்ள அனைத்து மாகாணங்களின் ஆளுநர்களையும் இந்துக் கோவில்களை அழிக்குமாறு அவர் உத்தரவிட்டார். சில ஆண்டுகளுக்குப் பிறகு இந்துக்களை உயர் பதவியில் அமர்த்துவதைத் தடைசெய்யும் ஆணையைப் பிறப்பித்தார். ஆனால் இந்த உத்தரவுகள் திட்டமிட்ட முறையில் செயல்படுத்தப்படவில்லை. கோயில் இடிப்புகள் வட இந்தியாவில் சில பகுதிகளில் மட்டுமே நடந்தன.

முஸ்லிம் அல்லாதவர்கள் மீதான ஜஸியா வரியை 115 ஆண்டுகளுக்கு முன்பு அக்பர் ஒழித்தார். 1679இல் ஔரங்கசீப் இதை மீண்டும் கொண்டுவந்தார். அரசாணை வெளியான சிறிது நேரத்தில் டெல்லியில் நிலநடுக்கம் ஏற்பட்டது. இதைத் தீய சகுனமாகக் கருதிய முல்லாக்கள் தனது செயல்களை மறுபரிசீலனை செய்யுமாறு பேரரசரைக் கேட்டுக் கொண்டார்கள். ஔரங்கசீப் மறுத்தார். பூமியின் நடுக்கம் 'நான் பின்பற்றும் பாதையை உணர்ந்த மகிழ்ச்சியின் விளைவு' என்று கூறினார். ஆனால் எந்த ஆட்சியாளராலும் முற்றிலுமாக அழிக்க முடியாத அளவுக்கு இந்து மதம் ஆழமாக வேரூன்றியிருந்தது. 'அழிக்கப்பட்ட கோயில்களைக்கூட இந்துக்கள் மதித்துப் போற்றினார்கள். அன்னதானம் போன்றவற்றுக்காகக் கோயில்களுக்குச் சென்றார்கள்' என்று வரலாற்றாசிரியர் நிக்கலோஸ் மனுசி குறிப்பிடுகிறார். அழிக்கப்படாமல் எஞ்சியிருந்த கோயில்களில் பெருமளவில் பக்தர்கள் திரண்டார்கள்.

ஔரங்கசீப் முகலாய சாம்ராஜ்ஜியத்தை அதன் ஆகப் பெரிய அளவிற்கு விரிவுபடுத்தினார். ஆனால் அந்த வெற்றிக்குக் கடுமையான விலை கொடுக்க வேண்டியிருந்தது. பேரரசின் இராணுவ, நிர்வாக வள ஆதாரங்கள் சிறுத்துப்போய், நிர்வாகத்தில் கட்டுப்பாடு சிதைந்துகொண்டிருந்தது. மூன்றாம் வில்லியம் மன்னரின் வர்த்தகப் பிரதிநிதியான சர் வில்லியம் நோரிஸ் ஔரங்கசீப் இறப்பதற்குச் சில ஆண்டுகளுக்கு முன்பு அவரைச் சந்தித்தபோது, அவருடைய படை வீரர்களுக்குச் சம்பளம் கொடுக்கப்படவில்லை என்றும், அவருடைய அரசவையின் அதிகாரிகளுக்கு மதுபானத்தை லஞ்சம் கொடுத்துக் காரியத்தை முடித்துக்கொள்ளலாம் என்னும் நிலை இருந்ததாகவும் தெரிவித்தார். 'நிர்வாகம் முற்றிலுமாகக் காணாமல்போயிருந்தது' என்று நேரில் கண்ட ஒருவர் எழுதினார். 'அரசு பாழாகிவிட்டது, யாருக்கும் நீதி கிடைக்க வில்லை, நீதி முற்றிலும் அழிந்துபோனது.'

ஔரங்கசீப்பின் மிக வலிமையான எதிரிகளான தக்காணத்தின் மராத்தியர்களையும் பஞ்சாபின் சீக்கியர்களையும் தோற்கடிக்க முடியவில்லை என்பதும் இந்த நிலையை மேலும் மோசமாக்கியது. மராட்டிய வீரரான சிவாஜி பல்வேறு மராட்டியப் பழங்குடியினரை ஒன்றிணைத்து வலுவான ராணுவப் படையை உருவாக்கினார். இந்தப் படையினர் மேற்குத் தொடர்ச்சி மலைகளில் உள்ள அசைக்க முடியாத தொடர்ச்சியான அரண்களைப் பயன்படுத்தி, ஔரங்கசீப்பின் படைகள் மீது கெரில்லா தாக்குதல்களை நடத்தினார்கள்.

ஜான் ஜூபர்ஸிக்கி

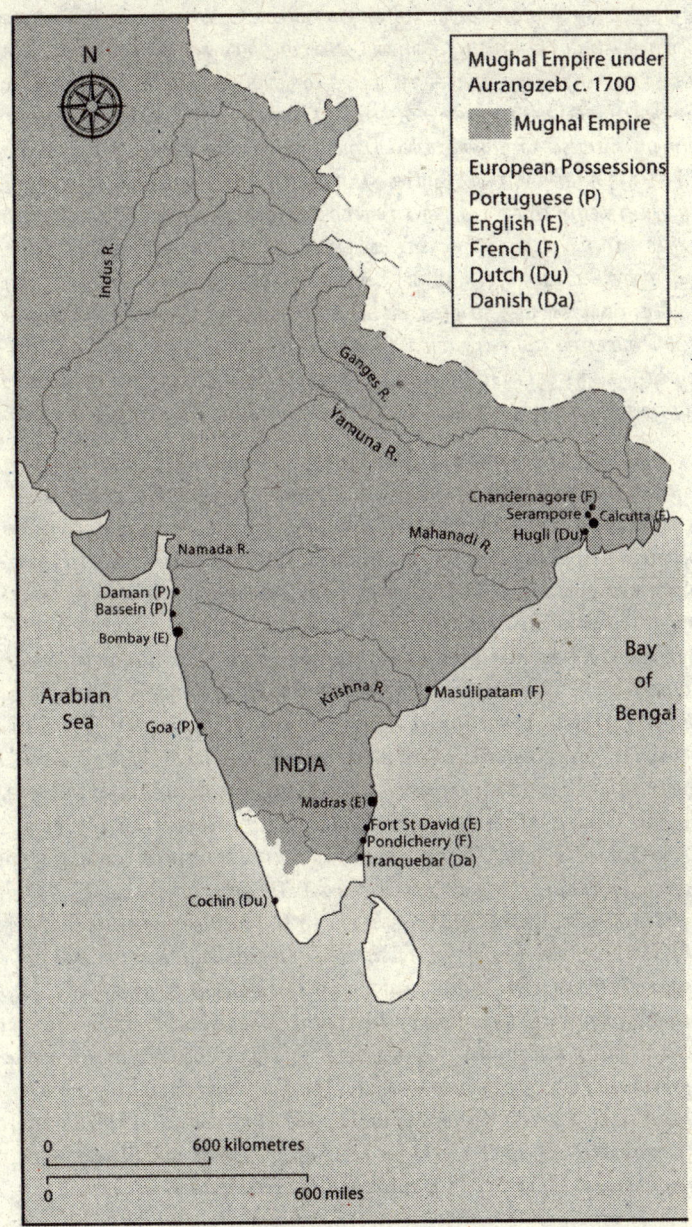

ஷியா முஸ்லிம் பிரிவினரின் வசம் இருந்த பீஜப்பூர், கோல்கொண்டா பகுதிகளை நீண்ட போர்களுக்குப் பிறகு ஔரங்கசீப் கைப்பற்றினார். இதன் மூலம் இந்தியத் துணைக்கண்டத்தின் பெரும்பகுதி அவர் ஆட்சியின் கீழ் வந்தது.

இந்தத் தாக்குதல்கள் இன்றளவும் போற்றப்படுகின்றன. ஔரங்கசீப் சீக்கியர்களின் ஒன்பதாவது குருவான தேஜ் பகதூரை மத நிந்தனைக் குற்றம் சுமத்தித் தூக்கிலிட்டதன் மூலம் சீக்கியர்களைப் பகைத்துக்கொண்டார். பதினைந்தாம் நூற்றாண்டின் பிற்பகுதியில் நிறுவப்பட்ட சீக்கியம், சமய, சமூகச் சீர்திருத்தத்திற்கான இயக்கமாகவும், வலிமைமிக்க ராணுவ சக்தியாகவும் மாறியது. ஏராளமான முஸ்லிம்கள் சீக்கியர்களாக மதம் மாறியதால் ஔரங்கசீப் கோபமடைந்திருந்தார். ஔரங்கசீப்புக்குப் பின் அரியணை ஏறிய பகதூர் ஷா சீக்கியர்களின் பத்தாவது, கடைசி குருவான கோவிந்த் சிங்கைப் படுகொலை செய்தார். இதன் விளைவாக அடுத்த நூறு ஆண்டுகளுக்குப் போர்கள் நடந்துகொண்டிருந்தன. முகலாயப் பேரரசின் எச்சங்கள் இந்தப் போர்களால் மதிப்பிழந்துபோயின.

தான் அரியணை ஏறியபோது நிலவிய குழப்பம் மீண்டும் உருவாகக் கூடாது என்பதில் உறுதியாக இருந்த ஔரங்கசீப், முறையான அதிகாரப் பரிமாற்றத்திற்கான அடித்தளத்தை அமைக்க முயன்று அந்த முயற்சியில் தோல்வியடைந்தார். தனது மகன்கள் தனக்கு எதிராகக் கிளர்ச்சி செய்வார்கள் என்று அஞ்சி, ஐந்து மகன்களில் மூவரைச் சொத்துக் குவிப்பு போன்ற சிறிய குற்றங்களுக்காகச் சிறையில் அடைத்தார். மற்றொருவரைப் பேரரசரின் தொலைதூர மூலையில் உள்ள ஒரு இடத்திற்கு அரசுப் பதவி கொடுத்து அனுப்பினார். ஆனால் இறுதியில் எல்லாம் வீணாகிவிட்டன. 1707, மார்ச் 3 மார்ச் அன்று கடைசி முகலாயப் பேரரசின் மரணத்தையடுத்துக் கடுமையான சகோதர யுத்தம் தொடங்கியது. அதில் பல கொலைகள் விழுந்தன. 12 ஆண்டுகளில் பதினேழு பேர் அரியணையைக் கைப்பற்றப் போட்டியிட்டார்கள். ஔரங்கசீப்பின் மரணம் இந்தியத் துணைக்கண்டத்தையும் அதன் பரந்த செல்வத்தையும் குறிவைத்த பதினெட்டாம் நூற்றாண்டின் மாபெரும் வேட்டைக் களத்தில் புதிய வீரர்கள் பிரவேசிப்பதற்கான வாசலைத் திறந்ததுவிட்டது. அதன் பிறகு இந்து, முஸ்லிம் படைகளுக்கிடையில் மட்டும் போர் நடக்கவில்லை. அதுவரை இந்திய ஆட்சியாளர்களின் ஆதரவைப் பெறுவதற்காக ரோ, நோரிஸ் போன்ற தூதுவர்களை அனுப்புவதோடு திருப்திப்பட்டுக்கொண்ட பிரிட்டனும் பிரான்ஸும் இந்தப் பிரதேசத்தையும் அதன் வர்த்தகத்தையும் கைப்பற்றும் போரில் கடுமையாக மோதிக்கொண்டன.

6

வணிகர்களும் கூலிப்படையினரும்

*1772*இல் லண்டன் நாடக ரசிகர்கள் சாமுவேல் ஃபூட்டின் புதிய நாடகமான தி நபோப் நாடகத்தைப் பார்ப்பதற்காக ஹேமார்க்கெட் தியேட்டருக்குச் சென்றார்கள். சர் மேத்யூ மைட் என்பவரைப் பற்றிய கதை அது. கிழக்கிந்தியக் கம்பெனியில் பணிபுரிந்த மைட் தவறான வழியில் சேமித்த தன் பணத்தின்மூலம் அரச வம்சத்தைச் சேர்ந்த ஒரு குடும்பத்துப் பெண்ணைத் திருமணம் செய்துகொண்டு அதன்மூலம் சட்டமன்றத்தில் *(House of Commors)* அந்தக் குடும்பத்திற்குரிய இடத்தைப் பெற விரும்புகிறார். சமூகத்தில் மதிப்புப் பெற்ற அரச குடும்பத்தவரான சர் ஜான் ஓல்தம் நெருக்கடியில் சிக்கிக்கொண்டு மைட்டிடம் கடன் வாங்குகிறார். ஓல்தமின் அழகான பெண் சோஃபியை மணந்துகொள்ள மைட் விரும்பு கிறார். மைட் ஒரு சூதாடி. ‘மாகாணங்களைச் சீர்குலைத்து அதன்மூலம் கிடைத்த வளங்களை அபரிமிதமாக வாரி இறைப்பவர்; பிறருடைய அழிவிலிருந்து பெறும் இன்பங்களில் மூழ்கித் திளைப்பவர்.’ விலைமகளிர் விடுதியொன்றை அமைத்து அதற்குப் பாதுகாப்பாக ‘வங்காளத்தி லிருந்து அழைத்து வந்த மூன்று கறுப்பர்களை’ நியமிக்கப்போவதாக அறிவித்த மைட், சோஃபியைத் திருமணம் செய்து கொடுக்காவிட்டால் ஓல்தமைச் சிறைக்கு அனுப்பப்போவதாக மிரட்டினார். ஓல்தமின் உறவினர் தாமஸ் ஓல்தம் மைட்டுக்குத் தர வேண்டிய கடன் தொகையான

10,000 பவுண்டுகளைத் தந்து ஜான் ஓல்தமின் பெண்ணையும் அவர்கள் குடும்பத்திற்குச் சொந்தமான சட்டமன்ற உரிமையையும் காப்பாற்றினார்.

பெர்ஷிய மொழிச் சொல்லான நவாபின் திரிபுதான் நபோப். கவர்னர் (ஆளுநர்) என்பது இதன் பொருள். 1770களில் கிழக்கிந்தியக் கம்பெனியின் முறையற்ற வர்த்தக நடைமுறைகள் மீது ஆங்கிலேயர்களின் கோபம் பெருகியது. கதையில் வரும் மைட்டைப் போன்ற கம்பெனியின் மோசமான ஊழியர்களைக் குறிக்க நபோப் என்ற சொல் பயன்பட்டது. ஃபூட்டின் நாடகம் கம்பெனியின் ஆக மோசமான ஊழியரான ராபர்ட் கிளைவை மனதில் கொண்டு உருவானது. கிழக்கிந்தியக் கம்பெனியின் அடிமட்டத்திலிருந்து வளர்ந்த கிளைவ் ராபர்ட் பெற்ற அசுரத்தனமான வளர்ச்சி அவருடைய சமகாலத்தவர்களைத் திகைப்படையச்செய்தது.

இளநிலை குமாஸ்தாவாகப் பணியில் சேருவதற்காக 1744இல் மெட்ராஸுக்குக் கிளம்பியபோது கிளைவின் வயது 19. ஓரளவு சமூக அந்தஸ்துள்ள குடும்பத்தின் 13 குழந்தைகளில் அவர்தான் மூத்தவர். சிறுவனாக இருந்தபோது பெரிய சண்டைக்காரனாக அறியப்பட்டவர். அவருடைய இந்தக் குணம் துணைக்கண்டத்தில் அவருக்குப் பெரிதும் உதவியது. வேலையில் சேர்ந்தபோது அவருடைய சம்பளம் மிகவும் குறைவு.

தென்னிந்தியாவிலும் வங்காளத்திலும் பெற்ற வெற்றிகளுக்காக ராபர்ட் கிளைவுக்குப் பிரபு பட்டம் வழங்கப்பட்டது. 18ஆம் நூற்றாண்டில் இந்தியாவில் பிரிட்டிஷ் சாம்ராஜ்ஜியத்திற்கான அடித்தளத்தை அமைப்பதில் வேறு எந்தத் தனிநபரைக் காட்டிலும் அதிகமாகப் பங்களித்தவர் கிளைவ்.

ஜான் ஜுபர்ஸிக்கி

ஆண்டுக்கு ஐந்து பவுண்டுகள். ஆனால் துணைக்கண்டத்தின் தட்பவெப்ப நிலையையும் உயிருக்கே உலை வைக்கக்கூடிய வெப்ப மண்டல நோய்களையும் தாக்குப்பிடித்துப் பிழைத்து நின்றால் இளைய வர்த்தகராகவும் கவுன்சிலராகவும், ஏன் ஆளுநராகக்கூட ஆவதற்கு அருமையான வாய்ப்பு இருந்தது. வீட்டுக்கு எழுதிய முதல் கடிதத்தில் 'என்னைக் கவனித்துக்கொண்டு என் உறவினர்களுக்கும் உதவிசெய்வது' தான் தன்னுடைய குறிக்கோள் என்று குறிப்பிட்டிருந்தார். கிழக்கிந்தியக் கம்பெனியின் கலாச்சாரத்தில் இப்படிப்பட்ட உயர்ந்த நோக்கங்களுக்கெல்லாம் இடமில்லை.

கிளைவ் இந்தியாவுக்கு வந்த சமயத்தில் கிழக்கிந்தியக் கம்பெனி ('மாட்சிமை பொருந்திய நிறுவனம்' எனப் பின்னாளில் அது அறியப்பட்டது) சிறிய வர்த்தக நிறுவனம் என்னும் நிலையிலிருந்து ஒரு டஜனுக்கும் மேற்பட்ட தொழில் மையங்களைக் கொண்ட பெரும் லாபத்தை ஈட்டும் பொது நிறுவனமாக வளர்ந்திருந்தது. இந்தத் தொழில் மையங்கள் இந்தியாவின் கடலோரப் பகுதிகளையும் பெரிய நீர்நிலைகளை யும் ஒட்டி அமைந்திருந்தன. மூத்த வர்த்தகர்களும் கிளைவைப் போன்ற இளைய வர்த்தகர்களும் அவற்றில் பணிபுரிந்தார்கள். லண்டனில் உள்ள லீடன்ஹால் சாலையில் அமைந்திருந்த மிகச் சிறிய அலுவலகத்தில் நிரந்தரப் பணியாளர்கள் கணிசமான அளவில் வேலைபார்த்துக்கொண்டிருந்தார்கள். இந்த நிறுவனம் பின்னாளில் உலக வர்த்தகத்தின் பாதியைத் தன் கட்டுப்பாட்டில் கொண்டுவந்தது; தன்னுடைய வெளிநாட்டு வாணிபத்தின் மூலம் பிரிட்டிஷ் கருவூலத்திற்கு அதன் மொத்த வருமானத்தின் பத்தில் ஒரு பங்கை வழங்கியது. முதலாம் எலிசபெத் ராணி இந்த நிறுவனத்திற்கு அதிகாரப்பூர்வமாக அனுமதி வழங்கிய 1600ஆம் ஆண்டிலிருந்து தொடங்கி 1833வரை இந்நிறுவனத்தின் கப்பல்கள் லண்டனுக்கும் ஆசியாவுக்கும் இடையே சுமார் 4600 முறை பயணம் செய்திருந்தன. 18ஆம் நூற்றாண்டின் இறுதியில் கிழக்கிந்தியக் கம்பெனியிடம் இருந்த ஆயுதப் படைகளின் அளவு பிரிட்டன் ராணுவத்தைப்போல இரண்டு மடங்காக இருந்தது.

கிழக்கிந்தியக் கம்பெனியின் வளர்ச்சியையும் வீழ்ச்சியை யும் அண்மைக் காலத்தைச் சேர்ந்த வில்லியம் டால்ரிம்பிள் உட்படப் பல வரலாற்றாசிரியர்கள் விரிவாகப் பதிவு செய்திருக்கிறார்கள். இந்தியாவைக் கொஞ்சம் கொஞ்சமாக இந்நிறுவனம் கைப்பற்றியதை 'வரலாறு காணாத ஆட்சி மாற்றம்' என்று வில்லியம் டால்ரிம்பிள் வர்ணிக்கிறார். 'ராணுவரீதியான வெற்றி, தெற்காசியாவின் பெரும் பகுதிகளை அடிபணியச் செய்து அவற்றின் வளங்களைக் கொள்ளையடித்தது ... உலக

வரலாற்றில் வர்த்தக நிறுவமொன்றின் மாபெரும் வன்முறை இதுதான்’ என்று அவர் குறிப்பிடுகிறார்.

1599ஆம் ஆண்டு பிடிவாதமான 80 வர்த்தக்ர்கள் லண்டனில் கூடிக் கிழக்கிந்தியக் கம்பெனியைத் தொடங்க வேண்டும் என முடிவெடுத்தபோது இந்தியாவை அவர்கள் இலக்காகக் கொண்டிருக்கவில்லை; இந்தோனேஷியத் தீவுகளில் கிடைக்கும் வாசனைப் பொருட்களின் வர்த்தகமே அவர்கள் மனதில் இருந்தது. அவர்களுடைய பிரதான போட்டியாளர் டச் வெரீனிக்டே ஊஸ்ட் இண்டிஷ் கம்பெனி *(Dutch Vereenigde Oost Indische Compagnie – VOC)* என்னும் டச்சு நிறுவனம். கிழக்கிந்தியக் கம்பெனியைப் போலப் பத்து மடங்கு முதலீட்டைக் கொண்டிருந்த விஓசி, மசாலாப் பொருட்கள் நிறைந்த இந்தோனேஷியத் தீவுகளில் பெரும் லாபத்தை ஈட்டிவந்தது. டச்சு வர்த்தகர்களுடனான பல்வேறு போட்டிகளில் படு தோல்வி அடைந்த கிழக்கிந்தியக் கம்பெனி தன்னுடைய நஷ்டத்தைக் குறைத்துக்கொண்டாலே போதும் என்ற முடிவுக்கு வந்தது. அப்போதுதான் இந்தியாவை நோக்கி அது ஈர்க்கப்பட்டது. ஒப்பீட்டளவில் இங்கிலாந்துக்கு அருகில் இருந்த இந்தியா உலகின் அற்புதமான ஜவுளிகளைத் தயாரித்துவந்தது.

1608இல் கேப்டன் வில்லியம் ஹாக்கின்ஸ் இந்தியாவின் மேற்குக் கடலோரப் பகுதியான சூரத்திற்கு வந்துசேர்ந்தார். இந்தியாவுக்கு வந்த கிழக்கிந்தியக் கம்பெனியின் முதல் கப்பலின் தலைவர் அவர். வந்து இறங்கியதும் முகலாயப் பேரரசின் முதன்மைத் தலைநகரமான ஆக்ராவுக்கு ஓராண்டுப் பயணம் புறப்பட்டார். ஒரு சில துணி மூட்டைகளை மட்டுமே அவரால் பரிசாகக் கொண்டுசெல்ல முடிந்தது. (இதர பொருட்களைப் போர்ச்சுக்கீசியர்களின் முகவர் ஒருவர் திருடிவிட்டார்.) இவருடைய பரிசு பேரரசர் ஜஹாங்கீரைக் கவரவில்லை. முகலாயப் பேரரசு முழுவதிலும் வர்த்தகம் செய்யும் உரிமைக்கான அரசாணையைப் பரிசாகப் பெறுவதற்குப் பதில் பேரரசர் பரிசளித்த ஆர்மீனிய நாட்டைச் சேர்ந்த கிறிஸ்தவ மனைவியுடன் வில்லியம் ஹாக்கின்ஸ் திரும்ப வேண்டியிருந்தது.

அதன் பிறகு ஏழு ஆண்டுகள் கழித்து சர் தாமஸ் ரோ ஆங்கிலேய நாய்கள், வேட்டை நாய்கள், பெட்டி பெட்டியாக ரெட் ஒயின், அரச குடும்பத்தினர் பயன்படுத்தும் குதிரை வண்டி ஆகிய பரிசுப் பொருட்களை ஒட்டகங்களின் மீது வைத்து எடுத்துக்கொண்டு முகலாய அரசவைக்கு வந்தார். இங்கிலாந்தின் பிரதான போட்டியாளர்கள் போர்ச்சுக்கீசியர்கள். அவர்கள் கிட்டத்தட்ட நூறாண்டுகள் இந்தியாவில் இருந்தாலும்

முகலாயர்களுடனான அவர்கள் உறவு வலுவாக இல்லை. ஹஜ் யாத்திரைக்காக மெக்கா செல்ல விரும்பிய முஸ்லிம்கள் போர்ச்சுகீசியக் கப்பல்களையே நம்பியிருந்தார்கள். கப்பலில் ஏறுவதற்குப் போர்ச்சுக்கீசியக் கடவுச்சீட்டு தேவை. போர்ச்சுக்கீசியர்கள் வழங்கிய கடவுச்சீட்டில் இயேசு, மேரி ஆகிய படங்கள் இருந்தன. தாமஸ் ரோ வந்த அதே நேரத்தில் போர்ச்சுக்கீசியக் கப்பல்களுடனான இரண்டு மோதல்களில் ஆங்கிலேயர்கள் வெற்றியடைந்திருந்தார்கள். பிரிட்டிஷாரின் உதவியுடன் ஜஹாங்கீர் 'கடல்களின் அரச'னாக ஆகலாம் என்று தாமஸ் ரோ உறுதியளித்தார்.

மன்னர் அப்போதும் அரசாணை பிறப்பிக்கவில்லை. ஆனால் சூரத்தில் வர்த்தகச் சாவடியை அமைத்துக் கொள்வதற்கு அனுமதியளித்தார். இங்கிலாந்திற்குத் திரும்பிச் சென்ற தாமஸ் ரோ நிறுவனத்தின் இயக்குநர்களிடம் சொன்ன அறிவுரை இதுதான்: 'இதை ஒரு விதியாகவே கடைப்பிடிக்க வேண்டும். லாபம் ஈட்ட வேண்டுமென்றால் அதைக் கடலிலும் அமைதியான வர்த்தகத்தின் மூலமாகவும்தான் செய்ய வேண்டும். இந்தியாவில் தரையில் போரில் ஈடுபடுவது தவறு என்பதில் சந்தேகமே இல்லை.'

அடுத்த சில பத்தாண்டுகளில் கிழக்கிந்தியக் கம்பெனி படிப்படியாக வளர்ந்தது. 1639இல் உள்ளூர் ஆட்சியாளர் ஒருவரிடமிருந்து மதராஸை ஆங்கிலேயர்கள் வாங்கினார்கள். 1661இல் பம்பாய் அதன் பிரம்மாண்டமான துறைமுகத்துடன் ஆங்கிலேயர்கள் வசம் வந்தது. பிரகான்சாவைச் சேர்ந்த கேத்ரீன் இரண்டாம் சார்லஸுக்கான திருமணப் பரிசின் ஒரு பகுதியாக இதைத் தந்தார்.

ஆசியாவில் ஐரோப்பிய நிறுவனங்கள் மேற்கொண்ட வர்த்தகத்தின் அளவு (டன்களில்)

காலம்	ஆங்கிலம்	டச்சு	போர்த்துக்கீசியர்	பிரெஞ்சு	டென்மார்க்	இங்கிலாந்தின் பங்கு %
1581–90	0	0	55,419	0	0	0
1631–40	31,179	63,970	20,020	3000	4000	25.5
1681–90	47,879	130,849	11,650	17,500	4000	22.6
1731–40	67,880	280,035	13,200	53,891	12,267	15.6
1781–90	228,315	243,424	8250	130,490	63,461	33.9
1820–29	859,090	178,000		168,180	22,779	60.0

வர்த்தகம் செழித்தது. 1680இல் கிழக்கிந்தியக் கம்பெனியின் பங்குதாரர்கள் 50 சதவீத ஈட்டுத் தொகையைப் பெற்றார்கள்.

1682, 1689, 1691 ஆகிய ஆண்டுகளிலும் இதே அளவு ஈட்டுத் தொகை கிடைத்தது. நிறுவனத்தின் வருமானம் அடுத்தடுத்த பத்தாண்டுகளில் ஏற்ற இறக்கங்களைச் சந்தித்தாலும் இங்கிலாந்து நாட்டுப் பொருளாதாரத்தின் இன்றியமையாத பகுதியாக இந்நிறுவனம் விளங்கியது. 1700ஆம் ஆண்டில் ஐந்து லட்சம் பவுண்டுகளுக்கும் மேல் எடை கொண்ட பொருள்கள் இந்தியாவிலிருந்து வந்தன. இங்கிலாந்தின் மொத்த இறக்குமதியில் இது 13 சதவீதம். வங்காளம், குஜராத், சோழ மண்டலம், கொங்கண் ஆகிய இடங்களில் தயாரான அருமையான இந்தியப் பருத்தித் துணிகளுக்குத் தென் கிழக்கு ஆசியா, கிழக்கு ஆப்பிரிக்கா, சஃபாவித் பெர்ஷியா ஆகிய இடங்களில் பெரும் வரவேற்பு இருந்ததில் மசாலாப் பொருட்களைப் பின்னுக்குத் தள்ளிவிட்டு ஜவுளித் தயாரிப்புகள் வர்த்தகத்தில் முதலிடம் பிடித்தன. 'ஆப்பிரிக்காவில் இந்தியத் துணிகள் செலவாணி நாணயமாகச் செயல்பட்டன. ஆசியாவில் அவை சம்பளமாகத் தரப்பட்டன. ஐரோப்பாவில் அனைவரும் விரும்பும் புதுப்பாணி ஆடைகளாக அவை விளங்கின' என்று ஜார்ஜியோ ரியல்போ என்னும் அறிஞர் குறிப்பிடுகிறார்.

வியாபாரம் பெருகப் பெருக வர்த்தக மோசடிகளுக்கான வாய்ப்பும் அதிகரித்தது. 1693இல் முறைகேடான வர்த்தகத்திலும், நிறுவனத்தின் செயல்பாடுகளைக் கட்டுப்படுத்தப் போவதாக அச்சுறுத்திய நாடாளுமன்ற உறுப்பினர்களை விலைக்கு வாங்குவதிலும் ஈடுபட்டதற்காகக் கிழக்கிந்தியக் கம்பெனியின் ஆளுநரும் அதன் உயர் மட்டக் குழுவின் தலைவரும் பதவி நீக்கம் செய்யப்பட்டார்கள்.

அதற்கு முன்னரே நிறுவனம் அத்துமீறத் தொடங்கி விட்டது. 'அமைதி வழியில் வர்த்தகம்' செய்ய வேண்டும் என்ற தாமஸ் ரோவின் அறிவுரையை அலட்சியப்படுத்திவிட்டு 1688இல் கிழக்கிந்தியக் கம்பெனியின் லண்டனில் இருந்த சண்டைக்குணம் கொண்ட ஆளுநர் சர் ஜோசையா சைல்ட் ஒரு லட்சம் வீரர்களைக் கொண்ட முகலாயப் படையுடன் மோதும் தவறான முடிவை எடுத்தார். வங்காளத்தில் கிழக்கிந்தியக் கம்பெனி ஆலைகளில் ஆங்கிலேய வர்த்தகர்களிடம் முகலாய அதிகாரிகள் மிரட்டிப் பணம் பறிப்பதாகப் புகார் வந்தது. அதையடுத்து, முகலாயர்களுக்குப் பாடம் புகட்டுவதற்காகத் தமது சிப்பாய்களுடன் இரண்டு கப்பல்களை ஹூக்ளி ஆற்றின் வழியே அனுப்பினார். கப்பல்கள் கரைக்கு வந்ததும் முகலாயக் காவலர்கள் ஆங்கிலேயச் சிப்பாய்களைக் கோழிக்குஞ்சைப் பிடிப்பதுபோலப் பிடித்துக்கொண்டார்கள். இந்தியாவின் மேற்குக் கடற்கரையில் பணிபுரிந்த கிழக்கிந்தியக் கம்பெனியின்

அதிகாரி ஒருவர் (அவர் பெயரும் 'சைல்ட்'தான்) முகலாயக் கப்பலுடன் இதேபோல முட்டாள்தனமாக மோதினார். 'குழந்தைகள் (சில்ட்ரன்) (இருவரின் பெயர்களும் 'சைல்ட்') மேற்கொண்ட போர்' எனப் பரிகசிக்கப்பட்ட இந்தச் சண்டைகளால் வங்காளம், பம்பாய், சூரத் ஆகிய இடங்களில் நிறுவனத்தின் வர்த்தக மையங்களில் நஷ்டம் ஏற்பட்டது. நிறுவன அதிகாரிகள் ஔரங்கசீப்பைச் சந்தித்துக் கெஞ்சிக் கூத்தாடி வர்த்தக உரிமையை மீண்டும் வழங்குமாறு கேட்டுக்கொண்டார்கள். நஷ்டஈடாகப் பெரும் தொகையும் இனி ஒழுங்காக நடந்துகொள்வோம் என்றும் உறுதிமொழியும் தந்த பிறகே அனுமதி கிடைத்தது.

1690இல் வங்காளத்தில் நிறுவனத்தின் செயல்பாடுகளின் தலைமைப் பொறுப்பில் இருந்த ஜாப் சர்னோக் ஆங்கிலேயர்கள் குடியிருப்புக்காகப் புதிய இடத்தைத் தேர்ந்தெடுப்பதற்காக ஹூக்ளிக்குத் திரும்பினார். ஆற்றின் கிழக்குக் கரையில் அருகருகே அமைந்த சில கிராமங்களுக்குப் பக்கத்தில் சர்னோக் தேர்ந்தெடுத்த இடம் யாருக்கும் பிடிக்கவில்லை. 'இதைவிடவும் ஆரோக்கியமற்ற இடத்தை அவர் தேர்ந்தெடுத்திருக்க முடியாது' என்று குடியிருப்பு அமைக்கப்பட்ட சிறிது காலத்திற்குள் கப்பல் கேப்டன் அலெக்சாண்டர் ஹேமில்டன் எழுதினார். குடியிருப்பில் இருப்பவர்களின் எண்ணிக்கை 1692இல் ஆயிரத்தை எட்டினாலும் ஏற்கெனவே 460 பேர் மரணமடைந்துவிட்டதை ஹேமில்டன் குறிப்பிட்டார். இறந்தவர்களில் சர்னோக்கும் அடக்கம். ஹேமில்டனின் படைவீரர்கள் கோல்கோதா (சுடுகாடு) எனப் பெயரிட்ட அந்த இடம் பின்னாளில் பிரிட்டிஷ் ராஜ்ஜியத்தின் தலைநகராக விளங்கிய கல்கத்தாவாக ஆனது.

'தேசங்களின் சொர்க்கம்' என ஔரங்கசீப் வர்ணித்த வங்காளம் இந்தியாவின் மிக வளமையான மாகாணமாகத் திகழ்ந்தது. ஆசியாவிலிருந்து ஐரோப்பாவுக்குப் பண்டங்களை அதிகமாக அனுப்பும் மையமாகவும் அது இருந்தது. 'உலகிலேயே மிகச் சிறப்பான, மிகவும் லாபமளிக்கக்கூடிய நாடு' எனக் கருதப்பட்ட எகிப்தைக் காட்டிலும் 'வளமும் அழகும்' கொண்டது வங்காளம் என்று 1657இல் கிழக்கிந்தியாவில் சுற்றுப் பயணம் மேற்கொண்ட பெர்னியர் கூறினார். போர்ச்சுக்கீசிய, டச்சு, பிரஞ்சு நிறுவனங்களும் ஹூக்ளியில் வர்த்தகச் சாவடிகளை அமைத்துக்கொண்டார்கள்.

கிழக்கிந்தியக் கம்பெனியின் இதர அலுவலகங்களைப் போலவே சர்னோக்கின் வர்த்தகச் சாவடியும் தான் பிழைத்திருப்பதற்கு உள்ளூர் ஆட்சியாளர்களின் ஆதரவைச்

17ஆம் நூற்றாண்டின் தொடக்கத்தில் கல்கத்தா. இன்று கொல்கத்தா என அறியப்படும் இந்த நகரம் உலகின் மாபெரும் நகரங்களில் ஒன்று. இதன் மக்கள் தொகை ஒன்றரைக் கோடி.

சார்ந்திருக்க வேண்டியிருந்தது. ஆட்சியாளர்களின் ஆதரவு பாதுகாப்புக்கான மாற்று அல்ல என்பது 18ஆம் நூற்றாண்டின் தொடக்கத்தில் வெளிப்படையாகத் தெரிந்தது. பாதுகாப்பை உறுதிசெய்வதற்காகப் பிரிட்டிஷ் அதிகாரிகள் உள்ளூரில் பயிற்சி பெற்ற சிப்பாய்களைக் கொண்ட சிறிய படைகளை உருவாக்கிக்கொண்டார்கள். இந்தப் படைகளைப் பராமரிக்க அதிகம் செலவானது. அதற்கு வருமானம் தேவைப்பட்டது. எனவே வரிவசூல் செய்வதற்காக நிர்வாகக் கட்டமைப்பை ஏற்படுத்த வேண்டியிருந்தது. இதற்காக நீதிமன்றமும் நீதி அமைப்பும் தேவைப்பட்டன. வர்த்தக நிறுவனம் மெல்ல மெல்ல அரசின் தன்மைகளைப் பெறத் தொடங்கியது.

1716 புத்தாண்டு தினத்தன்று அப்போது பலவீனமான நிலையில் இருந்த முகலாயப் பேரரசர் ஃபாரூக் சியாரை நிர்ப்பந்தப்படுத்தி முழுமையான வர்த்தக உரிமைகளுக்கான ஆணையைக் கிழக்கிந்தியக் கம்பெனி பெற்றது. ‘இந்தியாவின் மாபெரும் நிறுவனம்’ எனப் பெயர்பெற்ற அந்த நிறுவனத்தின் இயக்குநர்கள் ‘எந்த ஐரோப்பிய நாட்டிற்கும் இதுவரை கிடைத்திராத சலுகை’யாக அதைக் கொண்டாடினார்கள். நிறுவனம் இப்போது பேரரசருடனான நேரடித் தொடர்பின் மூலம் முகலாயர்களின் இந்தியாவில் அரசியல் அதிகாரக் கட்டமைப்பிற்குள் சேர்த்துக்கொள்ளப்பட்டது. அரை நூற்றாண்டுக்குப் பிறகு கிளைவ் வங்காளத்தின் நவாபைத் தூக்கியெறிய இந்த ஆணையைப் பயன்படுத்திக்கொண்டார்.

பாண்டிச்சேரியிலும் கல்கத்தாவுக்கு வடக்கே 24கிலோ மீட்டர் தள்ளியிருக்கும் சந்திர நகரிலும் தங்கள் பிரதான குடியிருப்புகளைக் கொண்டிருந்த கிழக்கிந்தியக் கம்பெனிக்கான பெரிய சவாலாக 1664இல் தொடங்கப்பட்ட ஃபிரெஞ்ச் கம்பெனி தேச இந்தியா (இந்தியாவின் பிரெஞ்சு நிறுவனம்) இருந்தது. 18ஆம் நூற்றாண்டின் பெரும்பகுதியில் ஐரோப்பாவில் இங்கிலாந்திற்கும் பிரான்ஸ் நாட்டிற்கும் இடையே இருந்த பகைமை இந்தியாவில் அவ்விரு நாடுகளின் நிறுவனங்களிடையிலும் பிரதிபலித்தது. ஆஸ்திரியாவின் வாரிசுரிமைப் போரும் (1740–1748), ஏழாண்டு காலப் போரும் (1756–1763) நடந்த அதே சமயத்தில் முகலாயர்களின் ஆட்சியிலிருந்து விடுபட்டிருந்த தென்னிந்தியாவில் அதிகாரத்திற்கான மோதல்கள் நிகழ்ந்தன. முழுக்க முழுக்க உள்நாட்டு விவகாரமாக இருந்த இந்த மோதல்களில் ஆங்கிலேய, பிரெஞ்சு நிறுவனங்கள் அரசியல்ரீதியாகவும் ராணுவரீதியாகவும் தலையிடுவதற்கான வாய்ப்பு உருவானது.

இப்படித் தலையிடுவதற்கான கொள்கையை உருவாக்கியவர் ஜோசப் பிரான்சுவா தூப்ளே (1687–1763). ‘அபிலாஷை, பேராசை, ஆங்கிலேயர் மீதான வெறுப்பு, விடாப்பிடியான குணம் ஆகிய அனைத்தும் கிட்டத்தட்டச் சம அளவில் கலந்த துடிப்பான ஆற்றல் கொண்ட மனிதர்’ என்று ஆங்கிலேய அறிஞர் லாரன்ஸ் ஜேம்ஸ் வர்ணித்த தூப்ளே, கிளைவுக்குப் பிரதான எதிரியாக உருவெடுத்தார். சந்திர நகரில் பணிபுரிந்துகொண்டிருந்த இவரைச் சோழ மண்டலக் கடற்கரைப் பகுதிகளில் பிரெஞ்சுக்குச் சொந்தமான இடங்களை நிர்வகிப்பதற்காக அனுப்பிவைத்தார்கள். 1745இல் பிரிட்டனின் கப்பல் பாண்டிச்சேரியைத் தாக்க வந்தபோது இவர் ஆற்க்காட்டைத் தலைநகரமாகக் கொண்டு சென்னைக்கு வடக்கே சுதந்திரமான அரசை ஆண்டுகொண்டிருந்த கர்நாடக நவாபிடம் பாதுகாப்புக் கோரினார். தாக்குதல் நடக்கவேயில்லை. ஆனால் இந்தக் கோரிக்கை பெரும் திருப்புமுனையாக அமைந்தது. ‘முகலாய ஆட்சியின் எச்சங்களின் மீது ஐரோப்பிய சாம்ராஜ்ஜியத்தைக் கட்டி எழுப்புவது சாத்தியம்’ என்பதை இந்தப் பிரெஞ்சுக்காரர் இதன் மூலம் உணர்ந்ததாக தூப்ளேயின் வரலாற்றை முதன் முதலில் எழுதியவர்களில் ஒருவரான தாமஸ் மெக்காலே குறிப்பிட்டார்.

கிழக்கிந்தியக் கம்பெனிக்கு இந்தியாவில் கிடைத்த நன்மைகளுக்கு அது பெற்ற வர்த்தக உரிமை மட்டும் காரணமல்ல. உள்ளூர் ஆட்சியாளர்கள் தங்கள் அரசுகளைக் காப்பாற்றிக்கொள்வதற்காக பிரிட்டிஷ், பிரெஞ்சுப் படைகளின்

உதவியை நாடினார்கள். அதற்குப் பிரதியுபகாரமாகத் தங்களுக்குச் சொந்தமான இடங்களை அவர்களுக்குத் தருவதாக வாக்களித்தார்கள். இப்படிக் கிடைத்த பகுதிகளி லிருந்து ஐரோப்பியர்கள் ஈட்டிய வருமானம் அவர்களுடைய ராணுவங்களை வலுப்படுத்திக்கொள்ள உதவியது. பிரிட்டிஷ், பிரெஞ்சுப் படைகள் முறையான போரில் மோதிக்கொள்ள வில்லை என்றாலும் பரஸ்பரம் மோதிக்கொண்ட இந்திய மன்னர்களை ஆதரித்ததன் மூலம் மறைமுகப் போரில் ஈடுபட்டார்கள்.

இத்தகைய ஆதரவின் நன்மைகளை உள்ளூர் ஆட்சியாளர்கள் விரைவில் உணர்ந்துகொண்டார்கள். இந்தியப் படைகள் மாதக்கணக்கில், ஏன் வருடக்கணக்கில்கூடப் போராடிப் பெறும் வெற்றிகளை ஐரோப்பியப் பாணியில் நன்கு பயிற்சிபெற்ற முறையான ராணுவப் படையினர் மிக எளிதாகப் பெற்றுவிட முடிந்தது. அமெரிக்கா, அயர்லாந்து, பிரிட்டன், பிரான்ஸ், ஸ்வீட்சர்லாந்து, போலந்து, ஏன் ஆர்மீனியாவிலிருந்தும் வந்த கணிசமாகச் சம்பளம் பெற்ற வீரர்கள் தெற்காசியாவின் யுத்தகளத்தின் அடையாளத்தையே மாற்றியமைப்பதில் முக்கியப் பங்காற்றினார்கள்.

கிளைவ் என்றும் காலனிய நாயகன்

தன் வசம் இருந்த இடத்தைக் கொடுத்து ஐரோப்பியத் தளபதியின் தலைமையில் ராணுவப் படையைப் போரில் ஈடுபடுத்திய முதல் இந்திய மன்னர் முசாஃபர் ஜங். இவர் ஹைதராபாத் நிஜாமின் பேரன். 1748இல் நிஜாம் உல்ஹக் இறந்த பிறகு வாரிசுரிமைப் போட்டி நான்கு ஆண்டுகளுக்கு நடந்தது. தென்னிந்தியாவின் மிக வளமானதும் சக்தி வாய்ந்ததுமான அரசின் அரியணையைக் கைப்பற்ற நிஜாம் உல் ஹக்கின் ஆறு மகள்களும் ஒரு பேரனும் போட்டியிட்டார்கள்.

பிரெஞ்சுக்காரர்களின் தலைமையிலான படைகள் முசாஃபர் ஜங்கின் எதிரி நாசிர் ஜங்கை (1712–1750) வீழ்த்திய பிறகு முசாஃபர் ஜங் 1750இல் பாண்டிச்சேரியில் நடந்த மாபெரும் முடிசூட்டு விழாவில் புதிய நிஜாமாக அறிவிக்கப்பட்டார். ஹைதராபாத்க்குப் பதில் பாண்டிச்சேரியை தூப்ளே தேர்ந்தெடுத்து முக்கியத்துவம் வாய்ந்தது. தக்காணத்தின் வைஸ்ராயிடமிருந்து அதிகாரம் பிரெஞ்சுக்காரர்களின் கைக்கு வந்துவிட்டது என்னும் செய்தியை முஸ்லிம் உலகத்திற்கு நினைவுபடுத்த அவர் விரும்பினார். தூப்ளே செய்த உதவிக்குக் கைமாறாக முசாஃபர் ஜங் அவரைக் கிருஷ்ணா நதியிலிருந்து

குமரி முனைவரை விரிந்திருந்த ஒட்டுமொத்தத் தென்னிந்தியாவின் வைஸ்ராயாக அவரை அறிவித்தார். தூப்ளே கிட்டத்தட்ட முழுமையான அதிகாரத்துடன் 3 கோடி மக்களை ஆட்சிசெய்தார்.

தில்லியில் இருந்த முகலாயப் பேரரசர் முசாஃபர் ஜங்கின் ஆட்சியை ஒருபோதும் அங்கீகரிக்கவில்லை. ஆறு வாரங்களே பதவியில் இருந்த அவர் மறைந்திருந்து நடத்தப்பட்ட ஒரு தாக்குதலில் கொல்லப்பட்டார். ஆனால் பிரெஞ்சுப் படையினரை ஈடுபடுத்தியதன் மூலம் அவர் இந்தியாவின் அரசியல் வரை படத்தை நிரந்தரமாக மாற்றியமைத்த முன்னுதாரணத்தை ஏற்படுத்திவிட்டார். அதன் பிறகு ஆங்கிலேயப் படைகளின் உதவியுடன் தங்கள் ஆட்சியைத் தக்கவைத்துக்கொள்ள விரும்பிய இந்திய மன்னர்கள் அதற்குப் பிரதியுபகாரமாகத் தங்கள் வசம் இருந்த இடங்களை ஆங்கிலேயர்களுக்குக் கொடுக்க வேண்டியிருந்தது. தங்கள் நாட்டின் எல்லைக்குள் உள்நாட்டு, வெளிநாட்டு அபாயங்களிலிருந்து பாதுகாப்பதற்கு என்னும் பெயரால் நிறுத்தப்பட்டிருந்த ஆங்கிலேயப் படைகளுக்கான செலவையும் அவர்கள் ஏற்றுக்கொள்ள வேண்டியிருந்தது. தங்கள் தலைநகரங்களில் பிரிட்டிஷ் 'ரெசிடென்ட்' என்னும் உயரதிகாரியையும் அவர்கள் ஏற்றுக்கொள்ள வேண்டியிருந்தது. அரச குடும்பத்தின் திருமணங்கள், வாரிசு விவகாரங்கள் ஆகியவற்றில் இறுதி முடிவு எடுக்கும் அதிகாரம் அந்த ரெசிடென்டுக்கு இருந்தது. ராணுவ, வெளிவிவகாரக் கொள்கைகளைத் தன்னிச்சையாக உருவாக்கும் அதிகாரமும் இந்திய மன்னர்களுக்கு இல்லை. லண்டனில் இருந்துகொண்டு இங்கே சாம்ராஜ்ஜியத்தைக் கட்டி எழுப்பிக்கொண்டிருந்த சக்திகளின் கைப்பாவைகளாகவே இந்திய மன்னர்கள் இருந்தார்கள்.

தூப்ளேயின் அதீத சாகசம் அவருக்கே உலைவைத்தது. 1754இல் அவர் பதவியிலிருந்து விடுவிக்கப்பட்டு அவருடைய இடத்தில் பிரெஞ்சு கடற்படைத் தளபதி சார்லஸ் ராபர்ட் கோதே தே ஜைமோன்ட் நியமிக்கப்பட்டார். ஆங்கிலேயர்களுடனான உறவில் சமரசம் செய்துகொள்வதற்காக இவர் அனுப்பப்பட்டார். இது கிளைவுக்கான பாதையைத் திறந்து விட்டது. கீழ்மட்டத்திலிருந்து கிடுகிடுவென்று உயர்ந்து ராணுவ வியூக நிபுணராகவும் அபாரமான தலைவராகவும் அவர் உருவெடுத்தார்.

கிளைவ் என்னும் காவிய நாயகனின் உதயம் 1751இல் ஆற்காடைக் கைப்பற்றியபோது நிகழ்ந்தது. மதராஸுக்கு வடக்கில் இருந்த கடற்கரைப் பகுதியான கர்நாடக

அரசின் தலைநகரம் ஆற்காடு. இதை நிஜாம் உல் ஹக்கின் உதவியாளர் அன்வருதீன் ஆண்டுவந்தார். 1741இல் நடந்த போரில் அவர் சொல்லப்பட்டபோது பிரெஞ்சுக்காரர்கள் தங்கள் அடிவருடியான சந்தா சாகிப்பைப் புதிய நவாபாக ஆக்கினார்கள். பிரெஞ்சுக்காரர்களும் கர்நாடகத்தில் அவர்களுடைய பொம்மை அரசரும் மதராஸை முற்றுகையிடக் கூடிய சூழலைத் தவிர்ப்பதற்காகக் கிளைவ் ஆற்காட்டைத் தாக்க உத்தேசித்தார். 200 ஐரோப்பிய வீரர்களையும் 300 இந்தியச் சிப்பாய்களையும் கொண்ட சிறிய படையைக் கொண்டு ஆற்காடு கோட்டையை அவர் கைப்பற்றினார். சந்தா சாகிப்பின் மகன் தலைமையிலான படை 150 பிரெஞ்சு வீரர்களின் உதவியுடன் கோட்டையைச் சுற்றி வளைத்துக்கொண்டு ஆங்கிலேயப் படையினர்மீது பீரங்கிக் குண்டுகளைப் பொழிந்தது. தன் படையினரில் பாதிப் பேரை இழந்த நிலையிலும் மதராஸி லிருந்து படைகள் வரும்வரை, 43 நாட்களுக்கு பிரெஞ்சு–இந்தியப் படைகளைத் தாக்குப்பிடித்து நின்றார் கிளைவ்.

பின்னாளில் ஜலாலாபாத், லக்னோ, சித்ரல் ஆகியவற்றைப் பாதுகாத்தவர்களைப் போலவே கிளைவின் ஆட்கள் பிரிட்டிஷ் இனத்தின் ‘விடாப்பிடியான குணத்திற்கும் அசராத துணிச்சலுக்கும்’ அடையாளமாக இருந்ததாக ஜேம்ஸ் குறிப்பிடு கிறார். ‘கோட்டைகளைக் காவல் காத்தவர்கள் ஒழுங்கையும் நாகரிகத்தையும் பாதுகாப்பவர்களாக முன்னிறுத்தப் பட்டார்கள். பாதுகாப்பு அரண்கள் அவர்களுடைய வலுவான அம்சங்கள். அந்த அரண்களைச் சுற்றிலும் குழப்பமும் பண்பாடற்ற நடத்தையும் பொங்கியபடி இருந்தன’. மெட்ராஸின் ஆளுநராக இருந்த தாமஸ் சான்டர்ஸ் இந்தியர்களின் பலவீனத்தை ஆற்காடு காட்டிவிட்டதாக லண்டனில் இருந்த நிறுவன இயக்குநர்களிடம் கூறினார். ‘ஓரளவுக்கு வலுவான படையுடன், போரிடும் உறுதியுடன் களமிறங்கினால் எந்த ஐரோப்பிய நாடும் இந்தியா முழுவதையும் வென்றுவிடலாம்’ என்றார்.

1753இல் கிளைவ் இங்கிலாந்துக்குச் சென்றார். இரண்டு ஆண்டுகள் கழித்துத் திரும்பிய அவர் சென்னைக்குத் தெற்கே இருக்கும் கடலூரின் புனித டேவிட் கோட்டையின் துணை ஆளுநராக நியமிக்கப்பட்டார். முதல் முறையாக பிரெஞ்சுக்காரர்களும் ஆங்கிலேயர்களும் சமாதானமாக இருந்தார்கள். ஆனால் மேலோட்டமான அந்த அமைதி விரைவிலேயே கலகலத்துப்போனது. கல்கத்தாவை வங்காள நவாபின் ராணுவம் கைப்பற்றியதாகவும் 100க்கும் மேற்பட்ட ஆங்கிலச் சிறைக் கைதிகள் சிறைச்சாலையில் இறந்து

போனதாகவும் மெட்ராஸுக்குச் செய்தி வந்தது. கருங்குழி என அந்தச் சிறைச்சாலை அழைக்கப்பட்டது.

அந்தச் சமயத்தில் கல்கத்தா நான்கு லட்சம் மக்கள் தொகை கொண்ட வர்த்தகம் செழிக்கும் துறைமுகமாக வளர்ந்திருந்தது. ஆங்கிலேயர்கள் மிகச்சிறிய அளவிலேயே அங்கு இருந்தார்கள். அருகில் இருந்த, பிரெஞ்சு, டச்சு, டேனிஷ் ஆகியோருக்குச் சொந்தமான வர்த்தக மையங்களைக் காட்டிலும் இந்த நகரம் பல மடங்கு முன்னேறியிருந்தது. நவாப் அலிவர்தி கானுக்கும் *(1671–1756)* ஐரோப்பிய வணிகர்களுக்குமிடையேயான உறவு சுமுகமாகவும் பரஸ்பர நன்மை பயப்பதாகவும் இருந்தது. நவாப் மரணமடைந்த நேரத்தில்தான் ஐரோப்பியக் காலனி நாடுகளுக்கிடையேயான ஏழாண்டுக் கால யுத்தம் தொடங்கியது. ஆங்கிலேய, பிரெஞ்சு நிறுவனங்களின் இயக்குநர்கள் ஐரோப்பாவிலிருந்து வந்த செய்திகளுக்கேற்பத் தத்தமது பாதுகாப்பு அரண்களில் படைபலத்தைப் பெருக்கிக்கொள்வதற்கான உத்தரவுகளைப் பிறப்பித்தார்கள்.

வலுப்படுத்தப்பட்ட பாதுகாப்பு அரண்கள் அலிவர்தி கானின் வாரிசான சிராஜ் உத்தௌலாவைப் *(1733–1737)* பதற்றமடையச்செய்தது. தன்னுடைய அதிகாரத்திற்கான அச்சுறுத்தலாக அவற்றைக் கருதிய அவர் அதையெல்லாம் நிறுத்தும்படி ஆணையிட்டார். பிரெஞ்சுக்காரர்கள் அந்த ஆணைக்குக் கீழ்ப்படிந்தார்கள்; ஆனால் ஆங்கிலேயர்கள் அதைப் புறக்கணித்தார்கள். இந்தச் சிக்கலைத் தீர்ப்பதற்காகச் சென்ற சிராஜ் உத்தௌலாவின் தூதரை பிரிட்டிஷ் அதிகாரி ஒருவர் அறைந்து வெளியேற்றினார். தன்னுடைய தலைநகரான முர்ஷிதாபாதுக்குத் திரும்பிய அந்தத் தூதர், 'புட்டத்தைக்கூடக் கழுவத் தெரியாத வியாபாரிகள் மன்னரின் தூதரை விரட்டியடித்து மன்னரின் உத்தரவை அலட்சியப்படுத்தும் போது நமக்கென்று என்ன கௌரவம் மிச்சம் இருக்கிறது?' என்று சிராஜிடம் சொன்னதாகக் கூறப்படுகிறது. ஆங்கிலேயர்களை 'வர்த்தகர்களைப்போல் நடந்துகொள்ள' வைப்பதற்கான கடைசி முயற்சியும் தோற்றுவிட்ட நிலையில் சிராஜ் பெரும் படையைத் திரட்டிக்கொண்டு கல்கத்தாவை நோக்கிப் புறப்பட்டார்.

சிராஜின் வருகை குறித்துப் பலமுறை எச்சரிக்கை விடுக்கப்பட்டாலும் கல்கத்தாவின் பாதுகாவலர்கள் நகரைப் பாதுகாப்பதற்கான முன்தயாரிப்புகள் எதையும் மேற்கொள்ளவில்லை. வில்லியம் கோட்டைக்கு அருகில்

உள்ள வீடுகளை இடித்தால் அங்கிருந்து சுடுவதற்கு வசதியாக இருக்கும் என்று ராணுவ அதிகாரிகள் கருதினார்கள். ஆனால் அதற்கான இழப்பீடு கிடைக்காது என்று நினைத்த அந்த வீடுகளின் உரிமையாளர்கள் அவற்றை இடிக்க மறுத்தார்கள். 1756, ஜூன் 16 அன்று சிராஜ் உத்தௌலாவின் படைகள் தற்போது சர்வதேச விமான நிலையம் அமைந்துள்ள டம்டம் என்ற இடத்திற்கு வந்து சேர்ந்தபோது கோட்டைக்குள் குழப்பமும் பீதியும் ஏற்பட்டன. நகரத்தில் இருந்த 2500 ஆங்கிலேயர்கள் கோட்டையில் பாதுகாப்புக்காகத் தஞ்சமடைந்திருந்தார்கள். படைகள் நெருங்கியபோது இருபதுக்கும் மேற்பட்ட கப்பல்களில் ஏறித் தப்பிச் செல்வதற்காக அனைவரும் முண்டியடித்தார்கள். அப்படித் தப்பிச் சென்றவர்களில் நகரத்தின் ஆளுநர் ரோகர் டிரேக்கும் ஒருவர்.

சில மணிநேரங்களில் நவாபின் படையினர் கோட்டையைத் தமது கட்டுப்பாட்டின் கீழ் கொண்டுவந்துவிட்டார்கள். அங்கே எஞ்சியிருந்த ஆங்கிலேயர்களைக் கொல்வதற்குப் பதிலாகக் கைது செய்தார்கள். அவர்கள் 'தலை முடிக்குக்கூட எந்தச் சேதமும்' ஏற்படாது என்று சிராஜ் அந்தக் கைதிகளுக்கு உறுதியளித்தார். ஆனால் கண்மண் தெரியாமல் குடித்திருந்த ஆங்கிலேய மாலுமி ஒருவர் முகலாயப் படைவீரர் ஒருவரைச் சுட்டுக் கொன்றதும் அவர்களுடைய மனநிலை மாறியது. ஆங்கிலேயர்கள் அனைவரும் 4.3 X 5.5 மீட்டர் அளவிலான தண்டனைக் கொட்டடிக்குள் அடைக்கப்பட்டார்கள். அந்த அறையில் ஒரே ஒரு ஜன்னல் மட்டுமே இருந்தது. தண்ணீர் துளிக்கூட இல்லை.

வருந்தத்தக்க மரணங்கள்:

கருங்குழி என்ற சிறையைப் பற்றிய தொன்மக் கதை பிரிட்டிஷ் கமாண்டர் ஜோசய்யா ஹால்வெல்லின் (1711–1798) பதிவையே பெருமளவில் சார்ந்திருக்கிறது. பத்து மணிநேரம் கழித்துக் காலை 6 மணிக்குக் கதவு திறக்கப்பட்டபோது அறைக்குள் பிணங்கள் குவிந்து கிடந்ததாகவும் 23 கைதிகளே உயிருடன் இருந்ததாகவும் ஜோசையா குறிப்பிடுகிறார். 'திகில் நிரம்பிய அந்த இரவின் அனுபவங்களை வர்ணிக்கும் முயற்சியில் நான் இறங்க மாட்டேன். வர்ணிப்புக்கெல்லாம் அப்பாற்பட்ட அனுபவங்கள் அவை' என்று அவர் எழுதினார். அடுத்த ஆண்டு இங்கிலாந்திற்குத் திரும்பிச் சென்ற அவர் *A Genuine Narrative of the Deplorable Deaths of the English Gentlemen, and Others,*

Who Were Suffocated in the Block Hole (ஆங்கிலேயர்களும் பிறரும் பரிதாபமாக உயிரிழந்த நிகழ்வின் உண்மை யான பதிவு) என்னும் நூலை எழுதினார். அந்தக் கருங்குழியில் அவர்கள் அனைவரும் மூச்சுத் திணறியதாக அவர் அதில் குறிப்பிட்டார். சிறையில் அடைக்கப்பட்டவர்களின் எண்ணிக்கை நாற்பத்தி மூன்றுதான் என அண்மையில் மேற்கொள்ளப்பட்ட மதிப்பீடுகள் கூறுகின்றன. அவர்களை அந்தக் கொட்டடியில் அடைக்கும்படி சிராஜ் உத்தௌலா ஆணையிடவில்லை. அது நடக்கும்வரை அவருக்கு அதுபற்றி எதுவும் தெரியாது.

வெற்றிகரமான வணிக ஒப்பந்தம்

கருங்குழிச் சிறைச் சம்பவம் இந்தியர்களின் நாகரிகமற்ற நடத்தைக்கான அடையாளமாக ஆங்கிலேயக் கொள்கை வகுப்பாளர்களின் மனங்களில் பதிந்துபோனது. ஆங்கில ஆட்சியை வலுப்படுத்த வேண்டும் என்பதற்கான காரணமாக அவர்கள் அதைப் பயன்படுத்திக்கொண்டார்கள். கல்கத்தாவையும் வங்காளத்தின் இதர பகுதிகளையும் மீண்டும் கைப்பற்றுவதற்குமான வலுவான காரணமாக அந்தக் கொடுஞ்செயல் அமைந்துவிட்டது. 1757இல் பிரிட்டிஷ் கடற்படை எந்தச் சிரமமும் இல்லாமல் நகரத்தைக் கைப்பற்றியது. அதன் பிறகு மதராஸுக்குத் திரும்புவதற்குப் பதில் கிளைவ் சந்திரா நகரில் பிரெஞ்சு வர்த்தகத் தளத்தைக் கைப்பற்றும் முயற்சியில் இறங்கி அந்த இடத்தை இங்கிலாந்தின் கட்டுப்பாட்டின் கீழ் கொண்டுவந்தார். பிளாஸியில் இறுதி யுத்தத்திற்கான களம் தயாரானது.

பிளாஸிப் போரை வெறும் மோதல் என்று பெரும்பாலான வரலாற்றாசிரியர்கள் ஒப்புக்கொள்வதில்லை. காலையில் பொழிந்த பீரங்கிகளின் குண்டு மழையைத் தொடர்ந்து பருவ மழையும் சூறாவளியும் வீசின. இதனால் நவாபின் வெடிபொருள்களைப் பயன்படுத்த முடியாமல்போனது. பிரிட்டன் படையினர் தார்ப்பாலின் துணிகளை வைத்துத் தங்கள் ஆயுதங்களைப் பாதுகாத்துக்கொண்டார்கள். பிரிட்டிஷ் அதிகாரி ஒருவர் ஆர்வக்கோளாறினால் தன்னிச்சையாகச் சுட ஆரம்பித்ததில் தொடங்கிய போர் கிளைவின் படைகளுக்கு வெற்றியாக முடிந்தது. கணக்கு என்று பார்த்தால் 800 ஐரோப்பியர்களும் 2000 உள்ளூர்ச் சிப்பாய்களும் 50,000 பேரைக் கொண்ட படையை வெற்றிகொண்டார்கள். ஆனால் சிராஜ் உத்தௌலா வெற்றி பெறுவதற்கான வாய்ப்பு

இல்லை என்பதே யதார்த்தம். நவாபின் பிடியிலிருந்து விடுபட விரும்பிய வர்த்தகர்களும் அரசவை அதிகாரிகளும் சிராஜின் தலைமைத் தளபதி மீர் ஜாஃபரின் (பதவிக்காலம் 1691–1765) துணையைப் பெற்றார்கள். தன்னுடைய படைக்கான தேவை எழுந்த நேரத்தில் மீர் ஜாஃபர் களமிறங்குவதைத் தவிர்த்தார். வங்காளத்தின் மாபெரும் நிதி ஆதாரமாக இருந்த ஜகத் சேத் என்னும் பிரிவினர் தங்கள் வர்த்தகம் செழிப்பதற்கான பாதுகாப்பை சிராஜால் கொடுக்க முடியும் என்றும் நம்பிக்கையை இழந்துவிட்டிருந்தார்கள். போரில் அவர்கள் ஆற்றிய பங்கைக் கண்ட ஆங்கிலேய வரலாற்றாசிரியர் நிக் ராபின்ஸ், பிளாஸியைப் 'போர்க்களம் என்பதைக் காட்டிலும் வர்த்தகப் பரிமாற்றக் களம்' எனக் குறிப்பிட்டார். இந்தியாவில் ஆங்கிலேயப் பேரரசை உருவாக்குவதற்கான முதல் படியாகக் கருதப்படுவதற்குப் பதில் பிளாஸி யுத்தம் 'கிழக்கிந்தியக் கம்பெனியின் மிக வெற்றிகரமான வர்த்தக ஒப்பந்தமாகவே புரிந்துகொள்ளப்பட்டது.

ஜாஃபர் செய்த உதவிக்காக அவரை வங்காளத்தின் கவர்னராக கிளைவ் நியமித்தார். என்றாலும் அவர் பொம்மை ஆட்சியாளராகவே இருந்தார். சிராஜ் உத்தெளலா தேடிக் கண்டுபிடிக்கப்பட்டு அவருடைய தலைநகரான முர்ஷிதாபாத் அருகே கொல்லப்பட்டார். முப்பத்திரண்டே வயதில் கிளைவ் வங்கத்தை வென்று பெரும் செல்வந்தராக ஆனார். பிரெஞ்சுக்காரர்களின் தாக்குதலை முறியடிக்குமாறும் உள்ளூர் ஆட்சியாளர்களிடம் மோத வேண்டாம் என்றும் லண்டனி லிருந்து கண்டிப்பான உத்தரவுகள் வந்தாலும் தனிப்பட்ட வளமும் நிறுவனத்திற்கான பொருளாதார, அரசியல் லாபங்களும் கிடைக்கும் என்பதை உணர்ந்த கிளைவ், அந்தச் சூழ்நிலையை முழுவதுமாகத் தன்வசப்படுத்திக்கொண்டார். ஒரே நடவடிக்கையின் மூலம் தனக்கு 234000 பவுண்டுகளையும் நிறுவத்திற்கு 25 லட்சம் பவுண்டுகளையும் ஈட்டினார். இதன்மூலம் இங்கிலாந்தின் பெரும் பணக்காரர்களில் ஒருவராக ஆனார்.

கருங்குழியிலிருந்து தப்பிப் பிழைத்த ஜோசைய்யா ஹால்வெல்லைத் தன் வாரிசாக நியமித்துவிட்டு லண்டன் திரும்பிய கிளைவுக்கு மாவீரனுக்குரிய வரவேற்பு அளிக்கப் பட்டது. ஜாஃபரின் மகன் இறந்ததால் ஏற்படக்கூடிய வாரிசுரிமை நெருக்கடியைப் பயன்படுத்திக்கொள்ள விரும்பிய ஹால்வெல் வங்காளத்தின் நிர்வாகத்தைத் தானே ஏற்றுக் கொள்ள விரும்பினார். ஆனால் ஜாஃபரின் மருமகள் மீர் காசிமை வாரிசாக நியமிக்க விரும்பிய நிறுவன இயக்குநர்கள் ஹால்வெல்லின் முயற்சியை எதிர்த்தார்கள்.

அந்த நடவடிக்கையைத் தடுக்க முயன்ற ஜாஃபரின் பதவி பறிக்கப்பட்டது.

காசிமை ஆதரித்ததற்காக பிரிட்டிஷார் விரைவிலேயே வருந்த வேண்டியிருந்தது, நிறுவனத்துடன் இணைந்து வேலை செய்வதாகத் தான் சந்தேகித்த உள்ளூர் மட்ட அதிகாரிகளை காசிம் பதவிநீக்கம் செய்தார். கூடுதல் வருமானத்தைக் கோரினார். ஆங்கிலேயக் கப்பல்களுக்குத் தொல்லை கொடுத்தார். கிறிஸ்தவக் கூலிப்படையினரான அலஸ்டின் ராணுவச் சிப்பாய் வால்டர் ரெய்ன்ஹார்ட், இஸ்ஃபஹானி ஆர்மீனியரான கோஜா கிரிகோரி ஆகியோரின் உதவியுடன் ஐரோப்பியர்களின் பாணியில் தன் படைகளை மாற்றியமைத்தார். பட்னாவில் கம்பெனியைச் சேர்ந்த கைதிகளையும் அவர்களுடைய இந்தியக் கூட்டாளிகளையும் காசிம் தீர்த்துக்கட்டிய செய்தி கிடைத்ததும் கல்கத்தாவில் இருந்த கிழக்கிந்தியக் கம்பெனியின் கவுன்சில் *1763*, ஜூலை *4* அன்று நவாபுக்கு எதிராகப் போர் அறிவித்தது. மீண்டும் ஜாஃபரை அரியணையில் ஏற்ற உறுதிபூண்டது.

பிளாஸிப் போரின் இழப்புகளுக்கு ஈடுகட்டவும் வங்காளத்தின் சுதந்திரத்தை மீட்டெடுக்கவும் விரும்பிய மீர் காசிம், முகலாயப் பேரரசர் இரண்டாம் ஷா அலம் *(1728–1806)*, அவதின் நவாப் ஷுஜா உத்தௌலா ஆகியோருடன் கூட்டணி அமைத்துக்கொண்டார். தில்லிக்கு வடக்கே பானிப்பட்டில் நடந்த போரில் அகமது ஷா துரானியின் தலைமையிலான ஆப்கன் படைகள் மராட்டியர்களை வென்ற பிறகு ஷா அலம் மீண்டும் அரியணையில் அமர்த்தப்பட்டார். கிழக்கிந்தியக் கம்பெனி தன்னை ஆதரித்தால் வங்காளத்தின் 'திவானி'யை (நிதி நிர்வாக உரிமை) வழங்க முன்வந்த பேரரசின் யோசனையைக் கம்பெனி நிராகரித்ததும் அவர் மீர் காசிமுடன் இணைந்துகொண்டார்.

மூன்று படைகளும் கல்கத்தாவை நோக்கிச் சென்றபோது மேஜர் ஹெக்டார் மன்ரோவின் தலைமையிலான பிரிட்டிஷ் சிப்பாய்கள் அவர்களை எதிர்கொண்டார்கள். பிரிட்டிஷ் தரப்பிலிருந்து யாரும் அணி மாறிவிடக் கூடாது என்பதை உறுதிசெய்ய விரும்பிய படைத்தலைமை, உத்தரவுகளுக்குக் கீழ்ப் படிய மறுத்த சிப்பாய்களை பீரங்கியின் வாயில் கட்டி அவர்கள் சகாக்களின் முன்னிலையில் சுட்டுக் கொன்றது. கிழக்கிந்தியக் கம்பெனியின் சிப்பாய்கள் முகலாயப் படையுடன் மோதுவது இது இரண்டாவது முறை. பக்சர் போரில் முகலாயர்களின் முப்பெரும் படைகளும் தோற்றுப்போயின.

கிழக்கிந்தியக் கம்பெனி வடகிழக்கு இந்தியாவில் தனிப்பெரும் சக்தியாக உருவெடுத்தது. 'வட இந்தியாவில் எஞ்சியிருந்த முகலாய அதிகாரம் முழுவதும் பக்சர் போர்க்களத்தில் சிதறிப்போனது. தெற்காசியாவில் பிரிட்டிஷார் மேற்கொண்ட போர்களில் இதுவே மிக முக்கியமான போராக இருக்கலாம்' என்று பிரிட்டிஷ் வரலாற்றாசிரியர் ஜான் கே எழுதுகிறார்.

அலகாபாதில் கிளைவின் கூடாரத்தில் நடைபெற்ற அதிகாரத்தைக் கைமாற்றும் சடங்கில் ஷா அலம் வங்காளத்தின் நிதி நிர்வாக உரிமையைக் கம்பெனிக்கு வழங்கினார். வங்காளம், பிகார், ஒரிஸ்ஸாவில் முகலாய வருவாய்த் துறை அதிகாரிகளின் கையிலிருந்த வரி வசூல் உரிமை கிழக்கிந்தியக் கம்பெனிக்குக் குத்தகைக்கு விடப்பட்டது. 'அன்னிய வர்த்தகர்'களின் நிறுவனமாக இருந்த கிழக்கிந்தியக் கம்பெனி முதலாளித்துவக் காலனிய அரசாக உருமாறியது. அது சட்டங்களை இயற்றியது; நீதி வழங்கியது; வரிகளை மதிப்பிட்டது; சமரசங்களிலும் போர்களிலும் ஈடுபட்டது. நாணய உற்பத்தி, தங்கத்தின் இருப்பை வைத்துப் பணம் திரட்டுதல் ஆகியவற்றின் மூலம் வர்த்தகத்தை எளிதாக்கிய முதல் வர்த்தக நிறுவனமாக அது உருவெடுத்தது.

1818இல் வரையப்பட்ட இந்த மாபெரும் திரைச்சீலை ஓவியத்தை வரைந்தவர் பெஞ்சமின் வெஸ்ட். பிகார், வங்காளம், ஒரிஸ்ஸா ஆகிய பகுதிகளில் வரி வசூலிக்கும் உரிமையைக் கிழக்கிந்தியக் கம்பெனிக்குத் தருவதற்கான அறிவிப்பைக் கொண்ட ஓலையை ஷா அலம் ராபர்ட் கிளைவிடம் தருவதை இது சித்தரிக்கிறது.

கம்பெனி நிதி நிர்வாக உரிமை பெற்ற செய்தி வெளியானதும் 1767முதல் 1769வரை அதன் பங்குகளின் விலை விண்ணைத்

தொட்டது. ஆனால் லாபம் கொழித்த இந்தக் காலகட்டம் நீடிக்கவில்லை. தங்கள் பங்குதாரர்களுக்கு மட்டுமே பதில் சொல்லும் பொறுப்பைக் கொண்டிருந்த கம்பெனி தன்னுடைய ஆட்சியின் கீழ் இருந்த பகுதிகளில் நியாயமான நிர்வாகம் நடப்பதில் அக்கறை கொள்ளவில்லை. 1769இல் பருவமழை பொய்த்ததில் வங்காளத்திலும் பிகாரிலும் நெற்பயிர்கள் கடுமையாகப் பாதிக்கப்பட்டன. இதனால் பொருட்களின் விலை சில இடங்களில் ஐந்து மடங்கு உயர்ந்தது. லட்சக்கணக்கானோர் பட்டினியின் விளிம்புக்குத் தள்ளப்பட்டார்கள். 1770, ஜூன் மாதத்தில் கிராமத்து மக்கள் பிணங்களைச் சாப்பிடுவதாகத் தகவல்கள் வந்தன. பண்டங்களின் உபரி இருப்பைச் சேமித்து வைக்க எந்த முயற்சியும் மேற்கொள்ளப்படவில்லை. உணவு தானியங்களைப் பதுக்கி, வினியோகத்தைத் தம் கட்டுப்பாட்டில் வைத்துக்கொண்டதன் மூலம் கம்பெனி அதிகாரிகள் பெரும் லாபமடைந்ததாகக் குற்றச்சாட்டுகள் எழுந்தன. 'தங்கத்தின் மீதான ஆசை பிரிட்டிஷ்காரர்களிடம் கொழுந்துவிட்டு எரிந்தது. முற்றிலுமாக உறிஞ்சி எடுக்கப்பட்ட வங்காள மக்கள் அமைதியிழந்து தவித்தார்கள்' என்று பிரிட்டிஷ் எழுத்தாளர் மைக்கேல் எட்வர்ட்ஸ் ரத்தினச் சுருக்கமாக இந்த நிலவரத்தை விவரித்தார்.

பஞ்சம் மேலும் மோசமடைந்ததால் கம்பெனியின் நில வருவாய் கடும் வீழ்ச்சியடைந்தது. திவாலாவதைத் தவிர்ப்பதற்காக 14 லட்சம் பவுண்டுகளைத் தருமாறு பிரிட்டிஷ் அரசைக் கிழக்கிந்தியக் கம்பெனி கேட்டுக்கொண்டது. பிரிட்டிஷ் பொருளாதாரத்திற்குக் கிழக்கிந்தியக் கம்பெனி மிகவும் முக்கியமானது என்பதால் இந்தக் கோரிக்கை பங்குச் சந்தையை அதல பாதாளத்திற்குத் தள்ளியது. நாடாளுமன்றத்தின் 40 சதவீத உறுப்பினர்கள் இந்நிறுவனத்தின் பங்குதாரர்கள் என்பதால் அரசு உதவிக்கரம் நீட்டும் என்பதில் ஐயம் எதுவும் எழவில்லை. ஆனால் அந்த உதவிக்கான விலை அதிகம். அரசு பிறப்பித்த ஒழுங்காற்றுச் சட்டம் கிழக்கிந்தியக் கம்பெனியை அரசின் மேற்பார்வையின் கீழ் கொண்டுவந்தது. நாடாளுமன்றம் நியமித்த நிர்வாகக் குழு கல்கத்தாவில் இருந்தபடி கிழக்கிந்தியக் கம்பெனியின் அன்றாட நடவடிக்கைகளைக் கவனித்துக் கொண்டது. கம்பெனியின் நலன்களும் அரசின் நலன்களும் ஒன்றுடன் ஒன்று பின்னிப் பிணைந்தன. இந்தியாவில் காலனியாட்சிக்கான தொடக்கமாக இது அமைந்தது.

கிழக்கிந்தியக் கம்பெனி நிலப்பரப்பைக் கைப்பற்றும் நடவடிக்கைகளைத் தொடர்ந்த நிலையில் அதன் நிர்வாகம் கல்கத்தா, பம்பாய், மதராஸ் என மூன்று மாகாணங்களாகப்

பிரிக்கப்பட்டது. புதிய ஒழுங்காற்றுச் சட்டத்தின்படி கவர்னர் ஜெனரல் என்னும் பதவி ஏற்படுத்தப்பட்டது. கல்கத்தாவில் இருந்தபடி பம்பாய், மதராஸ் ஆகிய மாகாணங்களையும் ஆளும் உரிமை அவருக்கு வழங்கப்பட்டது. முதல் கவர்னர் ஜெனரல் வாரன் ஹேஸ்டிங்ஸ். சர்ச்சைக்குரிய இந்த மனிதர், சில வரலாற்றாசிரியர்களின் பார்வையில், செய்த பெரிய பாவம் 'இந்தியாவை அளவுக்கதிகமாக நேசித்தது'. கிழக்கிந்தியக் கம்பெனிக்குப் பதில் கூறும் பொறுப்பு இருக்க வேண்டும் என்பதற்காக இந்திய அதிகாரிகள் மூலமாகவும் நிர்வாக அமைப்புகள் மூலமாகவும் பிரிட்டிஷ் இறையாண்மையை நடைமுறைப்படுத்த வேண்டும் என அவர் கருதினார். இந்திய நீதிபதிகளை நியமித்தார். நில உரிமை தொடர்பான விவகாரங்களில் இந்திய அதிகாரிகள் மத்தியஸ்தம் செய்யும் உரிமையை வழங்கினார். அவர் வாழ்ந்த காலத்தோடு ஒப்பிடுகையில் அவருடைய பார்வை மிகவும் தீவிரமானது என்றுதான் சொல்ல வேண்டும். தன் திட்டங்களை அவர் அமல்படுத்தியிருந்தாலும் அவருக்குப் பிறகு வந்தவர்கள் அவற்றை மாற்றியிருப்பார்கள்.

இந்திய வரலாற்றையும் சமஸ்கிருதம் போன்ற அதன் மொழிகளையும் பற்றிய ஆய்வினை ஊக்கப்படுத்தியதுதான் அவர் விட்டுச்சென்ற அழுத்தமான தடம். அவர் காலத்தில்தான் வில்லியம் ஜோன்ஸ், சார்லஸ் வில்கின்ஸ் போன்ற கீழைத்தேயவியலாளர்கள் இந்துக் காவியங்களை மொழிபெயர்த்தல், சமஸ்கிருதத்தை இந்தோ-ஆரியன் மொழிக் குடும்பத்தில் சேர்த்தல் முதலான முன்னோடித்தன்மை கொண்ட பணிகளை மேற்கொண்டார்கள். இதையெல்லாம் மீறி ஒரு 'நபாப்' ஆகவே செயல்பட்ட ஹேஸ்டிங்ஸ் கம்பெனிக்கும் அதன் பங்குதாரர்களுக்கும் தனக்கும் வளம் பெருக்குவதையே தன் முதன்மைப் பணியாகக் கொண்டிருந் தார். ஹேஸ்டிங்ஸ் ஆட்சியின்போது வங்காளத்தின் உப்பு, ஓபியம் ஆகியவற்றின் உற்பத்தி கம்பெனிக்குப் பலனளிக்கும் விதத்தில் ஏகபோகமாக்கப்பட்டது. நெடுநாட்கள் அமலில் இருந்த தடையை மீறிச் சீனாவுக்கு ஓபியம் கடத்தப்பட்டது.

*1785*இல் ஹேஸ்டிங்ஸ் இங்கிலாந்துக்குத் திரும்பிச் சென்றபோது கிழக்கிந்தியக் கம்பெனியின் விவகாரங்களை ஒரு ஒழுங்கிற்குள் கொண்டுவந்ததற்காகத் தனக்கு நல்ல முறையில் வரவேற்புக் கிடைக்கும் என்று எதிர்பார்த்தார். ஆனால் நாடாளுமன்ற உறுப்பினர்கள் அவரை விமர்சித்தார்கள். குறிப்பாக, நிறுவனத்தைக் கடுமையாக விமர்சிக்கும் எட்மண்ட் பர்க். ஆங்கிலேய-அயர்லாந்து அரசியல்வாதியான பர்க்,

ை 172 ஐ ஜான் ஜுபர்ஸிக்கி

கிழக்கிந்தியக் கம்பெனி 'மேஜிஸ்டிரேட்டுகளின் ராஜ்ஜிய'மாக இருப்பதாகக் குறை கூறினார். அவர்கள் தங்களை 'அனுப்பிய நாட்டிலிருந்தும் தாங்கள் வசிக்கும் நாட்டிலிருந்தும் அன்னியப்பட்டிருக்கிறார்கள்' என்றார். ஹேஸ்டிங்ஸ் இந்தியாவிலிருந்து வந்த இரண்டு ஆண்டுகளில் அவரைப் பதவி நீக்கம் செய்ய பர்க் வழிசெய்தார். மிரட்டிப் பணம் பறித்தல், லஞ்சம், ஊழல், ரோஹில்லாக்கள்மீது தேவையற்ற போரைத் தொடுத்தது ஆகியவை உள்ளிட்ட 22 புகார்கள் அவர்மீது சுமத்தப்பட்டன. ஏழு ஆண்டுகள் நீடித்த விசாரணையின் முடிவில் எல்லாக் குற்றச்சாட்டுகளிலிருந்தும் ஹேஸ்டிங்ஸ் விடுவிக்கப்பட்டார்.

அவருக்குப் பிறகு கார்ன்வாலிஸ் பிரபு (1738-1835) கவர்னர் ஜெனரலாகப் பொறுப்பேற்றார். 1781இல் அமெரிக்காவின் சுதந்திரப் போரில் யார்க் நகரம் சரணடையும் நடைமுறையை மேற்பார்வையிட்டவர் இவர். கார்ன்வாலிஸ் ஹேஸ்டிங்கிற்கு நேரெதிரானவர். அடிப்படையில் ராணுவ ஆளுமையான அவருக்கு வர்த்தகத்தின்மீது ஆழ்ந்த வெறுப்பு இருந்தது. இந்தியாவில் கிழக்கிந்தியக் கம்பெனியின் இருப்பை 'மிக அழுக்கான வேலைக்கான அமைப்பு' என வர்ணித்தார். நிர்வாகத்தைச் சீர்திருத்தவும் ஊழல், வேண்டியவருக்குச் சலுகையளித்தல் ஆகியவற்றுக்கு முடிவுகட்டவும் அவர் கம்பெனியை வர்த்தகம், அரசியல் என இரு பிரிவுகளாகப் பிரித்தார். 'இந்துஸ்தானத்தைச் சொந்த நாடாகக் கொண்ட அனைவரும் ஊழலில் திளைப்பவர்கள் என்று உண்மையாகவே நம்புகிறேன்' என்றார். சேவைகளை ஐரோப்பியமயமாக்கினார். 'இந்தியக் குடிமகள் யாரையும் நிறுவனத்தின் குடிமைப் பணி, ராணுவப் பணி, கடல் பகுதிக்கான பணி என எதிலும் இனி நியமிக்கக் கூடாது' என அறிவித்தார்.

நிலவுடைமையாளர்களான ஜமீன்தார்கள் கட்ட வேண்டிய தொகையை ஒரே சீரான விகிதத்தில் நிர்ணயித்ததன் மூலம் மேல்தட்டு இந்தியர்களின் தலைவிதியை நிறுவனத்துடன் பிணைத்துவிட்டார். வேளாண் உற்பத்தியில் கிடைக்கும் உபரிப் பணம் அனைத்தையும் ஜமீன்தார்களே வைத்துக்கொள்ளலாம் என்பதால் இந்த நடவடிக்கையால் உற்பத்தியும் அதிகரித்தது. தங்கள் நிலங்களில் உழைத்த விவசாயிகளிடமிருந்து கட்டணம் வசூலிக்கும் பொறுப்பு ஜமீன்தார்கள்மீது விழுந்தது. முன்பு பிரிட்டிஷ் அதிகாரிகள் இந்தச் சுமையை ஏற்றிருந்தார்கள். கம்பெனி விவகாரங்களில் வர்த்தகம் பெற்றிருந்த ஆதிக்கம் இப்போது நிர்வாகத்தின் கைக்குப் போய்விட்டது.

சிகரத்தை நோக்கி

பக்சர் போர் கிழக்கு இந்தியாவைக் கிழக்கிந்தியக் கம்பெனியின் கட்டுப்பாட்டில் கொண்டுவந்தாலும் துணைக் கண்டத்தின் மேற்கு, தெற்குப் பகுதிகளிலிருந்து 1760களில் தொடங்கி அச்சுறுத்தல்கள் வந்தன. மைசூரிலிருந்தும் மராட்டியர்களிடமிருந்தும் வலுவான எதிர்ப்புகள் எழுந்தன. இரு அரசுகளுமே தங்கள் படைகளில் பிரெஞ்சு ஆயுதங்களையும் அதிகாரிகளையும் பயன்படுத்தின. இதன் மூலம் பிரெஞ்சு சக்தியின் மறைமுக அபாயமாக அவை உருவெடுத்தன. மைசூரை வெல்வதற்கு நான்கு போர்களும் மராட்டியர்களை வெல்ல மூன்று போர்களும் தேவைப்பட்டன. இந்தப் போர்களின் முடிவில் 1818இல் இந்தியாவில் பிரிட்டிஷின் ஆதிக்கம் உருப்பெற்றது.

1761இல் ஹைதர் அலி (ஆட்சிக் காலம் 1720–1782) மைசூரைக் கைப்பற்றியதுடன் இந்திய வரலாற்றின் முக்கியக் கட்டம் தொடங்குகிறது. கிழக்கிந்தியக் கம்பெனிக்குப் பெரும் தலைவலியாக விளங்கிய ஹைதர் அலி போர்த் தந்திரங்களில் வல்லவர். ஒட்டகங்களின் மேல் பொருத்தப்பட்ட ராக்கெட்களும் அவர் படையில் இடம்பெற்றிருந்தன. இவை இரண்டு கிலோ மீட்டர்வரை தாக்கக்கூடியவை. ஆங்கிலேய, டச்சுக் கூலிப்படையினர் தலைமை தாங்கிய சிறிய கடற்படையும் அவரிடம் இருந்தது. அதில் பல போர்க்கப்பல்களும் சில பயணக் கப்பல்களும் இருந்தன. எதிர்காலம் பற்றிய பார்வை கொண்ட அவர் வர்த்தக நிறுவனத்தைத் தொடங்கி அதில் பங்குதாரர்களாகும்படி முதலீட்டாளர்களைக் கேட்டுக் கொண்டார். ஓட்டோமான் பேரரசிலும் பர்மாவிலுள்ள பெகு என்னும் இடத்திலும் 'தொழிற்சாலை'களை அமைக்கும் சாத்தியக்கூறுகளையும் ஆராய்ந்தார்.

ஹைதர் அலி மதராஸைக் குறிவைக்கக்கூடும் என அஞ்சிய பிரிட்டிஷ் ராணுவம் 1767இல் மைசூரின் மீது படையெடுத்தது. நூறு ஆண்டுகளுக்கு முன்பு ஜோசய்யா சைல்ட் முகலாயர்களிடம் மோதி மோசமான தோல்வியை அடைந்த பிறகு பிரிட்டிஷ் படை முதன்முறையாக இந்தப் போரில் தோற்றது. அலி ஹைதராபாத் நிஜாமுடன் இணைந்து கொண்டு மதராஸைச் சுற்றிலும் இருந்த புறநகர்ப் பகுதிகளில் வசித்த ஆங்கிலேயர்களைச் சுற்றிவளைத்துத் தாக்கினார். அவர்கள் மயிரிழையில் உயிர் தப்பினார்கள்.ஹைதர் அலியின் மகன் திப்பு சுல்தான் (1751–1799) இன்றைய காஞ்சிபுரத்திற்கு

அருகே இருந்த போலினூரில் ஆங்கிலேயப் படையுடன் மோதினார். ஆங்கிலேய, இந்தியச் சிப்பாய்களைக் கொண்ட படையின் 86 ஆங்கிலேயத் தளபதிகளில் கிட்டத்தட்டப் பாதிப் பேர் அந்தப் போரில் கொல்லப்பட்டார்கள். அவர்களுடன் 280 படை வீரர்களும 1700 சிப்பாய்களும் கொல்லப்பட்டார்கள். இந்தியாவில் பிரிட்டிஷ்காரர்கள் அடைந்த மோசமான தோல்வி இதுதான்.

போலினூரில் தோற்ற அதே நேரத்தில் யார்க்டவுனிலும் தோல்வி ஏற்பட்டதையடுத்து இங்கிலாந்தில் அச்சம் பரவியது. 'இந்தியாவும் அமெரிக்காவும் ஒரே சமயத்தில் கைவிட்டுப் போய்விடும்' என்று ஏகாதிபத்திய எதிர்ப்பாளரான விக் ஹோராஸ் வால்போல் கணித்தார். இந்தியாவில் பிரிட்டன் காலூன்றிவிட்டது என்னும் கருத்து மிகுதியும் 'கற்பனையானது' என்று கம்பெனியின் முதுநிலை ராணுவ அதிகாரி ஒருவர் இங்கிலாந்தின் நாடாளுமன்ற உறுப்பினர்களை எச்சரித்தார். போலினூரைப் போன்ற தோல்விகள் தொடர்ந்தால் இந்தியர்கள் 'நாமும் அவர்களைப் போன்ற மனிதர்கள்தாம்; வேண்டுமென்றால் கொஞ்சம் மேலான நிலையில் இருப்பவர்கள் என்று நினைக்க ஆரம்பித்துவிடுவார்கள்' என்றார் அவர். அந்த அச்சத்திற்குக் காரணம் இருந்தது. இரண்டாவது ஆங்கில–மைசூர் போரில் ஏற்பட்ட பின்னடைவுக்குப் பிறகு இந்தியாவில் இருந்த ஆங்கிலேச் சிப்பாய்களில் ஐந்தில் ஒருவர் இந்தியர்களின் கைதியாக இருந்தார். கட்டாய சுன்னத், அடிமைப்படுத்துதல், சித்திரவதை ஆகியவை குறித்த செய்திகள் இங்கிலாந்து மக்களைக் கொதிப்படையச்செய்தன.

1782இல் அலி இறந்ததும் திப்பு மைசூரின் ஒப்பற்ற மன்ன ராக உருவெடுத்தார். திப்பு இறந்த நெடுங்காலத்திற்குப் பிறகும் இங்கிலாந்தில் திப்புவை 'சகிப்புத் தன்மையற்ற மதவெறியன்' என்றும் ஐரோப்பியர்களைத் துணைக்கண்டத்திலிருந்து விரட்டியடிக்க உறுதிபூண்ட வெறிபிடித்த இஸ்லாமியக் கொடுங்கோலன் எனவும் சித்தரிக்கும் நாடகங்களும் கேலிச் சித்திரங்களும் வெளியாயின. திப்புவின் ஆட்சியைச் சற்று நுட்பமாகப் பார்த்தால் அவர் சமூக சீர்திருத்தவாதி என்பதும் வர்த்தகம், வலுவான நிர்வாகம் ஆகியவற்றின் முக்கியத்துவத்தை அங்கீகரித்தவர் என்பதும் தெரியவருகின்றன. மதுபானம், பாலியல் தொழில், பெண்களை அடிமைப்படுத்துதல், பெண்கள் பல ஆண்களை மணம்புரிதல் ஆகியவற்றை அவர் தடைசெய்தார். இதெல்லாம் ஆங்கிலேயர்களுக்கு முக்கியமாகப் படவில்லை. அவமானகரமான இரண்டு தோல்விகளுக்குப் பிறகு மைசூரைத் தாக்க வேண்டும் என்பதில் அவர்கள் குறியாக இருந்தார்கள்.

இந்தியாவுக்கு வந்து மூன்று ஆண்டுகள்வரை கார்ன்வாலிஸ் பழிவாங்குவதற்காகக் காத்திருந்தார். மைசூர்ப் புலியை வேட்டையாட முடிவுசெய்த பிறகு அவர் பின்வாங்கவில்லை. 1789இல் மராட்டிய, ஹைதராபாத் படைகளின் உதவியுடன் திப்புவின் தலைநகரான ஸ்ரீரங்கப்பட்டணத்தை அவர் சுற்றி வளைத்துக்கொண்டார். ஓராண்டுவரை தாக்குப்பிடித்த திப்பு அதன் பிறகு அவமானகரமான நிபந்தனைகளை ஏற்க வேண்டிய நிர்ப்பந்தத்திற்கு ஆளானார். 10 லட்சத்திற்கும் மேற்பட்ட நஷ்ட ஈடு தந்ததுடன் தன் வசம் இருந்த இடங்களில் பாதியை ஆங்கிலேயர்களுக்கு விட்டுக்கொடுக்க வேண்டியிருந்தது. ஆங்கிலேயர்கள் அந்த இடங்களைத் தங்கள் கூட்டாளிகளுடன் பகிர்ந்துகொண்டார்கள்.

திப்புவின் தோல்விக்குப் பிறகு லண்டனுக்குக் கொண்டுசெல்லப்பட்டுக் கிழக்கிந்தியக் கம்பெனியின் தலைமையகத்தில் வைக்கப்பட்ட பொருட்களில் ஒன்று பிரிட்டிஷ் ராணுவ வீரரைப் புலியொன்று சாப்பிடுவதைச் சித்தரிக்கும் அசையும் மரச் சிலை. அந்தப் புலி நிஜப் புலியின் அளவுக்குப் பெரிதாக இருந்தது. இந்தியக் கைவினைஞர்கள், பொம்மை தயாரிக்கும் பிரெஞ்சுக்காரர்கள், உடலுறுப்புகளைச் செய்யும் டச்சுக்காரர்கள் ஆகியோர் உருவாக்கிய அந்தச் சிலை திப்புவுக்கு மிகவும் விருப்பமானது. புலியின் உடலின் மேல் இருந்த திருகாணி போன்ற அமைப்பின் அசைவு ஆழமான உறுமலைப் போன்ற ஒலியை எழுப்பும். ராணுவ வீரர் தன் கைகளை ஆட்டியபடி வேதனையில் முனகுவார். புலிகளையும்

> ஆங்கிலேயர்களையும் கொண்டு திப்பு மேற்கொண்ட அட்டூழியங்கள் பற்றிய கதைகளால் அந்தச் சிலையின் முக்கியத்துவம் அதிகரித்தது. புதிதாகக் கட்டப்பட்ட ஈஸ்ட் இந்தியா ஹவுஸ் மியூசியத்தின் மையமான இடத்தில் அது வைக்கப்பட்டது.

பிரெஞ்சுக்காரர்களின் வளர்ந்துவந்த செல்வாக்கு திப்புவின் தோல்வியால் பாதிப்படையவில்லை. ஹைதராபாத் நிஜாமும் மராட்டிய பேஷ்வாவும் அணி மாறித் தங்கள் படையினருக்குப் பயிற்சியளிக்க பிரெஞ்சுக் கூலிப்படையினரை அமர்த்திக்கொண்டார்கள். ஐரோப்பாவில் பிரிட்டனும் பிரான்ஸும் மீண்டும் போரில் ஈடுபட்டன.

ரிச்சர்ட் வெல்லெஸ்லி பிரபு (1760–1842) நான்காவதும் கடைசியுமான மைசூர் போரை நடத்தினார். பேரரசைக் கட்டமைப்பதில் எந்தச் சமரசத்திற்கும் இடம் கொடுக்காதவரான இவர் இந்தியாவில் ஆங்கிலேய ஆதிக்கத்தை நிலைநாட்டுவதில் கிளைவைக் காட்டிலும் அதிகப் பங்களிப்பைச் செய்திருக் கிறார் என்று வாதிடலாம். இந்தியப் பெருங்கடலில் திப்பு பிரெஞ்சுக்காரர்களுடன் தொடர்பில் இருப்பது தெரிய வந்ததும் போர் அறிவிப்பதற்கான முடிவு எடுக்கப்பட்டது. ஸ்ரீரங்கப்பட்டணத்தில் இருந்த ஐம்பதுக்கும் மேற்பட்ட பிரெஞ்சு வீரர்கள் 1797இல் பிரெஞ்சுப் புரட்சியின்போது தோன்றிய புரட்சிகர அரசியல் அமைப்பைப் போன்ற ஒரு அமைப்பைத் தொடங்கி உரிமைகளைப் பிரகடனம் செய்தார்கள். இது பிரிட்டிஷ்காரர்களின் பிரச்சாரம்தானே தவிர உண்மையல்ல என அண்மைக் கால ஆய்வுகள் கூறுகின்றன. நெப்போலியன் போனபார்ட் எகிப்தைத் தாக்க விரும்புவதாக வந்த செய்தி, அவர் எகிப்தில் காலூன்றிக்கொண்டு இந்தியாவின் மீது குறிவைக்கக்கூடும் என்ற அச்சத்தை உருவாக்கியது. திப்பு போன்ற உள்ளூர் ஆட்சியாளர்களின் உதவியுடன் நெப்போலியன் இந்தியாவுக்கு வரக்கூடும் என ஆங்கிலேயர்கள் அஞ்சினார்கள். 1798ஆம் ஆண்டு ஆகஸ்ட் மாதத்தில் நெல்சன் பிரெஞ்சுக் கப்பலைத் தரைமட்டமாக்கியதில் இந்த அச்சம் தணிந்தாலும் வெல்லெஸ்லி ஸ்ரீரங்கப்பட்டணத்தின் மீதான படையெடுப்புத் திட்டத்தை மாற்றவில்லை.

24,000 பிரிட்டிஷ் துருப்புக்கள் அதே அளவிலான ஹைதராபாத் நிஜாமின் படைகளின் துணையுடன் ஒரு மாத காலம் மேற்கொண்ட முற்றுகைத் தாக்குதலுக்குப் பிறகு வெற்றி கிடைத்தது. கதகதப்புக் குறையாத திப்புவின் சடலம்

கண்டெடுக்கப்பட்டது. நகைகளால் அலங்கரிக்கப்பட்ட அவருடைய வாளுறைக் கச்சையை ஆங்கிலேய வீரர்கள் எடுத்துக்கொண்டார்கள். திப்புவின் அரண்மனையில் கொள்ளையடிப்பதற்கு ஏராளமான செல்வங்கள் குவிந்திருந்தன. 'ஒவ்வொரு ராணுவ வீரரும் தான் எடுத்த பொருள்களைத் தூக்கிக்கொண்டு வர முடியாமல் சில பொருட்களைத் தூக்கிப்போட வேண்டியிருந்தது' என்று பின்னாளில் வெல்லெஸ்லி நினைவுகூர்ந்தார். திப்புவின் அரண்மனைக்குள் உயிருள்ள மூன்று புலிகளும் இயந்திரப் புலி ஒன்றும் இருந்தன.

திப்புவின் மரணத்திற்குப் பிறகு வெல்லெஸ்லியின் பேரரசுத் திட்டத்திற்கு மராட்டியர்கள் மட்டுமே தடைக்கல் லாக இருந்தார்கள். ஒருகாலத்தில் ஒருங்கிணைந்த வலுவான படையைத் திரட்டும் திறன் பெற்றிருந்த மராட்டியர்கள் பானிபட்டில் ஆப்கன் படையிடம் பெற்ற தோல்வியிலிருந்து மீளவேயில்லை. மராட்டியர்கள் பல்வேறு அரசுகளாகப் பிரிந்திருந்தார்கள். இந்தூரில் ஹோல்கர்கள், குவாலியரில் சிந்தியாக்கள், பரோடாவில் கெய்க்வாட்கள், நாகபுரியில் போன்ஸ்லேக்கள் ஆகியோர் அவர்களில் மிக வலுவான பிரிவினர். இப்படிப் பிரிந்திருந்தாலும் துணைக்கண்டத்தில் ராணுவரீதியாகத் தாக்கத்தை ஏற்படுத்தக்கூடிய திறனைப் பெற்றிருந்தார்கள். ஆங்கிலப் படைகளின் ராணுவ ஆலோசகர்களாக நியமிக்கப்பட்டிருந்த பிரெஞ்சு வீரர்கள் மராட்டியர்களை முறியடிப்பதில் வெல்லெஸ்லிக்கு இருந்த உறுதிக்கு வலுக்கூட்டினார்கள்.

1803இல் வெல்லெஸ்லியும் அவருடைய அரசியல் முகவர் ஜான் மெக்கல்லமும் (1769-1833) ஸ்ரீரங்கப்பட்டணத்திலிருந்து பூனாவுக்குச் சென்றார்கள். போகும் வழியெல்லாம் உள்ளூர்த் தலைவர்களையும் தம்மோடு சேர்த்துக்கொண்டார்கள். பூனாவைச் சென்றடையும்போது அவர்களிடம் 40,000 சிப்பாய்களைக் கொண்ட படை இருந்தது. சண்டையே இல்லாமல் பூனாவைக் கைப்பற்றிய ஆங்கிலேயர்கள் வட இந்தியாவில் சிந்தியா, ஹோல்கர், போன்ஸ்லே ஆகியோரை எலியைப் பூனை வேட்டையாடுவதுபோலத் துரத்தியடித்தார்கள். இவற்றுக்கிடையே தில்லியையும் கைப்பற்றினார்கள்.

ஷாஜகான் உருவாக்கிய வைரங்கள் பதித்த மயிலாசனத்தில் அப்போது அமர்ந்திருந்தவர் பார்வையிழந்த, வயது முதிர்ந்த ஷா அலம். பெயருக்கு மட்டுமே அவர் மன்னராக இருந்தார். அவருடைய பலவீனமான நிலையைப் பார்த்த வெல்லெஸ்லி அவரைக் கொல்ல விரும்பவில்லை. அப்படியே இருந்துவிட்டுப்

போகட்டும் என்று விட்டுவிட்டார். 1806இல் அவர் இறந்தபோது அவருடைய மகன் அக்பர் ஷா அரியணை ஏற ஆங்கிலேயர்கள் அனுமதித்தார்கள். ஆனால் முகலாயர்களின் பழைய தலைநகரின் உண்மையான அதிகாரம் அடுத்த 50 ஆண்டுகளுக்கு பிரிட்டன் நியமித்த ரெசிடென்டிடம்தான் இருந்தது. நிர்வாகத்தின் அனைத்து அம்சங்களையும் அவரே பார்த்துக்கொண்டார்.

தில்லியைக் கைப்பற்றி, சிந்தியா, போன்ஸ்லே, ஹோல்கர் ஆகிய பிரிவினருடன் அமைதி ஒப்பந்தங்களையும் ஏற்படுத்திக்கொண்ட பிறகு இந்தியாவின் ஆக வலிமையான சக்தியாகக் கிழக்கிந்தியக் கம்பெனி விளங்கியது. என்றாலும் மராட்டியர்கள் விடாப்பிடியாகப் போராடினார்கள். குவாலியர் மன்னருக்கு விசுவாசமான சிப்பாய்கள் ஆங்கிலேயப் படைகளைத் துன்புறுத்திக்கொண்டே இருந்தார்கள். இதைச் சமாளிப்பதற்காகத் தன்னுடைய படைபலத்தைப் பெருக்கிக் கொள்ளக் கூடுதல் நிதி வேண்டும் என்று வெல்லெஸ்லி தன் மேலதிகாரிகளிடம் கோரிக்கை எழுப்பினார். நிலப்பரப்பைக் கைப்பற்றுவதில் வெல்லெஸ்லிக்கு இருக்கும் ஆசை வர்த்தக நிறுவனத்தின் இயல்புக்கு முரணானது எனக் கருதிய நிறுவன இயக்குநர்கள் அவர் கோரிக்கையை நிராகரித்தார்கள். 'விவேகமின்றி, சட்ட விரோதமாக'ச் செயல்படுவதாகப் பிரதமர் வில்லியம் பிட் குற்றம்சாட்டியதும் வெல்லெஸ்லி பதவி விலகினார்.

ஆங்கிலேயர்களுக்கும் மராட்டியர்களுக்கும் இடையே நடந்த மூன்றாவது இறுதி யுத்தம் ஆங்கிலேயர்கள் இந்தியாவில் சந்தித்த போர்களிலிருந்து மாறுபட்டதாக இருந்தது. பிண்டாரி பிரிவைச் சேர்ந்த போர்வீரர்களை மராட்டியர்கள் தங்கள் படைகளில் நியமித்திருந்தார்கள். ஈட்டிகளை ஏந்தியபடி குதிரைகளில் வந்த பிண்டாரிகள் மத்திய இந்தியாவின் கிராமப்புறங்களைச் சூறையாடினார்கள். நிறுவனங்களின் காவல் சாவடிகளைத் தாக்கினார்கள். அவர்களுடன் ஆப்கானியக் கொள்ளையர்களும் சேர்ந்துகொண்டார்கள். இந்த இரட்டை அபாயத்தை முறியடிக்க 1817இல் கிழக்கிந்தியக் கம்பெனி இந்தியா அதுவரை கண்டிராத அளவில் மிகப்பெரிய படையைத் திரட்டியது. இந்தியக் கூட்டாளிகளின் அவ்வளவாகப் பயிற்சி பெறாத 20,000 சிப்பாய்களையும் சேர்த்து மொத்தம் 110,000 துருப்புக்கள் அந்தப் படையில் இருந்தனர். பிண்டாரிகள் பல ஆயிரம் சதுர கிலோ மீட்டர் பரப்பளவில் ஆங்காங்கே பிரிந்து அணுக முடியாத இடங்களில் இருந்தார்கள். எனவே அவர்களை எதிர்கொள்வது கடினமாக இருந்தது.

‘பிண்டாரிகள் எந்தக் குறிப்பிட்ட இடத்தையும் தாக்கவில்லை... என்ன செய்வார்கள் என்பதைக் கண்டறிய முடியாத நிலையில் இருந்ததுதான் அவர்களுடைய பிரதான வலிமை’ என்று மால்கம் குறிப்பிட்டார். ஆங்கிலேயர்கள் அயராமல் தொடுத்த தொடர் தாக்குதல்களால் தலைமறைவான பிண்டாரிகளும் ஆப்கானியர்களும் சில ஆண்டுகளுக்குப் பிறகு திரும்பிவந்து நெடுஞ்சாலைகளில் வழிப்பறிக் கொள்ளையில் ஈடுபட்டார்கள். ஆனால் எதிரிகள் என்ற அளவில் அவர்களால் பழையபடி அச்சுறுத்தலை ஏற்படுத்த முடியவில்லை. மராட்டியர்களின் ராஜ்ஜியங்கள் ஒவ்வொன்றாக ஆங்கிலேய ஆதிக்கத்திற்கு அடிபணிந்தன.

இந்தியாவில் ஆங்கிலேயர்களின் மேலாதிக்கம் 1818இல் தொடங்கியது. ஆனால் பிரிட்டீஷ் இந்தியவியலாளர் ஜான் வில்சன் குறிப்பிடுவதுபோல, ‘அது காற்புள்ளிதான், முற்றுப்புள்ளி அல்ல. ஒரு செயல்முறையின் முடிவு அல்ல; இடைவெளி’. பிரிட்டிஷ் இந்தியாவில் அமைதி என்பது எப்போதும் வன்முறை நிரம்பியதாகவே இருந்தது. ‘ஆங்கிலேயர்களின் பணத்திற்கும் வன்முறைக்கும் இந்தியத் தலைவர்கள் தயக்கத்துடனும் ஊசலாட்டத்துடனும் நிபந்தனைகளுடனும்தான் அடிபணிந்தார்கள். மராட்டியர் களின் தோல்வி ஆங்கிலேயர்களின் வெற்றி அல்ல’. என்கிறார் வில்சன்.

7

திரியில் பற்றிய நெருப்பு

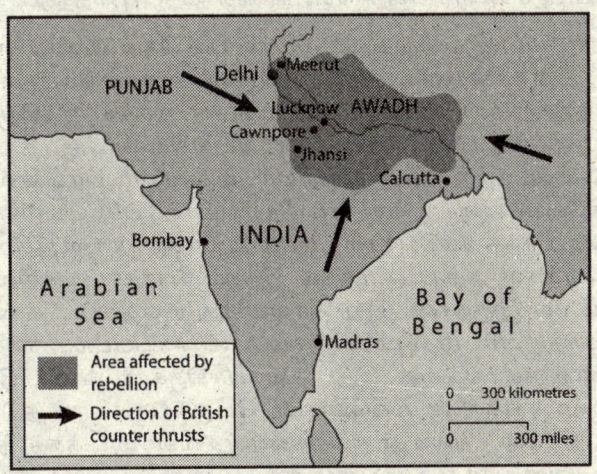

இந்திய வரலாற்றில் எந்த நிகழ்வும் 1857ஆம் ஆண்டின் கலகத்தைப்போல அலசி ஆராயப் படவோ விவாதிக்கப்படவோ உணர்ச்சிகரமாகப் பாராட்டப்படவோ அல்லது தூற்றப்படவோ இல்லை. மே 10 அன்று மீரட்டில் சிப்பாய்களின் கிளர்ச்சியுடன் தொடங்கிய இந்தக் கடுமையான மோதல் இந்தியாவின் முதல் சுதந்திரப் போர், மாபெரும் எழுச்சி, சிப்பாய்க் கலகம், இந்தியக் கிளர்ச்சி என்றெல்லாம் வர்ணிக்கப்பட்டது. இந்தச் சொற்களில் எதுவும் கடைசி முகலாயப் பேரரசரான பகதூர் ஷா ஜாஃபர் (1775–1862) பதவியிழந்து தில்லியிலிருந்து வெளியேற்றப் பட்டது, கிழக்கிந்தியக் கம்பெனியின் ஆட்சியை முடிவுக்குக் கொண்டுவந்து, விக்டோரியா

மகாராணி (1819–1901) தன்னை இந்தியாவின் பேரரசியாக அறிவித்துக்கொண்டது ஆகிய நிகழ்வுகளின் உண்மையான இயல்பைப் பிரதிபலிக்கவில்லை. பிரிட்டிஷ் ஆட்சிக்கு எதிராகப் பெரிய அளவில் நடந்த முதல் எழுச்சியான இது மாபெரும் தோல்வியில் முடிந்தது. இதில் இரு தரப்பினரும் பயங்கரமான அட்டூழியங்களில் ஈடுபட்டார்கள். இந்தக் கிளர்ச்சி பிரிட்டனுக்கும் அதன்ம 'குடத்தில் பதிக்கப்பட்ட நகை'க்கும் இடையிலான உறவை மாற்றியமைத்தது. இந்தியாவை இராணுவரீதியாகவும் நிர்வாகரீதியாகவும் கூடுதலான கட்டுப்பாட்டில் வைத்திருக்க வேண்டும் என்ற வாதங்களுக்கு வலு சேர்ந்தது. அதே சமயம் சுதந்திரத்திற்காகப் போராடும் இந்திய தேசியவாதிகளுக்கும் உத்வேகத்தை அளித்தது.

1857–1858இல் ஏற்பட்ட எழுச்சி பல கேள்விகளை எழுப்புகிறது. கிளர்ச்சிக்கான உண்மையான காரணங்கள் என்ன? அது ஏன் தில்லி, ஐக்கிய மாகாணங்கள், மத்திய இந்தியாவின் சில பகுதிகள், பிகார் ஆகியவை அடங்கிய வட இந்தியாவில் மட்டும் நடந்தது? ஏன் இந்தியா முழுவதும் பரவவில்லை? ஆங்கிலேயர்களுக்கு எதிராக நியாயமான பல புகார்களைக் கொண்டிருந்த சீக்கியர்கள், மராட்டியர்கள், ராஜபுத்திரர்கள், கூர்க்காக்கள் ஆகிய குழுக்கள் இந்தப் போராட்டத்திலிருந்து ஒதுங்கியே இருந்தன. இது 'காலனித்துவ எதிர்ப்பு' என்றால், காலனித்துவம் மிகவும் வலுவாக உணரப்பட்ட கல்கத்தா போன்ற நகரங்களை இது ஏன் பாதிக்கவில்லை? இந்திய சமஸ்தானங்களின் மன்னர்கள் பெரும்பாலோர் நடுநிலை வகித்தார்கள் அல்லது கலகக்காரர்களை அடக்கத் தங்கள் படைகளைத் தந்து உதவினார்கள்.

ராணுவக் கிளர்ச்சி, விவசாயிகள் கிளர்ச்சி, புனிதப் போர் ஆகியவற்றின் கலவையாக இருந்த இந்தக் கிளர்ச்சி ஒரு வருடத்திற்கும் மேலாக நீடித்தது. ஆனால் ஆரம்பத்திலிருந்தே கிளர்ச்சியாளர்களுக்குள் ஒற்றுமையில்லை; ஒருங்கிணைந்த குறிக்கோளும் இல்லை. கிளர்ச்சியில் ஈடுபட்ட இந்துக்கள், முஸ்லிம்கள் ஆகிய இரு பிரிவினருக்குமான தலைவராக விளங்கிய பகதூர் ஷாவின் ஆதரவு சிப்பாய்களுக்கு இருந்தாலும் அவரால் தார்மிக ஆதரவை மட்டுமே வழங்க முடிந்தது. செயலிழந்து பலவீனமாகியிருந்த முகலாய அடையாளத்தின் மீது கிளர்ச்சியாளர்கள் நம்பிக்கை வைத்தது அந்தப் போராட்டத்தைப் பின்னோக்கிச் செல்லும் முயற்சியாக ஆக்கியது. கிளர்ச்சி வெற்றி பெற்றிருந்தாலும், ஆயுதம் ஏந்திப் போராடியவர்களின் வாழ்க்கையை மேம்படுத்தக்கூடிய ஆட்சியோ நிர்வாக அமைப்போ வந்திருக்குமா என்பது

சந்தேகம்தான். அமைதியின்மையைப் பயன்படுத்திக்கொண்ட இந்திய மன்னர்கள் பழைய நிலப்பிரபுத்துவ முறையை மீண்டும் நிறுவுவதில்தான் ஆர்வம் காட்டினார்கள். சிதறுண்டதாகவும் பிளவுபட்டதாகவும் இருந்த கிளர்ச்சியின் தலைமை, மாற்றத்திற்கான ஒத்திசைவான திட்டம் எதையும் முன்வைக்கவில்லை. ஆனால் அதன் பிறகு வந்த மாற்றங்கள் வலுவானவை; இருபதாம் நூற்றாண்டில் இந்தியாவின் வரலாற்றின் போக்கைப் பாதிக்கக்கூடியவையாக அவை அமைந்தன.

நெருப்பை மூட்டிய நிகழ்வுகள்

1857 கிளர்ச்சிக்கான அடிப்படைக் காரணங்கள் 1700களின் பிற்பகுதியிலிருந்து இந்தியா மீதான பிரிட்டிஷ் அணுகுமுறையின் பரிணாம வளர்ச்சியில் வேர்கொண்டவை. இந்தியாவை அதனுடைய சட்டங்களால் ஆள வேண்டும்; ஆளும் வர்க்கம் மரியாதையுடன் நடத்தப்பட வேண்டும் என்பது அப்போது நடப்பிலிருந்த விவேகமான அணுகுமுறை. கார்ன்வாலிஸின் சீர்திருத்தங்கள் இதை அடியோடு மாற்றிவிட்டன. நிர்வாக, சட்டரீதியான அனைத்துப் பதவிகளிலிருந்தும் இந்தியர்கள் வெளியேற்றப்பட்டார்கள். ராணுவத்தில் இதன் தாக்கம் கடுமையாக உணரப்பட்டது. இந்தியச் சிப்பாய் உயர்மட்ட அதிகாரியின் பதவியை அடைய முடியாது. ஆங்கிலேய அதிகாரிகளுக்கும் அவர்களுக்குக் கீழ் பணிபுரிபவர்களுக்கும் இடையே நெருங்கிய தொடர்பு என்பது விதிவிலக்காவே இருந்தது. சீதா ராம் பாண்டே என்னும் சிப்பாய் 19ஆம் நூற்றாண்டின் முற்பகுதியில் இராணுவத்தில் சேர்ந்தபோது, 'சாஹிப்கள்' தங்களுடைய இந்தியப் பணியாளர்கள், துணை அதிகாரிகளுடன் கலந்து பழகியதைக் கிளர்ச்சிக்குப் பிறகு எழுதுகையில் நினைவுகூர்ந்தார்: 'நான் சிப்பாயாக இருந்தபோது என் படைப்பிரிவின் கேப்டனின் வீட்டில் நாள் முழுவதும் ஆட்கள் இருப்பார்கள். அவர் அவர்களுடன் பேசிக்கொண்டிருப்பார் ... இப்போதெல்லாம் பல அதிகாரிகள் தேவை இருந்தால் மட்டுமே தங்கள் ஆட்களிடம் பேசுகிறார்கள்.' ஆட்சியாளருக்கும் ஆளப்படுவோருக்கும் இடையிலான விலகல் தனிப்பட்ட அளவிலும் தொடர்ந்தது. பதினெட்டாம் நூற்றாண்டின் இறுதியில், கம்பெனியின் பணியாளர்களில் மூன்றில் ஒருவர் நாட்டை விட்டுச் செல்லுகையில் தங்கள் சொத்துக்களில் ஒரு பகுதியை இந்திய ஆசை நாயகிகளுக்கு விட்டுச் சென்றார்கள். பத்தொன்பதாம் நூற்றாண்டின் நடுப்பகுதியில் கிட்டத்தட்ட யாரும் அப்படிச் செய்யவில்லை.

மராட்டியர்களின் தோல்விக்குப் பிறகு ஆங்கிலேயர் ஆட்சி வலுப்பட்டது பிரிட்டிஷாரின் நம்பிக்கையை அதிகரித்தது. துணைக்கண்டத்தின் பிரதான அதிகார மையமாக மாறிய ஆங்கிலேயர்கள் தங்கள் குடிமக்களுக்கு 'நாகரிகம்' ஊட்டுவதற்கான வேலையில் இறங்கினார்கள். 1813இல் நிறுவனத்தின் சாசனம் புதுப்பிக்கப்படுவதற்கான நிபந்தனை களில் ஒன்று, இந்தியாவில் கிறிஸ்தவ மிஷனரிகள் செயல்பட அனுமதிப்பது. அடிமைத்தனத்திற்கு எதிரான பணிகளில் ஈடுபட்ட வில்லியம் வில்பர்ஃபோர்ஸ் இதை ஆதரித்தார். 'சிலை வழிபாட்டின் தீமைகளிலிருந்தும் கொடுமையிலிருந்தும்' இந்துக்களை விடுவிப்பதை அடிமை வர்த்தகத்தை ஒழிப்பதோடு அவர் சமப்படுத்தினார். ஆனால் இது தொடர்பாக வாரன் ஹேஸ்டிங்ஸின் அறிவுரைகள் கடுமையான சொற்களைக் கொண்டிருந்தன. ஓய்வுபெற்ற பிறகு அவர் கிழக்கிந்தியக் கம்பெனியின் சாசனத்தை ஆராயும் நாடாளுமன்றக் குழுவிடம் மூன்று மணிநேரம் சாட்சியமளித்தார். அவரது எச்சரிக்கை தெளிவாக இருந்தது: நமது மதத்தைப் பூர்வகுடிகள்மீது திணிக்கும் நோக்கம் நமக்கு இருப்பதாக ஒரு கருத்து வெளிநாட்டில் உள்ளது. வெளிநாட்டின் பூர்வகுடியினரிடையே பரப்பப்படும் இத்தகைய கருத்து ஆபத்தான விளைவுகளுக்கு வழிவகுக்கும் என்றார். அது 'மதப்போரைக்கூட உருவாக்கலாம்' என்றும் அவர் கூறினார்.

பென்னி மேகஸீன் என்னும் இதழின் 1833ஆம் ஆண்டுப் பதிப்பில் இடம்பெற்ற படம் இது. இந்தியா மூடநம்பிக்கைகள் நிரம்பிய நாடு என்று பிரிட்டிஷ்காரர்கள் பலரிடம் நிலவிய கருத்தை இது பிரதிபலிக்கிறது.

1828முதல் 1835வரை கவர்னர் ஜெனரலாக இருந்த வில்லியம் பென்டிங்க் பிரபுவின் (1774-1839) ஆட்சியில் சீர்திருத்தத்தின் வேகம் கணிசமாக அதிகரித்தது. இரண்டு முறை இங்கிலாந்தின் பிரதமராகப் பணியாற்றிய இவர் இரண்டாம் எலிசபெத்தின் எள்ளுத் தாத்தா. பிரிட்டிஷாருக்கு 'இந்தியாவில் செய்ய வேண்டிய பெரிய தார்மிகக் கடமை' இருப்பதாக அவர் நம்பினார். சதி அல்லது உடன்கட்டை ஏறுதல் என்னும் நடைமுறையை ஒழிப்பது அவர் செய்ய வேண்டியவற்றின் பட்டியலில் முதலிடத்தில் இருந்தது. இந்து விதவை இறந்துபோன தன் கணவரின் இறுதிச் சடங்கில் தன்னைத்தானே எரித்துக்கொள்வதே சதி எனப்படும் வழக்கம். சில சமயங்களில் அந்தப் பெண்ணின் விருப்பத்திற்கு மாறாகவும் இது நடந்தது. குப்தர்கள் காலத்தில் தோன்றிய இந்த நடைமுறை குறிப்பாக ராஜபுத்திரர்களிடமும் வங்காளத்திலும் பரவலாகப் புழக்கத்தில் இருந்தது. 1803-1804 காலகட்டத்தில் கல்கத்தாவிலிருந்து 50 கிலோமீட்டர் சுற்றளவில் 300க்கும் மேற்பட்ட சதி நிகழ்வுகள் பதிவுசெய்யப்பட்டன.

'இந்து மதத்தின் சடங்குகளையும் மூடநம்பிக்கைகளையும் வேறு வழியின்றிச் சகித்துக்கொள்வதே' விவேகம் என ஆங்கிலேயர்கள் கருதியபோதும், சதி வழக்கம் எல்லை மீறிச் சென்றதால் அவர்கள் இதில் தலையிட்டார்கள். 1807இல் கவர்னர் ஜெனரலாகப் பதவியேற்ற மின்டோ பிரபுவின் (1751-1814) ஆட்சிக் காலத்தில் காலனித்துவ அதிகாரிகள், விதவைப் பெண் கட்டாயப்படுத்தப்பட்டு நெருப்பில் விழவில்லை என்பதையும் அந்தப் பெண் பதினாறு வயதுக்குக் குறைவாகவோ கர்ப்பமாகவோ இல்லை என்பதையும் உறுதிப்படுத்த இறுதிச் சடங்கின்போது போலீஸ் அதிகாரி ஒருவர் கட்டாயம் உடனிருக்க வேண்டும் என்னும் நடைமுறையின் மூலம் இதைக் கட்டுப்படுத்த முயன்றனர். மின்டோவுக்குப் பிறகு பொறுப்பேற்ற ஹேஸ்டிங்ஸ் பிரபு (வாரன் ஹேஸ்டிங்ஸுடன் இவருக்கு எந்தத் தொடர்பும் இல்லை) சதியை 'மனித குலத்திற்கு எதிரான அக்கிரமம்' என்று அறிவித்தார். ஆனால் இந்த நடைமுறையை ஒழிப்பது 'ஆபத்தானது' என்றும் அது இராணுவத்தில் கிளர்ச்சியைத் தூண்டும் சாத்தியம் இருப்பதாகவும் நம்பினார். 'நூற்றுக்கணக்கான அப்பாவிகளை இளம் வயதிலேயே கொடூரமான மரணத்தில்' தள்ளுவதற்கும், 'பிரிட்டிஷ் சாம்ராஜ்ஜியத்தின் பாதுகாப்பு'க்கு ஆபத்து ஏற்படுத்துவதற்கும் இடையே பென்டிங்கின் மனம் ஊசலாடியது. அதை ஒழிப்பதற்கான திட்டத்தை முன்வைத்த அவர், பிரிட்டன் தனது ஆட்சிக்கு எதிரான

எந்தச் சவாலையும் எதிர்கொள்ளும் அளவுக்கு வலிமையானது என்றும், நிலவுடைமையாளர்களான ஜமீன்தார்கள் அத்தகைய நடவடிக்கையை ஆதரிப்பார்கள் என்றும் வாதிட்டார். சதியைச் சட்டவிரோதம் என அறிவிக்கும் சட்டங்கள் 1829ஆம் ஆண்டு வங்காளத்திலும் பம்பாயிலும் மதராஸிலும் நிறைவேற்றப்பட்டன.

ராம்மோகன் ராய் (1772–1833) போன்ற இந்து சீர்திருத்தவாதிகளின் ஆதரவை இந்தச் சட்டங்கள் பெற்றன. இறந்தவரின் சொத்துக்களை வாரிசாகப் பெறும் உறவினர்கள் இறுதிச் சடங்கின்போது இறந்தவரின் மனைவியைக் கட்டாயப்படுத்தி நெருப்பில் தள்ளிய நிகழ்வுகளையும் தப்பி ஓட முயன்ற பெண்களைத் துரத்திச் சென்று இழுத்துவந்து 'நெருப்பில் போட்டு எரித்த' சம்பவங்களையும் இவர் சுட்டிக் காட்டினார். தனது தாய்மொழியான வங்க மொழியைத் தவிர, ஆங்கிலம், அரபு, பாரசீகம், ஹீப்ரு, கிரேக்கம், லத்தீன், சமஸ்கிருதம் ஆகிய மொழிகளைச் சரளமாக அறிந்தவரான ராம்மோகன் ராய் பெண்களின் உரிமைகளுக்காகப் போராடினார். விவசாயிகள் நில உரிமையாளர்களுக்கு வழங்க வேண்டிய தொகையைக் குறைக்குமாறு அரசாங்கத்திடம் விண்ணப்பித்துக்கொண்டார். பிராமணராக இருந்த போதிலும், 'நம்மிடையே ஒற்றுமையின்மைக்கு ஆதாரமாக இருந்துவருகிறது' என்று கூறிச் சாதியமைப்பை விமர்சித்தார். ராய் இங்கிலாந்தில் மூன்று ஆண்டுகள் கழித்தார். தத்துவ ஞானி ஜெரமி பேந்தம் உட்படத் தான் சந்தித்த அனைவரையும்

நவீன இந்தியாவின் தந்தை எனக் கூறப்படும் ராம்மோகன் ராய் அரசியல் சட்ட வழிகளின் மூலம் இந்தியா சுதந்திரம் பெற வேண்டும் எனக் கூறிய முதல் படித்த இந்தியர்.

அவர் கவர்ந்தார். பிரிட்டிஷ் சட்டமன்றத்தில் ராய் அமர வேண்டும் என பேந்தம் விரும்பினார்.

ராய் போன்ற மேல்தட்டுக் குடிமக்கள் சிறுபான்மையினராக இருந்தனர். 1800களின் முற்பகுதியில் இந்தியச் சமூகத்தில் விவசாயிகளே பெரும்பகுதியாக இருந்தார்கள். 70 சதவீதத்திற்கும் அதிகமான மக்கள் விவசாயத்தில் ஈடுபட்டிருந்தார்கள். சராசரி ஆயுட்காலம் 26 ஆண்டுகள். ஆனால், முகலாயப் பேரரசின் சிதைவுக்குப் பின்னரான காலகட்டத்தில் இந்தியாவைப் பற்றிய நமது பார்வையை வரலாற்றியல் மாற்றுகிறது. 'சிதைவு, குழப்பம், பேராசை, வன்முறை ஆகியவற்றின் சகாப்தம்' என்பதாகப் பதினெட்டாம் நூற்றாண்டின் இந்தியாவைப் பற்றிய மரபார்ந்த சித்தரிப்பு இருந்துவந்தது. பொருளாதார வளர்ச்சி, நகரமயமாதல், வணிகமயமாதல் ஆகியவற்றைக் காட்டும் புதிய ஆராய்ச்சியால் இந்தப் பார்வை மாறியிருக்கிறது – குறிப்பாகத் துடிப்பு மிகுந்த வடக்குப் பகுதிகளில். பெண் சிசுக்கொலை, அதிக அளவில் குழந்தைகள் இறப்பு, இளம் விதவைகள் அதிகரிக்கக் காரணமாக அமைந்த குழந்தைத் திருமணம் ஆகிய காரணங்களால் இந்தியக் குடும்பங்கள் ஐரோப்பியக் குடும்பங்களைக் காட்டிலும் சிறியவையாக இருந்தன. கல்கத்தா, டாக்கா, அலகாபாத் போன்ற நகரங்களில் 1822ஆம் ஆண்டு மேற்கொள்ளப்பட்ட கணக்கெடுப்பின்படி ஒவ்வொரு குடும்பத்திலும் இருந்தவர்களின் எண்ணிக்கை சராசரியாக 3.5முதல் 4.1வரை இருந்தது. அதே காலகட்டத்தில் இங்கிலாந்தின் சராசரி 4.75. ஆயினும் பத்தொன்பதாம் நூற்றாண்டின் தொடக்கத்தில் இந்தியாவில் பெண்களின் நிலை பரிதாபத்துக்குரியதாக இருந்தது என்பதில் ஐயமே இல்லை. 'இந்தச் சமூகத்தில் ஆண்களுக்கு இரக்கம் இல்லை, மதம் இல்லை, நீதி உணர்வு இல்லை, நல்லது கெட்டது என்ற உணர்வு இல்லை; வெறும் மரபுதான் தலையாய செயலாகவும் உயர்ந்த மதமாகவும் கருதப்படுகிறது. இந்தச் சமூகத்தில் பெண்களே இனிப் பிறக்கக் கூடாது' என்று வங்காளத்தின் சமூக சீர்திருத்தவாதி ஈஸ்வரசந்திர வித்யாசாகர் மனம் நொந்து கூறினார்.

இந்தியாவை நாகரிகமான சமுதாயமாக்குவதில் பெண்டிங்க் காட்டிய ஆர்வம் கல்வித் துறைக்கும் விரிவடைந்தது. சமஸ்கிருதம், பாரசீகம் போன்ற செவ்வியல் மொழிகளில் மரபார்ந்த கல்வியை முன்னிறுத்திய கீழைத்தேயவாதிகளுக்கும் ஆங்கில மொழியில் மேற்கத்தியக் கற்றலை ஊக்குவிக்க விரும்பிய ஆங்கிலேயக் கண்ணோட்டம் கொண்டவர்களுக்குமிடையே விவாதம் ஏற்பட்டது. இந்தியர்கள் பகவத் கீதையைப் படிக்க விரும்பினால் மூல மொழியான சமஸ்கிருதத்தில் படிப்பதைப்

போலவே ஆங்கில மொழிபெயர்ப்பிலும் அதைப் படிக்கலாம் என ஆங்கிலேயவாதிகள் வாதிட்டார்கள். இந்தக் கருத்து வேற்றுமை ஆங்கிலேயர் – இந்தியர் என்னும் பிரிவாக அமையவில்லை. ராய் உள்ளிட்ட இந்தியர்களும் ஆங்கிலேயர்களை ஆதரித்தார்கள். நவீன கல்வியே 'நவீன மேற்குலகின் அறிவியல், ஜனநாயகச் சிந்தனையின் பொக்கிஷங்களுக்கான திறவுகோல்' என்று ராய் வாதிட்டார்.

பெண்டிங்கின் நிர்வாகத்தில் முதல் சட்ட உறுப்பினரும் ஒரு சுவிசேஷகரின் மகனுமான தாமஸ் பாபிங்டன் மெக்காலே (1800–1859) இந்த விவகாரத்தை முடிவுக்குக் கொண்டுவந்தார். ஐரோப்பியப் பண்பாடு, அறிவியல் ஆகியவற்றின் மேன்மை குறித்த நம்பிக்கை கொண்ட மெக்காலே அதைப் பிரதிபலிக்கும் வகையில், இந்தியாவின் பழைய மொழிகளில் இலக்கியத் தரமோ அறிவியல் சார்ந்த தகவல்களோ இல்லை என்று கூறினார். அவை மிகவும் மோசமானவை, கரடுமுரடானவை என்றும் கூறிய அவர், வேறு தரப்பைச் சேர்ந்தவர்களால் செறிவூட்டப்படாமல் அவற்றை மொழிபெயர்த்து உருப்படியான பிரதிகளாக மாற்ற முடியாது என்றும் அறிவித்தார். நிறத்திலும் ரத்தத்திலும் இந்தியர்களாகவும் ரசனையிலும் கருத்துகளிலும் நடத்தையிலும் அறிவுத்திறனிலும் ஆங்கிலேயர்களாகவும் இருக்கக்கூடியவர்களை உருவாக்குவதே அவரது குறிக்கோள். நல்ல ஐரோப்பிய நூலகமொன்றின் ஒரு அலமாரி ஒட்டுமொத்த இந்திய, அரேபிய இலக்கியத்திற்கு இணையானது என்பதை மறுக்கக்கூடிய ஒரு கீழைத்தேயவியலாளரைக்கூடத் தன்னால் காண முடியவில்லை என்பது மெக்காலேயின் பிரபலமான கூற்று.

> **கல்வி பற்றி மெக்காலே:** ஆங்கிலேயரை அவமானப் படுத்தக்கூடிய மருத்துவக் கோட்பாடுகள், இங்கிலாந்துப் பள்ளிகளில் படிக்கும் சிறுமிகளுக்குச் சிரிப்பு மூட்டக்கூடிய வானியல், முப்பதடி உயரம் கொண்ட மன்னர்களைப் பற்றியும் அவர்கள் ஆயிரம் ஆண்டுகள் ஆட்சிபுரிந்ததைப் பற்றியுமான வரலாறு, பாலும் தேனும் ஓடும் கடல்களைப் பற்றிய புவியியல் ஆகியவற்றையெல்லாம் அரசின் செலவில் கற்பிக்க முடியுமா?

இந்தியாவுக்கான பொதுவான தண்டனைச் சட்டத்தை உருவாக்கி, இந்தியக் குடிமைப் பணியை வடிவமைப்பதில் கொண்ட ஆர்வத்தால் மெக்காலேமீது இன்றும் முன்வைக்கப் படும் விமர்சனம் ஓரளவுக்கு வலுவிழக்கிறது. கிழக்கிந்தியக் கம்பெனியின் சட்ட விதிமுறைகளுடன், ஒன்றுக்கொன்று

முரண்பாடான இந்து, முஸ்லிம் சட்டங்களும் புழக்கத்தில் இருந்தது சட்டச் சிக்கலை உருவாக்கியது. எந்த இந்தியரும் நீதிமன்றங்களுக்குத் தலைமை தாங்கக் கூடாது என்ற கார்ன்வாலிஸின் வற்புறுத்தலால் நிலைமை மேலும் மோசமானது. மெக்காலேயின் புதிய குற்றவியல் சட்டம் கொலை, தேசத்துரோகம் ஆகிய குற்றங்களுக்கு மட்டுமே மரண தண்டனை எனக் குறிப்பிட்டது. நடப்பிலிருந்த சட்டங்களில் ஒரே சீரான தன்மையைக் கொண்டுவரும் முயற்சியில், பெண்ணுக்கான சொத்துரிமையை உறுதிசெய்யும் சட்டமும் உள்ளடக்கப்பட்டது. இங்கிலாந்தில் இதேபோன்ற சட்டம் நடைமுறைக்கு வருவதற்குக் கிட்டத்தட்ட அரை நூற்றாண்டுக்கு முன்பே இந்தியாவில் இந்தச் சட்டம் பிறப்பிக்கப்பட்டது. வெறுத்துப்போகும் அளவுக்குச் சாவகாசமாக வேலை செய்தாலும் வியக்கத்தக்க வகையில் மீண்டுவரும் ஆற்றல் கொண்ட இன்றைய இந்திய அதிகாரவர்க்கம் இத்தனை காலம் நீடித்திருப்பதற்குக் காரணம் மெக்காலேதான். இந்த அதிகாரவர்க்கம் இல்லாதிருந்தால் பிரிவினையின் அதிர்வுகளைத் தொடர்ந்து இந்தியா ஒரு தேசமாக நிலைத்திருக்க முடியாது.

மிஷனரிகளின் வரவு கிழக்கிந்தியக் கம்பெனிக்கோ அதன் பல்வேறு ராணுவங்களுக்கோ தொடர்பில்லாத பல ஐரோப்பியர்களின் எண்ணிக்கையை அதிகரித்தது. அப்படி வந்தவர்களின் எண்ணிக்கை சிறிதாக இருந்தாலும் அது மெல்ல அதிகரித்துக்கொண்டேவந்தது. அரசுப் பணியாளர்கள் அல்லாத இத்தகையோரின் எண்ணிக்கை 1830இல் சுமார் 2150இலிருந்து 1850இல் 10,000 ஆக உயர்ந்தது. ஐரோப்பாவிலிருந்து வந்தவர்களில் பல்வேறு பணிகளை மேற்கொள்பவர்கள், இறந்த விலங்குகளின் தோலுக்குள் சில பொருட்களைத் திணித்து அவற்றை உயிருள்ளதுபோலத் தோன்றச் செய்பவர்கள் (வேட்டையின்போது இது பயன்படும்), மதுபானம் தயாரிப்போர், பில்லியர்ட் மேசைகளைச் செய்பவர்கள்வரை பலவிதமானவர்கள் இருந்தனர். பெண்களைவிட ஆண்கள் மிக அதிகமான எண்ணிக்கையில் இருந்தார்கள். இதனால், இந்தியாவுக்கு வந்த பிரிட்டிஷ் பெண்கள், 'ஆண்டுக்கு 300 பவுண்டு சம்பாதிக்கும் ஆண் யாராவது உயிருடனோ பிணமாகவோ கிடைப்பானா' என்று கேட்கும் அளவுக்கு நிலைமை இருந்தது. 300 பவுண்டு என்பது இந்தியக் குடிமைப் பணிக்கு அப்போது வழங்கப்பட்ட சம்பளம்.

பென்டிங்கின் பதவிக் காலம் ஏமாற்றத்துடன் முடிந்தது. நிறுவனத்தின் உயர்மட்டப் பதவிகளில் இந்தியர்களைச் சேர்க்க வேண்டும் என்ற அவரது யோசனையை லண்டனில்

உள்ள அதன் இயக்குநர்கள் செயல்படுத்தவில்லை. இந்திய நீதிபதிகளின் சம்பளத்தைப் பத்து மடங்கு உயர்த்தவும் அவர் முயன்றார்; நிறுவனம் அவற்றை வெறும் நான்கு மடங்காக மட்டுமே உயர்த்தியது. அவரது சீர்திருத்தங்கள் நிறுவனத்திற்குள் பெருகிவந்த ஆதிக்கப் போக்கைக் குறைக்கவும் இல்லை. 'நமது வளர்ச்சிக்காக மற்ற அரசுகளுடன் போர் செய்வதையும் அவர்கள் விவகாரங்களில் தலையிடுவதையும் நான் வெறுக்கி றேன் – ஆனால் போர் நம்மீது திணிக்கப்பட்டாலோ, அல்லது தவிர்க்க முடியாமல் நாம் போரில் இறங்கினாலோ, சாத்தியமானால், அந்தப் போரினால் புதிய வளங்களைப் பெறுவதன் மூலம் இலாபம் பெற வேண்டும், நம்மிடம் இருப்பதைப் பாதுகாக்கக் கூடுதல் படைகளுக்காகச் செலவிட வேண்டும், எதிர்காலத்தில் தவிர்க்க இயலாமல் நாம் கலந்துகொள்ளும் போர்களில் நமக்குச் சொந்தமான இடங்களை விரிவுபடுத்திக்கொள்ள வேண்டும்' என்று தில்லியில் ரெசிடென்டாகப் பணியாற்றிய சர் சார்லஸ் மெட்கால்ஃப் (1785–1846) அறிவித்தார்.

முதலாம் ஆப்கானியப் போரில் பிரிட்டன் சிக்கியபோது இந்த அணுகுமுறை அவர்களுக்கே ஆபத்தாகத் திரும்பியது. 'சரியாக ஒரு நூற்றாண்டுக்குப் பிறகு இரண்டாம் உலகப் போரில் ஜப்பான் மலாயாமீது படையெடுப்பதற்கும் சிங்கப்பூரைக் கைப்பற்றுவதற்கும் முன்பு கிழக்கில் ஆங்கிலேயர்கள் எதிர்கொண்ட மோசமான பேரழிவு' என்று எழுத்தாளர் ஜேம்ஸ் மோரிஸ் விவரித்தார். இந்தியா தொடர்பான ரஷ்யாவின் நோக்கங்கள் குறித்த பால்மர்ஸ்டன் பிரபுவின் கவலையே இந்தப் போருக்குக் காரணம். ஆப்கானிஸ்தான் ஆட்சியாளர் தோஸ்த் முகமது (1793–1863) ரஷ்யாவுடன் மிகவும் நெருக்கம் கொண்டிருந்தார். ஜார் மன்னரின் துருப்புக்கள் கைபர் கணவாய் வழியாக இந்தியாமீது படையெடுத்தால் அதைத் தடுக்க ஆப்கன் மன்னர் எதுவும் செய்ய மாட்டார் என பிரிட்டிஷ் பிரதமர் அஞ்சினார். மத்திய ஆசியாவில் செல்வாக்கு மையங்களைக் கைப்பற்றுவதற்காக ரஷ்யாவிற்கும் இந்தியாவிற்குமிடையில் நடந்த போராட்டத்தின் முதல் பெரிய மோதல் பிரிட்டிஷ் ஆக்கிரமிப்பிற்கு எதிரான பரந்த அளவிலான எழுச்சியாக உருப்பெற்றது. பின்வாங்கிச் சென்ற அதன் ராணுவத்தினரும் நூற்றுக்கணக்கான பொதுமக்களும் ஆப்கானியப் பழங்குடியினரால் படுகொலை செய்யப்பட்டார்கள். பாதுகாப்பாகத் தப்பிச் செல்ல அனுமதிப்பதாக உறுதியளிக்கப் பட்டபோதிலும் ஆயிரக்கணக்கான பிரிட்டிஷ் வீரர்களும் இந்தியச் சிப்பாய்களும் பெண்களும் குழந்தைகளும் காபூலிலிருந்து

ஜான் ஜுபர்ஸிக்கி

செல்லும் வழியில் படுகொலை செய்யப்பட்டனர். ராணுவ மருத்துவக் கழகத்தில் அறுவை சிகிச்சை நிபுணராக இருந்த வில்லியம் பிரைடன் (1811–1873) மட்டுமே அதில் தப்பிப் பிழைத்தார். குற்றுயிராக இருந்த தன்னுடைய குதிரையின் மேலிருந்து அவர் ஜலாலாபாத்தில் பிரிட்டிஷ் பாதுகாப்பு அரணுக்குள் தடுமாறி விழுந்ததால் பிழைத்துக்கொண்டார்.பல நாட்களுக்குப் பிறகு, உயிர் பிழைத்திருப்பவர்கள் யாரேனும் இருந்தால் அவர்களை வெளியில் கொண்டுவருவதற்காக நெருப்புப் பற்றவைக்கப்பட்டது. சங்குகள் முழக்கப்பட்டன. ஆனால் யாரும் வரவில்லை.

எலிசபத் பட்லரின் Remnants of an Army என்றும் தலைப்புக் கொண்ட இந்த ஓவியம் டாக்டர் வில்லியம் பிரைடன் ஜலாலாபாத் கோட்டைக்குப் பத்திரமாகச் சென்று சேர்ந்ததைச் சித்தரிக்கிறது. 1879இல் லண்டன் ராயல் அகாடமியில் இது முதன்முதலில் காட்சிப்படுத்தப்பட்டது.

1843இல் நடந்த கொடூரமான போருக்குப் பிறகு பிரிட்டிஷ் அரசு சிந்துவைத் தன்னுடன் இணைத்துக்கொண்டது. 1845க்கும் 1849க்குமிடையில் நடந்த இரண்டு குறுகிய போர்களையடுத்து பஞ்சாபையும் காஷ்மீரையும் சேர்த்துக்கொண்டது. லாகூரின் கடைசி ஒப்பந்தம் 1849இல் கையொப்பமிடப்பட்டது. அதன்படி, கைக்குழந்தையான சீக்கிய மகாராஜா துலீப் சிங் (1838–1893) கோஹினூர் வைரத்தை இங்கிலாந்து ராணியிடம் ஒப்படைக்க வேண்டியதாயிற்று. பஞ்சாப் நிர்வாகத்தின் பொறுப்பை ஏற்றுக்கொண்ட பிரிட்டிஷ் அதிகாரிகளின் முப்படையின் உறுப்பினரான ஜான் லாரன்ஸ் அந்த அரிய பொக்கிஷத்தைத் தொலைத்துவிட்டார். அவருடைய உதவியாளர் ஒருவர் அதைக் கண்டுபிடித்து புதிய கவர்னர் ஜெனரலான டல்ஹௌசி பிரபுவிடம் (1812–1860) ஒப்படைத்தார். அவர் அதை லாகூரிலிருந்து பம்பாய்க்குக் கொண்டுசென்றார். 1850 ஜூலை மாதம்

பக்கிங்ஹாம் அரண்மனையில் விக்டோரியா ராணி அந்த வைரத்தைப் பெற்றுக்கொண்டபோது அது அவரை ஈர்க்க வில்லை. அவர் தனது நாட்குறிப்பில், 'அது காலாவதியான தோற்றத்தைக் கொண்டிருக்கிறது. மோசமாகத் தீட்டப்பட்டிருப்பது அதன் அழகைக் கெடுக்கிறது' என்று குறிப்பிட்டார். கோஹினூர் வைரம் துரதிர்ஷ்டத்தை ஏற்படுத்தக் கூடியது எனக் கருதப்பட்டது. அதை வைத்திருந்தவர்கள் பலர் அது கைக்கு வந்த சிறிது காலத்திலேயே இறந்து விட்டார்கள் அல்லது பதவியை இழந்தார்கள் என்பது விக்டோரியா மகாராணியின் உற்சாகத்தை மட்டுப்படுத்தி யிருக்கலாம். அவரது எதிர்வினையால் கோபமடைந்த டல்ஹௌசி, 'மாட்சிமை தங்கிய ராணி அது துரதிர்ஷ்டத்தைத் தருகிறது என்று நினைத்தால் அவர் அதை என்னிடமே திருப்பித் தரலாம். அதையும் அத்துடன் இருப்பதாக நம்பப்படும் துரதிர்ஷ்டத்தையும் நானே எடுத்துக்கொள்கிறேன்' என்று எழுதினார்.

கவர்னர் ஜெனரலாக டல்ஹௌசியின் பங்களிப்புப் பற்றி மாறுபட்ட கருத்துக்கள் உள்ளன. தான் பதவியில் இருந்த ஒன்பது ஆண்டுகளில் அவர் இந்தியாவிற்கு ரயில்வேயைக் கொண்டுவந்தார். தொடர்ச்சியான நீர்ப்பாசனத் திட்டங்களைத் தொடங்கினார். நாடு முழுவதும் ஆயிரக்கணக்கான கிலோமீட்டர் தொலைவுக்குத் தந்தி இணைப்புகளை ஏற்படுத்தினார். நிர்வாகி என்ற அளவில் மிகவும் வெற்றிகரமான செயல்பாடுகள் இவை. அவரது ஆட்சியின்போதுதான் விதவைகள் மறுமணம் செய்துகொள்ள அனுமதிக்கவும், கிறிஸ்தவ மதத்திற்கு மாறிய இந்துக்கள் தங்கள் பரம்பரை உரிமைகளைத் தக்கவைத்துக்கொள்ளவும், ரயில் பெட்டிகளில் வெவ்வேறு சாதியினர் ஒன்றாகப் பயணிக்க அனுமதிக்கவும் சட்டங்கள் இயற்றப்பட்டன. ஆனால் இந்தச் சீர்திருத்தங்கள் எவ்வளவு உன்னதமான நோக்கத்தைக் கொண்டிருந்தாலும் அவை மதம், சாதி தொடர்பான இந்துப் பழக்கவழக்கங்களுக்கு விரோதமாக அமைந்தன.

1841ஆம் ஆண்டிலிருந்து கொள்கையளவில் மட்டுமேயிருந்த, ஆனால் ஒருபோதும் செயல்படுத்தப்படாத கொள்கையான 'வாரிசு இழப்புக் கோட்பாடு' டல்ஹௌசியின் மிகவும் சர்ச்சைக்குரிய முன்னெடுப்பாக அமைந்தது. இந்தியாவில் உள்ள சமஸ்தானங்களின் ஏதேனும் ஒன்றின் ஆட்சியாளர் ஆட்சியை நடத்தும் திறனிழந்துவிட்டது வெளிப்படையாகத் தெரிந்தாலோ அவரது மரணத்துக்குப் பின் வாரிசுரிமை நெருக்கடி தோன்றினாலோ அந்த அரசு இந்தியாவின் பிரதான

சக்தியாக விளங்கும் பிரிட்டனின் கையில் போய்விடும் என்பதே அந்தத் திட்டம். இந்திய சமஸ்தானங்கள் நவீனமயமாக்கலுக்கு எதிராக இருப்பதாகக் கருதிய டல்ஹௌசி, 'அற்பத்தனமாகச் செயல்படும் இந்த சமஸ்தானங்கள் எரிச்சலூட்டுபவை; ஒருபோதும் வலிமையின் ஆதாரமாக இவை அமையாது. இத்தகைய சமஸ்தானங்களை அப்புறப்படுத்தும்' வழிமுறையாக இந்தக் கோட்பாடு அமையும் என்று கருதினார்.

இந்தத் தலையீட்டுக் கொள்கை ஏறக்குறைய ஒரு டஜன் சமஸ்தானங்களுக்குப் பொருந்தக்கூடியதாக இருந்தது. அதில் முக்கியமானது கங்கை, யமுனை நதிகளுக்கிடையே அமைந்திருந்த வளமான மாகாணமான அவத். ஒருகாலத்தில் பிரிட்டனின் வலிமையான கூட்டாளிகளில் ஒன்றாகக் கருதப்பட்ட அவத், பிரிட்டிஷ் இராணுவத்திற்கான வீரர்களின் முக்கிய ஆதாரமாக இருந்தது. அதிக அளவு பிரிட்டிஷ் பொருட்களை வாங்கியது. இதன் தலைநகரான லக்னோ, 'ஷாஜகானின் தில்லியில் இருக்கும் மகத்தான நினைவுச் சின்னத்தையும் ஷெஹரசாட்டின் பாக்தாத்தின் வசீகரமான வாசனையையும்' இணைத்தது. அவத் நவாப்களின் நடத்தை விரும்பத்தக்கதாக இல்லை என்று நீண்ட காலமாகவே ஆங்கிலேயர்கள் கருதிவந்தார்கள். 1848இல் லக்னோவில் ரெசிடென்டாக நியமிக்கப்பட்ட வில்லியம் ஸ்லீமன், 'சூழ்ச்சி, ஊழல், சீரழிவு, கடமையைப் புறக்கணித்தல், அதிகார துஷ்பிரயோகம்' ஆகியவை நிரம்பியது என இந்த மாகாணத்தைப் பற்றிக் குறிப்பிட்டார். அதன் ஆட்சியாளர் வாஜித் அலி ஷா (1822–1887), 'நடனம், டிரம்ஸ் வாசித்தல், வரைதல், உருதுக் கவிதைகள் எழுதுதல் ஆகியவற்றில்' மகிழ்ச்சியாகப் பொழுதைக் கழித்ததாகக் கூறப்பட்டது.

1856ஆம் ஆண்டு ஜனவரியில் ஷா தனது அரசை ஒப்படைக்க வேண்டும் என்று கிழக்கிந்தியக் கம்பெனி அவரிடம் சொன்னது. அவர் மறுத்துவிட்டார். ஆனால் கம்பெனியை எதிர்த்துக் கலகக் கொடி தூக்குவதற்குப் பதிலாக, இங்கிலாந்து ராணி, நாடாளுமன்றம், பத்திரிகையாளர்கள் ஆகியோரைச் சந்தித்துத் தனக்காக வாதிடுவதற்காக ஒரு தூதரை பிரிட்டனுக்கு அனுப்பினார். அந்த முயற்சி தோல்வியடைந்து, அவருடைய அரசு ஆங்கிலேய அரசுடன் இணைக்கப்பட்டபோது அவர் கல்கத்தாவில் ஹூக்ளி நதிக்கரையில் பரந்ததொரு மாளிகையில் குடியேறினார். அந்த நகரில் குரங்குகள், கரடிகள், புலிகள், ஒரு காண்டாமிருகம், ஒரு பாம்புப் புற்று, 18,000 புறாக்கள் ஆகியவை கொண்ட 'முதல் தனியார் மிருகக்காட்சி சாலையை

உருவாக்கினார். தனது ஓய்வு நேரத்தின் பெரும்பகுதியைக் காற்றாடி விடுவதில் செலவிட்டார். அதில் அவர் அபாரமான திறமைசாலி.

‘தில்லி சலோ!’

அவத்தை இணைப்பதற்கான முடிவு வங்காள ராணுவத்தின் சிப்பாய்களைக் கோபப்படுத்தியது. அவர்களில் பெரும்பாலோர் அந்த மாகாணத்திலிருந்து வந்தவர்கள். ராணுவத்திற்கு ஆள் சேர்ப்பதற்கான அடிப்படையை விரிவுபடுத்தும் உத்தரவு 1834ஆம் ஆண்டு பிறப்பிக்கப்பட்டது. இந்தத் துறையில் அதுவரை இருந்த உயர்சாதி பிராமணர்களின் ஏகபோகம் பறிபோகும் நிலை உருவானது. பணியமர்த்தப்பட்ட அனைவரும் வெளிநாட்டுச் சேவைக்கும் செல்ல வேண்டியிருக்கும் என்று 1856ஆம் ஆண்டின் மற்றொரு உத்தரவு கூறியது. கடல் கடந்து செல்வது சாதிக்கு எதிரானது என்ற வைதீக இந்துக்களின் மரபுவழிப்பட்ட நம்பிக்கையை இது சீண்டியது.

தான் போட்ட விதை கிளர்ச்சியாக வளர்ந்து நிற்பதைக் காண டல்ஹௌசி இந்தியாவில் இல்லை. 1856, பிப்ரவரி மாதம் அவர் கவர்னர் பதவியை கேனிங் பிரபுவிடம் ஒப்படைத்துவிட்டு வெளியேறினார். அவத் இணைப்பு முறைப்படுத்தப்பட்டது. 1857–1858 கிளர்ச்சிக்கான முக்கியக் காரணங்களில் ஒன்றாக ‘வாரிசு இழப்புக் கோட்பாடு’ சுட்டிக்காட்டப்பட்டாலும், மற்ற முக்கியக் காரணிகளும் இருக்கின்றன. 1873இல் கிளர்ச்சியைப் பற்றிய இந்தியர்களின் முதல் பதிவை எழுதிய முஸ்லிம் தலைவரான சயீத் அஹ்மத் கான், ‘கலகக்காரர்கள் பெரும்பாலும் இழக்க ஒன்றும் இல்லாத மனிதர்கள்’ என்று வாதிட்டார். இந்த எழுச்சி அந்நியர்களின் ஆதிக்கத்தைத் தூக்கி எறிவதற்கான முஸ்லிம் மேல்தட்டு மக்களின் முயற்சி அல்ல என்றும் கூறினார். ஏகாதிபத்திய ஆணவமும் அதீத தன்னம்பிக்கையும்தான் கிளர்ச்சிக்கான காரணம் என்று வில்லியம் டால்ரிம்பிள் குறிப்பிடுகிறார். ‘ஆங்கிலேயர்கள் இந்தியக் குடிமக்களிடமிருந்து மிகவும் அன்னியப்பட்டிருந்தார்கள். இந்தியர்களின் கருத்துக்களையும் அலட்சியப்படுத்தினார்கள். எனவே தங்களைச் சுற்றிலும் காணப்படும் சகுனங்களைக் கிரகிப்பதற்கும் தங்கள் நிலையைத் துல்லியமாகப் பகுப்பாய்வு செய்வதற்குமான திறனை அவர்கள் இழந்துவிட்டார்கள்’ என்கிறார் அவர்.

புதிய என்ஃபீல்டு துப்பாக்கியை அறிமுகப்படுத்தியதே கிளர்ச்சிக்கான இறுதிக் காரணம் என்பதைப் பெரும்பாலான வரலாற்றாசிரியர்கள் ஒப்புக்கொள்கிறார்கள். அந்தத் துப்பாக்கியில் தோட்டாக்களைப் போடுவது எளிதாகவும்

சுடுவது மிகவும் துல்லியமாகவும் இருந்தன. ஆனால், தோட்டாக்களில் பசுக் கொழுப்பும் பன்றிக் கொழுப்பும் தடவப்பட்டதாகச் சிப்பாய்கள் மத்தியில் வதந்திகள் பரவின. இது இந்துக்களையும் முஸ்லிம்களையும் புண்படுத்தியது. தோட்டாவைப் பற்றவைக்கச் சுடுவதற்கு முன்பு வெடிமருந்து இருக்கும் பகுதியின் பின்புறத்தைக் கடிக்க வேண்டும் என்பது சிப்பாய்களின் மனநிலையை மேலும் மோசமாக்கியது. தோட்டாக்களைப் பயன்படுத்துவதால் ஏற்பட்ட கொதிப்பினால் 1857 மார்ச்சில் வங்காளத்தில் உள்ள பாரக்பூரில் எழுந்த போராட்டம் விரைவிலேயே அடக்கப்பட்டது. இன்று கலகத்தின் முதல் தியாகியாகக் கொண்டாடப்பட்டு இந்திப் படம் ஒன்றில் மகிமைப்படுத்தப்பட்ட மங்கள் பாண்டே *(1827–1857)* என்ற சிப்பாய் அந்தப் போராட்டத்தில் கொல்லப்பட்டார். ஒரு மாதத்திற்குப் பிறகு, அம்பாலா ராணுவ முகாம் கொளுத்தப்பட்டதையடுத்து அந்தப் படைப்பிரிவு கலைக்கப்பட்டது.

மே மாதத்திற்குள் கிளர்ச்சி மீரட்வரை பரவியது. தோட்டாக்களைப் பயன்படுத்தினால் தீட்டாகிவிடும் என்று நம்பிய எண்பத்தைந்து சிப்பாய்கள் கலகம் செய்தார்கள். அவர்களைச் சிறைப்பிடித்துப் பத்து வருடச் சிறைத் தண்டனை வழங்கியதும் இதர சிப்பாய்கள் கிளர்ச்சியில் ஈடுபட்டார்கள். படைவீடுகளுக்குத் தீவைத்து, ‘தில்லி சலோ!’ என்னும் முழக்கத்துடன் கண்ணில்பட்ட ஒவ்வொரு ஐரோப்பியரையும் சுட்டுக் கொன்றார்கள்.

பழைய முகலாயத் தலைநகரை நோக்கி அணிவகுத்த சிப்பாய்கள் மே 11 காலையில் அங்கு சென்றனர். இரவுக்குள் நகரம் அவர்கள் கைக்கு வந்தது. முகலாய அதிகாரத்தின் பாரம்பரிய மையமான செங்கோட்டையில் இருந்த பகதூர் ஷா ஜாஃபர் அவர்களை வரவேற்றார். அப்போது அவர் பேரரசர் அல்லர்; வெறும் ‘தில்லி ராஜா’. ராணுவத் தலைவர் என்பதைவிட, தத்துவ ஞானி, கவிஞர் என்று சொல்லத்தக்கவரான பகதூர் ஷா கிளர்ச்சிக்குத் தார்மீக அனுமதியை வழங்கினார். அதற்கு மேல் அவர் எதுவும் செய்யவில்லை.

விவசாயிகள் தலைவர்களும் கிளர்ச்சியில் இணைந்து கொண்டார்கள். கலகக்காரர்கள் தில்லியிலும் மீரட்டிலும் இருந்த ஆங்கிலேயர்களின் பாதுகாப்பு அரண்களைத் தாக்கினார்கள். ஜூன் மாதத் தொடக்கத்தில் கிளர்ச்சி கான்பூரைச் சுற்றியுள்ள பகுதிகளுக்குப் பரவியது. ஐரோப்பியர்கள் அங்கே மிக மோசமாகப் படுகொலை செய்யப்பட்டார்கள். கடைசி

மராட்டிய பேஷ்வாவின் மகன் நானா சாஹேப் (1824–1859) கலகக்காரர்களுக்குத் தனது ஆதரவை அறிவித்தார். இரண்டு வார குண்டு வீச்சுக்குப் பிறகு அவர் ராணுவ முகாமிலிருந்து 400 பிரிட்டிஷ்காரர்கள் தப்பிச் செல்ல அனுமதித்தார். ஆனால் கங்கை நதியின் வழியாகச் செல்வதற்காக அவர்கள் குடியிருப்பாளர்கள் படகுகளில் ஏறியபோது சிப்பாய்களால் தாக்கப்பட்டார்கள். நானா சாஹேப் சுமார் 200 பெண்களையும் குழந்தைகளையும் மீட்டார். ஆங்கிலேயர்கள் தாக்கும்போது அவர்களிடம் பேரம் பேசப் பயன்படுத்துவதற்காக அவர்களை பீபிகர் அல்லது பெண்கள் இல்லத்தில் அடைத்துவைத்தார். ஆங்கிலேயர்களின் மீட்புப் படை கான்பூரில் குவிந்தபோது சிப்பாய்கள் பீபிகரைத் தாக்கி உள்ளே இருந்தவர்களைக் கொன்றார்கள். அவர்களது உடல்களை வெட்டிக் கிணற்றில் வீசினார்கள். 'அவர்களுடைய படுகொலை முறைகள் கொடூரமானவை என்பதைக் காட்டிலும் விகாரமானவை என்றுதான் சொல்ல வேண்டும். இந்தியாவில் இருந்த காலம்வரை ஆங்கிலேயர்களால் இந்த அட்டூழியத்தை மறக்கவே முடியவில்லை' என வரலாற்றாசிரியர் ஜான் கே விவரிக்கிறார்.

கிளர்ச்சியை அடக்குவதற்கு கேனிங் எடுத்த முயற்சிகள் பிரிட்டிஷ் துருப்புக்களின் பற்றாக்குறையால் தடைப்பட்டன. கிரிமியன் போரில் கலந்துகொள்வதற்காக ஆயிரக்கணக்கான ராணுவ வீரர்கள் இந்தியாவை விட்டுச் சென்றிருந்தார்கள். அவர்களின் இடத்தில் வேறு வீரர்களும் சேர்க்கப்படவில்லை. 1857இல் இந்தியாவில் வெறும் 45,000 பிரிட்டிஷ் வீரர்கள் மட்டுமே இருந்தார்கள். அவர்களில் பாதிப்பேர் பஞ்சாபில் இருந்தார்கள். வெவ்வேறு இராணுவப் பிரிவுகளுக்கிடையே யான தகவல்தொடர்புகள் மோசமாக இருந்தன. வட இந்தியாவின் பரந்த நிலப்பரப்பில் கிளர்ச்சிகள் வெடித்ததால் எல்லா இடங்களுக்கும் படைகளை அனுப்ப முடியவில்லை. படுகொலை நடந்த சில நாட்களுக்குப் பிறகு பிரிகேடியர் ஜெனரல் ஹென்றி ஹேவ்லாக் கான்பூரில் நானா சாஹேப்பைத் தோற்கடித்தபோதுதான் முதல் திருப்புமுனை ஏற்பட்டது.

கலகத்தால் பாதிக்கப்படாத பகுதிகளில் பணியில் இருந்தவர்களைப் பயன்படுத்தி ஆங்கிலேயர்களால் கிளர்ச்சியைத் தடுத்து நிறுத்த முடிந்தது. 1857 செப்டம்பரில் தில்லி மீண்டும் ஆங்கிலேயர் வசமான பிறகு ராணுவ நடவடிக்கைகளின் கவனம் லக்னோவிற்குத் திரும்பியது. பிரிட்டிஷ் கமிஷனர் ஹென்றி லாரன்ஸ், அகழிகளையும் கண்ணிகளையும் பயன்படுத்தி பிரிட்டிஷ் ரெசிடென்சியைப் பலப்படுத்தினார். அங்கே தங்கவைக்கப்பட்டிருந்த 855 பிரிட்டிஷ்

௸ 196 ௵ ஜான் ஜுபர்ஸிக்கி

அதிகாரிகளில், காபூலில் பின்வாங்கியவர்களில் தப்பிய ஒரே ஒருவரான டாக்டர் பிரைடனும் இருந்தார். 33 ஏக்கர் பரப்புள்ள வளாகத்தில் 1000க்கும் மேற்பட்ட பொதுமக்கள் – அவர்களில் பெரும்பாலோர் ஐரோப்பியர்கள் – தங்கவைக்கப்பட்டிருந்தார்கள். அந்த இடத்தின்மீது நடந்த முற்றுகையிலிருந்து பிரைடன் தப்பினார். ஆனால் லாரன்ஸால் தப்ப முடியவில்லை. அவருடைய அறையில் விழுந்த ஷெல் அவர் உயிரைப் பறித்தது. முற்றுகையைத் தகர்த்து உயிர் பிழைத்தவர்களைப் பாதுகாப்பாக மீட்க இரண்டு மீட்புப் படைகள் தேவைப்பட்டன.

ஜான்சி ராணி லட்சுமி பாயின் (1828–1858) வீரத்திற்காக இந்தியர்கள் இன்றளவிலும் அவரைப் போற்றுகிறார்கள். வாராணசியில் பிறந்த இவர் சிறு வயதிலிருந்தே குதிரைச் சவாரியிலும் வாள்வீச்சிலும் சிறந்து விளங்கினார். ஜான்சியின் அரச குடும்பத்தில் திருமணம் செய்துகொண்ட அவருக்குக் குழந்தை பிறப்பதற்கு முன்பே அவரது கணவர் இறந்துவிட்டார். வாரிசு இல்லாததால் அவரே ஆட்சிப் பொறுப்பை ஏற்றுக் கொண்டார். இளம் விதவையான அவருடைய ஆட்சித் திறன்மீது உள்ளூர் பிரிட்டிஷ் பிரதிநிதி நம்பிக்கை தெரிவித்தபோதிலும், வாரிசுரிமைக் கோட்பாட்டின் கீழ் ஜான்சி ஆங்கில ஆட்சியுடன் இணைக்கப்பட்டது. கிளர்ச்சி வெடித்தபோது, கிளர்ச்சியாளர்கள் 'நேராக நரகத்திற்கு'த்தான் போவார்கள் என்று தான் கருதுவதாகக் கூறினார். ஆனால் 1858ஆம் ஆண்டின் முற்பகுதியில் பம்பாயிலிருந்து ஆங்கிலப் படைகள் ஜான்சியை நோக்கி முன்னேறியபோது நானா சாஹேப்பின் ஆதரவாளரான தாந்தியா தோபேயுடன் (1814–1859) இணைந்து போராட முடிவுசெய்தார். ஆங்கிலேயர்கள் ஜான்சியை முற்றுகையிட்டதும் லட்சுமி பாய் தானே தன் படைக்குத் தலைமைதாங்கிப் போரிட்டார். பிறகு மாறுவேடம் தரித்த அவர் தன் குதிரையின் மீது அமர்ந்தபடி கோட்டையைத் தாண்டிக் குதித்துத் தப்பியதாகச் சொல்லப்படுகிறது. ஜூன் 1858இல் லட்சுமிபாயும் தோபேயும் குவாலியரின் அசைக்க முடியாத கோட்டையைக் கைப்பற்றி அங்கிருந்தபடி போரிடத் தீர்மானித்தார்கள். ஆனால் மூன்று வாரங்கள் மட்டுமே கோட்டையைக் காப்பாற்ற முடிந்தது. ஆங்கிலேயர்கள் பொழிந்த குண்டு மழையில் சிக்கி லட்சுமி பாய் உயிரிழந்தார். குவாலியரின் வீழ்ச்சி கிளர்ச்சியின் முக்கியக் கட்டத்தின் முடிவைக் குறித்தது.

கிளர்ச்சியாளர்கள் தங்கள் படைகளை ஒன்றிணைத்துப் பஞ்சாபையும் தக்காணத்தையும் கைப்பற்ற முடிந்திருந்தால் அவர்கள் இந்திய மண்ணிலிருந்து ஆங்கிலேயர்களை விரட்டியடித்திருக்கலாம். மாறாக, சிதறுண்ட பல்வேறு

ஏழுச்சிகளின் ஒட்டுவேலையாகக் கிளர்ச்சி அமைந்திருந்தது. 1859ஆம் ஆண்டு ஜூலை 8ஆம் தேதிதான் அமைதி திரும்பியதாக கேனிங்கால் அறிவிக்க முடிந்தது.

குதிரைமீது ஏறிக் கையில் வாளை ஏந்தி எதிரிகளின் படையினூடே பாய்ந்து சென்ற ஜான்சி ராணி லட்சுமி பாய் சுதந்திரப் போராட்டத்தின் அடையாளமாக மாறினார்.

பிரிட்டிஷ்காரர்களின் பழிவாங்கல்கள் கடுமையாக இருந்தன. பழிவாங்குவதுதான் அன்றைய நடைமுறை. விசாரணையற்ற மரண தண்டனை என்பது நடைமுறையானது. கலகக்காரர்கள் சில சமயங்களில் பீரங்கிகளின் வாயில் கட்டப்பட்டு அவர்கள் உடல்கள் துண்டு துண்டாகச் சிதறடிக்கப்பட்டன. சில கலகக்காரர்களை ஐரோப்பியர்களைக் கொன்ற தரையில் சிந்தியிருந்த இரத்தத்தை நக்கச் செய்தனர். அவரவர் மதத்தைப் பொறுத்து, தூக்கிலிடுவதற்கு முன்பு கிளர்ச்சியாளர்கள் சிலரது தொண்டையில் மாட்டிறைச்சி அல்லது பன்றி இறைச்சியை அடைத்தார்கள். கலகக்காரர்களை ஆதரித்ததற்காக பகதூர் ஷா ஜாஃபர் விசாரணைக்கு உட்படுத்தப்பட்டுப் பிறகு ரங்கூனில் வீட்டுக் காவலில் வைக்கப்பட்டார். ஆங்கிலேயர்கள் அவருக்குக் காகிதமோ எழுதுகோலோ தர மறுத்தாலும் கரியைப் பயன்படுத்திச் சுவர்களில் கவிதைகளை எழுதினார். பகதூர் ஷா 1862இல்

தொண்டையில் ஏற்பட்ட முடக்குவாதத்தால் இறந்தார். ஷ்வேடகன் பகோடாவுக்கு அருகிலுள்ள ஒரு வளாகத்தில் எந்தப் பெயர் குறிப்புமில்லாமல் ஒரு கல்லறையில் அவர் புதைக்கப்பட்டார்.

முடிவின்றித் தொடர்ந்த நிர்வாக முரண்பாடு

கிளர்ச்சி முடிவடைவதற்கு முன்பே பிரிட்டன் நாடாளுமன்றம் அதற்கான காரணங்களை விசாரிக்க அரசவை விசாரணைக் குழுவை அமைத்தது. பீல் கமிஷன் என அறியப்பட்ட இந்தக் குழு ராணுவப் படைகளில் ஐரோப்பியத் துருப்புக்களின் எண்ணிக்கையைக் கணிசமாக அதிகரித்து, உள்ளூர்ச் சிப்பாய்களின் விகிதத்தைக் குறைக்க வேண்டும் எனப் பரிந்துரைத்தது. கிளர்ச்சி தொடங்கிய வங்காளத்தில் இரண்டு இந்தியச் சிப்பாய்களுக்கு ஒரு பிரிட்டிஷ் சிப்பாய் என்ற விகிதம் அமலில் இருந்தது. பம்பாய், மதராஸ் மாகாணங்களில் மூன்று இந்தியச் சிப்பாய்களுக்கு ஒரு பிரிட்டிஷ் சிப்பாய் என்ற விகிதம் அமலில் இருந்தது. நடுநிலை வகித்த அல்லது ஆங்கிலேயர்களுக்கு ஆதரவாக இருந்த பகுதிகளில் இருப்பவர்களுக்கு ஆட்சேர்ப்பில் சலுகை அளிக்கலாம் என்றும் பரிந்துரைத்தது. எதிர்காலத்தில் சிப்பாய்கள் கூட்டணி அமைக்கக்கூடிய வாய்ப்பைத் தவிர்ப்பதற்காக, உள்ளூர்ச் சிப்பாய்களைக் கொண்ட படைப்பிரிவுகள் வெவ்வேறு தேசிய இனங்களையும் சாதிகளையும் கொண்டதாக இருக்க வேண்டும் என்றும் இந்தக் குழு பரிந்துரைத்தது. அத்தகைய சீர்திருத்தங்களுக்கு அழுத்தம் கொடுத்தவர்களில் பம்பாயின் ஆளுநரான மவுண்ட்ஸ்டுவர்ட் எல்பின்ஸ்டோனும் ஒருவர். பிரித்து ஆளுதல் என்பது பழைய ரோமானியக் கோட்பாடு, அதுவே நம்முடைய வழியாக இருக்க வேண்டும் என்றார் அவர். அதற்குப் பிந்தைய பிரிட்டிஷ் கொள்கைகளில் இந்த வழிமுறை மிகவும் பரவலாகப் பயன்படுத்தப்பட்டது. ஆங்கிலேய ஆட்சியாளர்கள் முஸ்லிம்களுக்கும் இந்துக்களுக்கு மிடையே பிளவை ஏற்படுத்தினார்கள். இதுவே 1947இல் துணைக்கண்டத்தின் பிரிவினைக்கு வழிவகுத்தது.

நீண்டகாலமாகவே கிழக்கிந்தியக் கம்பெனிக்கு எதிராக நடவடிக்கை எடுக்க வேண்டும் எனக் கருதிவந்த பிரிட்டிஷ் அரசுக்கு 1857ஆம் ஆண்டு நிகழ்வுகள் பல வழிகளில் உரிய வாய்ப்பாக அமைந்தது. பிரிட்டிஷ் வரலாற்றாசிரியர் பெர்சிவல் ஸ்பியர் குறிப்பிடுவதுபோல, கம்பெனி இந்தியர்களின் கருத்தை மதிப்பிடத் தவறிவிட்டது; அது செயலற்றதாகவும் பின்தங்கியதாகவும் இருந்தது. காலத்திற்கு ஒவ்வாத நிர்வாக

முரண்பாட்டினை முடிவுக்குக் கொண்டுவருவதற்கு ஏற்ற வழியாக இந்தக் கிளர்ச்சி அமைந்தது. கிளர்ச்சிக்கு வித்திட்ட குறைகளை அதிகரிப்பதில் கம்பெனிக்கு இருந்த பங்கு குறித்து இங்கிலாந்து மக்களிடையே இருந்த கோபமும் வளர்ந்துவந்தது. இதன் விளைவாக, இந்தியாவை ஆளும் விதம் முழுமையாக மாற்றியமைக்கப்பட்டது. 1888இல் நாடாளுமன்றத்தில் நிறைவேற்றப்பட்ட இந்திய அரசாட்சிச் சட்டம் அதிகாரத்தைக் கிழக்கிந்தியக் கம்பெனியிடமிருந்து முடியரசுக்கு மாற்றியது. கம்பெனியின் வர்த்தகம் 1874இல் மூடப்பட்டது. 'அதற்குரிய கௌரவமோ புகழோ கிடைக்கவில்லை. அதே சமயம் அதன் முடிவுக்காக யாரும் அழவில்லை என்றும் சொல்ல முடியாது' 2010இல் ஆடம்பர உணவுப் பொருள் வர்த்தக நிறுவனமாக லண்டனில் இந்நிறுவனம் மீண்டும் தொடங்கப்பட்டது.

மகாராணியின் பிரகடனம்

1858, நவம்பர் 1 அன்று விக்டோரியா மகாராணி ஒரு பிரகடனத்தை வெளியிட்டார். இந்தியா எவ்வாறு நிர்வகிக்கப் படும் என்பதற்கான அறிக்கை இதன் ஒரு பகுதி. இந்தியாவில் பிரிட்டிஷ் ஆட்சிக்கு மீண்டும் அச்சுறுத்தல் ஏற்படாமல் இருப்பதை உறுதிப்படுத்துவதற்கான தடுப்பு நடவடிக்கைகள் இன்னொரு பகுதி. 'இந்தியர்களின் வளம் எங்கள் வலிமை; அவர்களின் திருப்தி எங்கள் பாதுகாப்பு' என்று தொடங்கிய அந்தப் பிரகடனம், பல மொழிகளில் மொழியாக்கம் செய்யப்பட்டு அனைத்து முக்கிய இந்திய நகரங்களிலும் சிறுநகரங்களிலும் வெளியிடப்பட்டது. இந்தியர்களின் நம்பிக்கைகளிலும் சடங்குகளிலும் – அவை எவ்வளவு 'வெறுக்கத்தக்கவை'யாகவும் 'பழமையானவை'யாகவும் இருந்தாலும் – தலையிடாதிருக்குமாறு பிரிட்டிஷ் அதிகாரிகளுக்கு பிரிட்டிஷ் அரசு உத்தரவிட்டது. 'நம்முடைய நம்பிக்கைகளை நமது குடிமக்கள்மீது சுமத்தும் ஆசையை' விக்டோரியா ஏற்கவில்லை என்றது அந்தப் பிரகடனம். ஆங்கிலேயத் தன்மையை இந்தியாவில் கொண்டு வருவதற்காக அரை நூற்றாண்டுக்கு முன்பு மெக்காலே போன்றோர் மிகவும் ஆர்வத்துடன் முன்னெடுத்த முயற்சிகள் இதன் மூலம் முடிவுக்குக் கொண்டுவரப்பட்டன.

வாரிசுரிமை இல்லாத அரசுகளைக் கையகப்படுத்திக் கொள்ளும் கொள்கையும் அகற்றப்பட்டது. 'தங்கள் வசம் இருக்கும் பிராந்தியங்களை அதிகரித்துக்கொள்ள ஆங்கிலேயர்கள் விரும்பவில்லை' என்று ராணியின் பிரகடனம் அறிவித்தது. சமஸ்தானங்களைக் கலைப்பதற்குப் பதிலாக, அவற்றின் ஆட்சியாளர்களைக் கூட்டாளிகளாக மாற்றுவதற்கான

உத்தரவு பிறப்பிக்கப்பட்டது. சுமார் 560 சமஸ்தானங்கள் பகுதிளவு சுதந்திரத்தை அனுபவிக்கும். தினசரி நிர்வாகம் உள்ளூர் ஆட்சியாளர்களின் மூலம் நடக்கும். ஆனால் பிரிட்டிஷ் ரெசிடென்ட்களும் அரசியல் முகவர்களும் அவர்களைக் கண்காணித்துவருவார்கள். வெளியுறவு, பாதுகாப்புக் கொள்கை ஆகியவை பிரிட்டிஷ் அரசிடம் இருக்கும்.

1857ஆம் ஆண்டில் அவத் நகரில் இருந்த நில உடமையாளர்களின் நிலங்கள் அபகரிக்கப்பட்டன. அதுபோல நிலம் அபகரிக்கப்பட்டவர்கள் தங்களுடைய உடைமைகளைத் தங்களுக்கே சொந்தமாக வைத்துக்கொள்ள இப்போது அனுமதி அளிக்கப்பட்டது. ஆங்கில அரசு அவர்களை உள்ளூர் நீதிபதிகளாக ஆக்கியது. ராஜா, ராய் ஆகிய பெயர்களைக் கொண்ட நிர்வாகப் பதவிகளில் இந்தியர்கள் நியமிக்கப் பட்டார்கள். இவர்களைக் கொண்ட புதிய நிர்வாக அமைப்பை இதன் மூலம் உருவாக்கியது. அமைச்சரவையின் இலாகா ஒன்று இந்திய விவகாரங்களை மேற்பார்வையிட்டது. இந்தியாவுக்கான செயலர் லண்டனை மையமாகக் கொண்டு செயல்பட்டார். கவர்னர் ஜெனரல்கள் வைஸ்ராய் ஆனார்கள். உலக மக்கள்தொகையில் ஆறில் ஒரு பங்கை ஆளும் வகையில் இவர்களுக்கு முழுமையான அதிகாரம் வழங்கப்பட்டது. ஆண்டுக்கு 25,000 பவுண்டுகள் என்று அவர்களுக்கான சம்பளமும் கணிசமாக இருந்தது. பிரிட்டனில் பணிபுரியும் எந்தவொரு பொது அதிகாரியின் சம்பளத்தைக் காட்டிலும் இது அதிகம்.

தங்கள் நாட்டின் நிர்வாகத்தில் பங்கேற்க இந்தியர்களுக்கு உரிமை உண்டு என்றும் விக்டோரியா ராணி அறிவித்தார். ஒவ்வொருவரும் தத்தமது 'கல்வி, திறமை, நேர்மை' ஆகியவற்றுக்கு ஏற்ற வகையில் இந்தியக் குடிமைப் பணியில் பதவிகளை வகிக்கலாம் என்றார். இந்தச் சலுகை மிகுதியும் ஏட்டளவிலேயே இருந்தது. இந்தப் பதவிகளுக்கான போட்டித் தேர்வுகள் இந்தியர்களுக்கு வசப்படாத உயர் தரமான ஆங்கிலத்தில் நடத்தப்பட்டன. பரீட்சை எழுதுவதற்கு லண்டனுக்குச் செல்வதற்கான செலவை மிகமிகக் குறைவானவர்களாலேயே ஏற்க முடியும். 1870இல் இந்தியக் குடிமைப் பணியில் ஒரே ஒரு இந்தியர் மட்டுமே இருந்தார்.

இனவாத மேட்டிமை உணர்வுடன் ஆங்கிலேயர்கள் இந்தியாவை அணுகும் போக்கு 1857ஆம் ஆண்டின் எச்சமாக நீடித்தது. போரில் இறந்த ஆங்கிலேயர்களுக்கு தில்லி, கான்பூர், லக்னோவில் நினைவுச் சின்னங்கள் முளைத்தன. ஆனால் பின்னாளில் நேரு கூறியதுபோல, உயிரிழந்த இந்தியர்கள் யாருக்கும் எந்த நினைவுச் சின்னமும் இல்லை.

1901இல் இந்தியாவில் கிட்டத்தட்ட 170,000 ஐரோப்பியர்கள் இருந்தனர், அவர்களில் 90 சதவீதம் பேர் ஆங்கிலேயர்கள். இவர்களில் பாதிப்பேர் ராணுவ வீரர்களும் அவர்களது குடும்பத்தினரும். மீதமுள்ளவர்கள் ரயில்வேயிலும் தேயிலை, காபித் தோட்டங்களிலும் பணிபுரிந்தார்கள். வணிக உரிமையாளர்களாக அல்லது ஜவுளி முதலான தொழில்களில் இடைநிலை நிர்வாகிகளாகப் பணிபுரிந்தார்கள். 'கிளப்' எனப்படும் இடங்கள் இவர்களுக்கான சமூக வாழ்க்கையின் மையமாக இருந்தன. 'உள்ளூர்' சமூகத்திடமிருந்து விலகியிருப்பதற்கான வழியாக இது இருந்தது. நடன நிகழ்ச்சிகள், நாடகங்கள், புல்வெளி விருந்துகள் நிகழ்ச்சிகள், டென்னிஸ், போலோ முதலான போட்டிகள் ஆகியவை இந்தக் கிளப்களில் நடைபெற்றன. ஆங்கிலேயர்களின் இரண்டாவது இல்லமாக விளங்கிய இந்த கிளப்களில் ரோஜா, பெட்டூனியாக்கள் ஆகியவை நிறைந்த தோட்டங்கள் இருந்தன. வெப்பமண்டலப் பகுதிகளில் அரிதாகவே உயிர்வாழும் தாவர இனங்கள் இவை. இங்கிருந்த சமையலறைகள் ஆங்கிலோ-இந்திய உணவு வகைகளைத் தயாரித்து வழங்கின. ஃப்ரீமேசன் லாட்ஜ்களைத் தவிர்த்து, இந்தக் கிளப்களில் இந்தியர்கள் செல்வதற்குத் தடை இருந்தது.

தங்கள் வீடுகளில் வேலை செய்யும் வேலையாட்களைத் தவிர இதர இந்தியர்களுடன் சாதி, இனம் சார்ந்த தடைகள் காரணமாகப் பழக முடியாத நிலையில் இருந்த ஐரோப்பியப் பெண்கள் பலரும் இந்தியாவில் தனிமையையே உணர்ந்தார்கள். இந்தியா அவர்களுக்கு ஏமாற்றமளிக்கும் நாடாகவே இருந்தது. பயண எழுத்தாளர் ஃபேனி பார்க்ஸ் போன்ற சிலரோ, 'இந்தியாவில் அலைந்து திரிவதில் உள்ள இன்ப'த்தை அனுபவித்து, இந்தியாவின் நிலத்தையும் அதன் மக்களையும் பற்றிய தெளிவான விவரணைகளைத் தந்திருக்கிறார்கள். பார்க்ஸ் போன்றோர் விதிவிலக்கு. விக்டோரியா மகாராணியின் மகன் டியூக் ஆஃப் வின்ட்சர் (பிற்காலத்தில் எட்டாம் எட்வர்டாக (1841–1910) அறியப்பட்டவர்) 1875–1876இல் மேற்கொண்ட இந்தியச் சுற்றுப் பயணத்தின்போது தான் சந்தித்த பல பிரிட்டிஷ்காரர்களின் முரட்டுத்தனமான நடத்தையால் அதிர்ச்சியடைந்தார். குறிப்பாக, இந்தியர்களைப்பற்றி அவர்கள் குறிப்பிட்ட விதம் அவரைப் புண்படுத்தியது. 'இந்தியர்களில் பலர் "நிகார்கள்" என்ற இனங்களிலிருந்து தோன்றியவர்கள்' என்று சொன்னார்கள் (இந்தியர்கள் கறுப்பு இன மக்கள் என்று பொருள்படும் பேச்சு இது). குடிமைப் பணிகளில் இந்தியர்களின் பங்கு 6 சதவீதத்தைத் தாண்டவே இல்லை. அப்போது நிலவிய இனவெறியைக் கருத்தில்கொண்டு பார்க்கையில் இதன் காரணத்தை எளிதில் புரிந்துகொள்ளலாம்.

ஜான் ஜுபர்ஸிக்கி

இந்தியக் குடிமக்கள் 'எனது ஆட்சியின் கீழ் மகிழ்ச்சியாக இருக்கிறார்கள், எனது சிம்மாசனத்திற்கு விசுவாசமாக இருக்கிறார்கள்' என்று 1876ஆம் ஆண்டில் ராணி பிரிட்டிஷ் நாடாளுமன்றத்தில் அறிவித்தார். இந்தியப் பிரதமர் பெஞ்சமின் டிஸ்ரேலியின் ஆலோசனையின் பேரில், அவர் 'இந்தியாவின் பேரரசி' என்ற பட்டத்தையும், தனது இந்தியக் குடிமக்களின் நலனுக்காக 'கெய்சர்-இ-ஹிந்த்' என்ற பட்டத்தையும் ஏற்றுக்கொண்டார். இந்தப் பட்டத்தைப் பரிந்துரைத்தவர் ஹங்கேரிய கீழைத்தேயவியலாளர் ஜி.டபிள்யூ. லீட்னர். ரோமானிய 'சீசர்', ஜெர்மானிய 'கெய்சர்', ரஷ்யாவின் 'ஜார்' ஆகிய ஏகாதிபத்தியப் பட்டங்களை ஒருங்கிணைக்கும் பட்டமாக இருப்பதால் அவர் இதைப் பரிந்துரைத்தார். தவிர, இது தவறாக உச்சரிக்கப்படுவதற்கான வாய்ப்புகள் குறைவு. இந்தப் புதிய பட்டத்தை உறுதிப்படுத்த, வைஸ்ராய் லிட்டன் பிரபு (1831–1891) 1877 ஜனவரியில் தில்லியில் அதிகாரப்பூர்வமான கூட்டமொன்றைப் பெரும் செலவில் ஏற்பாடுசெய்தார். அந்தக் கூட்டத்தில் கலந்துகொண்ட 84,000 பேரில் அறுபத்து மூன்று அரசர்கள், நூற்றுக்கணக்கான தலைவர்கள், பிரபுக்கள், பகதூர் ஷா ஜாஃபர் குடும்பத்தின் முன்னாள் உறுப்பினர்கள் ஆகியோர் இருந்தார்கள். நன்கு அலங்கரிக்கப்பட்டு அற்புதமாக ஜொலித்த கிரீடம் மகாராணிக்குப் பதிலாக ஆசனத்தில் வீற்றிருந்தது. 'இங்கிலாந்துடனான இந்தியாவின் இணைப்பை இனி ஒருபோதும் பிரிக்க முடியாது என்பது உறுதிப்படுத்தப்பட்டுள்ளது' என்று அதிகாரிகள் அறிவித்தார்கள்.

பிரிக்க முடியாத இந்த இணைப்பு 1869ஆம் ஆண்டில் சூயஸ் கால்வாய் திறக்கப்பட்டதன் மூலம் மேலும் நெருக்கமானது. இந்தியாவிற்கும் இங்கிலாந்துக்கும் இடையிலான பயண நேரத்தில் இந்தக் கால்வாய் இரண்டு வாரம் குறைத்தது. ஓராண்டுக்குப் பிறகு இரு நாடுகளும் கடலுக்கடியில் தந்தி கேபிள் மூலம் இணைக்கப்பட்டன. இது தகவல் தொடர்புகளில் புரட்சியை ஏற்படுத்தியது. பொதுப்பணிகள் அதிக முக்கியத்துவம் பெற்றன. 1860இல் 13,500 கிலோமீட்டராக இருந்த ரயில் பாதை 1890இல் 25,500 கிலோமீட்டராக விரிவடைந்தது. கங்கைக் கால்வாய் உள்ளிட்ட பெரிய கட்டுமானத் திட்டங்களின் காரணமாகப் பாசனத்திற்குட்பட்ட நிலத்தின் அளவு வேகமாக அதிகரித்தது. 1891ஆம் ஆண்டில் ஒரு கோடி ஏக்கருக்கும் அதிகமான நிலம் பாசனத்தின் கீழ் வந்தது. 28.50 கோடி இந்திய மக்கள்தொகையில் எட்டில் ஒரு பகுதியினரின் வாழ்வாதாரமாக இது விளங்கியது.

இந்தியாவில் பிரிட்டிஷ் ஆட்சியை நிலைநிறுத்துவதுதான் இந்த உள்கட்டமைப்பு வசதிகளின் நோக்கம் என்றால்,

அது தோல்வியடைந்தது. ஜான் வில்சன் என்ற அறிஞர் குறிப்பிடுவதுபோல, ரயில்வேயோ கால்வாய்களோ சாதாரண இந்தியர்கள்மீது பெரிய தாக்கம் எதையும் ஏற்படுத்தவில்லை. பஞ்சாபில் புதிய குடியேற்றங்கள் அல்லது பாசனப் பகுதிகள் உருவாக்கப்பட்டன. ஆனால் உற்பத்தியில் தொடக்கத்தில் ஏற்பட்ட வளர்ச்சியைத் தொடர்ந்து விவசாய உற்பத்தி நீண்ட சரிவைக் கண்டது. அதேபோல, கனரக சரக்குகளை ஏற்றிச் செல்வதற்குக் மாட்டு வண்டிகளுடன் ரயில்வேயால் போட்டிபோட முடியவில்லை. மனிதர்கள் இயக்கும் ஆற்றுப் போக்குவரத்து நீராவியில் இயங்கும் கப்பல்களைவிட மலிவாக இருந்தது. 'ஒட்டுமொத்தச் சமூகத்தின் நலனுக்காக இந்தியர்களின் உற்பத்திச் செயல்பாடுகளை ஒருங்கிணைக்கக்கூடிய அரசியல் தலைமை இல்லாததால், 1840களிலும் 1850களிலும் நவீனத்துவத்தின் தீர்க்கதரிசிகளால் முன்வைக்கப்பட்ட "முன்னேற்றம்" சார்ந்த கனவுகள் கானல் நீராகிப்போயின' என வில்சன் எழுதுகிறார்.

1870களிலும் 1890களிலும் நீடித்த வறட்சியின் காரணமாகப் பயிர்கள் பாழாகிப்போனதால் ஏற்பட்ட தொடர்ச்சியான கடும் பஞ்சத்தை இந்தப் பாசனக் கால்வாய்களால் தடுக்க முடியவில்லை. 1877ஆம் ஆண்டின் பஞ்சம், தக்காணத்தில் 55 லட்சம் உயிர்களைப் பலிகொண்டது. இந்தச் சமயத்தில்தான் லிட்டன் பகட்டான அசெம்ப்ளேஜை நடத்தினார். பழமையான பிரிட்டிஷ் மரபு சார்ந்த சிந்தனைகளில் ஊறிய லிட்டன் தடையற்ற சந்தை சக்திகள்தான் சிக்கலைத் தீர்க்கச் சிறந்த வழி என்று நம்பினார். பஞ்சத்தின்போது தானியங்கள் தொடர்ந்து ஏற்றுமதி செய்யப்பட்டன. தக்காணத்தின் விவசாயிகளிடமிருந்து வரி வசூலிக்க வேண்டும் என்று லிட்டன் வலியுறுத்தினார். இதையெல்லாம் பார்த்த இந்தியன் ஹெரால்டின் ஆசிரியர் 'ஆட்சியாளர்களின் அரசியல் பொருளாதாரக் கோட்பாட்டிற்காக லட்சக்கணக்கானவர்கள் இறந்தார்கள்' என்று எழுதினார். இரண்டாம் ஆப்கானியப் போரில் பிரிட்டனைச் சிக்கவைக்கும் தனது மோசமான முடிவால் திசைதிருப்பப்பட்ட லிட்டன், இந்தியாவிலும் வெளிநாட்டிலும் உள்ள செய்தித்தாள்களில் எலும்பும் தோலுமாக இருந்த கிராமவாசிகளின் படங்கள் வெளியானதைக் கண்டு அசரவில்லை. 'துயரம் இருக்கிறது என்பதற்காக நிவாரணப் பணிகளைத் தொடங்கிவிட முடியாது' என்று அறிவித்தார். பஞ்சம் குறித்து அரசு நியமித்த ஆணையம் ஒரு அறிக்கையை வெளியிட்டது. அது வெறும் கண்துடைப்பு என்று பரவலாக விமர்சிக்கப்பட்டது. பஞ்சத்தைத் தடுக்கத் தவறியதற்காகவும்,

நெருக்கடியைத் தவறாகக் கையாண்டதற்காகவும் அது அரசாங்கத்தைக் குற்றம்சாட்டவில்லை. அதைவிட முக்கியமாக, பேரழிவு மீண்டும் நிகழாமல் தடுப்பதற்கான நடைமுறை சார்ந்த நடவடிக்கைகள் எதுவும் அறிக்கையில் இல்லை.

1877இல் ஏற்பட்ட பஞ்சத்தின் கொடூரம் பத்திரிகையாளர்கள் மூலமாகவும் மிஷனரிகள் எடுத்த புகைப்படங்கள் மூலமாகவும் இங்கிலாந்து மக்களின் கவனத்திற்கு வந்தது.

விக்டோரியா மகாராணி தனது குடிமக்கள் மகிழ்ச்சியாகவும் விசுவாசமாகவும் இருப்பதாக அழுத்தமாகக் கூறியதற்கும் நடைமுறை யதார்த்தங்களுக்கும் இடையே உள்ள வேறுபாடு கவனிக்கப்படாமல் போகவில்லை. ஏகாதிபத்திய எதிர்ப்புக் கிளர்ச்சிகள் வெடித்தெழும் நிலையில் இருந்தன. 'இந்தியாவின் முதல் புரட்சியாளர்' என்று பெயர் பெற்ற வாசுதேவ் பல்வந்த் ஃபட்கே (1845–1883), புனேவைச் சுற்றியுள்ள கிராமப்புறங்களில் இந்தியாவிற்குச் சுதந்திரம் கோரித் தாழ்த்தப்பட்ட பழங்குடியினர் நடத்திய போராட்டத்திற்குத் தலைமை தாங்கினார். ஃபட்கே 1879இல் கைது செய்யப்பட்டுத் தண்டனைக் கைதியாக ஏடனுக்கு அனுப்பப்பட்டார். அவர் 1883இல் சிறையிலிருந்து தப்பினாலும் விரைவில் பிடிபட்டார். சிறையில் உண்ணாவிரதப் போராட்டம் மேற்கொண்டு பிறகு இறந்துபோனார். இந்த உண்ணாவிரதப் போராட்டம் அடுத்த சில பத்தாண்டுகளில் பிரிட்டிஷ் ஆட்சிக்கு எதிரான சக்திவாய்ந்த ஆயுதமாக உருவெடுத்தது.

1890களின் பிற்பகுதியில் மகாராஷ்டிரத்திலும் வங்காளத்திலும் புரட்சிகர சங்கங்கள் அமைக்கப்பட்டன. பிரிட்டனின் விசுவாசமான அரசு ஊழியர்கள்கூட எதிர்காலத்தில் தவிர்க்க முடியாமல் ஏற்படக்கூடிய பஞ்சங்களைப் பற்றிய கவலையில் ஆழ்ந்தார்கள். பெருகிவரும் அதிருப்தி மீண்டும் முழு அளவிலான கிளர்ச்சியாக வெடிப்பதைத் தடுக்கக்கூடிய பாதுகாப்பு ஏற்பாட்டின் தேவை குறித்தும் அவர்கள் கவலையடைந்தார்கள்.

ஜான் ஜுபர்ஸிக்கி

8

விடுதலையை நோக்கிய நெடும்பாதை

இந்தியாவின் விடுதலை இயக்கம் மகாத்மா காந்தி, ஜவஹர்லால் நேரு, முகம்மது அலி ஜின்னா ஆகிய மாபெரும் ஆளுமைகளுடன் தொடர்புகொண்டது. ஆயினும், 1947இல் 34 கோடி மக்களை 'விதியுடன் ஒரு சந்திப்பு' நிகழ்த்த வழிவகுத்த இந்திய தேசிய காங்கிரஸைத் தோற்றுவித்தவர் ஒரு ஆங்கிலப் பறவையியலாளர்.

ஸ்காட்லாந்தைச் சேர்ந்த அச்சமற்ற சீர்திருத்தவாதியான ஜேம்ஸ் ஹியூமின் மகன் ஆலன் ஆக்டேவியன் ஹியூம் (1829–1912). 1849இல் அவர் இந்தியாவுக்கு வந்தபோது அவருக்கு இருபது வயது. வங்காளக் குடிமைப் பணியில் வேகமாக மேலிடத்திற்கு உயர்ந்தார். கான்பூர் அருகே இடாவாவில் மாவட்ட நீதிபதியாகப் பணியாற்றிய போது 1857 கிளர்ச்சியில் பங்கு பெற்ற சிப்பாய்களுக்கு மரண தண்டனை வழங்குவதற்கு அவர் காட்டிய தயக்கம் மிதமான போக்குக் கொண்ட நியாயமான மனிதர் என்னும் பெயரை அவருக்குப் பெற்றுத் தந்தது. அவருடைய வார்த்தைகளிலேயே சொல்வதானால் ஹியூம், 'பாதுகாப்பற்ற உணர்வும் உணர்ச்சிவசப்படும் தன்மையும், பணிந்துபோகாத இயல்பும் கொண்ட அதிகாரி'யாக இருந்தார். இந்தக் குணங்கள்தாம் அவரைக் குடிமைப் பணியிலிருந்து கீழே இறக்கின. அதிகாரிகளுக்குரிய தளைகளிலிருந்து விடுதலைபெற்ற அவர் பறவைகளுடன் அதிக நேரம் செலவிட்டுப்

பறவைகள் தொடர்பான நிபுணராக ஆகிவிட்டார். சிம்லாவின் மலைப் பகுதியில் கிட்டத்தட்ட ரோத்னி கேஸில் என்னும் மையத்தை அமைத்து 80,000 பறவைகளின் தோல்களையும் கூடுகளையும் அங்கே சேகரித்துவைத்திருந்தார். பின்னாளில் அவற்றையெல்லாம் லண்டனில் உருவான நேச்சுரல் ஹிஸ்ட்ரி மியூசியம் என்னும் இயற்கை அருங்காட்சியகத்திற்கு நன்கொடையாகக் கொடுத்துவிட்டார்.

1883இல் நிறைவேற்றப்பட்ட இல்பர்ட் மசோதாதான் இந்திய தேசிய காங்கிரஸ் உருவாகக் காரணமாக அமைந்தது. இந்திய நீதிபதிகள் ஆங்கிலேயர்கள் மீதான குற்றச்சாட்டுக்களை விசாரிக்க இந்த மசோதா வகைசெய்தது. இந்த மசோதா 'ஆளும் வர்க்கம்' என்ற முறையில் தங்களுடைய அந்தஸ்தை நிரந்தரமாகக் காலிசெய்துவிடும் என்பதால் ஐரோப்பியர்கள், குறிப்பாக அவுரி தோட்ட முதலாளிகளும் வர்த்தகர்களும் கோபமடைந்தார்கள். 'வெள்ளையர் கிளர்ச்சி' உருவாக்கக்கூடும் என்ற அச்சத்தையும் இது தோற்றுவித்தது. இந்த மசோதாவிற்கு ஐரோப்பியர்கள் ஆற்றிய எதிர்வினையால் கோபம் கொண்டவர்களில் ஹியூமும் ஒருவர். 1883இல் வைஸ்ராய் டஃப்ரின் பிரபுவின் (1862–1902) ஆசியுடன் கல்கத்தா பல்கலைக்கழகத்தின் பட்டதாரிகளுக்கு ஹியூம் ஒரு கடிதம் எழுதினார். தேசிய அங்கீகாரம் பெறுவதற்கான கூட்டமைப்பை நிறுவும்படி அவர்களைக் கேட்டுக்கொண்டார். படித்த இந்தியர்களின் அந்த அமைப்பானது இந்தியாவில் பெருகிவரும் அதிருப்திக்கான வடிகாலாகவும் செயல்பட வேண்டும் என்று அவர் குறிப்பிட்டார்.

1885, டிசம்பர் 28 அன்று பம்பாயில் இந்திய தேசிய காங்கிரஸின் தொடக்கக் கூட்டம் நடைபெற்றது. அழைப்பின் பேரில் கலந்துகொண்ட 72 பிரதிநிதிகள் பிரிட்டிஷ் மணிமுடிக்கு விசுவாசமாக இருப்போம் என உறுதியளித்தார்கள். 'அரசின் அடித்தளம் விரிவுபடுத்தப்பட்டு மக்களுக்கும் அதில் முறையான, உரிமையுள்ள பங்கு கிடைக்க வேண்டும்' என்பதே அவர்களுடைய முக்கியக் கோரிக்கை. இதே காங்கிரஸ் 44 ஆண்டுகளுக்குப் பிறகு இங்கிலாந்திடமிருந்து முழு விடுதலையைக் கோரியது.

முதல் பத்தாண்டுகளில் காங்கிரஸ் ஆண்டுக்கு ஒரு முறை கூடியது. பெரும்பாலும் வழக்கறிஞர்கள், பத்திரிகையாளர்கள், குடிமைப் பணி ஊழியர்கள் ஆகியோரையே உறுப்பினர்களாகக் கொண்ட காங்கிரஸ் அவர்களுடைய பணிக்குக் குறுக்கீடு நேராத வகையில் கிறிஸ்துமஸ் விடுமுறைக் காலத்தில்

அந்தக் கூட்டத்தை நடத்தியது. நிகழ்ச்சிகள் ஆங்கிலத்திலேயே நடத்தப்பட்டன. ஒரு முஸ்லிம்கூட அதில் உறுப்பினராக இல்லை. சர் சய்யீத் அகமது கான் போன்ற முஸ்லிம் தலைவர்களுக்கு இது உறுத்தலாக இருந்தது. இவர் 1875இல் அலிகரில் முகமதீயன் ஆங்கிலோ – ஓரியண்டல் கல்லூரியைத் தொடங்கியவர். 'இனம், மதம், நடத்தைகள், பழக்க வழக்கங்கள், பண்பாடு, வரலாற்று மரபுகள் ஆகியவற்றால் இணைக்கப்பட்ட' சமுதாயங்களில் பிரதிநிதித்துவ அரசாங்கம் நன்கு செயல்படும் எனக் கூறிய அவர் 'இவை இல்லாத நாட்டில் அமைதியும் நலனும் சீர்குலையும்' என்றார். பின்னாளில் இந்தியாவைப் பிரித்து, முஸ்லிம் பெரும்பான்மை கொண்ட பாகிஸ்தானை உருவாக்குவதற்கு இந்த வாதங்கள் பயன்படுத்தப்பட்டன.

ஆங்கிலேய ஆட்சிக்குக் காங்கிரஸ் அளித்த அங்கீகாரம் ('சூரியன் அஸ்தமிக்காத சாம்ராஜ்ஜியம்' என அதன் உறுப்பினர்கள் வெளிப்படையாகவே புகழ்ந்தார்கள்) வலதுசாரி இந்துக்களுக்கு எரிச்சலூட்டியது. அவர்களில் முதன்மையானவர் பால கங்காதர திலகர் (1856–1920). திருமண வயதைப் பன்னிரெண்டாக உயர்த்திய திருமண வயதுச் சட்டத்தை (1891) எதிர்த்து அரசியலுக்கு வந்தவர் இவர். அடக்குமுறையாளர்களைக் கொல்வதை பகவத் கீதையை மேற்கோள் காட்டித் திலகர் நியாயப்படுத்தினார். 1897இல் ஆங்கிலேய அதிகாரிகள் இருவர் கொல்லப்பட்டபோது கொலை செய்யத் தூண்டிய குற்றச்சாட்டின் பேரில் அவருக்குப் பதினெட்டு மாதச் சிறைத் தண்டனை வழங்கப்பட்டது. விடுதலையானபோது அவர் தேசிய லட்சியத்துக்காகச் சிறை சென்ற தியாகியாகப் போற்றப்பட்டார்.

அத்தகைய வன்முறைகள் அரிதாகவே நிகழ்ந்தன. சமூக சீர்திருத்தவாதியான அரவிந்த கோஷும் (1872–1950) கவிஞரும் தத்துவவாதியும் கல்வியாளருமான ரவீந்திரநாத் தாகூரும் நேரடி மோதலுக்குப் பதிலாக அமைதியான எதிர்ப்பையும் பொருளாதாரத் தற்சார்பையும் வலியுறுத்தினார்கள். மக்களின் நன்மைக்கான ஆட்சி என்று பிரிட்டிஷார் தங்கள் ஆட்சியைக் கூறிக்கொண்டார்கள். இந்தியர்கள் தங்கள் விவகாரங்களைத் தாங்களே பார்த்துக்கொள்வதற்கான அனுபவம் பெற்ற பிறகு ஆங்கிலேயர்கள் படிப்படியாக விலகிக்கொள்ளலாம் என்றும் எதிர்காலத்தில் எப்போதாவது இந்தியர்கள் தங்களைத் தாங்களே ஆண்டுகொள்ளக்கூடிய காலம் வரக்கூடும் என்றும் ஆங்கிலேயர்கள் கூறினார்கள். அந்தக் காலம் விரைவிலேயே வரும் என்பதை அவர்கள் அப்போது உணரவில்லை.

உலகின் மாபெரும் சக்தி – தற்காலிகமாக

கிட்டத்தட்ட ஐம்பது ஆண்டுகளில் ஆங்கிலேயர்களுக்கு எதிராக நிகழ்ந்த முதல் மக்கள் போராட்டத்திற்கான தூண்டுதல் வியப்பிற்குரியதாக அமைந்தது. இந்தியாவில் அதிக மக்கள் தொகை கொண்ட வங்காள மாகாணத்தை இரண்டாகப் பிரிக்கவிருப்பதாக 1903இல் வைஸ்ராய் கர்சன் பிரபு (1859–1925) அறிவித்தார்.

ஜார்ஜ் நாதனியேல் பரோன் கர்சன், கெடில்ஸ்டன் என்னும் ஊரைச் சேர்ந்தவர். ஆக்ஸ்ஃபோர்டு பல்கலைக்கழகப் பட்டதாரி. பயணத்திலும் ஆய்வுப் பயணங்களிலும் அனுபவம் மிக்கவர். ஆக்சஸ் ஆற்றின் மூலத்தைக் கண்டுபிடித்ததற்காக ராயல் ஜியாக்ரஃபிகல் சொசைட்டியின் தங்கப் பதக்கத்தைப் பெற்றவர். வைஸ்ராயாக ஆக வேண்டும் என்பது அவருடைய நெடுநாள் கனவு. சர்ச்சைக்குரியவரான கர்சன் இந்தியர்களுக்குத் தங்களைத் தாங்களே ஆண்டுகொள்ளும் திறமை இல்லை என்று கருதினார். குடிமைப் பணிகளில் அவர்களைச் சேர்ப்பதை எதிர்த்தார். நிர்வாகக் குழுவிற்கு இந்தியர் ஒருவரைத் தேர்ந்தெடுக்க வேண்டும் என்ற யோசனை வந்தபோது, 'இந்தப் பதவிக்குத் தகுதியான இந்தியர் ஒருவர்கூடத் துணைக்கண்டம் முழுவதிலும் இல்லை' என்றார். 'குறைந்த பிரதிநிதித்துவம் கொண்டு தடுமாறிக்கொண்டிருக்கும்' காங்கிரஸ் 'அமைதியாக மடிந்து' போவதற்கு உதவுவது வைஸ்ராய் என்ற முறையில் தனது அபிலாஷைகளில் ஒன்று எனத் தனது மேலதிகாரிகளுக்கு அவர் கடிதம் எழுதினார். 'சத்தியம் என்பது மேற்கத்தியக் கோட்பாடு' என்று கல்கத்தா பல்கலைக்கழகத்தில் அவர் பேசியதைக் கல்வி கற்ற இந்தியர்கள் யாரும் ரசிக்கவில்லை. 'ஒழுங்கற்ற, அறியாமை நிரம்பிய, கட்டுப்பாடற்ற சிறுவர்கள்' என்று இந்தியாவின் சமஸ்தான மன்னர்களைப் பற்றி அவர் கூறினார்.

கர்சன் பிரபு மொத்தமாக மோசமானவர் என்று சொல்லிவிட முடியாது. அவர் சாமானிய இந்தியர்களுக்கு ஆதரவாக நின்றார். பர்மாவைச் சேர்ந்த ஒரு பெண்ணை வன்புணர்வு செய்த சிப்பாய்களைப் பாதுகாக்கும் சதித் திட்டத்தில் ஈடுபட்ட ஒட்டுமொத்தப் படையினரையும் அரேபிய தீபகற்பத்தின் தென்பகுதியில் செங்கடலுக்குப் பக்கத்தில் இருக்கும் ஏடனுக்கு அனுப்பிவைத்தார். இந்தியத் தொல்பொருள் ஆய்வு நிலையத்தைத் தோற்றுவித்த அவருடைய சாதனைகளில் ஒன்று. 'உலகின் மகத்தான

நினைவுச் சின்ன'ங்களைப் பாதுகாக்கும் பொறுப்பு அதற்கு வழங்கப்பட்டது.

கர்சன் வைஸ்ராயானபோது வங்காளத்தின் மக்கள் தொகை இங்கிலாந்தின் மக்கள் தொகைக்கு இரண்டு மடங்காக இருந்தது. பிகார், ஒரிசா, அஸ்ஸாம், இன்றைய வங்கதேசம் ஆகியவை அன்றைய வங்காளத்தில் அடங்கியிருந்தன. அதன் மேற்குப் பகுதியில் இந்துக்களும் கிழக்குப் பகுதியில் முஸ்லிம்களும் அதிகம் இருந்தார்கள். வளர்ச்சி குறைவாக இருந்த கிழக்குப் பகுதியில் வளர்ச்சியை ஏற்படுத்துவது வங்காள மாகாணத்தைப் பிரிப்பதற்கான காரணமாகச் சொல்லப் பட்டது. உண்மையான காரணம் மோசமானது. கல்கத்தாவின் நன்கு படித்த, உயர் சாதியைச் சேர்ந்த வங்காளிகளைப் 'பிளவுபடுத்தி ஆங்கில அரசுக்கு எதிரான அவர்களின் வலுவான எதிர்ப்பைப் பலவீனப் படுத்துவதே' இதன் நோக்கம்.

கர்சன் என்னும் ஏகாதிபத்தியவாதி: 'இந்தியாவை ஆளும்வரை நாம்தான் உலகின் மகத்தான சக்தியாக விளங்குவோம்'

ஆக்ஸ்போர்டில் படிக்கும்போதே கர்சனிடம் சுய முனைப்பும் அதிகார உணர்வும் வெளிப்பட்டன. அவரது பிரபலமான Balliol பாடல் பிறக்கவும் வகை செய்தது: *என் பெயர் ஜார்ஜ் நத்தானியேல் கர்சன்/நானே அனைவரிலும் சிறந்த புருஷன்/ரோஜா நிறம் என் கன்னம்/பட்டின் மென்மை என் கேசம்/வாராவாரம் எனக்கு பிளென் ஹீமில் விருந்து.*

'வரலாற்றுரீதியான பண்டைய பிணைப்புகளை அறுத்து, இன ஒற்றுமையை முறித்தால் விளைவு மோசமாக இருக்கும்' என்று இங்கிலாந்து அரசு விடுத்த எச்சரிக்கையும் மீறி 1905, அக்டோபர் 16 அன்று வங்காளம் பிரிக்கப்பட்டது. உடனே

கிழக்கிந்தியாவில் பல நகரங்களிலும் சிறு நகரங்களிலும் ஆவேசமான எதிர்ப்புகளும் போராட்டங்களும் எழுந்தன.

எதிர்ப்பு, நாட்டின் இதர பகுதிகளுக்கும் உடனடியாகப் பரவியது. ஆங்கிலேயர்களின் உற்பத்திப் பொருட்களைப் புறக்கணிக்குமாறு காங்கிரஸ் தலைவர்கள் மக்களைக் கேட்டுக்கொண்டார்கள். அன்னியப் பொருட்கள் தீயிலிட்டுக் கொளுத்தப்பட்டன. சுதேசிப் பொருட்களையே வாங்க வேண்டும் என்றும் பிரச்சாரம் நடந்தது. சுதேசி இயக்கமாக இது வளர்ந்தது. மான்செஸ்டர் துணிகளுக்குப் பதிலாக உள்நாட்டில் தயாரான பருத்தித் துணிகள் பயன்படுத்தப்பட்டன. உள்நாட்டில் தயாரான சர்க்கரை, உப்பு முதலான பொருட்களையே மக்கள் நாடினார்கள். வெளிநாடுகளிலிருந்து இறக்குமதியான பொருட்களைப் புறக்கணித்தார்கள்.

வங்கப் பிரிவினை காங்கிரசுக்குள் இருந்த மிதவாதிகளுக்கும் தீவிரவாதிகளுக்கும் இடையில் பிளவு ஏற்பட வழிவகுத்தது. மிதவாதிகள் பேச்சுவார்த்தையே சிறந்த வழி என்றார்கள். அதிகாரம் படிப்படியாக இந்தியர்களுக்கு வழங்கப்பட்டு நாளடைவில் ஆஸ்திரேலியா, கனடாபோல பிரிட்டிஷ் பேரரசுக்கு உட்பட்ட சுயாதிகாரம் கொண்ட நாடாக இந்தியா உருவாகும் என்று கூறினார்கள். 'மனநல விடுதியிலிருந்து தப்பித்து வந்தவர்கள் மட்டுமே விடுதலை பற்றி யோசிக்கவோ பேசவோ செய்வார்கள்' என்று கோபால கிருஷ்ண கோகலே போன்ற மிதவாதிகள் விடுத்த எச்சரிக்கைகளைத் தீவிரவாதிகள் சட்டை செய்யவில்லை. அவர்கள் நேரடி நடவடிக்கையை விரும்பினார்கள். அயர்லாந்து தேசியவாதிகளிடமிருந்து உத்வேகம் பெற்ற இவர்கள், 'அன்னியக் கருத்துக்கள், அமைப்புகளுக்கு மாறாகத் தேசிய உணர்வை' எழுப்பும் முயற்சியின் ஒரு பகுதியாக ஆங்கிலேயப் பொருட்களின் புறக்கணிப்பைக் கருதினார்கள். சுதேசி அரசுதான் ஒரே இலக்கு என்றார்கள். 'சுயராஜ்ஜியம் எனது பிறப்புரிமை; அதை அடைந்தே தீருவேன்' என்று திலகர் முழங்கினார்.

1907ஆம் ஆண்டு சூரத்தில் நடைபெற்ற காங்கிரஸ் மாநாட்டில் தீவிரவாதிகளுக்கும் மிதவாதிகளுக்கும் இடையிலான பிளவு உச்சத்தை அடைந்தது. இந்தப் பிளவைப் பயன்படுத்திக்கொண்ட பிரிட்டிஷ் அரசு திலகர் உள்ளிட்ட தீவிரவாதத் தலைவர்கள் பலரைக் கைது செய்து ஆறாண்டுக் காலம் சிறையில் அடைத்தது. விடுதலைக்கு ஆதரவான செய்தித்தாள்களின் ஆசிரியர்கள்மீது தேசத்துரோகக் குற்றச்சாட்டு சுமத்தப்பட்டு அவர்களுடைய வெளியீடுகள்

நிறுத்தப்பட்டன. அந்தமான் தீவுகளில் அமைக்கப்பட்ட சிறைகள் விரைவில் நிரம்பி வழிந்தன. குற்றம் சாட்டப்படாமல், விசாரணை இல்லாமல் பலர் சிறையில் அடைக்கப்பட்ட சம்பவங்கள் மேலும் பல இளைஞர்கள் தேசியப் போராட்டத்தில் கலந்துகொள்ள உத்வேகமூட்டின.

வங்கப் பிரிவினை அமலானதும் கர்சன் இந்தியாவை விட்டுக் கிளம்பிவிட்டார். அவருக்குப் பின் பொறுப்பேற்ற மின்டோ பிரபு (1845–1914), இந்திய அரசின் புதிய செயலரான ஜான் மார்லியுடன் (1838–1923) இணைந்து அரசியல் சீர்திருத்தத்திற்கான திட்டத்தை வகுக்கத் தொடங்கினார். மின்டோ-மார்லி சீர்திருத்தம் என்றும் இந்தியக் கவுன்சில்கள் சட்டம் என்றும் அறியப்பட்ட அந்தத் திட்டம் 1909 ஆம் ஆண்டு அமலுக்கு வந்தது. மத்திய, மகாண சட்டமன்றங்களின் அளவைக் கூட்டி மேலும் பல இந்தியர்கள் அவற்றில் பிரதிநிதித்துவம் பெற இந்தச் சட்டம் வகை செய்தது. முதல்முறையாக வைஸ்ராயின் நிர்வாகக் குழுவில் ஒரு இந்தியர் இடம் பெற அனுமதியளிக்கப்பட்டது. தங்களுக்குப் போதிய பிரதிநிதித்துவம் இல்லை என்று கூறிய முஸ்லிம்களுக்குத் தனித் தொகுதிகளை வழங்குவது என்ற சர்ச்சைக்குரிய பிரிவையும் இந்தச் சட்டம் கொண்டிருந்தது. சிறிது காலத்திற்கு முன்பு தொடங்கப்பட்டிருந்த முஸ்லிம் லீக் இந்தச் சலுகையை அப்போது ஆங்கிலேயர்களிடமிருந்து பெற்றது. நடப்பில் உள்ள மத வேற்றுமைகளை இது அதிகரிக்கச் செய்யும் என்றும் ஆங்கிலேய அரசு பிரித்தாளும் கொள்கையைக் கடைப்பிடிப்பதைக் காட்டும் சான்றாக - அதற்குச் சான்று ஏதேனும் வேண்டுமென்றால் - இது இருப்பதாகவும் தேசியவாதிகள் பலர் கருதினார்கள்.

1911இல் ஐந்தாம் ஜார்ஜ் மன்னரின் இந்திய விஜயத்தின் போது ஆங்கிலேய சாம்ராஜ்ஜியத்தின் அலை உச்சத்தைத் தொட்டது. வரலாறு காணாத வகையில் மாபெரும் அளவில் பகட்டாக நடைபெற்ற அந்த விழா பதவியில் இருக்கும் பிரிட்டிஷ் மன்னர் இந்தியாவிற்கு வந்த ஒரே நிகழ்வாக அமைந்தது. அரசவையின் தாழ்வாரத்தில் தங்கமுலாம் பூசப்பட்டு ஜொலிக்கும் மாடத்தின் கீழ் மன்னரும் அவர் மனைவி ராணி மேரியும் தங்க சிம்மாசனங்களில் வீற்றிருந்தார்கள். ஒரு லட்சம் பேர் கூடியிருந்த அந்த விழாவின் முதல் நிகழ்வாக இந்தியாவின் முன்னணி சமஸ்தானங்கள் கவுரவிக்கப்பட்டன

விழாவில் சமஸ்தான மன்னர்களின் அணிவகுப்பு ஊர்வலம் நடைபெற்றது. ஒவ்வொரு மன்னரும் மாமன்னரின்

முன்பு நின்று தலை வணங்கி, மூன்று அடிகள் பின்னோக்கி நடந்து தங்கள் மரியாதையை வெளிப்படுத்தினார்கள். தேசியவாதியான பரோடாவின் மன்னர் சாயாஜி ராவ் கெய்க்வாட் மட்டும் விதிவிலக்காகத் தன் தலையை மட்டும் அசைத்துவிட்டு உடனடியாகத் திரும்பி மன்னருக்கு முதுகைக் காட்டினார். அவமானமாகக் கருதப்பட்ட இந்தச் செயல் (தனக்கு நரம்புத் தளர்ச்சி இருப்பதால் அப்படி ஆயிற்று என்று கெய்க்வாட் கூறியது சந்தேகத்திற்கிடமானது) பெரிய விளைவு எதையும் ஏற்படுத்தவில்லை என்பது அடுத்து வந்த நிகழ்வில் தெரிந்தது. ஐந்தாம் ஜார்ஜ் வியப்பிற்குறிய அறிவிப்பொன்றை வெளியிட்டார். நாட்டின் தலைநகரம் கல்கத்தாவிலிருந்து தில்லிக்கு மாற்றப்படும் என்றார். இதை யாரும் எதிர்பார்க்க வில்லை. அனைவரும் சிறிது நேரம் ஸ்தம்பித்து மௌனமாக இருந்தார்கள். பிறகு ஆரவாரம் செய்து இந்த அறிவிப்பை வரவேற்றார்கள்.

வைஸ்ராய்களின் பட்டியல் 1899–1947

கர்சன் பிரபு (பதவிக் காலம்: *1899–1905*)

மின்டோ பிரபு *(1905–1910)*

ஹர்டிங் பிரபு *(1910–1916)*

சேம்ஸ்ஃபோர்டு பிரபு *(1916–1921)*

ரீடிங் பிரபு *(1221–1926)*

இர்வின் பிரபு *(1926–1931)*

வெல்லிங்டன் பிரபு *(1931–1936)*

லின்லித்கோ பிரபு *(1936–1944)*

வேவல் பிரபு *(1944–1947)*

மவுண்ட்பேட்டன் பிரபு *(1947–1948)*

தலைநகரைத் தில்லிக்கு மாற்றியது புவியியல்ரீதியாகவும் குறியீட்டு அளவிலும் அர்த்தமுள்ள செயலாக அமைந்தது. முகலாயர் காலத்தின் பெரும் பகுதியும் இந்த நகரம் அதிகாரத்தின் மையமாக இருந்துவந்தது. என்றாலும் 1857 கிளர்ச்சியின் மோசமான விளைவுகளிலிருந்து இந்த நகரம் மீண்டு வந்திருக்கவில்லை. வங்கத்தின் உறுதியற்ற தன்மையின் பின்னணியில் ஆங்கிலேயர்களின் ஒற்றைக் குவிமைய இலக்கையும் இது உணர்த்தியது. அதிகாரப் பீடத்திற்கு நெருக்கமாகியிருந்த இந்திய சமஸ்தான மன்னர்கள் இந்த முடிவை வரவேற்றாலும் இங்கிலாந்தில் இதற்குப் பெரிதாக

ஆதரவு கிடைக்கவில்லை. இந்த முடிவைக் கடுமையாக விமர்சித்தவர்களில் ஒருவர் கர்சன். அவரைப் பொறுத்தவரை கல்கத்தா ஆங்கிலேயர்களின் விழுமியங்களுக்கான குறியீடு; தில்லியோ 'கைவிடப்பட்ட கல்லறைகளும் சிதிலங்களும்' கொண்ட இடம். கர்சன் முக்கியமானதொரு அம்சத்தைக் கவனிக்கத் தவறிவிட்டார். கடந்த காலப் பேரரசுகளின் எச்சங்களின்மீது புதிய தலைநகரை உருவாக்குவதன் மூலம் இங்கிலாந்து இந்தியாவின் கடந்த காலத்துடன் தன்னை இணைத்துக்கொள்ள முடியும். 'இந்தியாவில் உள்ள ஒவ்வொரு நகரத்திலும் "தில்லி நுழைவாயில்" என்ற பகுதி உள்ளது. இந்தியாவின் பொதுமக்கள் (முன்னாள்) பேரரசின் பீடமாகவே தில்லியை இப்போதும் மதிக்கிறார்கள்' என்று வைஸ்ராய் ஹார்டிங் பிரபு குறிப்பிட்டார். தலைநகரை மாற்றுவதால் வங்காளிகளின் பெருமித உணர்வுக்கு ஏற்பட்ட பாதிப்புக்கு நிவாரணமாக வங்கப் பிரிவினை முடிவு ரத்து செய்யப்பட்டது.

காந்தியின் வருகை

ஐந்தாம் ஜார்ஜ் மன்னரின் விஜயத்திற்குப் பிறகு மூன்றே ஆண்டுகளில் நடைபெற்ற முதல் உலகப் போர் ஆங்கிலேயர்கள் வெல்ல முடியாதவர்கள் என்னும் கற்பிதத்தைத் தகர்த்தது. அதே சமயம் காங்கிரஸ், முஸ்லிம் லீக், சமஸ்தான மன்னர்கள் ஆகியோரின் அளவற்ற விசுவாசத்தையும் அது பெற்றுத்தந்தது. பத்து லட்சத்திற்கும் மேற்பட்ட இந்தியப் போர் வீரர்களும் உதவிப் பணியாளர்களும் கல்லிபோலி, ஃபிலாண்டர்ஸ், மெசபடோமியா போன்ற மிகவும் மாறுபட்ட களங்களில் பணியாற்றினார்கள். போரில் ஆங்கிலேயர்களுக்கு இந்தியர்கள் வழங்கிய அசைக்க முடியாத ஆதரவு, இந்தியர்களால் தங்கள் விவகாரங்களைத் தாங்களே கவனித்துக்கொள்ள முடியும் என்பதற்கான சான்று என்று திலகர் போன்ற தேசியவாதிகள் கருதினார்கள். 1914இல் பர்மாவிலிருந்து திரும்பிய திலகர், உரிமைகள் தொடர்பாகப் போராடிவந்த அன்னி பெசன்டுடன் (1847–1933) இணைந்து செயல்பட்டார். அயர்லாந்தைச் சேர்ந்த பெற்றோருக்குப் பிறந்த அன்னி பெசன்ட் தொழிற்சங்கப் பின்னணி கொண்டவர். அதிரடிப் புரட்சியின் மூலம் அல்லாமல் தொடர்ச்சியான செயல்பாடுகள் மூலமாகவும் சீர்திருத்த நடவடிக்கைகள் மூலமாகவும் சமூக ஜனநாயகத்தையும் ஜனநாயக சமூகத்தையும் உருவாக்கும் கொள்கையைக் கொண்டவர். வற்றாத செயலாற்றல் நிரம்பியவர். இவை யனைத்தும் சேர்ந்து அவரை இந்தியாவின் சுயராஜ்ஜியத்துக்காகப் போராடுவதற்கான சரியான நபராக ஆக்கியிருந்தன. 1916இல்

அவரும் திலகரும் இணைந்து சுயராஜ்ஜியக் கட்சியைத் தொடங்கினார்கள். பிரிட்டிஷ் பேரரசுக்கு உட்பட்ட சுயராஜ்ஜிய உரிமைக்காக அக்கட்சி குரல் கொடுத்தது. இரண்டு ஆண்டுகளுக்குப் பிறகு அன்னி பெசன்ட் காங்கிரஸின் தலைவராகத் தேர்ந்தெடுக்கப்பட்டார். சுயராஜ்ஜிய உரிமையைத் தன் குறிக்கோளாக அதிகாரப்பூர்வமாகக் காங்கிரஸ் ஏற்றுக் கொண்டது.

அரசியல் அரங்கில் உருவான பலவிதமான சமிக்ஞைகள் ஆங்கிலேயரின் பிடியிலிருந்து விடுபட விரும்பியவர்களின் கரங்களை வலுப்படுத்தின. 'பிரிட்டிஷ் பேரரசின் ஒரு பகுதியாக' இந்தியாவில் பொறுப்புள்ள தன்னாட்சி உருவாக வேண்டுமெனில் முக்கியமான பல நடவடிக்கைகளை மேற்கொள்ள வேண்டும் என்று இந்திய அரசுச் செயலாளர் எட்வின் மான்டேகு *(1879–1924)* இங்கிலாந்து நாடாளுமன்றத்தில் *(House of Commons)* 1917 ஆகஸ்ட் மாதத்தில் கூறினார். புதிய வைஸ்ராய் சேம்ஸ்ஃபோர்டு பிரபுவுடன் *(1868–1933)* இணைந்து மான்டேகு இந்தியா முழுவதும் ஐந்து மாத காலச் சுற்றுப்பயணம் மேற்கொண்டார். இந்தியாவில் மேற்கொள்ள வேண்டிய சட்டப்பூர்வமான மாற்றங்கள் குறித்த அறிக்கையை இவர்கள் 1919ஆம் ஆண்டு இறுதியில் பிரிட்டிஷ் அரசிடம் சமர்ப்பித்தார்கள். இதுவே மான்டேகு–சேம்ஸ்ஃபோர்டு சீர்திருத்தங்கள் எனப் பின்னாளில் அறியப்பட்டது. இந்திய அரசுச் சட்டம் 1919இல் இணைக்கப்பட்ட இந்தச் சீர்திருத்தங்கள் இந்திய நிர்வாகத்தின் ஜனநாயக அடித்தளத்தை விரிவுபடுத்தின. ஒவ்வொரு மாகாணத்திலும் இந்தியர்களால் தேர்ந்தெடுக்கப்படும் சட்டமன்றங்களின் பொறுப்பில் கல்வி, பொதுச் சுகாதாரம், பொதுப் பணிகள் ஆகியவை இருக்கும்; சட்ட அமலாக்கம், வரி விதிப்பு, பாதுகாப்பு ஆகியவை வைஸ்ராயின் கீழுள்ள ஏகாதிபத்திய அதிகார வர்க்கத்தினரின் பொறுப்பில் இருக்கும். இந்தியர்களுக்கான அதிகாரங்கள் மிகவும் சொற்பமானவை என்று கூறித் தீவிரப் போக்குள்ள தேசியவாதிகள் இந்தச் சீர்திருத்தங்களை உடனடியாக நிராகரித்தார்கள். மாகாணத் தேர்தல்களில் 55 லட்சம் நில உடமையாளர்களுக்கு (வயதுக்கு வந்த ஆண்களில் பத்தில் ஒருவர்) மட்டுமே வாக்களிக்கும் உரிமை வழங்கப்பட்டது.

ரௌலட் அறிக்கை மான்டேகு சீர்திருத்தங்களை நிராகரித்துவிட்ட நிலையில் இந்தச் சீர்திருத்தங்கள் பிறப்பதற்கு முன்பே இறந்துவிட்டன. கிளர்ச்சிகளையும் பயங்கரவாத நடவடிக்கைகளையும் கட்டுப்படுத்துவதற்குப் போர்க்காலத்தின் சகல அதிகாரங்களையும் அரசுக்கு அளிக்கும் இந்தியப்

பாதுகாப்புச் சட்டம் 1915ஐ நிரந்தரமாக்க வேண்டும் என்று 1918இல் வெளியான ரௌலட் அறிக்கை பரிந்துரைத்தது. 1919இல் ரௌலட் மசோதா நாடாளுமன்றத்தில் நிறைவேற்றப்பட்டது. பிரிட்டிஷ் பேரரசுக்காகத் தங்கள் உயிரைத் தியாகம் செய்யத் தயாராக இருந்த லட்சக்கணக்கான இந்தியர்களை இழிவுபடுத்துவதாக இந்த நடவடிக்கை அமைந்தது. எதிர்ப்பவர்களின் வாயை மூட அடக்குமுறையைப் பயன்படுத்த பிரிட்டன் தயாராக இருப்பதையும் இது காட்டியது.

ரௌலட் மசோதாவுக்கான எதிர்வினைகளை மோகன்தாஸ் கரம்சந்த் காந்தி (1869–1948) உன்னிப்பாகக் கவனித்துக் கொண்டிருந்தார். அப்போது அவருக்கு வயது 49. தன்னுடைய தொடக்ககாலத்தின் பெரும்பகுதியைத் தென்னாப்பிரிக்காவில் இந்தியர்களின் உரிமைகளுக்கான போராட்டத்தில் அவர் கழித்திருந்தார். இந்திய விடுதலை இயக்கத்தில் மகத்தான தாக்கத்தைச் செலுத்திய ஆளுமையான இவர் காங்கிரஸின் தலைவராக மிகக் குறுகிய காலமே இருந்தார். விடுதலைப் போராட்டத்தை நேரடியாகத் தலைமையேற்று நடத்தியதைக் காட்டிலும் அதிக நேரத்தைச் சிறைச்சாலைகளிலும் தான் நிறுவிய ஆசிரமங்களிலுமே கழித்தார். தன்னுடைய அரசியல் கோட்பாட்டை அச்சு வடிவில் வெளியிடுவதற்கான ஒருங்கிணைந்த முயற்சி எதையும் அவர் மேற்கொள்ளவில்லை. 90 தொகுதிகளாக வெளியாகியுள்ள அவருடைய எழுத்துக்களில் அவருடைய கருத்துக்கள் மாறிவருவதையும் சில சமயம் ஒன்றுக்கொன்று முரண்படுவதையும் காணலாம். மேற்கத்திய மருத்துவம் ('Black Magic' என்று குறிப்பிட்டிருக்கிறார்), சாதி, தீண்டாமை (சாதிதான் தீண்டாமைக்குக் காரணம் என்றாலும் சாதி வேண்டும், தீண்டாமை கூடாது என்பது காந்தியின் நிலைப்பாடு) என எல்லாவற்றைப் பற்றியுமான அவருடைய கருத்துக்களில் சீர்மையைத் தேடுபவர்கள் 1939, செப்டம்பர் 30 அன்று தன்னுடைய 'ஹரிஜன்' நாளிதழில் அவர் எழுதியுள்ளதைப் படிக்க வேண்டும்: 'ஒரு விஷயத்தைப் பற்றி எழுதும்போது இதற்கு முன்பு அதுபற்றி என்ன சொன்னேன் என்று யோசிப்பதில்லை. குறிப்பிட்ட ஒரு பிரச்சினையில் என்னுடைய முந்தைய கருத்துக்களுடன் ஒத்துப்போகும் வகையில் கருத்து சொல்ல வேண்டும் என்பது என் நோக்கம் அல்ல. தற்போது எனக்கு எது உண்மை என்று படுகிறதோ அதைச் சொல்ல வேண்டும் என்பதுதான் என் குறிக்கோள். விளைவாக, நான் ஒரு உண்மையிலிருந்து மற்றொரு உண்மைக்கு முன்னேறிச் செல்கிறேன்.'

காந்தி 1869இல் குஜராத்தில் உள்ள போர்பந்தரில் பிறந்தார். அவருடைய தந்தை திவானாகப் பணிபுரிந்துவந்தார்.

கஸ்தூரிபாவைத் திருமணம் செய்துகொள்ளும்போது அவருக்கு வயது பதின்மூன்று. கஸ்தூரிபா இவரைவிட ஒரு வயது மூத்தவர். காந்தி தன் பத்தொன்பதாவது வயதில் சட்டம் படிப்பதற்காக லண்டனில் உள்ள இன்னர் டெம்பிள் என்னும் இடத்திற்குச் சென்றார். சட்டத் துறையில் குறுகிய காலமே பணிபுரிந்தார். அவருடைய வேலையும் சொல்லிக்கொள்ளும்படி இல்லை. தென்னாப்பிரிக்காவில் இருந்த குஜராத் முஸ்லிம் வணிகர் சட்ட ஆலோசகராகத் தன்னிடம் பணிபுரிய அழைத்தார். 1894இல் ரயிலில் பிரிடோரியாவுக்குச் செல்லும்போது தென்னாப்பிரிக்காவின் நிறவெறியை அவர் முதல்முறையாக எதிர்கொண்டார். வெள்ளை இன ஆண் பயணி ஒருவர், வெள்ளையர் அல்லாதவர்கள் மூன்றாம் வகுப்பில்தான் பயணம் செய்ய வேண்டும் என்னும் விதியை மீறி காந்தி முதல் வகுப்புப் பெட்டியில் அமர்ந்திருப்பதாக ரயில் நிலைய அதிகாரிகளிடம் புகார் செய்தார். தன்னிடம் முறையான பயணச் சீட்டு இருப்பதைக் குறிப்பிட்ட காந்தி இருக்கையிலிருந்து எழ மறுத்ததையடுத்து அந்தக் குளிர்கால இரவில் பலவந்தமாக நடைமேடையில் தூக்கி வீசப்பட்டார்.

அடுத்த 20 ஆண்டுகளுக்கும் மேலாக காந்தி கேப் டவுன், நேடால் ஆகிய மாகாணங்களில் வசித்துவந்த ஒன்றரை லட்சம் இந்தியர்களின் உரிமைக்காகப் போராடினார். 'நாகரிக வளர்ச்சியற்ற ஆசிய இனத்தவர்கள் அல்லது ஆசியாவிலிருந்து வந்த நாகரிக வளர்ச்சியற்ற இனங்களைச் சேர்ந்தவர்கள்' என அவர்களைப் பற்றிச் சட்டப் புத்தகத்தில் குறிப்பிடப்பட்டிருந்தது. 1908இல் காந்தி 'ஹிந்த் ஸ்வராஜ்' (இந்திய சுயராஜ்ஜியம்) என்னும் தன்னுடைய முதல் அரசியல் அறிக்கையை லண்டனிலிருந்து தென்னாப்பிரிக்கா செல்லும் வழியில் எழுதினார். லெவ் தல்ஸ்தோயின் எழுத்துக்களில் இருந்த அமைதிவாதம், பொருள்முதல்வாதத்திற்கு எதிரான கருத்துக்கள், உழைப்பின் மீதும் ஏழை எளிய மக்களின் உரிமைகள்மீதும் ஜான் ரஸ்கின் காட்டிய அக்கறை ஆகியவற்றால் உத்வேகம் பெற்ற ஹிந்த் ஸ்வராஜ், நவீனத்துவத்தின் மீதான கூர்மையான விமர்சனம். பிற்கால நிகழ்வுகளின் மேல் பல விதங்களில் தாக்கம் செலுத்திய இந்த நூலில் அகிம்சையை அரசியல் ஆயுதமாகப் பயன்படுத்துவது குறித்து காந்தி எடுத்துரைக்கிறார். லட்சிய கிராமியச் சமுதாய வாழ்வில் உள்ள பரஸ்பர சார்புத்தன்மையைப் போற்றுகிறார். எல்லாச் சமயங்கள், வர்க்கங்களிடையே சமத்துவம் நிலவ வேண்டும் என்கிறார். தீண்டாமையை ஒழிப்பது பற்றிப் பேசவில்லை. காந்தி வகுப்பு இணக்கத்தை முன்வைத்து முஸ்லிம்களையும், தாழ்த்தப்பட்ட

சாதிகளைச் சேர்ந்த இந்துக்களையும் கவர்ந்தது. தார்மிக வலிமையின் அடிப்படையிலான அகிம்சைப் போராட்டத்தை மேற்குலகில் பலரும் போற்றினார்கள். நோபல் பரிசு பெற்ற பிரெஞ்சு எழுத்தாளர் ரோமய்ன் ரோலந்த் அவர்களில் ஒருவர். அவர் காந்தியை இயேசு கிறிஸ்துவுடன் ஒப்பிட்டார். சிலுவை மட்டும்தான் இல்லை என்றார். ஆங்கிலேயர்களை அவர் பணியவைத்தது அமெரிக்காவின் குடிமை உரிமைக்கான இயக்கம், பிராக் எழுச்சி ஆகியவை உள்ளிட்ட உலகம் முழுவதிலும் இருந்த இயக்கங்களுக்கும் லட்சக்கணக்கான தனி மனிதர்களுக்கும் உத்வேகம் அளித்தது.

தென்னாப்பிரிக்க அரசு அரசியல் சட்டத்தின் கீழ் இந்தியர்களுக்குச் சமத்துவ உரிமை வழங்குவதற்கான சட்ட ரீதியான கோரிக்கைகள் தோல்வியுற்ற நிலையில் காந்தி நேரடிப் போராட்டத்தில் இறங்கினார். சத்தியாக்கிரகம் என்று அவர் அதைக் குறிப்பிட்டார். அகிம்சையை அடிப்படையாகக் கொண்ட சமணம், வைணவம் ஆகிய மரபுகளிலிருந்து உத்வேகம் பெற்ற சத்தியாக்கிரகம், துன்பத்தை ஏற்பதையும் சுகங்களைத் தவிர்ப்பதையும் யோகம் அல்லது தியானம் போன்ற ஆன்மிகப் பயிற்சிகளாக மாற்றியது.

காந்தியைப் பொறுத்தவரை சத்தியாக்கிரகம் என்பது ஒருவர் தார்மிகரீதியாகச் சரியானது என்று நம்பும் குறிக்கோளுக்காகத் துயரங்களை ஏற்பதற்கான ஆன்மிக வலிமை.

> **சத்தியாக்கிரகம் பற்றி காந்தி:** சத்தியாக்கிரகம் என்பது தீய செயல்களைப் புரிபவர்களின் விருப்பத்திற்குப் பலவீனமாகப் பணிந்துபோவதல்ல; கொடுங்கோலர்களின் விருப்பத்திற்கு எதிராக ஒருவர் தன் ஆன்மாவை முழுவதுமாக முன்னிருத்துவது. வாழ்வின் இந்த விதியின்படி ஒரு தனிநபரால் தன்னுடைய கௌரவம், சமயம், ஆன்மா ஆகியவற்றைக் காப்பாற்றிக்கொள்வதற்காக நியாயத்திற்குப் புறம்பானதொரு பேரரசை எதிர்த்து நின்று அதன் வீழ்ச்சிக்கான அடித்தளத்தை உருவாக்க முடியும்.

தென்னாப்பிரிக்காவிலிருந்து 1915இல் இந்தியா திரும்பிய காந்தி, இரண்டு ஆண்டுகளுக்குப் பிறகு தன் அரசியல் வாழ்வைத் தொடங்கினார். அவருடைய குறிக்கோளை ஏற்றுப் பணிபுரியக்கூடியவர்களின் எண்ணிக்கை இந்தியாவில் அப்போது 30 கோடியாக உயர்ந்திருந்தது. அவர்கள் அனைவருமே காலப்போக்கில் அவருடைய பணியின் தாக்கத்திற்கு உள்ளானார்கள். முதலில் அவர் சம்பாரன் மாவட்டத்தின் சாயத்

தொழிலாளர்கள், அகமதாபாதின் ஆலைத் தொழிலாளர்கள் மீதான சுரண்டலுக்கு எதிரான போராட்டங்களில் கவனம் செலுத்தினார். இந்த இரு பிரிவினரின் வாழ்நிலைகளை மேம்படுத்துவதில் அவர் வெற்றிகண்டார். ரௌலட் சட்டத்தை எதிர்க்கும் போராட்டம் இந்திய மண்ணில் அவருக்கான முதல் சோதனையாக அமைந்தது. 'என் வாழ்வின் மிகப் பெரிய போராட்டம்' என்று காந்தி இதுபற்றிக் குறிப்பிட்டார். அந்தப் போராட்டம் எதிர்மறையான விளைவுகளை ஏற்படுத்தியது.

அமைதியான முறையில் கடையடைப்பு, ஒரு நாள் உண்ணாவிரதம், பிரார்த்தனை ஆகியவற்றை மேற்கொள்ள காந்தி அழைப்பு விடுத்தார். இந்தப் போராட்டம் தில்லி, பம்பாய் உள்ளிட்ட பல நகரங்களில் வன்முறையாக வெடித்தது. மக்கள் கொதிப்படைந்திருந்தார்கள். தங்கள் அதிருப்தியைக் கண்ணியமாக வெளிப்படுத்துவதற்கான வேட்கை எதுவும் அவர்களிடம் இல்லை. கோபம் கொண்ட கும்பல்கள் சாதாரண ஆங்கிலேயர்களைத் தாக்கினார்கள். போராட்டக்காரர்கள்மீது காவல் துறை துப்பாக்கிச் சூடு நடத்தியது. கிளர்ச்சி சிறு நகரங்களுக்கும் பரவுவதை அறிந்த காந்தி, ஒத்துழையாமை இயக்கத்திற்கு மக்கள் தயாராவதற்கு முன்பே அவர்களை அந்தப் போராட்டத்தில் ஈடுபட அழைப்பு விடுத்ததன் மூலம் தான் 'இமாலயத் தவறு' புரிந்துவிட்டதாக ஒப்புக்கொண்டார்.

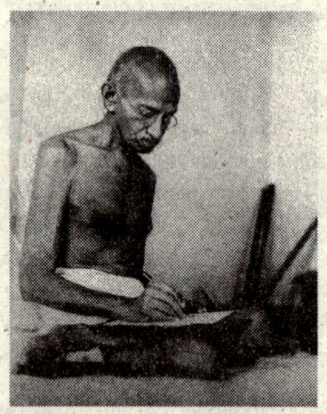

அவருடைய காலத்தில் அதிகம் புகைப்படம் எடுக்கப்பட்ட, அதிகம் விவாதிக்கப்பட்ட மனிதர்களில் ஒருவர் காந்தி. அவருடைய வாழ்க்கை, அவருடைய தாக்கம் ஆகியவை குறித்த விளக்கங்கள் பல தரப்பட்டவையாக இருந்தன. அந்த அளவிற்கு அவர் புதிரானவராக இருந்தார். காந்தியை 'மகாத்மா' என்று முதன்முதலாக 1915ஆம் ஆண்டு தாகூர் குறிப்பிட்டதாக இந்தியாவில் பள்ளிக் குழந்தைகளுக்குக் கற்பிக்கப்படுகிறது.

ஜான் ஜுபர்ஸிக்கி

இந்தியாவைப் போன்ற விரிந்து பரந்த நாட்டின் அனைத்து நிகழ்வுகள்மீதும் காந்தியால் தாக்கம் செலுத்த முடியவில்லை. ஒத்துழையாமைப் போராட்டத்தை முடித்துக்கொள்ளும்படி அவர் விடுத்த கோரிக்கைக்கு மக்கள் செவிசாய்க்கவில்லை. அமிர்தசரசில் ஆயிரக்கணக்கான போராட்டக்காரர்கள் வெறியாட்டம் ஆடினார்கள். ஐந்து ஆங்கிலேயர்களைக் கொன்ற அவர்கள் பெண் மிஷனரி ஒருவரைக் கடுமையாகத் தாக்கினார்கள். அவர் இறந்துவிட்டதாக நினைத்து விட்டுச் சென்றார்கள். (இந்துக் குடும்பம் ஒன்று அவரைக் காப்பாற்றி ஆங்கிலேயர்களிடம் ஒப்படைத்தது.)

அமிர்தசரஸில் ஆங்கிலேயப் படைகளின் தலைவர் பிரிகேடியர் ஜெனரல் ரெஜினால்ட் டயர் (1864–1927). இவர் எளிதில் கோபமடையக்கூடியவர் என்றும் நெருக்கடிக்கு உள்ளாகும்போது அதீதமாக எதிர்வினையாற்றக்கூடியவர் என்றும் அறியப்பட்டவர். 1919 ஏப்ரல் 13 அன்று சுமார் 20,000 பேர் ஜாலியன் வாலா பாக் என்னும் இடத்தில் கூடினார்கள். உயரமான மதில் சுவர்களால் சூழப்பட்ட திறந்தவெளி மைதானம் அது. அங்கு கூடியிருந்தவர்களில் பெரும்பாலானோர் பைசாகி என்னும சீக்கிய அறுவடைத் திருவிழாவிற்காக வந்தவர்கள். மதம் அல்லது வேறு எந்த நோக்கத்திற்காகவும் மக்கள் ஒன்றாகக் கூடுவதற்குத் தடைவிதித்து ஜெனரல் டயர் அன்று காலை பிறப்பித்திருந்த உத்தரவு அங்கு கூடியிருந்தவர்களுக்குத் தெரியாது. மாலை 4.30 மணிக்கு கூர்க்கா, சீக்கியர்கள், பத்தான், பலுச்சி ஆகியோர் அடங்கிய ஆயுதப் படைக்குத் தலைமை தாங்கியபடி டயர் ஜாலியன் வாலாபாக் மைதானத்திற்கு வந்தார். எந்த முன்னெச்சரிக்கையும் இல்லாமல் அந்தக் கூட்டத்தின் மீது சுடுமாறு கட்டளை பிறப்பித்தார். மைதானத்திற்குள் வருவதற்கான குறுகலான வழியை அடைத்தபடி சிப்பாய்கள் நின்றிருந்ததால் யாரும் தப்பித்து வெளியே போக முடியவில்லை. 397 பேர் இறந்ததாக அதிகாரப்பூர்வமான கணக்கு கூறியது. காங்கிரஸ் தான் மேற்கொண்ட விசாரணையில் இறந்தவர்கள் எண்ணிக்கை ஆயிரத்துக்கும் மேல் என்று மதிப்பிட்டது.

டயரின் செயலுக்குப் பலரும் உடனடியாகக் கண்டனம் தெரிவித்தார்கள். 'பிரிட்டிஷ் பேரரசின் நவீன வரலாற்றில் முன்னுதாரணமோ இணையோ இல்லாத அசாதாரணமான, கொடூரமான, தனித்து நிற்கும் மோசமான நிகழ்வு இது' என்று வின்ஸ்டன் சர்ச்சில் (1874–1965) கூறினார். தன்னுடைய இலக்கியச் சேவைகளுக்காக இங்கிலாந்து அரசின் 'பிரபு' பட்டம் பெற்ற ரவீந்திரநாத தாகூர் இந்தப் படுகொலைக்குக் கண்டனம் தெரிவிக்கும் விதத்தில் தன்னுடைய விருதைத்

திருப்பி அளித்துவிட்டார். 'இந்தப் பேயரசுக்கு எத்தகைய ஒத்துழைப்பையும் தருவது பாவச் செயலாகும்' என்றார் காந்தி.

பல மாதங்களுக்குப் பிறகு லாகூரில் நடைபெற்ற விசாரணைக் கமிஷன் முன்பு ஆஜரான டயர் தன்னுடைய செயலை நியாயப்படுத்தினார். 'கிளர்ச்சியாளர்களின் மன உறுதி'யைக் கூட்டுவதற்காகத் திட்டமிட்டுக் கூடிய கூட்டம் அது என்றார். டயர் பதவி நீக்கம் செய்யப்பட்டார். ஆனால் அவர் இங்கிலாந்து திரும்பியபோது, பிரிட்டிஷ் பேரரசு நீடித்திருப்பதற்குக் கூட்டுறவு அல்ல, வெற்றியே தேவை என நம்பிய தீவிரப் போக்குக் கொண்டவர்களும் வலுவான பேரரசை உருவாக்க விழைபவர்களும் அவரைக் கொண்டாடினார்கள். இங்கிலாந்தில் அவர் கொண்டாடப்பட்டது ஆங்கிலேயர் ஆட்சியின் மீதான இந்தியர்களின் எதிர்ப்புணர்ச்சியை அதிகரிக்கவே பயன்பட்டது.

அமிர்தசரஸ் படுகொலைக்கு எதிர்வினையாக காந்தி உண்ணாவிரதம் இருந்தார். மாபெரும் வலிமை பொருந்திய எதிரிகளுக்கு எதிராக மிகவும் பலவீனமானவர்களும் ஏழைகளும் ஏந்தக்கூடிய ஆயுதமாக காந்தி உண்ணாவிரதத்தைக் கருதினார். தன்னுடைய பாவங்கள், தவறுகள், போதாமைகளுக்கான பிராயச்சித்தம் தேடும் வழியாகவும் அவர் அதைக் கண்டார். 'காந்தியின் உண்ணாவிரதம் மக்களைக் கட்டுப்படுத்துவதற்காக அல்லாமல் முதன்மையாகத் தன்னைக் கட்டுப்படுத்திக்கொள்வதை நோக்கமாகக் கொண்டது. போராட்டத்திற்காக மக்களைத் திரட்டுவதற்கும் வன்முறையிலிருந்து அவர்களை விலக்கிவைக்கவும் அவர் உண்ணாவிரதத்தைப் பயன்படுத்தினார். அத்துடன், ஆங்கிலேயர்களைக் கட்டுப்படுத்தவும் பலமுறை தன்னைச் சிறையிலிருந்து அவர்கள் விடுவிக்கவும் இறுதியில் இந்தியாவை விட்டே அவர்களை வெளியேற்றவும் அவர் இதைப் பயன்படுத்தினார்' என்று வரலாற்றாசிரியர் வெண்டி டோனிகன் கூறுகிறார்.

1920இல் திலகர் இறந்த பிறகு காந்தி காங்கிரஸின் கேள்விக்கு அப்பாற்பட்ட தலைவராக உருவெடுத்தார். ஒருகாலத்தில் வெறும் விவாதங்களில் ஈடுபடும் உயர் நடுத்தர வர்க்கத்தைச் சேர்ந்தவர்களின் அமைப்பாக இருந்த காங்கிரஸ் காந்தியின் தலைமையின் கீழ் சிறு நகரங்களிலும் கிராமங்களிலும் வேர் கொண்ட தேசிய இயக்கமாக உருமாறியது. சிறப்பான நிர்வாகக் கட்டமைப்பைக் கொண்டதாகவும் ஆனது. மத்திய இந்தியாவில் உள்ள நாகபுரியில் 1920இல் நடைபெற்ற காங்கிரஸ் மாநாட்டில் 14,000 பிரதிநிதிகள் கலந்துகொண்டார்கள். மக்கள்

ஒட்டுமொத்தமாக ஒத்துழையாமை இயக்கத்தில் ஈடுபட வேண்டும் என அவர் வலியுறுத்தினார். இது இந்தியச் சமூகத்தின் பெரும் பகுதியினரை, குறிப்பாக இந்தியாவின் 90 சதவீத மக்கள் தொகையைக் கொண்ட கிராமப்புறத்தினரைப் பெரிதும் கவர்ந்து அவர்களை அரசியல்மயப்படுத்தியது. சாதிய அடுக்கில் உயர் நிலையில் இருந்த ஆயிரக்கணக்கான வழக்கறிஞர்களும் இதர தொழில்முறை வல்லுநர்களும் புதிய உறுப்பினர்களைச் சேர்ப்பதற்காகக் கிராமங்களுக்கு அனுப்பப்பட்டார்கள்.

இந்துக்களுக்கும் முஸ்லிம்களுக்குமிடையில் வளர்ந்து வந்த பிளவு காந்தியை எச்சரிக்கை அடையச்செய்தது. கிலாபத் இயக்கத்திற்குக் காங்கிரஸ் ஆதரவு அளிப்பது இரு மதத்தினரையும் இணைப்பதற்கு 'நூறு ஆண்டுகள் காத்திருந்தாலும் கிடைக்காத' வாய்ப்பை அளிக்கும் என்று காந்தி கருதினார். முதல் உலகப் போரில் கான்ஸ்டான்டிநோபிளைச் சேர்ந்த கலீபாவுக்கு எதிராக முஸ்லிம் துருப்புக்களைப் பயன்படுத்துவதற்கு எதிரான போராட்டமே கிலாபத் இயக்கம். செவ்ராஸ் ஒப்பந்தம் துருக்கியை உலக வரைபடத்திலிருந்தே அழித்துவிட்டது; இஸ்லாத்தின் புனித இடங்கள் மீதான கலீபாவின் கட்டுப்பாட்டையும் அது நீக்கியது. இவற்றையடுத்து கிலாபத் இயக்கம் மேலும் வலிமை பெற்றது. இந்துக்களின் ஆதரவைப் பெறுவதில் மிகுந்த ஆர்வம் கொண்டிருந்த கிலாபத் இயக்கத் தலைவர்கள் அதற்குக் கைமாறாகப் பசுவதையைத் தடை செய்ய முன்வருவதாகக் கூறினார்கள். அந்தச் சலுகையைக் காந்தி ஏற்கவில்லை.

1921 டிசம்பரில் ஒத்துழையாமை இயக்கத்தைத் தொடங்க காந்திக்குக் காங்கிரஸ் அதிகாரம் வழங்கியது. ஒரே ஆண்டில் சுயராஜ்ஜியம் பெற்றுவிடலாம் என வாக்களித்த காந்தி, ஆங்கிலேயர்களின் சட்டங்களை மீறும்படி தன் ஆதரவாளர்களைக் கேட்டுக்கொண்டார். குடிமைப் பணி ஊழியர்கள் பதவி விலக வேண்டும்; வரி கட்டக் கூடாது; நீதிமன்றங்களைப் புறக்கணிக்க வேண்டும். இந்தியாவை ஆள முடியாத நிலையை உருவாக்கினால் ஆங்கிலேயர்கள் வெளியேறுவதற்கான நெருக்கடி உருவாகும் என்பதே ஒத்துழையாமை இயக்கத்தின் சிந்தனை.

ஆனால் மகாத்மாவின் லட்சிய நோக்கை வரித்துக் கொள்ள இந்தியா தயாராகியிருக்கவில்லை. 1922இல் ஐக்கிய மாகாணத்தில் செளரி செளராவில் காங்கிரஸ் தொண்டர்களும் கிலாபத் இயக்கத் தொண்டர்களும் இணைந்த ஒரு கூட்டத்தின் மீது காவல் துறையினர் துப்பாக்கிச் சூடு நடத்தினார்கள். அதற்குப் பதிலடியாகக் கூட்டத்தினர் காவல் நிலையத்தைத்

தீயிட்டுக் கொளுத்தினார்கள். 20 காவலர்கள் வெட்டி அல்லது எரித்துக் கொல்லப்பட்டார்கள். கூட்டத்தினர் 'மகாத்மா காந்திக்கு ஜே' என்றும் முழக்கம் எழுப்பியபடி காவலர்களைத் தாக்கினார்கள். இதைக் கண்டு அதிர்ந்த காந்தி தன்னுடைய போராட்டத்தைத் திரும்பப் பெற்றுக்கொண்டார். மக்களுக்கு அகிம்சைக் கொள்கையைப் போதிக்கும்படி தன்னைப் பின்பற்றுபவர்களிடம் கேட்டுக்கொண்டார். சமுதாயத்தின் அடிமட்டங்களில் அமைப்புகளை உருவாக்க வேண்டும் என்றும் ராட்டையின் மூலம் நூல் நூற்க வேண்டும் என்றும் கூறினார். கை ராட்டையின் மூலம் நூல் நூற்பது சுதேசி லட்சியத்தை அடைவதற்கான நடைமுறை சார்ந்த வழியாகவும் அடக்குமுறையாளர்களுக்கு எதிரான ஒற்றுமையின் வலுவான குறியீடாகவும் ஆன்மிகப் பயிற்சியாகவும் அமைந்தது. ஆங்கிலேய அரசு அவருக்கு ஆறு ஆண்டுக் காலச் சிறைத் தண்டணை அளித்தது. என்றாலும் உடல் நிலை காரணமாக அவர் இரண்டு ஆண்டுகளுக்குள்ளேயே விடுதலை செய்யப்பட்டார்.

இரு துருவ அரசியல்

ஒத்துழையாமை இயக்கத்தின் தோல்விக்கு காந்தி தனக்கே உரிய விதத்தில் எதிர்வினை ஆற்றினார். அகமதாபாத் அருகிலுள்ள தன் ஆசிரமத்திற்குச் சென்று கைராட்டையில் நூல் நூற்கத் தொடங்கினார். தினசரி பிரார்த்தனைகளை நடத்தினார். அநீதிக்கு எதிராக எண்ணற்ற உண்ணாவிரதங்களை மேற்கொண்டார். 1927இல் சைமன் கமிஷன் அறிக்கையைக் காங்கிரஸ் நிராகரித்த சமயத்தில் காந்தி தீவிர அரசியலிலிருந்து ஒதுங்கத் தொடங்கினார். ஸ்டான்ஸி பால்ட்வின்னின் கன்சர்வேடிவ் அரசு அமைத்த கமிஷன் இது. மான்டேகு சீர்திருத்தங்கள் எவ்வாறு செயல்படுகின்றன என்பதை மதிப்பிடுவதும் இந்தியாவின் தன்னாட்சிக்கான அரசியல் சட்டத்தை உருவாக்குவதும் இந்தக் குழுவுக்கு இடப்பட்ட பணிகள். இந்தக் குழுவில் ஒரு இந்தியர்கூட இல்லாததைக் கண்டு கோபமடைந்த காங்கிரஸ் 'ஒவ்வொரு கட்டத்திலும் ஒவ்வொரு வடிவிலும்' இதைப் புறக்கணிப்பதாகத் தீர்மானம் நிறைவேற்றியது. ஆங்கிலேயர்களிடமிருந்து முழுமையான விடுதலை பெறுவதே தனது லட்சியம் என முதல்முறையாக உறுதிபூண்டது. ஓராண்டிற்குப் பிறகு விடுதலைக்காகப் போராடிய முக்கியமான அனைத்துக் குழுக்களின் பிரதிநிதிகள் அரசியல் சட்ட சீர்திருத்தத் திட்டத்திற்கான வரைவைத் தயாரித்தார்கள்.

மோதிலால் நேரு (1861–1931) தலைமையிலான குழு தயாரித்த 'நேரு அறிக்கை'யை 1928, டிசம்பரில் காங்கிரஸ்

அங்கீகரித்தது. கனடா, ஆஸ்திரேலியா போன்ற நாடுகளைப் போல இந்தியாவுக்கும் டொமினியன் அந்தஸ்து வழங்குவதே 'உடனடியாக மேற்கொள்ள வேண்டிய அடுத்த நடவடிக்கை' என்று அந்த அறிக்கை கூறியது. இந்தியா ஒரு கூட்டமைப்பாக இருக்கும். அந்த நாடாளுமன்றத்திற்குப் பதில் சொல்லும் பொறுப்புடன் அமைச்சரவை ஒன்று இயங்கும் என அந்த அறிக்கை கூறியது. சிறுபான்மையினருக்கான தனித் தொகுதி என்னும் யோசனையை அது நிராகரித்தது. அதற்குப் பதிலாக இட ஒதுக்கீடு முறையின் மூலம் அவர்களின் நலன்களைப் பாதுகாக்கலாம் எனப் பரிந்துரைத்தது.

காங்கிரஸில் இருந்த தீவிரப் போக்குள்ளவர்கள் இந்த அறிக்கையை எதிர்த்தார்கள். டொமினியன் அந்தஸ்தை (பிரிட்டிஷ் பேரரசின் அதிகாரத்துக்கு உட்பட்ட தன்னாட்சி) ஏற்பது முழுமையான விடுதலையே லட்சியம் என்று ஓராண்டுக்கு முன்பு அறிவித்த நிலையிலிருந்து பின்வாங்குவதாக அமையும் என அவர்கள் கருதினார்கள். சிறுபான்மையினருக்குத் தனித் தொகுதி கிடையாது என்று அறிக்கை கூறியது முகம்மது அலி ஜின்னாவின் (1876-1948) தலைமையிலான முஸ்லிம் லீகைக் கோபப்படுத்தியது. ஜின்னா காந்தியைப் போலவே இன்னர் டெம்பிள் கல்லூரியில் சட்டம் படித்தவர். 1896இல் இங்கிலாந்து நீதிமன்றங்களில் வழக்கறிஞராகப் பணியாற்ற அவருக்கு அழைப்பு விடுக்கப்பட்டது. அப்படிப் பணியாற்றிய இந்தியர்களில் மிகவும் இளையவர் ஜின்னா. இரண்டு ஆண்டுகள் கழித்து இந்தியா திரும்பிய அவர் பம்பாயின் ஒரே முஸ்லிம் பாரிஸ்டராகப் பணியாற்றத் தொடங்கினார். இந்துக்களே

முழுக்க முழுக்க மதத்தின் அடிப்படையிலான அரசு அமைய வேண்டும் என ஜின்னா போராடினாலும் அவருடைய இஸ்லாம் மிதவாதப் போக்குக் கொண்டது; முற்போக்கானது. குர்ஆனிலிருந்து ஒரு பத்தியைக்கூட அவரால் படிக்க முடியாது என்றும் மிக அரிதாகவே மசூதிக்குச் சென்று தொழுவார் என்றும் சொல்லப்படுகிறது.

மிகப் பெரும் எண்ணிக்கையில் இருந்த காங்கிரஸில் சேர்ந்தார். தன்னுடைய அபாரமான அரசியல் கூர்மையால் விடுதலைக்கு முந்தைய இந்தியாவின் மீது தாக்கம் செலுத்தினார். பாகிஸ்தான் என்னும் தனி நாடு வேண்டும் என்ற அவருடைய கோரிக்கை முஸ்லிம்களுக்குக் கூடுதல் சலுகைகளைப் பெறுவதற்கான தந்திரமா அல்லது அதுவேதான் அவர் லட்சியமா என்னும் கேள்விக்கு இன்றுவரை தெளிவான விடை கிடைக்கவில்லை.

மோதிலால் நேரு அறிக்கையை முஸ்லிம் லீக் நிராகரித்தது லீகிற்கும் காங்கிரஸுக்கும் இடையிலான செயல்பூர்வமான உறவின் தவிர்க்க முடியாத முறிவைத் துரிதப்படுத்தியது. இந்தியா விடுதலை பெற்றால் அதிகாரம் ஆங்கிலேயர்களிடமிருந்து காங்கிரஸுக்குச் சென்றுவிடும் என்று பெரும்பாலான முஸ்லிம்கள் கருதினார்கள். எதிர்காலத்தில் அமையக்கூடிய சுதந்திர, ஜனநாயக இந்தியாவில் அதிகாரத்தைப் பகிர்ந்துகொள்ளவும் தங்கள் நலன்களைக் காத்துக்கொள்வதற்குமான திறன் இதனால் மட்டுப்படுத்தப்படும் என்றும் கருதினார்கள். புதிய அரசின் அதிகாரங்கள் குறித்த ஆலோசனைகள் அவர்களுடைய எண்ணத்தை உறுதிப்படுத்துவதாகவே இருந்தன.

1929 டிசம்பரில் லாகூரில் நடைபெற்ற காங்கிரஸ் மாநாடு விடுதலை இயக்கத்தின் திருப்புமுனைத் தருணமாக அமைந்தது. புத்தாண்டு பிறந்த தருணத்தில் ராவி ஆற்றங்கரையில் சுதந்திர இந்தியாவின் கொடியான மூவர்ணக் கொடி ஏற்றப்பட்டது. 'இன்குலாப் ஜிந்தாபாத்' (புரட்சி ஓங்குக) என்றும் முழக்கம் உரக்க ஒலித்தது. 1930, ஜனவரி 26ஆம் தேதியைச் சுதந்திர தினமாக காந்தி அறிவித்தார். வைஸ்ராயிடம் 11 அம்சத் திட்டத்தைச் சமர்ப்பித்தார். அது ஒப்புக்கொள்ளப்பட்டால் அது விடுதலைக்கு ஒப்பானதாகும். ஆங்கிலேயர்கள் மீது நெருக்கடி ஏற்படுத்த அவர் தன்னுடைய ஆகச் சிறந்த சத்தியாக்கிரகப் போராட்டமான உப்புச் சத்தியாக்கிரகப் போராட்டத்தை அறிவித்தார்.

முகலாயர் காலத்திலிருந்தே உப்பு உற்பத்தியும் விற்பனையும் அரசின் ஏகபோக உரிமைகளாகவே இருந்தன. உப்பின் மீதான வரி குறைவாகவே இருந்தது. ஆண்டுக்கு மூன்றணா. ஆனால் ஏழை, பணக்காரர் என அனைவருக்கும் உப்பு அத்தியாவசியமாக இருந்ததால் இந்த வரி ஏழைகளைப் பெரிதும் பாதித்தது. 1930, மார்ச் 12 அன்று காந்தி பத்திரிகையாளர்களும் புகைப்படக்காரர்களும் சூழ்ந்திருக்க, சபர்மதி ஆசிரமத்திலிருந்து குஜராத்தின் மேற்குக் கடற்கரையில் உள்ள 380 கிலோ மீட்டர் தொலைவில் இருக்கும் தண்டிக்குப் பாத யாத்திரை புறப்பட்டார்.

இந்தியா விடுதலை பெறும்வரை திரும்பி வரக் கூடாது என்று தன்னுடன் வந்தவர்களிடம் காந்தி சொன்னார். அவருடைய தினசரி பிரார்த்தனைக் கூட்டங்களுக்குப் பெருந்திரளாக மக்கள் வந்தார்கள். யாத்திரை தில்லியை அடைவதற்குள் ஆயிரக்கணக்கான மக்கள் அவருடன் இணைந்துகொண்டார்கள். ஏப்ரல் 5 அன்று கடலில் குளித்த அவர் கடற்கரையிலிருந்து கைப்பிடி அளவு உப்பை எடுத்தார். மிகச் சிறிய செயலான இது குறியீட்டளவில் மாபெரும் நிகழ்வாக அமைந்தது. அரசு இந்த இயக்கத்தை அலட்சியமாகவே கையாண்டது. காங்கிரஸ் தலைவர்களை மொத்தமாகக் கைது செய்வதில் அது கவனம் செலுத்தியது. காந்தியும் சிறையில் அடைக்கப்பட்டார். ஆனால் பல ஆயிரக்கணக்கான மக்கள் அவருடைய முன்னுதாரணத்தைப் பின்பற்றினார்கள். இந்த அளவுக்கு வரவேற்பு கிடைக்கும் என்று காந்தியே எதிர்பார்க்கவில்லை.

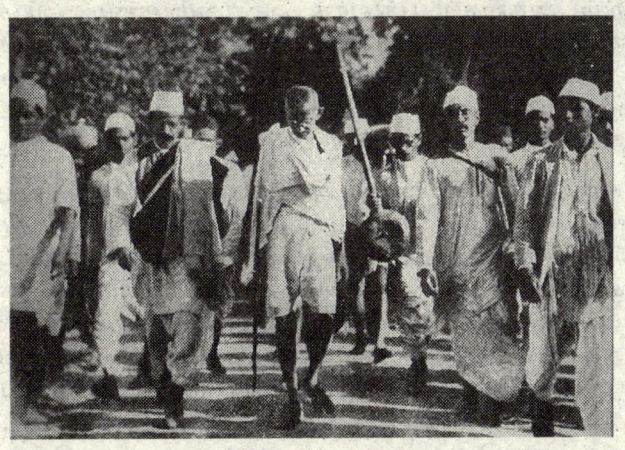

யாத்திரையில் கலந்துகொண்ட தொண்டர்களை இரும்புப் பூண் போட்ட தடிகளால் காவல் துறையினர் தாக்கியதை ரிச்சர்ட் அட்டன்பரோவின் 'காந்தி' திரைப்படம் அழுத்தமாகச் சித்தரித்தது.

1930ஆம் ஆண்டின் இறுதியில் ஒரு தேக்கம் ஏற்பட்டிருந்ததை அரசு, காங்கிரஸ் ஆகிய இரு தரப்பினரும் உணர்ந்தார்கள். காங்கிரஸின் போராட்டங்கள் வன்முறை நிரம்பியதாக மாறக்கூடும் என அஞ்சிய இர்வின், காந்தியைப் பேச்சுவார்த்தைக்காகத் தில்லிக்கு வருமாறு அழைத்தார். மிதவாதப் போக்குக் கொண்ட தேசியவாதிகளின் கோரிக்கைகளைப் பரிவுடன் அணுகும் வைஸ்ராயாக இர்வின் இருந்தார். 'உயர்ந்த மனம், தர்க்கரீதியான சிந்தனை, வேகம், துணிவு,

அலாதியான நுட்பம்' ஆகியவை கொண்ட தலைவராக அவர் மகாத்மாவைக் கருதினார். காந்திக்கும் அவர் மீது மதிப்பு இருந்தது. 'நான் இர்வின் பிரபுவுக்குத் தலை வணங்கவில்லை; அவருக்குள் இருந்த நேர்மைக்குத் தலை வணங்கினேன்' என்று காந்தி பின்னாளில் குறிப்பிட்டார். காந்தி வேட்டி மட்டும் கட்டிக்கொண்டு கையில் ஒரு தடியை ஊன்றியபடி வைஸ்ராய் மாளிகையின் படிக்கட்டுகளில் ஏறும் புகைப்படங்கள் வெளிவந்தன. அதைப் பார்த்த இங்கிலாந்து பிரதமர் சர்ச்சில், 'கீழை நாடுகளில் சகஜமாகக் காணப்படும் அரை நிர்வாணப் பக்கிரி'யாக மாறிவிட்ட மிடில் டெம்பிள் வழக்கறிஞர் என்று நாடாளுமன்றத்தில் குறிப்பிட்டார். பேச்சுவார்த்தை வெற்றிகரமாக அமைந்தது. காந்தி–இர்வின் ஒப்பந்தம் உருவானது. உப்புச் சத்தியாக்கிரகத்தில் கைது செய்யப்பட்ட 60,000 பேரில் பெரும்பாலானவர்களை விடுவிக்க வேண்டும் என்றும் அதற்குப் பதிலாக ஒத்துழையாமை இயக்கம் நிறுத்திக்கொள்ளப்படும் என்றும் முடிவானது. இந்தியாவுக்கான அரசியல் சட்டத்தை உருவாக்குவதற்கான இரண்டாம் வட்ட மேஜை மாநாட்டில் கலந்துகொள்ள காந்தி ஒப்புக்கொண்டார். (முதலில் மாநாட்டைக் காங்கிரஸ் புறக்கணித்தது.)

காந்தி 1931, செப்டம்பர் 12 அன்று லண்டன் சென்றடைந்தார். அங்கும் வேட்டியும் மேல் துண்டும் மட்டுமே அணிந்திருந்த அவர் மூன்று நாட்கள் கழித்து வட்ட மேஜை மாநாட்டில் 100க்கும் மேற்பட்ட பிரதிநிதிகள் மத்தியில் உரையாற்றினார். லண்டனில் அவருடைய வருகை ஊடகங்களுக்கு விருந்தானது. மத அடிப்படையிலும் இதர வகைகளிலும் சிறுபான்மையின ராக இருக்கும் மக்களுக்கான ஒதுக்கீடுகள் தொடர்பான பேச்சுவார்த்தை பல வாரங்களுக்கு நீடித்தது. முழுப் பொறுப்புக் கொண்ட சுதந்திர அரசை உடனடியாக அமைக்க வேண்டும் என்ற அவர் கோரிக்கை அலட்சியப்படுத்தப்பட்டது. ஏமாற்ற மடைந்த காந்தி 1931 டிசம்பரில் லண்டனிலிருந்து கிளம்பினார்.

காந்தி இந்தியா திரும்புவதற்குள் இர்வினுக்குப் பதில் வெல்லிங்டன் பிரபு (1866–1941) என்னும் அதிதீவிர கன்சர்வேட்டிவ் கட்சிக்காரர் வைஸ்ராயாக நியமிக்கப்பட்டிருந்தார். எந்த விலை கொடுத்தேனும் இந்தியாவில் பிரிட்டிஷ் அரசைக் காப்பாற்றுவதே தன்னுடைய நோக்கம் என்று அவர் தெளிவாகக் கூறிவிட்டார். இதற்கு எதிர்வினையாக இரண்டாவது ஒத்துழையாமை இயக்கத்தைக் காங்கிரஸ் அறிவித்தது. அரசு முன்பைக் காட்டிலும் கடுமையாக இந்தப் போராட்டத்தை ஒடுக்கியது. காங்கிரஸைச் சட்ட விரோத இயக்கமாக அறிவித்து

ஒரு லட்சத்திற்கும் மேற்பட்டவர்களைக் கைது செய்தது. வன்முறை மோதல்கள் அதிகரித்த நிலையில் காந்தி மீண்டும் ஒரு முறை போராட்டத்தை நிறுத்த வேண்டியிருந்தது.

இதைத் தொடர்ந்து உருவான தேக்க நிலையை 'இந்திய அரசுச் சட்டம் 1935' உடைத்தது. பிரிட்டிஷ் நாடாளுமன்றம் பிறப்பித்ததிலேயே மிக நீளமான சட்டம் இது. இந்தச் சட்டம் ஆகஸ்ட் மாதம் அமலுக்கு வந்தது. மக்களால் தேர்ந்தெடுக்கப் பட்ட பிரதிநிதிகள் மாகாண அளவில் சுயாட்சி உரிமை கொண்ட அரசுகளை அமைக்க இந்தச் சட்டம் அனுமதி யளித்தது. இந்திய மக்கள் தொகையில் ஆறில் ஒரு பங்கினருக்கு வாக்குரிமை கிடைத்தது. முதல் முறையாகப் பெண்களுக்கும் வாக்குரிமை வழங்கப்பட்டது. வாக்குரிமைக்கான சிக்கலான சட்டப் பிரிவுகள் 51 பக்கங்களுக்கும் மேல் நீண்டன. முஸ்லிம் தொகுதியொன்றில் இருக்கும் சீக்கியருக்கு வாக்குரிமை கிடையாது என்பன போன்ற விதிகள் அவற்றில் இருந்தன. 250 தொகுதிகளைக் கொண்ட தில்லி சட்டமன்றத்தின் பாதியை சமஸ்தானங்கள் பெறும். இந்தச் சட்டமன்றம் மத்திய அரசுடனான அதிகாரப் பகிர்வுக்கென ஒரு நிர்வாக அமைப்பை உருவாக்கும். ஏற்கெனவே இருந்த நிலையிலிருந்து இது ஓரளவு முன்னேற்றம்தான் என்றாலும் ஆங்கிலேயர்கள் கூடுதல் அவகாசத்தைப் பெறுவதற்கான இன்னொரு முயற்சியாகவே இந்தச் சட்டம் பார்க்கப்பட்டது.

இந்தச் சட்டம் குறித்து அதிருப்தி அடைந்தவர்களில் ஒருவர் ஜவஹர்லால் நேரு (1889–1964). ஹாரோபிலும் கேம்பிரிட்ஜிலும் பட்டப்படிப்பு படித்த நேரு, காந்தியைப் போலவே இன்னர் டெம்பிளில் சட்டம் படித்தார். அவருடைய தந்தை மோதிலால் நேரு அலகாபாத் உயர் நீதிமன்றத்தில் பாரிஸ்டர்; 1919இல் காங்கிரஸ் தலைவராகத் தேர்ந்தெடுக்கப்பட்டார். 1923இல் ஜவஹர்லால் நேரு காங்கிரஸின் பொதுச் செயலாளராகத் தேர்ந்தெடுக்கப்பட்டார். விரைவிலேயே காங்கிரஸின் பிரதான சித்தாந்தியாக உருவெடுத்தார். சாதி, மதம், மொழி ஆகியவற்றால் பிளவுண்டிருக்கும் இந்தியாவுக்குக் காலனித்துவத்தின் பெருந்தன்மை மிகுந்த வழிகாட்டுதல் தேவைப்படுகிறது என்கிற ஆங்கிலேயர்களின் கதையாடலுக்கு எதிரான கருத்துக்களை இவரது எழுத்துக்கள் முன்வைத்தன. (இவை பெரும்பாலும் நீண்ட சிறைவாசத்தின்போது எழுதப்பட்டவை.) இந்திய அரசுச் சட்டத்தை ஆங்கிலேயரின் ஆட்சியைப் பாதுகாப்பதற்கான 'அடிமை சாசனம்' என்று நேரு குறிப்பிட்டார். வலுவான பாதுகாப்பு ஏற்பாடுகளைக் கொண்ட இந்தச் சட்டத்தை

'இஞ்சின் இல்லாமல் வலுவான பிரேக்குகளைக் கொண்ட இயந்திரம்' என்று அவர் வர்ணித்தார்.

ஜவஹர்லால் நேருவும் (இடது) ரவீந்திர நாத் தாகூரும் (வலது) மதச்சார்பற்ற இந்தியா என்னும் லட்சியத்தைக் கொண்டிருந்தார்கள். நோபல் பரிசு பெற்ற இந்த வங்கக் கவிஞரின் எழுத்துக்களும் பிரபஞ்சம் தழுவிய பார்வையும் நேருவின் மீது தாக்கம் செலுத்தியிருந்தன.

> **இந்திய ஒற்றுமை குறித்து நேரு:** நாகரிகம் உதயமான காலத்திலிருந்தே ஒற்றுமை குறித்த கனவு இந்தியர்களின் மனதில் இருந்துவந்திருக்கிறது. அது வெளியிலிருந்து திணிக்கப்பட்டதல்ல; புறக் கூறுகளின் தரப்படுதலாகவோ நம்பிக்கைகளின் வெளிப்பாடாகவோ அது அமையவில்லை. அது ஆழமானது. நம்பிக்கைகள், பழக்க வழக்கங்கள் குறித்த விசாலமான சகிப்புத் தன்மை இந்தியச் சமூகத்தில் நடைமுறையில் இருந்தது. ஒவ்வொரு பிரிவும் ஒவ்வொரு வகைமையும் அங்கீகரிக்கப்பட்டன; ஊக்கமளிக்கப்பட்டன.

நேருவின் ஐயங்களை மீறிக் காங்கிரஸ் உறுப்பினர்கள் 1937ஆம் ஆண்டின் மாகாணத் தேர்தல்களில் பங்கேற்றார்கள். ஐந்து மாகாணங்களில் அறுதிப் பெரும்பான்மை பெற்ற இக்கட்சி நான்கு மாகாணங்களில் தனிப்பெருங்கட்சியாக உருவெடுத்தது. அரசு தன்னுடைய சிறப்பு அதிகாரத்தைப் பயன்படுத்தாது என்னும் உத்தரவாதத்தைக் கோரிப் பெற்ற பிறகு காங்கிரஸ் பஞ்சாப், சிந்து, வங்காளம் ஆகியவை தவிர இதர எல்லா மாகாணங்களிலும் அமைச்சரவைகளை அமைத்தது. இதற்கு நேர்மாறாக

முஸ்லிம் லீக் முஸ்லிம்களுக்காக ஒதுக்கப்பட்ட 482 தொகுதிகளில் கால் பங்கை மட்டுமே வென்றது. பல மாகாணங்களில் கூட்டணி அரசு அமைக்க ஜின்னா மேற்கொண்ட முயற்சிகளைக் காங்கிரஸ் அலட்சியப்படுத்தியது. மக்களின் ஆதரவு அலையில் அது திளைத்துக்கொண்டிருந்தது. பாதுகாப்பு தவிர அரசாங்கத்தின் பெரும்பாலான அம்சங்கள் அக்கட்சியின் கட்டுப்பாட்டில் இருந்தன.

லீகைக் காங்கிரஸ் அலட்சியப்படுத்தியது இந்துக்களும் முஸ்லிம்களும் கைகோத்தபடி விடுதலையை நோக்கிப் பயணிப்பதற்கான வாய்ப்புகளைக் குழி தோண்டிப் புதைத்து விட்டது. அன்னியப்படுத்தப்பட்டதாகவும் பாதுகாப்பற்ற நிலையில் இருப்பதாகவும் முஸ்லிம்களுக்கு இருந்த உணர்வுகளை இந்து இனவாதக் கட்சிகள் மேலும் தூண்டிவிட்டன. இவற்றில் பிரதானமான கட்சி இந்து மகாசபா.

'தந்தை நாட்டுடன் இருக்கும் பொதுவான பிணைப்பு, நாடி நரம்புகளில் ஓடும் பொதுவான ரத்தம், இந்நாட்டின் மகத்தான நாகரிகம் அல்லது இந்து கலாச்சாரத்திற்குச் செலுத்த வேண்டிய பொதுவான மரியாதை ஆகியவற்றால் இந்துக்கள் பிணைக்கப்பட்டிருக்கிறார்கள்' என்று இந்து மகாசபையின் தலைவர் விநாயக தாமோதர சாவர்க்கர் கூறினார். இந்தியாவில் உருவான மதங்களைப் பின்பற்றுபவர்கள்தான் இந்துக்களாக இருக்க முடியும் என்றார் அவர். சீக்கியர்கள், பவுத்தர்கள், சமணர்கள் ஆகியோர் இந்த வரையறைக்குள் வருவார்கள். முஸ்லிம்கள் வர மாட்டார்கள். (இந்தப் பாகுபாடு இந்து தேசிய அல்லது இந்துத்துவச் சித்தாந்தத்தின் ஆதாரமாக இன்றளவிலும் இருந்து வருகிறது.) இந்து அடிப்படைவாதிகள் காங்கிரஸில் சேரத் தடை விதிப்போம் என்னும் வாக்குறுதியின் மூலம் முஸ்லிம்களின் அச்சத்தைப் போக்க 1938இல் நேரு மேற்கொண்ட முயற்சி பலிக்கவில்லை. காலம் கடந்து எடுக்கப்பட்ட நடவடிக்கையாக இது இருந்தது.

1940இல் லாகூரில் நடைபெற்ற முஸ்லிம் லீக் மாநாட்டில் முஸ்லிம்களுக்கான தனி நாடு என்னும் கருத்து ஒரு குறிக்கோளாக மட்டுமின்றி பாகிஸ்தான் (தூய்மையின் நிலம்) என்ற பெயரையும் பெற்றிருந்தது.

வெள்ளையனே வெளியேறு இயக்கமும் விடுதலைக்கான பாதையும்:

1939, செப்டம்பர் 3 அன்று பிரிட்டன் ஜெர்மனியின் மீது போர் தொடுப்பதாக அறிவித்தபோது பிரிட்டிஷ் ஆட்சியின்

கீழ் இருந்த இந்தியாவும் போரில் இறங்கியது. இது குறித்து ஆங்கில அரசு காங்கிரஸைக் கலந்தாலோசிக்கவில்லை. அது மட்டுமின்றி, மாகாண அரசுகளின் சுயாட்சி உரிமையைக் கட்டுப்படுத்தி குடிமக்களின் உரிமைகளைக் குறைக்கும் புதிய சட்டங்களையும் பிறப்பித்தது. காந்தி அகிம்சைக் கொள்கையை கொண்டிருந்தபோதும், லின்லித்கோ பிரபுவைச் (1887–1952) சந்தித்தபோது பிரிட்டனுக்குத் தன்னுடைய ஆதரவைத் தெரிவித்தார். காங்கிரஸ் செயற்குழுவும் அதை ஏற்றுக்கொண்டது. 'பாசிசம், நாஜியிசம் ஆகிய கருத்தாக்கங்களையும் மானுட உணர்வுகளைச் சிதைத்து வன்முறையையும் போரையும் இவை மகிமைப்படுத்துவதையும் முற்றிலுமாக' நிராகரிப்பதாகக் காங்கிரஸின் தீர்மானம் கூறியது. ஆனால் 'இந்தியாவுக்கான போர், அமைதி ஆகியவற்றை இந்திய மக்கள்தான் தீர்மானிக்க வேண்டும்' என்றும் அது வலியுறுத்தியது. 'ஜனநாயகம், ஏகாதிபத்தியம் ஆகியவை தொடர்பாகப் போரில் தன்னுடைய குறிக்கோளையும் தற்போது அது மேற்கொண்டுள்ள புதிய அணுகுமுறையையும் பிரிட்டிஷ் அரசு தெளிவாக அறிவிக்க வேண்டும். இந்தக் குறிக்கோள்கள் இந்தியாவுக்கு எப்படிப் பொருந்தவிருக்கின்றன என்பதையும் நிகழ்காலத்தில் அவை எப்படி நடைமுறைக்கு வரும் என்பதையும் சொல்ல வேண்டும்' என்று காங்கிரஸ் கோரியது. சுதந்திரத்தின் பெயரால் போரில் ஈடுபடும் பிரிட்டன் இந்தியர்களுக்கு அந்தச் சுதந்திரத்தை மறுப்பது போலித்தனம் எனக் கருதப்பட்டது. லின்லித்கோ இந்தப் பிரச்சினையைப் புறந்தள்ளியபோது அதை எதிர்த்துக் காங்கிரஸின் ஒன்பது மாகாண அமைச்சரவைகளும் பதவி விலகின. இது முஸ்லிம் லீகிற்குக் கொண்டாட்டமாகிவிட்டது. காங்கிரஸின் ஆட்சி ஒரு வழியாக முடிவுக்கு வந்ததாக அது கருதியது. 1940 மார்ச் மாதம் பாகிஸ்தான் தீர்மானத்தை லீக் நிறைவேற்றியது. இந்தியாவின் வடமேற்கு, கிழக்குப் பகுதிகளில் தங்களுக்கென 'சுதந்திரமான அரசுகள் வேண்டும்' என அது கோரியது. இந்தக் குறிக்கோளை எட்டுவதற்கான திட்டம் முன்வைக்கப்படாதது ஐயத்தை எழுப்பியது.

1940இல் ஜப்பான் போரில் குதித்தது. 1942 பிப்ரவரியில் சிங்கப்பூர் அதன் வசம் சென்றது. தொடர்ந்து பர்மாவை நோக்கி ஜப்பான் முன்னேறியது. விரைவில் இந்தியாவிற்குள் நுழைந்துவிடும் என்ற நிலை உருவானது. வங்காளத்தில் 40,000க்கும் மேற்பட்ட படகுகள் மூலம் மக்கள் வேறு இடங்களுக்குக் கொண்டு செல்லப்பட்டார்கள். மதராஸில் அரசு அதிகாரிகள் நகரின் உட்புறங்களுக்குள் சென்று பதுங்கிக்கொண்டார்கள். வனவிலங்குச் சரணாலயத்தில் இருந்த புலிகள் விடுதலை

௸ 232 ௬ ஜான் ஜுபர்ஸிக்கி

செய்யப்பட்டு ஊருக்குள் வந்துவிடுமோ என்ற அச்சத்தால் அவை சுட்டுக் கொல்லப்பட்டன.

முன்னேறி வந்த ஜப்பானியப் படைகளை ஆதரிக்க இந்திய தேசிய ராணுவம் தயாராக இருந்தது. இந்தியாவில் இருந்த ஆயிரக்கணக்கான போர்க் கைதிகளை வைத்து உருவாக்கப்பட்ட இந்த ராணுவப் படைக்கு ஜப்பான் ராணுவம் பயிற்சி அளித்தது. இந்திய தேசிய ராணுவத்தைத் தோற்றுவித்த சுபாஷ் சந்திர போஸ் (1897–1945) சிறிது காலம் காங்கிரஸ் தலைவராக இருந்தார். அவருடைய தீவிரமான கருத்துக்களுக்காக காந்தியும் நேருவும் அவரை வெளியேற்றினார்கள். 1940இல் ஆங்கிலேயர்களுக்கு எதிரான போராட்டங்களை ஏற்பாடு செய்ததையடுத்து அவர் கைது செய்யப்பட்டார். சிறையிலிருந்து வியப்பூட்டும் வகையில் தப்பித்த அவர் ஆப்கானிஸ்தான், மாஸ்கோ வழியாக ஜெர்மனிக்குச் சென்றார். ஜெர்மனி, இத்தாலி, ஜப்பான் ஆகிய நாடுகளைக் கொண்ட அச்சு நாடுகளின் பிடியில் இருந்த ஐரோப்பாவில் வசித்த இந்தியர்கள் அவரை 'நேதாஜி' (தலைவர்) என்று குறிப்பிட்டார்கள். 1943 இல் ஜப்பானின் வசம் இருந்த சிங்கப்பூருக்கு நீர்மூழ்கிக் கப்பல் மூலம் சென்ற அவர் பிறகு அந்தமான் தீவுகளுக்குச் சென்றார். ஜப்பான் வசம் இருந்த ஒரே இந்தியப் பகுதி அது. அந்தமான் தீவுகள் சுதந்திர இந்தியாவாகவும் சுபாஷ் போஸ் அதன் தலைவராகவும் அறிவிக்கப்பட்டார்கள். இந்திய தேசிய ராணுவத்தால் ஆங்கிலேயர்களின் ஆட்சியில் இருந்த இந்தியாவுக்கு எந்த அச்சுறுத்தலையும் ஏற்படுத்த முடியவில்லை. அந்தப் படையில் இருந்த 6000 சிப்பாய்களில் பலர் போர்க்களத்தில் அல்லாமல் நோய்வாய்ப்பட்டு இறந்தார்கள். பலர் தங்கள் கூட்டாளியான ஜப்பானால் அலட்சியப்படுத்தப்பட்டுத் தவறாகப் பயன்படுத்தப் பட்டார்கள். ஜப்பான் சரணடைவதற்கு ஓராண்டு முன்னதாக டோக்கியோவுக்குப் பயணமான சுபாஷ் சந்திர போஸ் விமான விபத்தில் வழியிலேயே மரணமடைந்தார்.

சர்ச்சிலின் போர்க்கால அமைச்சரவையின் சோஷலிஸ்ட் உறுப்பினரான ஸ்டாஃபோர்டு கிரிப்ஸ் (1889–1952) இந்திய விடுதலை தொடர்பாக வலுவான தாக்கத்தை ஏற்படுத்தக் கூடிய ஒரு திட்டத்துடன் இந்தியாவுக்கு வந்தார். இந்தியா இங்கிலாந்திற்குப் போரில் ஒத்துழைத்ததற்கு கைமாறாக 'மிக விரைவில் தன்னாட்சியைச் சாத்தியப்படுத்து'வதாக ஆங்கிலேய அரசு உறுதியளித்தது. 'புதிய இந்திய ஒன்றியம்' உருவாக்கப்படும் என்றும், 'இங்கிலாந்துடனும் இங்கிலாந்து அரசுடன் இணைந்துள்ள இதர டொமினியன்களுடனும் இணைந்த டொமினியனாக, பிற டொமினியன்களுக்கு

இணையான அந்தஸ்து கொண்டதாக அது இருக்கும்' என்று வாக்குறுதி அளிக்கப்பட்டது. வைஸ்ராயின் அவையில் இணைந்து இந்திய அரசின் அமைச்சரவையாகச் செயல்படுமாறு காங்கிரஸுக்கு ஆங்கிலேய அரசு அழைப்பு விடுத்தது. போர் முடிந்ததும் பிரிட்டிஷ் பேரரசுக்கு உட்பட்டோ அல்லது அதிலிருந்து விடுபட்டோ இந்தியா முழு விடுதலை அடைய லாம்; எத்தகைய விடுதலை என்பதை இந்தியாவின் புதிய தலைவர்கள் முடிவு செய்துகொள்ளலாம் என்றும் ஆங்கிலேய அரசு கூறியது.

நேரு உள்ளிட்ட சில தலைவர்கள் இந்த யோசனைகளை ஏற்கத் தயாராக இருந்தாலும் தீவிரப் போக்காளர்களும் இதர கட்சிகளின் பிரதிநிதிகளும் நிர்வாக அதிகாரங்களைப் பகிர்ந்துகொள்வது என்னும் இங்கிலாந்தின் அறிவிக்கப்பட்ட நோக்கத்தின் மீது ஐயம் கொண்டிருந்தார்கள். குறிப்பாகப் பாதுகாப்பு முதலான விவகாரங்களில் இந்தியாவுக்குள் இருந்த மாகாணங்களையும் சமஸ்தானங்களையும் நாளடைவில் பிரிந்து போக அனுமதிப்பதற்கான திட்டம் முஸ்லிம் லீகையும் சமஸ்தான அரசுகளையும் திருப்திப்படுத்தும் திட்டமாகவே பார்க்கப்பட்டது. ஒப்பந்தத்தை மேற்கொள்ளாமலேயே கிரிப்ஸ் திரும்பிச் சென்றார். 'திவாலாகிவரும் வங்கியின் பின் தேதியிட்ட காசோலை' என கிரிப்ஸின் திட்டத்தை காந்தி வர்ணித்தார்.

வேறொரு வகையிலான திவாலான நிலையும் காந்தியின் மனதில் இருந்தது. ஒத்துழையாமை இயக்கம் ஆங்கிலேயர்களை இந்தியாவிலிருந்து வெளியேற்றும் முயற்சியில் வெற்றிபெற வில்லை. அவருடைய உண்ணாவிரதங்களால் எந்த விளைவும் ஏற்படவில்லை. வைஸ்ராய்களுடனான பேச்சுவார்த்தையும் லண்டன் வட்ட மேஜை மாநாடும் எந்தப் பலனையும் அளிக்க வில்லை. அச்சு நாடுகளின் முன்னேற்றத்தைப் பிரிட்டனால் தடுக்க முடியாது என்று உறுதியாக நம்பிய காந்தி ஆங்கில அரசு இந்தியாவை விட்டு வெளியேறுவதற்கான காலம் வந்துவிட்டது என்று கருதினார். 1942, ஆகஸ்ட் 8 அன்று அகில இந்திய காங்கிரஸ் கமிட்டி 'வெள்ளையனே வெளியேறு' போராட்டத்திற்கான தீர்மானத்தை நிறைவேற்றியது. முடிந்தவரையிலும் விரிவான அளவில் பொது மக்கள் அகிம்சை முறையில் போராட்டங்களை நடத்த அந்தத் தீர்மானம் அனுமதி அளித்தது. அடுத்த நாள் காந்தி இப்படி அறிவித்தார்: 'முழுமையான விடுதலைக்குக் குறைவான எதிலும் நான் திருப்பியடையப்போவதில்லை. இந்தியாவை விடுதலை பெறச் செய்ய வேண்டும்; அல்லது அந்த முயற்சியில் உயிரை விட வேண்டும். செய் அல்லது செத்து மடி என்பதாக நம் அணுகுமுறை இருக்க வேண்டும்.'

போர் முடியும்வரை வேறு எந்த அறிவிப்பையும் அவர் வெளியிடவில்லை. இந்த அறிக்கை வெளியானதும் அவரும் கிட்டத்தட்ட காங்கிரஸின் எல்லாத் தலைவர்களும் கைது செய்யப்பட்டார்கள். வழிகாட்ட யாரும் இல்லாததால் தொண்டர்கள் சூழ்நிலையைத் தங்கள் கைகளில் எடுத்துக் கொண்டார்கள். பல நகரங்களிலும் சிறுநகரங்களிலும் பெருமளவில் அமைதியான எதிர்ப்புகள் அரங்கேறின. ஆனால் தடியடி, துப்பாக்கிச் சூடு, மேலும் கைதுகள் எனக் காவல் துறையின் எதிர்வினை இருந்ததால் போராட்டங்களில் வன்முறை தலையெடுத்தது. போருக்கான கருவிகளை உற்பத்தி செய்யும் தொழிற்சாலைகள் தாக்கப்பட்டன. தந்தி இணைப்புகள் அறுத்து எறியப்பட்டன. ஐரோப்பியர்கள் ரயில்களிலிருந்து வெளியே இழுத்துக் கொல்லப்பட்டார்கள். சில இடங்களில் 'தேசிய அரசுகள்' அமைக்கப்பட்டன. '1857க்குப் பிறகு நடைபெறும் தீவிரமான கிளர்ச்சி' என்று சர்ச்சிலுக்கு லின்லித்கோ எழுதினார்.

காந்தியின் வெள்ளையனே வெளியேறு இயக்கம் அரசியல் சதுரங்கத்தில் அவர் மேற்கொண்ட கடைசி நகர்வாக வர்ணிக்கப்பட்டது. 'மகாத்மாவின் இமாலயத் தவறு' என ஜின்னா அதைக் குறிப்பிட்டார். பெரும்பாலான வரலாற்றாசிரியர்கள் அதை ஒப்புக்கொள்கிறார்கள். காங்கிரஸ் தலைவர்கள் சிறையில் இருந்ததால் முஸ்லிம் லீகின் வலிமை அதிகரித்தது. நாட்டைப் பிரிக்க வேண்டுமென்று அது வலியுறுத்தியது. காங்கிரஸின் மீது கடுமையான நடவடிக்கை எடுத்தால் அது பற்றி மக்கள் என்ன நினைப்பார்கள் என்பது பற்றி உலகப் போரின்போது ஆங்கிலேயர்கள் கவலைப் படவில்லை. காங்கிரஸின் மீது கடுமை காட்டினார்கள். ஜப்பான் தெற்காசியாவின் பெரும் பகுதியைப் பிடித்துவிட்ட நிலையில் பணம், பொருள்கள், ஆள்பலம் ஆகியவற்றுக்காக இந்தியா முன்னெப்போதையும்விட ஆங்கிலேயர்களுக்குத் தேவைப்பட்டது. காங்கிரஸின் கோரிக்கைகளை ஏற்றால் வகுப்புவாத மோதல்கள் நிகழும்; இந்தியாவால் அதைத் தாங்க முடியாது என்று பிரிட்டிஷ் அதிகாரிகள் வாதிட்டார்கள். தன்னுடைய பெருமைக்குக் கேடு வரக்கூடிய வாய்ப்பையும் ஆங்கில அரசு உணர்ந்தது: போரின் வாயிலாகமட்டுமே பிரிட்டன் தன்னிடமிருந்த நிலப்பரப்பை விட்டுக்கொடுத்திருக்கிறது. இந்தியா அதன் மகுடத்தில் பொறிக்கப்பட்ட வைரக்கல். தீவிரமான ஏகாதிபத்தியவாதியான சர்ச்சில் பதவியில் இருக்கும்வரை இந்திய விடுதலைக்கு ஆங்கில அரசு முன்னுரிமை அளிக்கவில்லை.

போர் அபாயத்தைத் தவிர வேறொரு பயங்கரமும் இந்தியாவின் வாசல் கதவைத் தட்டியது. வங்காளத்தில்

பஞ்சத்தின் வடிவில் அது வந்தது. பல ஆண்டுகளாக நெல் விளைச்சல் மோசமாக இருந்து வந்தது, உணவுப் பொருள்களை வினியோகிப்பதற்குப் போதிய படகுகள் அற்ற நிலை, போர் காரணமாகப் பர்மாவிலிருந்து வரும் அரிசி வரத்து நின்றுபோனது, இந்திய வர்த்தகர்களின் பதுக்கல் முதலான பல காரணங்களும் சேர்ந்து 20ஆம் நூற்றாண்டின் மிகக் கொடுமையான பஞ்சத்தை உருவாக்கின. ஐரோப்பாவின் பாதுகாப்புப் பணியில் இருந்த கப்பல்களைப் பட்டினி கிடப்பவர்களுக்கு உணவளிப்பதற்காக அனுப்ப சர்ச்சில் மறுத்துவிட்டது நிலைமையை மேலும் மோசமாக்கியது. 'பஞ்சம் இருந்தாலும் இல்லாவிட்டாலும் இந்தியர்கள் எலிகளைப் போலப் பெற்றுத் தள்ளுவார்கள்' என்று சர்ச்சில் இகழ்ச்சியாகக் கூறினார். புதிதாகப் பதவியேற்ற வேவல் பிரபு (1883–1950) சர்ச்சிலின் முடிவை மீறி இந்திய ராணுவத்தைப் பட்டினி கிடப்போருக்கு உணவளிக்க ஆணையிட்டார். அதற்கு முன்பே 15 லட்சம்முதல் 30 லட்சம்வரை மக்கள் பஞ்சத்தால் உயிரிழந்தார்கள்.

விதியுடன் ஒரு சந்திப்பு

1945, மே 7 அன்று ஐரோப்பாவில் யுத்தம் முடிவுக்கு வந்தபோது இங்கிலாந்தின் இந்தியப் பேரரசின் முடிவு தொடங்கியது. இந்திய விடுதலையை நெடுங்காலமாக ஆதரித்துவந்த தொழிலாளர் கட்சி ஜூலை 26 அன்று சர்ச்சிலின் டோரி ஆட்சியைத் தோற்கடித்தது. புதிய பிரதமர் கிளமென்ட் அட்லீ காங்கிரஸ் தலைவர்களை விடுதலை செய்ய உத்தரவிட்டார். அடுத்த ஆண்டின் தொடக்கத்தில் பிரிட்டன் இந்தியாவிற்கு அமைச்சரவைக் குழுவை அனுப்பியது. பிரிட்டன் இந்தியாவை விட்டு வெளியேறுமா, எத்தகைய சூழ்நிலைகளில் அது நடக்கும் என்பன பற்றி விவாதம் எதுவும் நடக்கவில்லை. எவ்வளவு விரைவாக அதிகாரம் கைமாற்றிவிடப்படும் என்பதும், அதைவிட முக்கியமாக, யாரிடம் அது ஒப்படைக்கப்படும் என்பதுமே விவாதப் பொருள்களாக இருந்தன.

நேருவைப் பொருத்தவரை முஸ்லிம் லீக் என்பதே பிரிட்டிஷாரின் பிரித்தாளும் உத்தியின் ஒரு பகுதியாக உருவான கட்சி. பிரிட்டிஷ்காரர்கள் வெளியேறிவிட்டால் முஸ்லிம்கள் காங்கிரஸிடம் வந்துவிடுவார்கள் என்று அவர் கருதினார். ஆனால் ஒன்றுபட்ட இந்தியா குறித்த அவருடைய கனவு யதார்த்தத்தைப் பிரதிபலிக்கவில்லை. 1945 டிசம்பரிலும் 1946 ஜனவரியிலும் நடைபெற்ற மாகாண சட்டமன்றத்

தேர்தல்கள் வகுப்புவாதப் பிரிவை மேலும் ஆழமாக்கின. இந்துக்கள் அதிகமாக இருந்த இடங்களில் காங்கிரஸும் முஸ்லிம்கள் அதிகமாக இருந்த இடங்களில் லீகும் வெற்றி பெற்றன. இந்திய முஸ்லிம்களின் கேள்விக்கப்பாற்பட்ட தலைவராக உருவெடுத்த ஜின்னா, முஸ்லிம்களுக்கென்று தனி நாடு வேண்டும் என்ற கோரிக்கைக்கு அழுத்தம் கொடுப்பதற்கான அதிகாரத்தைப் பெற்றுவிட்டார்.

இரண்டு மாத ஆலோசனைகளுக்குப் பிறகு அமைச்சரவைக் குழு சிக்கலான மூன்றடுக்கு நிர்வாகக் கட்டமைப்பைப் பரிந்துரைத்தது. அந்தத் திட்டத்தில் சுதந்திரத் தாயகத்திற்கான ஏற்பாடு எதுவும் இல்லாதபோதிலும் முஸ்லிம் லீக் அதை ஒப்புக்கொண்டது. சில ஆட்சேபணைகளைத் தெரிவித்தாலும் லீகுடன் அமைச்சரவைப் பதவிகளைப் பகிர்ந்துகொள்ள வகை செய்யும் அந்த ஏற்பாட்டைக் காங்கிரஸும் ஒப்புக்கொண்டது. கடைசி நம்பிக்கையாக இருந்த இந்தத் திட்டத்தை எதிர்த்தவர் காந்தி. அரசியல் சட்டரீதியாகக் காங்கிரஸுக்கும் லீகுக்கும் சமமான பிரதிநிதித்துவம் தரும் எந்த ஏற்பாட்டையும் நிராகரிப்பதன் மூலம்தான் இந்தியா ஒன்றுபட்ட நாடாக இருக்கும் என்று அவர் கூறினார். இரு தரப்பினரையும் இப்படிச் சமப்படுத்துவது 'பாகிஸ்தானைக் காட்டிலும் மோசமானது' என்றார். இதையடுத்து இரு தரப்புக்கும் இடையிலான உறவு கடுமையாகச் சீர்குலைந்தது. பம்பாயில் நேருவைச் சந்தித்துப் பேசிய ஜின்னா தன்னுடைய எதிரியுடன் இனி இணைந்து செய்வதற்கு எதுவுமில்லை என்று கூறியதுடன் 1946 ஆகஸ்ட் 16 அன்று 'காங்கிரஸின் கொடுங்கோன்மையை எதிர்ப்பதற்கும்' பாகிஸ்தானை உருவாக்குவதற்குமான நேரடி நடவடிக்கை நாள் என்று அறிவித்தார். முஸ்லிம்களின் வீடுகளில் கறுப்புக் கொடிகள் பறந்தன. ஜின்னாவின் அறிவிப்பு கல்கத்தா படுகொலைகளுக்குக் காரணமாக அமைந்தது. ஒரு வார காலம் நீடித்த வகுப்புவாத ரத்தக் களரியில் ஆயிரக்கணக்கானோர் உயிரிழந்தார்கள்.

இந்தியா மிக விரைவாக உள்நாட்டு யுத்தத்தை நோக்கிச் சென்று கொண்டிருக்கிறது என அஞ்சிய வேவல், பிரிட்டன் தெற்கிலிருந்து வடக்காக, ஒவ்வொரு மாகாணமாக வெளியேறி 1948 மார்ச் மாதத்திற்குள் முழுமையாக வெளியேறுவதற்கான திட்டத்தை அறிவித்தார். இது அதிகாரத்தை முறையாகக் கைமாற்றிவிடுவதற்குப் பதிலாக அதிகாரத்தைத் துறந்து சரணடைவதற்கு ஒப்பானது என்று கூறி இங்கிலாந்து அரசு இதை நிராகரித்தது. வேவலைத் திரும்ப அழைத்துக்கொண்டதுடன் 1948 ஜூன் மாதம் பிரிட்டன் இந்தியாவை விட்டு

வெளியேறும் என்றும் அறிவித்தது. இந்தியாவிற்கான கடைசி வைஸ்ராயாக லூயிஸ் மவுண்ட்பேட்டன் *(1900–1979)* இருப்பார் என்றும் அதே அறிவிப்பில் இங்கிலாந்துப் பிரதமர் அட்லீ தெரிவித்தார். தென்கிழக்கு ஆசியாவில் நேசப்படைகளின் கமாண்டராக இருந்த மவுண்ட்பேட்டன் ஐந்தாம் ஜார்ஜ் மன்னரின் உறவினரும்கூட. லண்டனில் இருக்கும் தன்னுடைய மேலதிகாரிகளைக் கலந்தாலோசிக்காமலேயே ஓர் உடன்படிக்கையை எட்டுவதற்கான சுதந்திரம் அவருக்கு வழங்கப்பட்டது. முதல் முறையாகக் காங்கிரஸும் லீகும் இணைந்து இந்த முடிவை ஆதரித்தன.

1947, மார்ச் *22* அன்று இந்தியாவுக்கு வந்த மவுண்ட்பேட்டன் இங்கிருப்பவர்களைக் கவரும் முயற்சியில் ஈடுபட்டார். தான் 'வழக்கமான' வைஸ்ராய் அல்ல என்றும், 'முடிந்த அளவு அதிக எண்ணிக்கையிலான இந்தியர்களின் மகத்தான நன்மதிப்பைப்' பெற விழைவதாகவும் தன்னுடைய தொடக்க உரையில் குறிப்பிட்டார். அவருடைய வெளிப்படையான தன்மை காந்தி, நேரு உள்ளிட்ட காங்கிரஸின் மூத்த தலைவர்களைக் கவர்ந்தது. மவுண்ட்பேட்டனின் மனைவி எட்வினாவுடன் *(1901–1960)* நேருவுக்கு நெருக்கமான தொடர்பு உருவானது பலரது கவனத்தையும் கவர்ந்தது என்று இந்தியப் படைகளின் கமாண்டர் கிளாட் அவுசின்லெக்ஸின் ராணுவச் செயலரான ஷாஹித் ஹமீத் குறிப்பிட்டார். மவுண்ட்பேட்டனால் ஜின்னாவின் மனதை வெல்ல முடியவில்லை. 'தீமையே உருவான மேதை', 'பைத்தியக்காரன்', 'மனப்பிறழ்வுக்குள்ளான ஆசாமி' என்றெல்லாம் ஜின்னாவைப் பற்றித் தனிப்பட்ட முறையில் அவர் குறிப்பிட்டார்.

பிரிவினை தவிர்க்க முடியாதது என்பதைப் புதிய வைஸ்ராய் விரைவிலேயே புரிந்துகொண்டார். காங்கிரஸ் ஒரு வழியாக இதை ஏற்றுக்கொண்டு *1947,* ஏப்ரல் *28* அன்று கையெழுத்திட்டது. பாகிஸ்தானால் ஒரு சில ஆண்டுகளுக்கு மேல் தாக்குப்பிடிக்க முடியாது என்றும் அது மீண்டும் இந்தியாவுடன் இணைந்துவிடும் என்றும் நேரு நம்பினார். மவுண்ட்பேட்டனும் இதே கருத்தைக் கொண்டிருந்தார். எளிதில் கலைந்துவிடக் கூடிய தற்காலிகக் கட்டுமானம் என்று அவர் பாகிஸ்தானைக் கருதினார். அருகருகே அமைந்த பகுதிகளாகப் பாகிஸ்தான் நாடு இருக்க வேண்டும் என்கிற தனது கனவை, மவுண்ட்பேட்டன் தந்த அழுத்தம் காரணமாக ஜின்னா கைவிட்டார். அதற்குப் பதிலாக, முஸ்லிம்கள் பெரும்பான்மையாக இருந்த மேற்கு பஞ்சாப், கிழக்கு வங்காளம் ஆகிய பகுதிகளைப் பெற்றுக் கொள்ளச் சம்மதித்தார். இந்த இரு பகுதிகளுக்குமிடையில்

2000 கிலோ மீட்டருக்கும் மேற்பட்ட இந்திய நிலப்பரப்பு இருக்கிறது. 'ஒட்டுப் போட்ட துணிபோன்ற சிதைந்த' பாகிஸ்தான் என்று இந்த இடங்களைப் பற்றி ஜின்னா குறிப்பிட்டார். இது நடைமுறைக்கு ஒத்துவருமா எனக் கேள்வி எழுப்பியவர்களில் ஒருவர் வங்காளத்தின் கவர்னர் ஜெனரல் ஆர்.ஜி. கேஸி (1890–1976). அதிக மக்கள்தொகை கொண்ட, மொழியிலும் இனத்திலும் தனித்து விளங்கும் கிழக்கு பாகிஸ்தான் தனியாகப் பிரிந்துவிடும் என்று அவர் கணித்தார். அவருடைய கணிப்பு நிஜமாயிற்று. 1971இல் ரத்த ஆறு ஓடிய உள்நாட்டுப் போரின் சிதிலங்களிலிருந்து வங்கதேசம் என்னும் நாடு எழுந்தது.

அதிகாரம் கைமாற்றப்படுவதற்கான காலத்தைக் குறைத்து, ஓராண்டுக்கு முன்னதாகவே (1947, ஆகஸ்ட் 15) அது நடக்கும் என்று மவுண்ட்பேட்டன் 1947, ஜுன் 4 அன்று பத்திரிகையாளர் சந்திப்பில் அறிவித்தார். பிரிவினைக்கு இரு தரப்பினரும் ஒப்புக்கொண்ட மறுநாள் அவர் இதை அறிவித்தார். ஆகஸ்ட் 15 என்ற தேதியைத் தற்செயலாகவே முடிவு செய்ததாகப் பின்னர் அவர் ஒப்புக்கொண்டார். விடுதலைக்கான அரசியல் சட்ட, பொருளாதார ஏற்பாடுகளையெல்லாம் மேற்கொள்ள வெறும் 73 நாட்களே இருந்தன. பிரிவினை தவிர்க்க முடியாதது என்றும் முடிவுக்குக் காங்கிரஸ் இதற்குள் வந்து விட்டிருந்தது. என்றாலும், இரண்டு பெரிய தடைகள் இருந்தன. முதலாவதாக, துணைக்கண்டத்தின் மூன்றில் ஒரு பகுதியை ஆளும் நூற்றுக்கணக்கான சமஸ்தான மன்னர்கள் தங்கள் அதிகாரத்தைக் கைவிட்டு, பாகிஸ்தானுடனோ இந்தியாவுடனோ சேர்ந்துகொள்ள ஒப்புக்கொள்ள வைக்க வேண்டும். இரண்டாவதாக, இந்திய-பாகிஸ்தான் எல்லைகளை வரையறுக்க வேண்டும். அசாத்தியமான இந்தப் பணி லண்டனைச் சேர்ந்த வழக்கறிஞர் சிரில் ராட்கிளிஃபிடம் (1899–1977) வழங்கப்பட்டது. இவர் அதற்கு முன் இந்தியாவிற்கு வந்ததேயில்லை. பாரபட்சத்தோடு செயல்படக்கூடியவர் களைக் காட்டிலும் அனுபவமில்லாதவரே பரவாயில்லை என்பதால் நேருவும் ஜின்னாவும் இந்த முடிவை வரவேற்றார்கள். சமஸ்தான மன்னர்களில் பெரும்பாலோர் தங்கள் அதிகாரத்தைக் கைவிட வேண்டும் என்னும் சூழலை ஏற்றுக்கொண்டார்கள். ஆனால் வரையறுக்கப்படவிருந்த எல்லைக் கோடுகளின் இருபுறமும் இருந்த இந்து, முஸ்லிம், சீக்கியர்கள் ஆகியோருக்கு மிகக் கொடுமையான அனுபவங்கள் காத்திருந்தன.

சோதிடர்கள் குறித்துக் கொடுத்த சுபநேரமான ஆகஸ்ட் 15 நள்ளிரவில் ஜவஹர்லால் நேரு புதுதில்லி நாடாளுமன்றத்தில் உரையாற்றினார். "நெடுங்காலத்திற்கு முன்பு நாம் விதியுடன்

ஒரு சந்திப்பை நிகழ்த்தினோம். நமது உறுதிமொழியை மீண்டும் மேற்கொள்வதற்கான தருணம் தற்போது வந்திருக்கிறது. உலகமே உறங்கும் இந்த நள்ளிரவில் இந்தியா விடுதலை பெற்று விழித்தெழுகிறது" என்று அவர் கூறினார்.

மவுண்ட்பேட்டன் ஆகஸ்ட் 14 அன்று நடக்கவிருந்த பாகிஸ்தான் விடுதலைக் கொண்டாட்டத்தில் பங்கேற்பதற்காகக் கராச்சிக்குச் சென்றார். நாடாளுமன்ற அரங்கில் உரைகள் முடிந்தபிறகு திறந்த ரோல்ஸ் ராய்ஸ் காரில் ஜின்னாவும் மவுண்ட்பேட்டனும் அருகருகே அமர்ந்தபடி ஊர்வலமாகச் சென்றார்கள். ஜின்னாவைக் கொல்லத் திட்டம் தீட்டப்பட்டிருப்பதாகக் கேள்விப்பட்ட மவுண்ட்பேட்டன், தான் ஜின்னாவின் அருகில் இருக்கும்போது இந்துக்களோ, சீக்கியர்களோ அப்படி எந்த முயற்சியிலும் ஈடுபட மாட்டார்கள் என நம்பினார்.

அத்தகைய பாதுகாப்பு எதுவும் எல்லைப் பகுதிகளில் கொழுந்துவிட்டு எரிந்த வகுப்புவாத நெருப்பில் சிக்கிக் கொண்ட மக்களுக்குக் கிடைக்கவில்லை. ஆட்சி மாற்றத்தைத் துரிதப்படுத்தியது உள்நாட்டுப் போரைத் தவிர்த்ததா அல்லது வன்முறை பரவ உதவியதா என்பதில் வரலாற்றாசிரியர்களிடையே மாறுபட்ட பார்வைகள் உள்ளன. ஜூலை மாதமே வன்முறை தொடங்கிவிட்டது. தங்கள் மத நம்பிக்கைக்கு விரோதமான நாட்டில் சிக்கிக்கொள்வோமோ என்று அஞ்சி மேற்கு நோக்கி இடம் பெயரத் தொடங்கிய முஸ்லிம்களை இந்துக்களும் சீக்கியர்களும் தாக்கினார்கள். ராட்கிளிஃப் முன்வைத்த எல்லைகளின் வரைபடம் ஆகஸ்ட் 16 அன்று அதிகாரப்பூர்வமாக வெளியிடப்படுவதற்கு ஒரு வாரத்திற்கு முன்பே லீகிற்கும் காங்கிரஸுக்கும் கசியவிடப்பட்டபோது வன்முறை மேலும் தீவிரமாயிற்று.

பிரிவினை நடைமுறைக்கு வந்தபோது சில மதிப்பீடுகளின்படி, வரலாற்றிலேயே மிகப் பெரியதும் மாபெரும் உயிர்ச்சேதத்தை ஏற்படுத்தியதுமான இடப்பெயர்வு நடந்தது. கிட்டத்தட்ட 15 லட்சம் இந்துக்கள், முஸ்லிம்கள், சீக்கியர்கள் புதிதாக வரையறுக்கப்பட்ட எல்லைகளைத் தாண்டித் தங்களுக்கு வாக்களிக்கப்பட்ட வசிப்பிடங்களை நோக்கிச் சென்றார்கள். பழிவாங்கும் முறைகள் வரலாற்றின் இடைக்கால வழிமுறைகளை ஒத்திருந்தன. கோடாரிகள், வாட்கள், ஈட்டிகள், அரிவாள் ஆகியவை பயன்படுத்தப்பட்டன. ஆயிரக்கணக்கான பெண்கள் வன்புணர்வுக்கு ஆளாக்கப்பட்டு, கடத்திச் செல்லப்பட்டுச் சிதைக்கப்பட்டார்கள். ஐந்துமுதல் ஆறு லட்சம் பேர்வரை முஸ்லிம்களும் முஸ்லிம் அல்லாதவர்களும்

கிட்டத்தட்டச் சம அளவில் உயிரிழந்திருப்பார்கள் என அண்மையில் மேற்கொள்ளப்பட்ட ஆய்வுகள் தெரிவிக்கின்றன.

ஆங்கில ராணுவம் ஏற்கெனவே திரும்பிச் செல்லத் தொடங்கிவிட்டிருந்தது. ஆங்கிலேயர்களுக்கு ஆபத்து ஏற்பட்டால் மட்டுமே ராணுவம் தலையிட வேண்டும் என்று மவுண்ட்பேட்டன் உத்தரவிட்டிருந்த நிலையில் உள்ளூர் காவல் துறையோ ராணுவமோ எதுவும் செய்ய முடியவில்லை. ஐந்து லட்சம் துருப்புக்களைக் கொண்ட எல்லைக் காவல்படை செயலற்று இருந்தது. படையில் இருந்த இந்துக்களும் முஸ்லிம் களும் தம்முடைய சமூகங்களைச் சேர்ந்தவர்களுக்கு எதிராகச் செயல்பட விரும்பவில்லை. படுகொலைகள் நடந்து கொண்டிருந்தபோதிலும் நேரு இப்படி அறிவித்தார்: 'இந்தியாவின் ஒவ்வொரு கிராமமும் பற்றி எரிந்தாலும் சரி, ஒரே ஒரு பிரிட்டிஷ் சிப்பாய்கூடத் தேவைக்கு ஒரு கணம்கூட அதிகமாக இங்கே இருப்பதை நான் விரும்பவில்லை.'

மகாத்மா காந்தி தில்லியில் நடைபெற்ற சுதந்திர தினக் கொண்டாட்டங்களில் கலந்துகொள்ளவில்லை. *1500* கிலோ மீட்டர் தொலைவில் கல்கத்தாவில் உண்ணாவிரதம் இருந்தபடி ராட்டையில் நூல் நூற்றுக்கொண்டும் பிரார்த்தனை செய்துகொண்டும் இருந்தார். விடுதலைக்கான வாழ்த்துச் செய்தி அளிக்கும்படி அரசு அதிகாரிகள் அவரிடம் கோரியபோது அவர், 'அவன் வற்றிப் போய்விட்டான். சொல்வதற்கு எதுவும் செய்தி இல்லை. இப்படிச் சொல்வது மோசமானது என்றால் அப்படியே இருக்கட்டும்' என்றார். தான் மிகத் தீவிரமாக எதிர்த்த பிரிவினை நிகழ்ந்தது அவருக்கு நிராசையை ஏற்படுத்தி யிருந்தது. ஓராண்டுக்கும் மேலாகக் கொடூரமான வன்முறைகள் நிகழ்ந்துவந்த கல்கத்தாவில் அவருடைய இருப்பு தற்காலிகமான ஆறுதலைத் தந்திருந்தது. இந்துக்களும் முஸ்லிம்களும் ஒன்றிணைந்து விடுதலையைக் கொண்டாடினார்கள். 'கல்கத்தா அதிசயம்' என வர்ணிக்கப்பட்ட அந்த அமைதி ஒன்பது நாட்கள் மட்டுமே நீடித்தது. இந்து, முஸ்லிம் வன்முறைக் கும்பல்கள் மீண்டும் தாக்குதல்களில் இறங்கியபோது காந்தி மீண்டும் உண்ணாவிரதத்தைத் தொடங்கினார். இந்த முறை வன்முறைக் கும்பலின் தலைவர்கள் அவரிடம் வந்து, வன்முறையைக் கைவிடுவதாக வாக்களித்தார்கள். சிலர் தங்கள் குற்றங்களை ஒப்புக்கொண்டபோது கண்ணீர் விட்டு அழுதார்கள்.

கல்கத்தாவில் அமைதி திரும்பியதும் காந்தி தில்லிக்குப் பயணமானார். அங்கே வன்முறை இன்னும் ஓயவில்லை. முஸ்லிம் அகதிகள் முகாம்களுக்குச் சென்ற அவர் இந்தியாவில்

அவர்களுக்கு எதிர்காலம் இருக்கிறது என்று உறுதியளித்தார். கடும் வேதனைகளுக்கு உள்ளாகியிருந்த இந்துக்களுக்கும் சீக்கியர்களுக்குமான நிவாரணப் பணிகளில் அவர் தன்னை ஈடுபடுத்திக் கொண்டார். 1948 ஜனவரியில் காந்திக்கு 78 வயது. சிறுநீரகச் செயலிழப்பால் பாதிக்கப்பட்டிருந்தார். அந்த நிலையிலும், வன்முறை முடிவுக்கு வரும்வரை உண்ணாவிரதம் இருப்பதாக அறிவித்தார். அதற்கு உடனடிப் பலன் கிடைத்தது. இந்து, முஸ்லிம் அமைப்புகள் அமைதிக்காக உழைப்போம் என வாக்களித்தார்கள். சிதைக்கப்பட்ட கோயில்களையும் மசூதிகளையும் சீரமைக்கக் குழுக்கள் அமைக்கப்பட்டன. அதிதீவிர வலதுசாரி அமைப்பான இந்து மகாசபை மட்டுமே சமாதான உறுதிமொழியை நிராகரித்தது.

காந்தி தன் உண்ணாவிரதத்தை முடித்துக்கொண்ட 12 நாட்களுக்குப் பிறகு, 1948, ஜனவரி 30 அன்று இந்து மகாசபை உறுப்பினர் ஒருவர் தில்லி பிர்லா மந்திரில் காந்தியின் அன்றாடப் பிரார்த்தனை நிகழ்ச்சிக்கு வந்தார். காந்தி தன்னுடைய உதவியாளர்களான இரண்டு இளம் பெண்களின் உதவியுடன் பிரார்த்தனை மண்டபத்திற்கு வந்தபோது நாதுராம் கோட்சே கூட்டத்தைப் பிளந்துகொண்டு காந்தியை நோக்கி வந்தார். காந்திக்கு முன்னால் வந்து நின்ற அவர் பெரட்டா பிஸ்டலை எடுத்து மூன்று முறை சுட்டார். காந்தி அந்த இடத்திலேயே உயிரிழந்தார். அவர் சொன்ன கடைசி வார்த்தைகள்: ஹே ராம். அதற்குச் சில நிமிடங்களுக்கு முன்பு காந்தி இவ்வாறு எழுதியிருந்தார்: ‘என்னைக் கொலை செய்தாலும் நான் ராம், ரஹீம் என்னும் நாமங்களை உச்சரிப்பதை நிறுத்த மாட்டேன். என்னைப் பொறுத்தவரை இருவரும் ஒரே கடவுள்தான். இந்தப் பெயர்களை உச்சரித்தபடி மகிழ்ச்சியோடு நான் மரணமடைவேன்.’ காந்தியின் கடைசி ஆசை நிறைவேறிவிட்டது.

அகிம்சையின் மீதான நம்பிக்கையால் உலகம் முழுவதும் இன்றளவும் காந்தி மதிக்கப்பட்டாலும் காந்தியின் தாக்கம், அவருடைய ஒட்டுமொத்த பங்களிப்பு ஆகியவ்வை குறித்து இந்திய வரலாற்றாசிரியர்களிடையே மாறுபட்ட கருத்துக்கள் உள்ளன. சுனில் கில்னானி இவ்வாறு எழுதுகிறார்:

> பெரிய அளவிலான கூட்டுச் செயல்பாடு எதிலும் ஈடுபட்டிராத ஒரு சமூகத்தில், அரசியல் என்பது மக்களிடமிருந்து தொலைவில் இருக்கும் அதிகாரக் களமாகவே இருந்த ஒரு நாட்டில், தங்களாலும் மாற்றத்தை ஏற்படுத்த முடியும் என்று காந்தி மக்களை நம்பவைத்தார். அவர் ஒரு இயக்கத்தைக்

ஜான் ஜுபர்ஸிக்கி

கட்டியமைத்தார்; தேசியவாதக் கற்பனைக்கு வடிவம் கொடுத்தார். உலகில் அதிருப்தி, எதிர்ப்பு, அமைதியான வழியில் மறுத்தல் ஆகியவற்றின் களங்களை விரிவுபடுத்தினார்.

வரலாற்றியல் பேராசிரியரான ஆர்.சி. மஜும் தார் காந்தியின் மதிப்பைக் குறைத்தே எடைபோடுகிறார். அவருக்கு 'அரசியல் ஞானமும் வியூக அறிவும்' போதாது என்கிறார். அவர் தவறே செய்யாதவர் அல்ல; யதார்த்தத்தில் எந்த அடிப்பையும் அற்ற கற்பனாவாத லட்சியங்களுக்காகவும் வழிமுறைகளுக்காகவும் அவர் அடுத்தடுத்துத் தீவிரமான தவறுகளைப் புரிந்தார்' என்கிறார் அவர்.

உண்மை இந்த இரு மதிப்பீடுகளுக்குமிடையில் இருக்கிறது.

காந்தியின் மீது பல்வேறு புகழ்மாலைகள் சார்த்தப் பட்டாலும் அவர் இல்லாமலேயே இந்தியா விடுதலை பெற்றிருக்கும் என்று சொல்லலாம். பிரிட்டிஷ் அறிஞர் ஜூடித் பிரவுன் இவ்வாறு கூறுகிறார்:

> ஒற்றை மனிதனின் தலைமையைக் காட்டிலும் மிக ஆழமான பொருளியல், அரசியல் சக்திகள் இந்தியாவுக்கும் இங்கிலாந்துக்கும் இடையிலான கண்ணிகளைத் தளர்வடையச் செய்திருந்தன. அந்த சக்திகளின் வேர்கள் இந்தியாவிலும் இங்கிலாந்திலும் பரந்துபட்ட உலகப் பொருளாதாரத்திலும் அதிகாரச் சமன்பாடுகளிலும் இருந்தன. என்றாலும் காந்தியின் திறன்களும் அவருடைய மேதமையும் தேசிய இயக்கத்தின் அடையாளங்களாக விளங்கி, ஏகாதிபத்தியத்திற்கெதிரான வேறு எந்த இயக்கத் திற்கும் இல்லாத ஆளுமைப் பண்பை அதற்கு அளித்தன.

இந்திய விடுதலைக்கான காந்தியின் கனவை நனவாக்க வேண்டிய பொறுப்பு நேரு உள்ளிட்ட தலைவர்களின் தோள்களின் மீது வந்து சேர்ந்தது.

9

தேசிய அரசின் உருவாக்கம்

மகாத்மா காந்தியின் படுகொலை இந்தியா விடுதலை பெற்ற தொடக்க ஆண்டுகள் அழுத்தமான தாக்கத்தைச் செலுத்தியது. நாடு மிகவும் பலவீனமாக இருந்த தருணத்தில் இருந்த போது வகுப்புவாத சக்திகள் அதைத் தாக்கின. ஆனால் காந்தியைக் கொன்றவர்கள் தங்கள் செயல்களை நியாயப்படுத்தப் பயன்படுத்திய வெறுப்புச் செய்தியைக் காட்டிலும் புதிய இந்தியாவுக்கான காந்தியின் பார்வை வீரியம் மிக்கதாக இருந்தது. ஜவஹர்லால் நேரு வலுவான, வசீகரமான தலைவராக இருந்தார். ஆசியாவின் மிகப்பெரிய, செயல்திறன் கொண்ட அரசியல் அமைப்பான காங்கிரஸின் ஆதரவுடன் அவர் மதச்சார்பின்மை, ஜனநாயகம், சோசலிசம், அணிசேராமை ஆகிய புதிய இந்திய அரசின் நான்கு தூண்களை அமைக்கத் தொடங்கினார்.

புதிய தேசம் எதிர்கொண்ட சவால்கள் தீவிரமானவை. ஏறக்குறைய 80 லட்சம் அகதி களுக்கு உணவளித்து, வீடுகளை வழங்கி, சமூகத்தில் அவர்களை இணைத்துக்கொள்ள வேண்டியிருந்தது. சுதந்திரத்திற்குப் பிறகு 1951இல் இந்தியா முதல் மக்கள்தொகைக் கணக்கெடுப்பை நடத்திய போது எழுத்தறிவு பெற்றோரின் எண்ணிக்கை வெறும் 16 சதவீதமாக இருந்தது. கிராமப்புறங்களில் 4.9 சதவீதப் பெண்களே எழுதப் படிக்கத் தெரிந்தவர்கள். மக்களின் சராசரி ஆயுட்காலம் முப்பத்திரண்டு ஆண்டுகள். கிராமப்புற மக்களில் 47 சதவீதத்தினர் வறுமைக் கோட்டிற்குக் கீழே

ஜான் ஜுபர்ஸ்கி

இருந்தார்கள் (இது 1950களின் நடுப்பகுதியில் 64 சதவீதமாக ஆனது). இரயில்வே சேவை, நீர்ப்பாசனக் கால்வாய்கள் ஆகியவற்றை ஆங்கிலேயர்கள் சிறப்பாக உருவாக்கியிருந்தார்கள். ஆனால் தேசிய வருமானத்தில் தொழில்துறையின் பங்கு வெறும் 6.5 சதவீதமாக இருந்தது. 3 சதவீதத்திற்கும் குறைவான தொழிலாளர்கள் மட்டுமே தொழில்துறையில் பணிபுரிந்தார்கள். அந்த நூற்றாண்டின் தொடக்கத்தில் இருந்த அதே நிலைதான். 640,000 கிராமங்களில் 1500 கிராமங்களில் மட்டுமே மின்சாரம் இருந்தது. 1951இல் இருந்த 36 கோடி மக்களுக்கு 735 ஆரம்ப சுகாதார மருத்துவமனைகள் மட்டுமே இருந்தன. மொழி, மதம், புவியியல், இனம் ஆகியவற்றாலும் எல்லாவற்றிற்கும் மேலாக அரசியல்ரீதியான சமத்துவக் கருத்துக்கு எதிரான அதிகாரப் படிநிலையான சாதி அமைப்பாலும் பிரிந்து கிடந்த பன்முகச் சமூகத்தை ஒன்றிணைக்கும் சவாலையும் இந்தியாவின் புதிய தலைவர்கள் எதிர்கொண்டனர். வடகிழக்கில், நாகர் பழங்குடியினர் தனித் தாயகம் கோரி ஆயுதமேந்திய கிளர்ச்சியைத் தொடங்கினார்கள். தக்காணப் பகுதியில் கம்யூனிசக் கிளர்ச்சி நடைபெற்றது.

ஒரு தேசமாக இந்தியா நீடித்திருப்பதற்கான உடனடி அச்சுறுத்தல்கள் எதிர்பாராத இடத்திலிருந்து வந்தன. இந்தியாவுக்குச் சுதந்திரம் அளிப்பதற்கு முன்பு, 562 சமஸ்தானங்களின் ஆட்சியாளர்களுக்கு இந்தியாவுடனோ பாகிஸ்தானுடனோ இணைந்துகொள்வதற்கான சுதந்திரம் வழங்கப்பட்டது. புதிய நாடான பாகிஸ்தானின் எல்லைக்குள் அமைந்திருந்த சமஸ்தானங்கள் பாகிஸ்தானுடன் இணைந்து கொண்டன. இதர சமஸ்தானங்களில் மூன்றைத் தவிரப் பிற அனைத்தும் இந்திய ஒன்றியத்துடன் இணைந்தன. அவற்றில் மிகச் சிறியது மேற்கு இந்தியாவில் கத்தியவார் தீபகற்பத்தில் உள்ள ஜுனாகத். நாய்களின் மீது அளவற்ற ஈடுபாடு கொண்ட ஜுனாகத் முஸ்லிம் அரசர் நவாப் முகம்மது மஹாபத் கான் (1900–1959), அரசின் வருமானத்தில் 10 சதவீதத்திற்கும் மேலாக நாய்களின் பராமரிப்பிற்காகச் செலவிட்டார். அவருடைய அரசில் பெரும்பான்மையானவர்கள் இந்துக்கள். 1947 ஆகஸ்ட் 15 அன்று நவாப் பாகிஸ்தானுடன் இணைந்தார். இந்திய இராணுவத்தால் எழுந்த அச்சுறுத்தலும் அவரது இந்துக் குடிமக்களின் கிளர்ச்சியும் அவர் தனது முடிவை மாற்றிக் கொள்ளக் காரணமாக அமைந்தன. தனது அரசின் நிர்வாகத்தை இந்தியாவிடம் ஒப்படைத்த அவர் தனக்கு மிகவும் விருப்பமான நான்கு வேட்டை நாய்களுடன் கராச்சிக்குத் தப்பி ஓடினார். ஜுனாகத் தன்னுடன் இணைந்ததை இந்தியா மாற்றியமைத்ததைப்

பாகிஸ்தானால் ஒப்புக்கொள்ளவே முடியவில்லை. தன் அதிகாரப்பூர்வ வரைபடங்களில் அந்தச் சிறிய மாநிலத்தைத் தன்னுடைய நாட்டின் ஒரு பகுதியாகவே இன்னமும் அது காட்டிக்கொண்டிருக்கிறது.

ஹைதராபாத்தில் மிகவும் கடுமையான நெருக்கடி உருவாகிக்கொண்டிருந்தது. ஏராளமான நிலமும் நகைகளும் கொண்டிருந்த அதன் ஆட்சியாளர் நிஜாம் உஸ்மான் அலி கான் (1886–1967) உலகின் மிகப் பெரிய பணக்காரராகக் கருதப்பட்டார். நிஜாம், ஜுனாகத்தைப் போலவே. பெரும்பான்மை இந்து மக்களை ஆட்சி செய்த முஸ்லிம் அரசர். ரசாக்கர்கள் என்று அழைக்கப்பட்ட இஸ்லாமிய வெறியர்களால் ஊக்குவிக்கப் பட்ட அவர், ஹைதராபாத் சுதந்திர நாடாக இருக்கும் என அறிவித்தார். பாதுகாப்புக் கண்ணோட்டத்தில் ஹைதராபாத் அமைந்திருக்கும் இடம், அதன் அளவு (கிட்டத்தட்ட பிரான்ஸுக்கு நிகரானது), அது ஏற்படுத்தக்கூடிய முன்னுதாரணம் ஆகிய காரணங்களால் இந்தியா ஹைதராபாதைத் தனி நாடாக ஏற்றுக்கொள்ளத் தயாராக இல்லை. நிஜாமின் முடிவை மாற்ற இந்தியாவின் முதல் கவர்னர் ஜெனரலாக இருந்த மவுண்ட்பேட்டன் பிரபு தீவிர முயற்சிகளை எடுத்தபோதிலும் கான் பின்வாங்க மறுத்துவிட்டார். பொறுமையிழந்த நேரு இந்தச் சிக்கலை ராணுவரீதியாகத் தீர்க்க முடிவு செய்தார். அவ்வளவாக வலிமையற்ற ஹைதராபாத்தின் படைகளை இந்திய ராணுவம் எளிதாகத் தோற்கடித்தது. 1948ஆம் ஆண்டு செப்டம்பர் 18ஆம் தேதி ஹைதராபாத் படைகள் சரணடைந்தன. அதற்குச் சில நாட்களுக்கு முன்பு இறந்த ஜின்னா, ஹைதராபாத்மீது இந்தியா படையெடுத்தால் பத்துக் கோடி முஸ்லிம்கள் கிளர்ந்து எழுவார்கள் என்று கூறியிருந்தார். அப்படி எந்தக் கிளர்ச்சியும் எழவில்லை. எனினும், 'ஆபரேஷன் போலோ' எனப் பெயரிடப்பட்ட இந்தியாவின் நடவடிக்கையால் ஆயிரக்கணக்கான பொதுமக்கள் உயிரிழந்தார்கள். முஸ்லிம் களைப் பழிவாங்கும் தாக்குதல்களில் இந்துக்கள் இறங்கினார்கள்.

ஜம்மு காஷ்மீர் மாநிலம் மிகவும் சிக்கலான புதிரை முன்வைத்தது. அதன் இந்து மகாராஜா ஹரி சிங் (1895–1961), இந்தியா, பாகிஸ்தான் என்னும் புதிய நாடுகளுடன் எல்லையைப் பகிர்ந்துகொண்ட, பன்முகத்தன்மை கொண்ட மாநிலத்தை ஆட்சி செய்துவந்தார். ஜம்மு மாவட்டத்தில் இந்துக்கள் பெரும்பான்மையாக இருந்தார்கள். மாநிலத்தின் கிழக்குப் பகுதியில் உள்ள லடாக்கில் பவுத்தர்கள் அதிகம் இருந்தார்கள். பிரமிக்க வைக்கும் அழகைக் கொண்ட காஷ்மீர் பள்ளத்தாக்கில் மட்டுமே முஸ்லிம்கள் பெரும்பான்மையாக இருந்தார்கள்.

ஜான் ஜுபர்ஸிக்கி

மகாராஜா 1946 ஜூலையிலேயே தன்னுடைய பகுதிக்கு விடுதலை பெறுவது குறித்த முயற்சிகளில் இறங்கினார். தனது மாநிலத்தை 'கிழைப்பகுதியின் சுவிட்சர்லாந்'தாக, சுதந்திர மாகவும் நடுநிலை வகிக்கும் நாடாகவும் மாற்றும் கனவுகளைக் கொண்டிருந்தார். ஜுனாகத், ஹைதராபாத்தைப் போலல்லாமல், இந்த மாநிலத்தில் வசீகரமான முஸ்லிம் அரசியல்வாதியான ஷேக் அப்துல்லாவின் (1905–1982) தலைமையில் நன்கு ஒருங்கமைக்கப்பட்ட எதிர்ப்பு நிலவியது. நேருவின் நெருங்கிய கூட்டாளியான அவர், காஷ்மீர் இந்தியாவின் ஒரு பகுதியாக இருக்க வேண்டும் என்று விரும்பினார். மன்னர் ஹரி சிங்கின் யோசனையோ வேறாக இருந்தது. காங்கிரஸ் அவரை எந்த அளவு வெறுத்ததோ அதே அளவு அவரும் அக்கட்சியை வெறுத்தார். இந்தியாவுடன் இணைவது அவரது நிலப்பிரபுத்துவ யதேச்சதிகாரத்திற்கு முடிவுகட்டிவிடும். பாகிஸ்தானுடன் இணைந்தாலும் அதே கதிதான்.

1947ஆம் ஆண்டு அக்டோபர் 22ஆம் தேதி பாகிஸ்தானின் வடமேற்கு எல்லைப்புற மாகாணத்தைச் சேர்ந்த பழங்குடியினப் போராளிகள் காஷ்மீருக்குள் நுழையத் தொடங்கியபோது இந்தக் கேள்விக்கு விடை கிடைத்தது. அவர்கள் ஏன் ஊடுருவினார்கள், அவர்களுக்கு உதவி செய்தது யார் என்னும் கேள்விகளுக்கு முக்கால் நூற்றாண்டுக்குப் பிறகும் உறுதியான பதில் கிடைக்கவில்லை. இந்தியா அப்போது போருக்குத் தயாராக இல்லை. காஷ்மீருக்குள் ஊடுருவியவர்கள் ஸ்ரீநகருக்கு 80 கிலோமீட்டர் தொலைவில் இருந்தபோது, மஹாராஜா ராணுவ உதவிக்கான அவசர வேண்டுகோளை அனுப்பினார். நேரு நிபந்தனையுடன் உதவிசெய்ய ஒப்புக்கொண்டார். காஷ்மீர் இந்தியாவுடன் இணைவது என்னும் அந்த நிபந்தனைக்கு இணங்குவதைத் தவிர ஹரி சிங்கிற்கு வேறு வழியில்லை. இணைப்பு ஒப்பந்தத்தில் கையெழுத்திட்ட சில மணிநேரங் களில் ஆயிரக்கணக்கான இந்தியத் துருப்புக்கள் விமானம் மூலம் ஸ்ரீநகருக்கு அனுப்பிவைக்கப்பட்டன. தலைநகரைக் கைப்பற்றிய பின்னர், பாகிஸ்தானிய அத்துமீறல்களால் கைப்பற்றப்பட்ட நகரங்களை மீட்டெடுப்பதற்காகத் துருப்புக்கள் மேலும் முன்னேறின. காஷ்மீர் காப்பாற்றப்பட்டாலும் அதன் எதிர்காலம் பற்றிய முடிவு பேச்சுவார்த்தைக்கு உட்பட்டதாகவே இருந்தது. விரோதங்களும் முடிவுக்கு வரவில்லை. 1948இல் குளிர்காலப் பனி உருகிய பிறகு போர் மீண்டும் தொடங்கியது. முன்பைக் காட்டிலும் சிறந்த ஆயுதங்களைக் கொண்ட பாகிஸ்தான் ஆதரவுப் படைகள் மாநிலத்தின் வடக்கில் நெடுந்தொலைவு ஊடுருவிவிட்டன.

1948ஆம் ஆண்டு ஐக்கிய நாடுகள் சபை அவசரமாகத் தலையிட்டு நடைமுறைப்படுத்திய போர்நிறுத்தத்தின்போது காஷ்மீர் பள்ளத்தாக்கின் வடக்கிலும் மேற்கிலும் உள்ள மலைகளும் பள்ளத்தாக்குகளும் பாகிஸ்தான் வசம் இருந்தன. கட்டுப்பாட்டு எல்லைக் கோடே நடைமுறையில் எல்லையாக மாறியது. காஷ்மீர் மக்கள் தங்கள் எதிர்காலத்தைத் தேர்ந்தெடுத்துக்கொள்ள அனுமதிக்கும் பொது வாக்கெடுப்புக்கு நேரு ஒப்புக்கொண்டார். ஆனால் அது நடக்கவே இல்லை. கொடுத்த வாக்குறுதியை அவர் நிறைவேற்றத் தவறியதால் ஷேக் அப்துல்லா பிரதமருக்கு எதிராகத் திரும்பினார். பிரிவினைவாதக் கருத்துக்களை ஆதரித்ததற்காக அவர் தனது எஞ்சிய வாழ்நாளில் பெரும் பகுதியைச் சிறையில் செலவிட வேண்டியதாயிற்று. காஷ்மீரின் சர்ச்சைக்குரிய நிலை இன்று துணைக்கண்டத்தின் மிகவும் தீர்க்க முடியாத, ஆபத்தான அரசியல் பிரச்சினையாக உள்ளது.

இந்தியக் குடியரசு உதயம்

மதச்சார்பின்மையின் மீதான நேருவின் பற்றுறுதி மிகவும் வலுவானது. தன்னுடைய 'தி டிஸ்கவரி ஆஃப் இந்தியா' நூலில் அவர், 'இந்தியக் கலாச்சாரத்தை இந்துக் கலாச்சாரம் என்று குறிப்பிடுவது முற்றிலும் தவறானது' என்று வலியுறுத்தினார். சிறுபான்மையினரின் உரிமைகளுக்கு உத்தரவாதமளிப்பது இந்திய அரசியலமைப்பின் மையக் கொள்கையாக இருந்தது. நான்கு ஆண்டுக் கால உழைப்பிற்குப் பிறகு இந்திய அரசியல் சட்டம் 1950 ஜனவரி 26 அன்று நடைமுறைக்கு வந்தது. பிரிட்டிஷ் முடியரசின் கீழ் இருந்த இந்தியாவை முழு அளவிலான குடியரசாக அதன் அரசியல் சாசனம் மாற்றியது. அரசியலமைப்பில் 395 பிரிவுகளும் எட்டு அட்டவணைகளும் இருந்தன. உலகிலேயே மிக நீளமான அரசியல் சட்டம் இது. நாட்டின் முதல் சட்ட அமைச்சரும் தீண்டப்படாதவர்களின் தலைவருமான டாக்டர் பி. ஆர். அம்பேத்கர் அரசியல் சட்ட வரைவுக் குழுவின் தலைவராகச் செயலாற்றினார். மகாத்மா காந்தியின் ஆதரவாளர்கள் உள்ளூரில் தேர்ந்தெடுக்கப்பட்ட கிராமக் குடியரசுகளை அடிப்படையாகக் கொண்ட அரசியலமைப்பை ஆதரித்தார்கள். இதன் மறுமுனையில் சிலர் அமெரிக்க பாணி ஜனாதிபதி முறையைக் கொண்டுவர வேண்டுமென்று வாதிட்டார்கள். இந்த இரண்டு முன்மாதிரி களும் நிராகரிக்கப்பட்டு இங்கிலாந்தின் வெஸ்ட்மின்ஸ்டர் மாதிரியை இந்தியா வரித்துக்கொண்டது. கீழவை அல்லது மக்களவை, மேலவை அல்லது மாநிலங்களவை என இரு

ஜான் ஜுபர்ஸிக்கி

அடுக்குகளாக அமைந்தது. அனைத்து மக்களுக்குமான வாக்குரிமையின் அடிப்படையில் மக்களவை உறுப்பினர்கள் தேர்ந்தெடுக்கப்பட்டார்கள். பல்வேறு துறைகள், மாநிலச் சட்டமன்றங்கள் ஆகியவற்றின் பிரதிநிதிகள் அடங்கிய மாநிலங்களவையானது மக்களவை நிறைவேற்றும் சட்டங்களைப் பரிசீலித்து ஒப்புதல் வழங்கும் அவையாகச் செயல்படுகிறது.

தீண்டாமையை ஒழிப்பதில் அரசு தோல்வியடைந்ததைக் கண்டு மனம் வெதும்பிய அம்பேத்கரும் ஆயிரக்கணக்கான தீண்டப்படாதோரும் 1956இல் பொதுச் சடங்கு ஒன்றின் மூலம் பவுத்த மதத்தைத் தழுவினார்கள்.

ஜனநாயகத்தின் செயல்பாடு

இந்தியாவின் முதல் தேசியத் தேர்தல் 1951இல் நடைபெற்றது. இருபத்தியோரு வயதுக்கு மேற்பட்ட அனைத்துக் குடிமக்களும் (17 கோடிக்கும் மேல்) அவர்களுக்கான அடையாள ஆவணங்கள் எதுவும் இல்லாவிட்டாலும், வாக்காளர்களாகப் பதிவு செய்யப்பட வேண்டியிருந்தது. இவர்களில் 85 சதவீதம் பேருக்கு எழுதப் படிக்கத் தெரியாது. மக்களவைக்கான 489 இடங்களுக்கும் மாகாண சட்டசபைகளுக்கான 4000 இடங்களுக்கும் ஒரே நேரத்தில் தேர்தல் நடக்கவிருந்தது. 1,32,560 வாக்குச் சாவடிகளில் பாதுகாப்புப் பணிக்காக 56,000 அதிகாரிகளும் 2,24,000 காவலர்களும் தேவைப்பட்டனர். பல்வேறு சின்னங்களால் அரசியல் கட்சிகள் அடையாளம் காணப்பட்டன. காங்கிரஸின் சின்னம் எருதுகளும் கலப்பையும். கொல்கத்தாவில் தெருவில் சுற்றித்

திரியும் பசு மாடுகளின் மீது, காங்கிரஸுக்கு வாக்களிக்குமாறு மக்களை வேண்டிக்கொள்ளும் வாசகங்கள் பொறிக்கப்பட்டிருந்தன. தேர்தலில் வாக்குப்பதிவு 46 சதவீதத்திற்கும் குறைவாகவே இருந்தது. 45 சதவீத வாக்குகளைப் பெற்று மக்களவையில் 364 இடங்களில் காங்கிரஸ் வெற்றி பெற்றது. பிரதான எதிர்க்கட்சியான இந்திய கம்யூனிஸ்ட் கட்சியால் பதினாறு இடங்களை மட்டுமே பெற முடிந்தது. 2019 பொதுத் தேர்தலின்போது வாக்காளர்களின் எண்ணிக்கை (பதினெட்டு வயது நிறைவடைந்தவர்கள்) 91.1 கோடியாக உயர்ந்திருந்தது. அதுவரை இல்லாத அளவுக்கு 67 சதவீத வாக்குகள் பதிவாகின. பெண் வாக்காளர்களின் சதவீதம் சாதனை அளவாக 68 சதவீதமாக இருந்தது. பத்து லட்சத்துக்கும் அதிகமான வாக்குச் சாவடிகள் இருந்தன. இவற்றில் பல மின்னணு வாக்குப்பதிவு இயந்திரங்களைக் கொண்டிருந்தன. 2.25 மில்லியனுக்கும் அதிகமான காவல் துறையினரும் துணை ராணுவ அதிகாரிகளும் பாதுகாப்புப் பணியில் ஈடுபட்டார்கள். மக்களவையில் மொத்தமுள்ள 543 இடங்களில் பாஜக 303 இடங்களை வென்றது. காங்கிரஸின் இடம் ஐம்பத்திரண்டாகக் குறைந்தது. 1957 தேர்தலில் 2.9 சதவீதமாக இருந்த பெண் வேட்பாளர்களின் எண்ணிக்கை 2019இல் 8 சதவீதத்துக்கும் குறைவாகவே இருந்தது. மக்களவையில் வெறும் அறுபத்தாறு பெண்கள். நாடாளுமன்றத்தில் பெண் பிரதிநிதிகளின் சதவீதத்தின் அடிப்படையில் உலகிலுள்ள 193 நாடுகளில் இந்தியா 149ஆவது இடத்தில் உள்ளது.

அதிகாரங்களைப் பிரித்தளித்தல், சட்டத்தின் முன் அனைவரையும் சமமாகக் கருதுதல், மதச் சுதந்திரம், கருத்துச் சுதந்திரம் ஆகிய கொள்கைகளை இந்திய அரசியலமைப்புச் சட்டம் வகுத்துள்ளது. மதம், இனம், சாதி அல்லது பாலினத்தின் அடிப்படையில் பாகுபாடு காட்டுவது தடைசெய்யப் பட்டுள்ளது. அரசியல் சட்டப் பிரிவு 17 தீண்டாமையை ஒழித்தது. அரசியல் சட்டம் முஸ்லிம்களுக்கோ பெண்களுக்கோ இட ஒதுக்கீடு வழங்கவில்லை; அரசுப் பதவிகள், பல்கலைக்கழக இடங்களில் சாதி அடிப்படையிலான இட ஒதுக்கீட்டையும், மாநில சட்டமன்றங்களில் தாழ்த்தப்பட்டோருக்கான தனித் தொகுதிகளையும் பரிந்துரைத்தது. அவசரகாலச் சட்டத்தை அமல்படுத்துவதற்கும், அரசியலமைப்பைச் செயல்படாமல்

முடக்கிவைக்கவும் நாட்டின் பாதுகாப்பிற்கு அச்சுறுத்தலாக இருப்பதாகக் கருதப்படும் எவரையும் கைதுசெய்து சிறையில் அடைப்பதற்கும் ஜனாதிபதிக்கு இந்திய அரசியல் சட்டம் வழங்கிய அதிகாரம் அதன் ஆகப்பெரிய சர்ச்சைக்குரிய அம்சமாக இருந்தது.

கால் நூற்றாண்டுக்குப் பிறகு, இந்திரா காந்தி (1917–1984) இந்த அதிகாரங்களைப் பயன்படுத்திக் கிட்டத்தட்ட இரண்டு ஆண்டுகளுக்கு நாடு முழுவதும் அவசர நிலையை அறிவித்தார். குடியரசுத் தலைவருக்கு மாநில சட்டமன்றத்தைக் கலைத்து தில்லியிலிருந்து நேரடியாக ஆட்சி நடத்தவும் அரசியல் சட்டப்படி அதிகாரம் உள்ளது. இதைப் பயன்படுத்தும் பழக்கம் 1980களிலிருந்து அதிகரித்துவருகிறது. அரசியலமைப்புச் சட்டம் சமத்துவத்தை உறுதி செய்திருந்தாலும் பெண்களின் நிலை மோசமாகவே இருந்தது. குழந்தைத் திருமணம் பரவலாக இருந்தது. விவாகரத்து செய்துகொள்வது கடினமாக இருந்தது. பெண்கள் கல்வி பெறுவதற்கும் பாரம்பரியச் சொத்துரிமையைப் பெறுவதற்குமான வழிகள் மிகவும் குறைவாக இருந்தன.

“இந்து வளர்ச்சி விகிதம்”

சோஷலிசமே நேருவின் சுயசார்புப் பொருளாதாரத்தின் கண்ணோட்டமாகவும் நடைமுறையாகவும் இருந்தது. 1927இல் சோவியத் யூனியனுக்குச் சென்று திரும்பிய அவர் பிறகு, ‘எதிர்காலம் நம்பிக்கை நிறைந்ததாக இருக்குமானால், அதற்கு சோவியத் ரஷ்யாவும் அது என்ன செய்திருக்கிறது என்பதும்தான் காரணம்’ என்று பரவசத்துடன் கூறினார். மார்க்சியத் தத்துவம், ‘என் மனதின் பல இருண்ட மூலைகளை ஒளிரச் செய்தது’ என்று நேரு தனது சுயசரிதையில் எழுதினார். சோஷலிசம் இந்தியச் சூழ்நிலைக்கேற்பத் தகவமைக்கப்பட வேண்டியதில்லை என்ற கற்பனை எதுவும் அவருக்கு இல்லை. நேருவின் பொருளாதாரக் கட்டமைப்பின்படி, பொருளாதாரத்தைத் தீர்மானிக்கும் முக்கியமான சக்திகளை அரசு தன் கட்டுப்பாட்டில் வைத்திருக்கும். அதே வேளையில், அரசாங்கத்தால் அங்கீகரிக்கப்பட்ட உயர் முன்னுரிமைத் தொழில்களில் முதலீடு செய்யத் தனியார் துறைக்கு அனுமதி வழங்கப்படும். சமூக நீதியை அடிப்படையாகக் கொண்ட சமூகத்தை உருவாக்க, நில உரிமைக்கு உச்சவரம்புகள் விதிக்கப்பட்டன. பெரும் வசதி படைத்த தனிநபர்களுக்கும் பெருநிறுவனங்களுக்கும் கூடுதலாக வரி விதிக்கப்பட்டது. வெளிநாட்டுப் பொருட்களை இறக்குமதி செய்யக் கடுமையான கட்டுப்பாடுகள் இடப்பட்டன.

ஐந்தாண்டுத் திட்டங்கள் உற்பத்தி இலக்குகளை நிர்ணயித்து நாட்டின் பொருளாதார முன்னேற்றத்தைக் கண்காணித்தன. அரசின் கட்டுப்பாட்டில் உள்ள பொதுத்துறையின் தலைமையில் தொழில்துறையில் தன்னிறைவு பெறுவதே அரசின் இலக்காக இருந்தது. இந்தியப் பொதுத்துறை கம்யூனிஸ்ட் நாடுகளுக்கு அடுத்தபடியாக உலகின் மிகப்பெரிய பொதுத்துறையாக வளர்ந்தது. மாபெரும் இரும்புத் தொழிற்சாலைகள், எண்ணெய் சுத்திகரிப்பு நிலையங்கள், மின் நிலையங்கள், சிமென்ட் உற்பத்திக் கூடங்கள், உரத் தொழிற்சாலைகள் ஆகியவற்றை 'நவீன இந்தியாவின் புதிய கோயில்கள்' என நேரு குறிப்பிட்டார். சுற்றுச்சூழல் பாதிப்பு பற்றியோ தவிர்க்க முடியாமல் இடம்பெயர வேண்டியிருந்த ஆயிரக்கணக்கான ஏழை விவசாயிகளைப் பற்றியோ கவலைப் படாமல் பெரிய அணைகள் கட்டப்பட்டன. உள்நாட்டுத் தொழிலைப் பாதுகாப்பதற்காக வெளிநாட்டு இறக்குமதிப் பொருட்கள்மீது 350 சதவீத சுங்கக் கட்டணம் விதிக்கப்பட்டது. இத்தகைய பாதுகாப்பு காலாவதியாகிப்போன, திறனற்ற, தரம் குறைந்த தயாரிப்புகள் பெருக வழி வகுத்தன. அதற்கான பளிச்சென்ற உதாரணம் அம்பாசிடர் கார்.

மோரிஸ் ஆக்ஸ்ஃபோர்டு தொடர் III என்னும் காரை முன்மாதிரியாகக் கொண்டு அம்பாசிடர் கார் 1956முதல் 2014வரை குறைந்தபட்ச மாற்றங்களுடன் உற்பத்தியாகிக்கொண்டிருந்தது. 'இதன் ஸ்டியரிங் மாட்டு வண்டியின் நுணுக்கத்துடன் அமைந்திருந்தது' என்பனபோன்ற பரிகாசங்களும் விமர்சனங்களும் முன்வைக்கப்பட்டாலும், இந்தக் காருக்கு இந்தியாவில் பெரும் கிராக்கி இருந்தது.

பெரிய குடும்பங்கள் நடத்திய நிறுவனங்கள் பல ஆங்கிலேய ஆட்சியின்போது செழித்து வளர்ந்தன. இப்போது அவை அரசுக் கட்டுப்பாடுகளால் தடுமாறிக்கொண்டிருந்தன.

அத்தகைய நிறுவனங்களில் ஒன்றான பிர்லா கார்ப்பரேஷன் நிறுவனம்தான் அம்பாசிடர் காரைத் தயாரித்தது. பவர் ஸ்டீயரிங் போன்ற அடிப்படையான மாற்றங்களைச் செய்வதன் மூலம் காரின் செயல்திறனை மேம்படுத்த நிறுவனம் விரும்பினாலும் புதுமைகளை முடக்கும் அதிகாரவர்க்கத் தடைகள் அதற்குக் குறுக்கே நிற்கும். பணியமர்த்துதல், பணிநீக்கம், புதிய ஆலைகளை உருவாக்குதல் என உற்பத்திச் செயல்முறையின் அனைத்து அம்சங்களும் உரிமம் பெற வேண்டிய செயல்முறையின் மூலம் கட்டுப்படுத்தப்பட்டது. எதைச் செய்ய வேண்டுமானாலும் அரசிடம் அதற்கான உரிமம் பெற வேண்டும். 'லைசென்ஸ் ராஜ்' என இது அறியப்பட்டது.

அந்நியச் செலாவணிக் கட்டுப்பாடுகள் புதிய தொழில் நுட்பத்தையும் உபகரணங்களையும் இறக்குமதி செய்வதைக் கிட்டத்தட்ட சாத்தியமற்றதாக்கியது. பிர்லாக்களுக்கு இது வசதியாகிவிட்டது. கிழக்கு ஆசியாவில் இதைக் காட்டிலும் சிறப்பான, இதைக் காட்டிலும் விலை குறைந்த கார்களை இறக்குமதி செய்யவிடாமல் அரசின் கட்டுப்பாடுகள் தடுத்துவைத்திருந்ததால் போட்டியே இல்லாத நிலையில் நிறுவனம் கொழித்தது. தயாரிப்புகளை மேம்படுத்தவோ செயல்திறனை அதிகரிக்கவோ எந்த ஊக்கத்தையும் அளிக்காத சூழல் நிலவியது.

அரசுத் துறைக்கும் இது பொருந்தும். 1980களின் நடுவில் 2,47,000 பணியாளர்களைக் கொண்ட ஸ்டீல் அதாரிடி ஆஃப் இந்தியா நிறுவனம் 60 லட்சம் டன் எஃகு உற்பத்திசெய்தது. வெறும் 10,000 பணியாளர்களைக் கொண்ட தென்கொரிய நிறுவனம் 1.4 கோடி டன் எஃகு உற்பத்திசெய்தது. துறைமுகங்கள், சாலைகள், ரயில்வே, மின்சார உற்பத்தி, தகவல் தொடர்பு ஆகியவற்றில் போதிய முதலீடு செய்யாததும் இந்தியப் பொருளாதாரத்தின் மோசமான செயல்பாடுக்குக் காரணமாக அமைந்தது. விடுதலை பெற்ற முதல் 40 ஆண்டுகளில் இந்தியா ஆண்டுக்குச் சுமார் 3.5 சதவீத வளர்ச்சியையே கண்டிருந்தது. 'இந்து வளர்ச்சி விகிதம்' என்று இது விமர்சிக்கப்பட்டது. ஆண்டுக்குச் சுமார் 2.5 சதவீதமாக இருந்த மக்கள்தொகை வளர்ச்சியைக் காட்டிலும் இது சிறிதளவு மட்டுமே அதிகம். இதே காலகட்டத்தில் பாகிஸ்தான் ஆண்டுக்கு 4 சதவீதம் வளர்ச்சியடைந்தது. தென் கொரியா 9 சதவீதம். 1947இல் இந்தியா விடுதலை பெற்றபோது தென் கொரியா இந்தியாவைக் காட்டிலும் இரண்டு மடங்கு தனிநபர் வருமானத்தைக் கொண்டிருந்தது. 1990களில் இது 20 மடங்கு உயர்ந்தது.

புதிய இந்தியாவுக்கான நேருவின் பார்வையின் நான்காவது முக்கியத் தூண் அணிசேராமை. 1947இல் அணிசேராக் கொள்கையை அறிவித்த அவர், அமெரிக்காவிடமிருந்து 'கிடைக்கக்கூடிய சில்லறை லாபங்களுக்காக' சோவியத் யூனியனை விட்டுவிட்டு அமெரிக்காவை இந்தியா ஆதரிக்காது என்று கூறினார். ஐரோப்பியக் காலனியாதிக்கத்திலிருந்து விடுபட்ட இந்தியாவின் சுதந்திரத்தை ஆசிய மறுமலர்ச்சியின் ஒரு பகுதியாக நேரு கண்டார். இரு அணிகளாகப் பிரிந்திருக்கும் உலகில் இரு தரப்பிலும் அணிசேராத நாடுகளால் ஸ்திரத்தன்மையை உருவாக்க முடியும் என நேரு நம்பினார். 1955ஆம் ஆண்டில் இந்தோனேசியாவில் நடந்த பண்டுங் (Bandung) மாநாட்டில் நேரு முக்கியப் பங்கு வகித்தார். இதில் இருபத்தி ஒன்பது நாடுகளின் பிரதிநிதிகள் கலந்துகொண்டார்கள். அணிசேரா இயக்கத்தின் தொடக்கமாக இது கருதப்படுகிறது. அடுத்த ஆண்டு, உள்நாட்டு விவகாரங்கள், அமைதியான சகவாழ்வு, பிராந்திய ஒருமைப்பாடு ஆகியவற்றில் பரஸ்பரம் தலையிடாத கொள்கையின் அடிப்படையில் இந்தியா சீனாவுடன் நட்புறவு ஒப்பந்தத்தை மேற்கொண்டது.

ஆனால், சீன–இந்திய நட்பு, அல்லது 'இந்தி–சினி பாய் பாய்' என்னும் உணர்வு 1962இல் நொறுங்கிப்போனது. சீனா அதன் தெற்கு எல்லையில் அமைந்திருந்த, தற்போதைய வடகிழக்கு மாநிலமான அருணாச்சலப் பிரதேசத்தின் பெரும் பகுதிகளைக் கைப்பற்றி இந்தியாவுக்கு அவமானகரமான அடியைக் கொடுத்தது. லடாக்கின் வடக்கே சர்ச்சைக்குரிய அக்சாய் சின் பகுதிக்கும் அது உரிமை கோரியது. இரு நாடுகளுக்கிடையேயான எல்லையை நிர்ணயிக்காமல் இருந்ததும், நாடுகடத்தப்பட்ட திபெத்திய ஆன்மிகத் தலைவர் தலாய் லாமா 1959இல் ஆயிரக்கணக்கான சீடர்களுடன் சீன அடக்குமுறையிலிருந்து தப்பி வெளியேறியபோது இந்தியா அவருக்கு ஆதரவுக் கரம் நீட்டியதும் ஆசியாவின் இரு பெரும் நாடுகளுக்கிடையே பதற்றத்தை உருவாக்கின. போருக்கான தயார் நிலையில் இல்லாத இந்திய இராணுவத்தால், சீனாவின் மக்கள் விடுதலை இராணுவத்தை எதிர்த்து நிற்க முடியவில்லை. ஒரு கட்டத்தில் சீனா தானாகவே பின்வாங்கியதால் இந்தியா மேலும் அவமானப்படாமல் தப்பித்தது. ஆனால் இந்தத் தோல்வியிலிருந்து நேரு அரசியல் ரீதியாக மீளவேயில்லை. அவரது தலைமை மீதான தாக்குதல்களை எதிர்க்கட்சிகள் முடுக்கி விட்டன. சீன ஆக்கிரமிப்பு தொடர்பான முன்னெச்சரிக்கை அறிகுறிகளைக் கவனிக்கத் தவறியதைக் கண்டித்தன. அப்போது நடந்த இடைத்தேர்தல்களில் காங்கிரஸ் தோல்வியடைந்தது; மாநிலக் கட்சிகள் பலம் பெற்றன.

1964, மே 27 அன்று நேரு மரணமடைந்தார். அவரது மறைவு காங்கிரஸுக்குள் சிறியதொரு அதிகாரப் போட்டியை ஏற்படுத்தியது. அதன் முடிவில் புதிய பிரதமராக லால் பகதூர் சாஸ்திரி (1904–1966) தேர்ந்தெடுக்கப்பட்டார். சாஸ்திரியை பலவீனமான, திறனற்ற தலைவர் எனக் கருதிய பாகிஸ்தான் ராணுவ சர்வாதிகாரி ஃபீல்ட் மார்ஷல் அயூப் கான் (1907–1974), இந்தியா பலவீனமாக இருப்பதாக நினைத்து இந்தியாவைத் தாக்க முடிவுசெய்தார். ஸ்ரீநகரைக் கைப்பற்றிப் பள்ளத்தாக்கில் பாகிஸ்தானுக்குச் சார்பான கிளர்ச்சியைத் தூண்டிவிடலாம் என்ற நம்பிக்கையில், 1965 ஏப்ரலில் 'பொதுமக்கள்' போல் மாறுவேடமிட்ட துருப்புக்கள், கட்டுப்பாட்டு எல்லைக் கோடு வழியாக இந்திய ஆட்சியின் கீழ் இருந்த காஷ்மீருக்கு அனுப்பப்பட்டார்கள். ஸ்ரீநகர் வீழவில்லை; மக்களிடையே எழுச்சியும் நடக்கவில்லை. லாகூரைக் கைப்பற்றும்படி சாஸ்திரி ராணுவத்திற்கு உத்தரவிட்டார். அவமானத்திற்கு உள்ளான அயூப் கான் சமாதானக் கொடியை ஏந்த வேண்டிய கட்டாயம் ஏற்பட்டது. அழியாத களங்கத்துக்கு உள்ளான அவர், இரண்டு ஆண்டுகளுக்குப் பிறகு மக்கள் எழுச்சியில் தூக்கியெறியப்பட்டார். இந்தியாவைப் பொறுத்தவரை இந்த வெற்றி உன்னதமானதொரு தருணம். சீனாவிடம் பெற்ற அவமானத்திற்கு மூன்று ஆண்டுகளுக்குப் பிறகு வந்த வெற்றி இது. ஆனால் அந்த வெற்றியை சாஸ்திரியால் அனுபவிக்க முடியவில்லை. 1965ஆம் ஆண்டு இந்திய–பாகிஸ்தான் போரை முடிவுக்குக் கொண்டுவருவதற்கான அமைதி ஒப்பந்தத்தில் கையெழுத்திட்ட மறுநாள், 1966 ஜனவரி 11 அன்று அவர் தாஷ்கண்டில் மாரடைப்பால் இறந்தார்.

கட்சித் தலைவராக இருந்த கே. காமராஜர் (1903–1975), சாஸ்திரியின் அரசில் தகவல்–ஒலிபரப்புத் துறை அமைச்சராகப் பணியாற்றிய நேருவின் மகள் இந்திராவைப் பிரதமராக்க முடிவு செய்தார். பேசா மடந்தை என முதுகுக்குப் பின்னால் பரிகசிக்கப்பட்ட இந்திராவின் மீது எளிதில் செல்வாக்குச் செலுத்த முடியும் என்று காமராஜும் அவரது குழுவினரும் நம்பினார்கள். அவர்களுடைய முடிவு தவறாகிப்போனது. அரசியலைக் கையாளும் கலையை இந்திரா தனது தந்தையிடமிருந்து கற்றுக்கொண்டிருந்தார். அரசியலில் பிழைத்திருக்கும் கலையில் நிபுணராக விளங்கினார். சீனாவுடனும் பாகிஸ்தானும் நடந்த போர்களின் விளைவாகவும் தொடர்ந்து பருவமழை பொய்த்ததாலும் மிகவும் மோசமாகியிருந்த பொருளாதார நிலைமையைச் சமாளிப்பதே அவரது முதல் தடையாக இருந்தது. இந்தியாவுக்கு அமெரிக்கா உணவுப் பொருட்களை

உதவியாக வழங்கிவந்தது. தள்ளாட்டத்தில் இருந்த இந்தியப் பொருளாதாரத்தைச் சர்வதேச நிதியத்தின் அவசரகால உதவி காப்பாற்றியது. இந்தியாவை வெளிநாட்டு நலன்களுக்கு விற்றுவிட்டதாக இந்திராவை அவருடைய எதிரிகள் குற்றம்சாட்ட இவை வழிவகுத்தன. தேர்தல் பிரச்சாரத்திற்காக 24,000 கிலோமீட்டருக்கும் அதிகமான தூரம் பயணம் செய்து 160க்கும் மேற்பட்ட கூட்டங்களில் பேசியபோதிலும் இந்திரா தனது கட்சியை அரித்துக்கொண்டிருந்த நோயைத் தடுக்கத் தவறிவிட்டார். 1967 மக்களவைத் தேர்தலில் காங்கிரஸின் பலம் மொத்தம் இருந்த 520 இடங்களில் 283 ஆகக் குறைந்தது. நாற்பத்தி இரண்டு இடங்களில் வென்ற கம்யூனிஸ்ட் கட்சிகள், முப்பத்தைந்து இடங்களைப் பெற்ற தீவிர வலதுசாரிக் கட்சியான ஜனசங்கம், பஞ்சாபில் அகாலி தளம், தென்னிந்தியாவில் திமுக போன்ற பிராந்தியக் கட்சிகள் ஆகியவை காங்கிரசின் சரிவால் பலன் பெற்ற கட்சிகளில் முக்கியமானவை. நாட்டில் நேருவின் வசியம் தேய்ந்துகொண்டிருந்தது.

உலகின் மிகவும் வலிமை வாய்ந்த பெண்களில் ஒருவராக இந்திரா உருவெடுத்தார். ஆனால், 1975இல் அவர் அவசரநிலையை அறிவித்தபோது அவருடைய புகழ் பலத்த அடி வாங்கியது.

தேர்தல் முடிவு பிரதமர் பதவிக்கான பிரதான போட்டியாளரான மொரார்ஜி தேசாயின் (1896–1995) கையை வலுப்படுத்தியது. கட்சிக்குள் சிண்டிகேட் எனக் குறிப்பிடப் பட்ட வலுவான பிராந்தியத் தலைவர்களின் ஆதரவு அவருக்கு இருந்தது. கட்சியின் சித்தாந்தத்தைத் தீவிர இடதுசாரியாக

ஆக்கியதன் மூலம் இந்திரா இந்தச் சவாலை எதிர்கொண்டார். வங்கிகளைத் தேசியமயமாக்கும் திட்டத்தை அறிவித்தார். இந்தியாவின் முன்னாள் சமஸ்தான அரச குடும்பங்கள் அனுபவித்துவந்த மன்னர் மானியம் உள்ளிட்ட பிற சலுகைகளை நீக்கினார். இவர்களில் பலர் அரசியலுக்கு வந்து எதிர்க்கட்சிகளின் சார்பில் மக்களவைத் தேர்தலில் நின்று வெற்றி பெற்றார்கள்.

சர்வம் குடும்பமயம்

தெற்காசிய அரசியலில் வம்சாவளி ஆட்சி ஆதிக்கம் செலுத்திவருகிறது. இலங்கையின் அதிபரான சிறிமாவோ பண்டார நாயக்கா (1916–2000) தனது கணவரிடமிருந்து அந்தப் பொறுப்பை ஏற்றார். ஜனநாயக அமைப்பில் முதல் பெண் ஆட்சியாளர் இவர். அடுத்து இந்தியாவில் இந்திரா காந்தி. பாகிஸ்தானில் ஜுல்பிகர் அலி பூட்டோ (1928–1979) இராணுவ சர்வாதிகாரியால் தூக்கிலிடப்பட்ட பிறகு அவருடைய மகள் பேனசீர் பூட்டோ (1953–2007) தந்தையை அடியொற்றி அரசியலுக்கு வந்தார். வங்கதேசத்தில் ஷேக் ஹசீனா, தனது தந்தை முஜிபூர் ரஹ்மான் நிறுவிய நாட்டில் இன்னமும் அரசியலில் ஆதிக்கம் செலுத்திவருகிறார். இந்தியாவில் வம்சாவளி அதிகாரம் 1929ஆம் ஆண்டு மோதிலால் நேரு தனது மகனான ஜவஹர்லாலை காங்கிரஸ் தலைவராக்கியபோது தொடங்கியது. ஜவஹர்லால் தனது மகள் இந்திரா காந்தியை அரசியலுக்குக் கொண்டுவந்தார். (பெரோஸ் காந்தியைத் திருமணம் செய்துகொண்டதால் இந்திரா காந்தி என அவர் அறியப்பட்டார். மகாத்மாவுக்கும் இதற்கும் எந்தத் தொடர்பும் இல்லை.) 1984இல் இந்திரா படுகொலை செய்யப்பட்டதைத் தொடர்ந்து, பிரதமர் பதவி அவரது மகன் ராஜீவுக்குச் (1944–1991) சென்றது. 1991இல் அவர் இறந்த பிறகு, இத்தாலியில் பிறந்த அவரது ரோமன் கத்தோலிக்க மனைவி சோனியாவைப் (பி. 1946) பிரதமர் பதவியை ஏற்குமாறு கட்சி கேட்டுக்கொண்டது. அந்தக் கோரிக்கையை அவர் ஏற்கவில்லை. ஆனால் காங்கிரஸ் தலைவரானார். அவரது மகன் ராகுலின் (பி. 1970) தலைமையில் கட்சி 2014, 2019 தேர்தல்களில் அவமானகரமாகத் தோல்வியடைந்தது.

இந்திராவின் வெகுமக்களியக் கொள்கைகள் காங்கிரஸில் பிளவை ஏற்படுத்தின. கட்சிக்குள் இருந்த சிண்டிகேட் பிரிவு

1969இல் இந்திராவைக் கட்சியிலிருந்து நீக்கியது. எனினும் கட்சியின் பெருவாரியானவர்களின் ஆதரவுடன் இந்திரா, காங்கிரஸ் (ஆர்) எனத் தனிக்கட்சி தொடங்கினார். உள்கட்சித் தேர்தல்கள் ஒழிக்கப்பட்டன. மத்தியிலும் மாநிலங்களிலும் தலைமையின் மீதான விசுவாசமே முக்கியமான கட்சிப் பதவிகளுக்கான ஒரே தகுதியாக ஆனது. பொதுவான அரசியல் கட்சியாக இருந்த காங்கிரஸ் நேரு குடும்பத்தின் பரம்பரைச் சொத்தாக மாறியது.

அடுத்த சில ஆண்டுகளில் இந்திராவின் புகழ் மேலும் அதிகரித்தது. 1970இல், மேற்கு, கிழக்கு பாகிஸ்தானில் பல பதிற்றாண்டுகளாக நிலவிவந்த ராணுவ ஆட்சி முடிவுக்கு வந்து தேர்தல்கள் நடந்தன. நாட்டின் இரு பகுதிகளுக்கிடையே இருந்த ஆழமான பிளவுகளைத் தேர்தல் எடுத்துக்காட்டியது. கிழக்கு பாகிஸ்தானில், ஷேக் முஜிபுர் ரஹ்மானின் (1920–1975) அவாமி லீக் வெற்றிபெற்றது. முதலீட்டுத் துறையில் மத்திய அரசின் செயல்பாடுகளின் போதாமை காரணமாக ஏற்பட்ட அதிருப்தி அலை அவருக்கு வெற்றி தேடித்தந்தது. சுதந்திர வங்காள தேசத்தை உருவாக்குவோம் என்னும் தனது கட்சியின் தேர்தல் வாக்குறுதியை 1971 மார்ச்சில் முஜிபுர் ரஹ்மான் நிறைவேற்ற முனைந்தார். இதற்கு எதிர்வினையாகப் பாகிஸ்தான், டாக்காவின் தெருக்களில் டாங்கிகளை அனுப்பியது. இதனால் உள்நாட்டுப் போர் மூண்டது. லட்சக்கணக்கான அகதிகள் இந்திய மாநிலமான மேற்கு வங்கத்திற்கு வந்து குவிந்தார்கள். 1971 டிசம்பரில் பாகிஸ்தான் விமானப் படை இந்திய விமான நிலையங்கள் மீது தாக்குதல்களை நடத்தியது. இது கிழக்கு பாகிஸ்தானுக்குள் தனது படைகளை அனுப்ப இந்தியாவிற்கு வாய்ப்பாக அமைந்தது. இதற்குப் பதிலடியாக இந்தியாவின் மேற்கு எல்லையில் பாகிஸ்தான் படையெடுத்தது. அமெரிக்காவின் ஏழாவது கப்பற்படை வங்காள விரிகுடாவை நோக்கி வருகிறது என்ற செய்தி, தன் நட்பு நாடான பாகிஸ்தானின் சார்பாக அமெரிக்கா போரில் தலையிடும் என்னும் எண்ணத்தை ஏற்படுத்தியது. ஆனால் அது வந்து சேருவதற்கு மிகவும் தாமதமானது.

இரண்டு வார காலப் போருக்குப் பிறகு, டிசம்பர் 16 அன்று, கிழக்கு பாகிஸ்தானில் 93,000 பாகிஸ்தான் துருப்புக்கள் சரணடைந்ததையடுத்து இந்தியா போரை நிறுத்திக் கொண்டது. பாகிஸ்தான் படைகளைப் பின்னுக்குத் தள்ளி இந்தியா 13,000 சதுர கிலோமீட்டர் நிலப்பரப்பை ஆக்கிரமித்திருந்த மேற்குப் பகுதியில் போர்நிறுத்தம் செய்ய உத்தரவிடப்பட்டது. தன்னுடைய விருப்பத்தின் பேரில்

போரை முடிவுக்குக் கொண்டுவந்ததன் மூலம், இந்திரா இந்தியாவின் பெருமையை மீட்டெடுத்தார். பத்திரிகைகள் அவரை துர்க்கையுடன் ஒப்பிட்டுப் புகழ்ந்தன. வடமேற்கிலிருந்து வந்த முஸ்லிம் படையெடுப்பாளர்கள், ஐரோப்பியர்கள், மிக அண்மைக் காலத்தில் சீன இராணுவம் ஆகியோரால் ஆயிரம் ஆண்டுகளாகப் பெற்ற அவமானகரமான தோல்விகளுக்குப் பிறகு கிடைத்த இந்த வெற்றியை இந்தியர்கள் பெருமகிழ்ச்சியுடன் கொண்டாடினார்கள். இந்திரா தனது அதிகாரத்தின் உச்சத்தை எட்டினார். கல்லப் *(Gallup)* என்னும் உலகளாவிய நிறுவனம் நடத்திய கருத்துக்கணிப்பு, உலகின் மிகவும் போற்றப்படும் பெண்மணியாக அவரை அடையாளம் காட்டியது. வறுமையை ஒழிப்போம் என வாக்குறுதி அளித்து, 1971 மார்ச்சில் தேர்தலை அறிவித்தார். அவரது காங்கிரஸ் (ஆர்) கட்சி 352 இடங்களில் வென்று மீண்டும் ஆட்சிக்கு வந்தது. கட்சியின் மற்றொரு பிரிவான காங்கிரஸ் (ஓ) பதினாறு இடங்களில் மட்டுமே வென்றது. ஆனால் பரவசம் நிறைந்த இந்தப் பொற்காலம் அதிக நாட்கள் நீடிக்கவில்லை.

இந்திரா தேர்தலில் வென்ற இரண்டு ஆண்டுகளுக்குப் பிறகு, பெட்ரோலிய ஏற்றுமதி நாடுகள் அமைப்பில் இருந்த அரபு நாடுகள் யோம் கிப்பூர் போருக்குப் பதிலடியாகத் தம் உற்பத்தியைக் குறைத்து, எரிபொருள் விலையை நான்கு மடங்காக உயர்த்தின. இறக்குமதி செய்யப்பட்ட எரிபொருளையே பெரிதும் சார்ந்திருந்த இந்தியாவின் பொருளாதாரம் ஆட்டம்கண்டது. பணவீக்கம் ஆண்டுக்கு 33 சதவீதத்தை எட்டியது. வறுமையை ஒழிப்போம் என்னும் நடைமுறை சாத்தியமற்ற வாக்குறுதி அர்த்தமற்ற வெற்றுச் சொல்லாக மாறியது. இந்திரா வெகுமக்களியம் சார்ந்த நடவடிக்கைகளை மேற்கொண்டார். பெரிய வணிகங்களை நிர்வகிக்கும் விதிகளைக் கடுமையாக்க உத்தரவிட்டார். நிறுவனங்கள் தங்கள் திறனை விரிவாக்கவோ, புதிய முதலீடுகளை மேற்கொள்ளவோ அல்லது பிற நிறுவனங்களுடன் ஒன்றிணையவோ அரசின் அனுமதியைப் பெற வேண்டும் என்னும் கட்டுப்பாடு விதிக்கப்பட்டது.

நள்ளிரவில் காரிருள்

1974ஆம் ஆண்டு இந்தியா தார் பாலைவனத்தில் அணுகுண்டு வெடிப்பை வெற்றிகரமாகப் பரிசோதித்ததை அடுத்து இந்தியா உலகின் ஆறாவது அணு ஆயுத சக்தியாக மாறியது. இந்தச் சோதனையின் நோக்கம் மக்களைக் கவர்வதுதான் என்றால் அந்த நோக்கம் மோசமாகத் தோல்வியடைந்தது.

நாட்டின் பொருளாதாரச் சீர்கேடுகள் என்னும் பிரச்சினை முக்கியத்துவம் பெறத் தொடங்கியது. அகாலிதளம், திமுக போன்ற பிராந்தியக் கட்சிகள், கம்யூனிஸ்டுகள், தீவிர வலதுசாரி இந்து தேசியவாதிகள், காங்கிரஸுக்குள் இருந்த இந்திராவின் பழைய எதிரிகள் ஆகியோர் மூத்த காந்திய சோசலிசவாதியான ஜெயப்பிரகாஷ் நாராயணனின் (1902–1979) தலைமையின் கீழ் அணிதிரளத் தொடங்கினார்கள். நிலைமை மேலும் மோசமானது. 1975, ஜூன் மாதம் அலகாபாத் உயர் நீதிமன்றம் நான்கு ஆண்டுகளுக்கு முன்பு இந்திராவுக்கு எதிராகத் தாக்கல் செய்யப்பட்ட மனுவின் மீது தீர்ப்பளித்தது. இந்திரா தேர்தல் முறைகேடுகளில் ஈடுபட்டதாக அந்தத் தீர்ப்பு கூறியது. அவருடைய தேர்தல் வெற்றி செல்லாது என்று கூறி, ஆறு ஆண்டுகள் எந்தப் பதவிக்கான தேர்தலிலும் நிற்கத் தடை விதித்தது.

இந்திரா ராஜினாமா செய்வதற்குப் பதிலாக, தனக்கு இணக்கமான ஜனாதிபதியை நிர்ப்பந்தப்படுத்தி 1975, ஜூன் 26 நள்ளிரவில் நாடு தழுவிய அவசரநிலையைப் பிரகடனம் செய்தார். அரசியலமைப்பு முடக்கப்பட்டது. நூற்றுக்கணக்கான எதிர்க்கட்சித் தலைவர்கள் கைது செய்யப்பட்டார்கள். செய்தித்தாள் அலுவலகங்களின் மின்சாரத் தொடர்புகள் துண்டிக்கப்பட்டன. ராஷ்ட்ரீய ஸ்வயம்சேவக் சங்கம் (ஆர்எஸ்எஸ்) போன்ற அமைப்புகள் தடை செய்யப்பட்டன. சுமார் 1,10,000 பேர் விசாரணையின்றிக் காவலில் வைக்கப்பட்டதாகப் பெரும்பாலான மதிப்பீடுகள் கூறுகின்றன. 'நாட்டைச் சீர்குலைவிலிருந்தும் வீழ்ச்சியிலிருந்தும் காப்பாற்ற' அவசர நிலை தேவைப்பட்டதாகக் கூறி இந்திரா தன் முடிவை நியாயப்படுத்தினார். இது ஜனநாயகத்தை ஒழிப்பதற்கல்ல, அதைப் பாதுகாப்பதற்கான முயற்சி என்று வலியுறுத்தினார். உண்மை நிலவரம் அதற்கு நேர்மாறாக இருந்தது. நாடாளுமன்றத்தின் மூலம் அவசரமாகக் கொண்டுவரப்பட்ட அரசியலமைப்பின் முப்பத்தி எட்டாவது, முப்பத்தி ஒன்பதாவது திருத்தங்கள் அவசரநிலையை நீதித்துறை மறுஆய்வு செய்யத் தடை விதித்தன. பிரதமரின் தேர்தலைக் கேள்விக்குள்ளாக்கும் உச்ச நீதிமன்றத்தின் உரிமையையும் நீக்கியது.

அவசரநிலைக் காலத்தின் ஆக மோசமான நடவடிக்கைகளை மேற்கொண்டவர் கட்சியின் இளைஞர் பிரிவுத் தலைவரும் இந்திராவின் மகனுமான சஞ்சய் (1946-1980). இவருடைய உத்தரவின் கீழ், குடிசைப் பகுதிகள் புல்டோசர் வைத்து இடிக்கப்பட்டன. 60 லட்சத்துக்கும் அதிகமானோர், பெரும்பாலும்

ஆண்கள், கட்டாயக் கருத்தடை சிகிச்சைக்கு உட்படுத்தப் பட்டார்கள். இது நாஜிகளால் கருத்தடை செய்யப்பட்டவர்களின் எண்ணிக்கையைப் போலப் பதினைந்து மடங்கு. கருத்தடை சிகிச்சைக்கான இலக்கை எட்டாத அதிகாரிகள் பணிநீக்கம் செய்யப்பட்டார்கள் அல்லது அரசாங்க வீடுகளிலிருந்து வெளியேற்றப்பட்டார்கள். இந்த அதிரடி நடவடிக்கை மக்கள் தாமாக முன்வந்து குடும்பக் கட்டுப்பாடு சிகிச்சை செய்துகொள்ள வைப்பதற்கான முயற்சிகளைப் பத்தாண்டுகள் பின்னுக்குத் தள்ளியது.

அதிரடியாக அறிவித்ததைப் போலவே 1977 ஜனவரியில் எதிர்பாராத நேரத்தில் அவசரநிலையை இந்திரா நீக்கினார். இந்த முடிவுக்குப் பின்னால் இருந்தது அவருடைய அதீதமான தன்னம்பிக்கைதானே தவிர ஜனநாயகத்தின் மீதான ஈடுபாடு அல்ல. வரவிருக்கும் தேர்தலில் தனது வெற்றி உறுதியாகி விட்டதாகவும், தனது கண்டிப்பான ஆட்சிமுறையை ஜனநாயகத்தின் போர்வையின் கீழ் தொடர முடியும் என்றும் அவர் நம்பினார். அவருடைய இந்தச் சூதாட்டம் பரிதாபமாகத் தோற்றுப்போனது. தேர்தலில் காங்கிரஸ் 154 இடங்களை மட்டுமே வென்றது. அன்றைய காலம்வரை கட்சி பெற்ற மிக மோசமான தோல்வி இது. கட்சியின் வலுவான மையமான உத்தரப் பிரதேச மாநிலத்தில் அனைத்துத் தொகுதிகளிலும் கட்சி தோல்வியடைந்தது. அவரது பழைய எதிரியான மொரார்ஜி தேசாய் ஜனதா கட்சிக் கூட்டணியின் தலைவராகவும் பிரதமராகவும் ஆனார்.

ஆனால் கூட்டணி ஆட்சியில் இந்தியாவின் முதல் பரிசோதனையாக அமைந்த ஜனதா கூட்டணியின் ஆட்சி படுதோல்வி அடைந்தது. சோஷலிஸ்டுகள், வலதுசாரிக் குழுக்கள், விவசாயிகள் ஆகியோரைப் பிரதிநிதித்துவப்படுத்தும் கட்சிகளால் ஆன ஜனதா கட்சி தனக்கென்று பொதுவான நோக்கத்தைக் கொண்டிருக்கவில்லை. விரைவிலேயே கட்சிக்குள் உட்பூசல்கள் மலிந்தன. 1979இன் பிற்பகுதியில் தேசாயால் பதவி நீக்கம் செய்யப்பட்ட இருவர் நம்பிக்கையில்லாத் தீர்மானத்தின் மூலம் அரசைக் கவிழ்த்தார்கள். 1980 ஜனவரியில் புதிய தேர்தல் அறிவிக்கப்பட்டது.

அறுபத்திரண்டு வயதான இந்திரா தீவிரமான தேர்தல் பிரச்சாரத்தை மேற்கொண்டார். பிரச்சாரத்திற்காக 64,000 கிலோமீட்டர்கள் பயணம் செய்த அவருடன் பெரும்பாலும் சஞ்சய் உடனிருந்தார். ஒரு நாளைக்கு இரண்டு கூட்டங்களில்

உரையாற்றி 10 கோடி வாக்காளர்களைச் சந்தித்தார். அவசர நிலையால் ஏற்பட்ட களங்கத்தைத் துடைத்தெறிந்துவிட்டு இந்திய அரசியல் வரலாற்றில் மிகவும் குறிப்பிடத்தக்க மறுபிரவேசங்களில் ஒன்றை நிகழ்த்தினார். 524 இடங்களைக் கொண்ட மக்களவையில் 351 இடங்களை வென்று அறுதிப் பெரும்பான்மையுடன் மீண்டும் ஆட்சியைப் பிடித்தார். இந்திரா பிரதமரானதும் சஞ்சய் காங்கிரஸ் பொதுச் செயலாளராக நியமிக்கப்பட்டார். அவர் அடுத்த பிரதமராகக்கூடும் என்னும் ஊகங்களை இது கிளப்பியது. ஆனால் 1980 ஜூன் 23 அன்று தில்லி சப்தர்ஜங் விமான நிலையத்திலிருந்து புறப்பட்ட சிறிது நேரத்தில் அவரது புதிய ஸ்டண்ட் விமானம் விபத்துக்குள்ளானதில் அவரும் அவரது துணை விமானியும் உயிரிழந்தார்கள்.

வேதனையிலும் தனிமையிலும் ஆழ்ந்த இந்திரா, சஞ்சயின் மரணத்தால் ஏற்பட்ட வெற்றிடத்தை நிரப்ப அரசியலில் ஆர்வமின்றி வணிக விமான பைலட்டாகப் பணிபுரிந்து கொண்டிருந்த தன்னுடைய மூத்த மகன் ராஜீவை நாடினார். அரசியல் அனுபவம் அற்ற ராஜீவ் 1981ஆம் ஆண்டு இந்திரா குடும்பத்தின் பாரம்பரியத் தொகுதியான அமேதியிலிருந்து மக்களவைக்குத் தேர்ந்தெடுக்கப்பட்டார்.

சஞ்சய் தனது வாழ்வின் இறுதி ஆண்டுகளில் பஞ்சாபின் முக்கிய எதிர்க்கட்சியான அகாலி தளத்தைப் பலவீனப்படுத்துவதற்காக, சீக்கிய போதகரான ஜர்னைல் சிங் பிந்த்ரன்வாலேவுக்கு (1947–1984) ஆதரவளித்துவந்தார். இந்திய ஒன்றியத்திற்குள் சீக்கியர்களுக்கெனத் தனி மாநிலம் வேண்டும் என்ற அகாலி தளத்தின் கோரிக்கை, மற்ற இன–மதக் குழுக்களை இதே கோரிக்கைகளை முன்வைக்கத் தூண்டி அதன் மூலம் இந்தியாவைப் பிளவுபடுத்திவிடும் என்று காங்கிரஸ் அஞ்சியது. இந்தக் கோரிக்கைக்கு எதிர்வினையாக இந்திரா, மொழி அடிப்படையில் இந்தி பேசுபவர்கள் பெரும்பான்மையாக இருக்கும் ஹரியானாவைத் தனி மாநிலமாக ஆக்கினார். இந்த நடவடிக்கை அகாலி தளத்தைச் சமாதானப்படுத்தவில்லை. மாறாக சீக்கியர்களுக்கென்று சுதந்திரமான சொந்தத் தாயகம் வேண்டும் என்னும் கோரிக்கையைப் பிரிவினைவாதிகள் எழுப்ப வழி வகுத்தது.

காங்கிரஸின் அடிவருடியாக இருக்க மறுத்த பிந்த்ரன்வாலேவுக்கு அதிகாரத்தின் மீது ஆசை பிறந்தது. சீக்கியர்களுக்காகக் காலிஸ்தான் என்னும் தனி நாடு கோரிக்கையை அவர் முன்னெடுத்தார். அவருடைய போதனைகளால் ஈர்க்கப்பட்ட சீக்கியத் தீவிரவாதிகள் இந்துக்களுக்கு எதிராகத் திரும்பினார்கள். அப்பாவிப் பொதுமக்களையும் பாதுகாப்புப்

படையினரையும் கொன்றார்கள். பிந்த்ரன் வாலேயின் அடியாட்கள் அகாலிதளத்தின் மிதவாதிகளையும் விட்டு வைக்க வில்லை. பிந்த்ரன்வாலேயும் அவருடைய ஆதரவாளர்களும் 1984, மே மாதம் ஆயுதங்களுடன் சீக்கியர்களின் புனிதத் தலமான அமிர்தசரஸ் பொற்கோயிலில் நுழைந்து அதைத் தங்கள் கட்டுப்பாட்டில் கொண்டுவந்தார்கள். ஜூன் 4 அன்று இந்திய ராணுவம் ஆப்ரேஷன் புளூஸ்டார் நடவடிக்கையைத் தொடங்கியது. போர் டாங்கிகளைக் கோயில் வளாகத்திற்குள் அனுப்பியது. 24 மணிநேர மோதலில் பிந்த்ரன்வாலேயும் சுமார் 500 தீவிரவாதிகளும் உயிரிழந்தார்கள். கோயில் வளாகம் கடுமையாகச் சேதமடைந்தது. சீக்கியர்களின் அரிய புனித நூல்கள் பலவும் அழிந்துபோயின.

இந்திரா காந்தியைப் பழிவாங்குவதற்கான அச்சுறுத்தல்கள் உடனடியாக எழுந்தன. இந்த அச்சுறுத்தல்கள் பெரும்பாலும் இங்கிலாந்து, அமெரிக்கா, கனடா ஆகிய நாடுகளில் இருந்த சீக்கியர்களிடமிருந்து எழுந்தன. இந்திராவின் பாதுகாப்புப் பணியில் இருந்த சீக்கியர்களை நீக்கிவிட வேண்டும் என்ற யோசனை முன்வைக்கப்பட்டபோது, 'நாம் மதச்சார்பற்றவர்கள் அல்லவா?' என்று இந்திரா அந்தக் கோப்பில் குறிப்பு எழுதினார். 1984, அக்டோபர் 31 அன்று இந்திராவை அவருடைய மெய்க்காப்பாளர்களான இரண்டு சீக்கிய அதிகாரிகள் மிகவும் நெருக்கத்தில் வைத்துச் சுட்டுக் கொன்றார்கள். இவர்கள் இருவரும் அதற்குச் சிறிது நாள்கள் முன்புதான் மீண்டும் பணியில் அமர்த்தப்பட்டிருந்தார்கள்.

இந்திரா இறந்த செய்தியை அகில இந்திய வானொலி அறிவித்த 40 நிமிடங்களுக்குள் ராஜீவ் காந்தி உலகின் மாபெரும் ஜனநாயக நாட்டின் பிரதமராகப் பதவியேற்றார். அந்தப் பணிக்கு அவர் தயாராக இருக்கவில்லை என்பது உடனடியாக வெளிப்படையாக தெரிந்தது. இந்திராவின் படுகொலை பிரிவினைக்குப் பிந்தைய மிக மோசமான வகுப்புவாத வன்முறையைக் கட்டவிழ்ந்துவிட்டது. வட இந்தியா முழுவதிலும் நகர்புறங்களில் இந்துக்கள் சீக்கியர்களை வேட்டையாடி னார்கள்; காவல் துறையினர் கண்டுகொள்ளாமல் இருந்தார்கள் அல்லது சீக்கியர்கள் அதிகமுள்ள பகுதிகளில் வன்முறைக் கும்பல்கள் பழிவாங்குவதற்கு வசதியாகச் சீக்கியர்களிடமிருந்த ஆயுதங்களைப் பறிமுதல் செய்தார்கள். காங்கிரஸ் தலைவர்கள் கலவரக்காரர்களை அடக்குவதற்குப் பதிலாக வன்முறைக் கும்பல்களுக்கு உத்வேகமூட்டி, அவர்களுக்குத் தலைமையேற்று வன்முறையை நிகழ்த்தினார்கள். அரசு ஆதரவுடன் நடைபெற்ற வன்முறை மூன்று நாட்களுக்கு நீடித்தது. 3000 சீக்கியர்கள்

இதில் உயிரிழந்தார்கள். சொத்துக்கள் நாசமாயின. நம்பிக்கை நொறுங்கிப்போனது. இரண்டு வாரங்கள் கழித்தே இந்த வெறித் தாண்டவத்தைப் பற்றி ராஜீவ் வாய் திறந்தார்.

1984 டிசம்பரில் நடைபெற்ற தேர்தலில் 543 இடங்களில் 415இல் காங்கிரஸ் வெற்றிபெற்றது. இந்தியக் குடியரசின் வரலாற்றில் ஒரு கட்சி பெற்ற அதிகபட்சமான எண்ணிக்கை இது. கட்சியின் மகத்தான வெற்றிக்கு என்ன காரணம் என்று பத்திரிகையாளர் ஒருவர் கேட்டபோது, 'என்னுடைய அம்மாவின் மரணம்தான் முக்கியக் காரணம்... என்னைப் பற்றி யாருக்கும் தெரியாது. நான் அவர்களுடைய நம்பிக்கையின் சின்னமாக இருந்தேன்' என்றார் ராஜீவ் காந்தி.

அடக்கமும் இனிய பண்பும் நிறைந்த ராஜீவ் 'திருவாளர் பரிசுத்தம்' என்னும் நற்பெயருடன் தன் பொது வாழ்க்கையைத் தொடங்கினார். ஆனால் அவருடைய அம்மாவுக்கு இருந்த மக்கள் ஆதரவு அவரிடம் இல்லை. பொதுமக்களின் பார்வையிலிருந்து விலகி சொகுசு வாழ்க்கையை அனுபவித்துக் கொண்டிருந்த அவர் உண்மையான இந்தியாவிடமிருந்து விலகியிருந்தார். 'இருபத்தோராம் நூற்றாண்டு பிறப்பதற்குள் ஒவ்வொரு பள்ளியிலும் கணிப்பொறி இருக்கும்' என்னும் அவருடைய முழக்கம் பெரும்பாலான கிராமங்களில் மின்சாரமே இல்லை என்னும் யதார்த்தத்தைக் கணக்கில் எடுத்துக்கொள்ளவில்லை. உரிமம் பெறும் செயல்முறையை சுமார் முப்பது தொழில் துறைகளில் அவர் ஒழித்தாலும் பொருளாதாரம் ஆமை வேக வளர்ச்சியிலிருந்து முன்னேற வில்லை. அரசு ஒப்பந்தங்களையும் அனுமதிகளையும் பெறுவதற்கு அரசியல்வாதிகளுக்கு லஞ்சம் கொடுக்கும் 'பெட்டி கலாச்சாரம்' இந்திராவின் ஆட்சிக் காலத்தில் தொற்றுநோய்போலப் பரவியிருந்தது. 'ஊழலைச் சகித்துக் கொண்டது மட்டுமின்றி, அதுவே தலைமையின் அடையாள மாகவும் பார்க்கப்பட்டது' என்று 1985 டிசம்பரில் நடைபெற்ற காங்கிரஸ்நூற்றாண்டுவிழாவின்போதுராஜீவ்ஒப்புக்கொண்டார்.

இந்த வார்த்தைகள் 18 மாதங்களுக்குப் பின் அவரையே திருப்பியடித்தன. ஸ்வீடனிடமிருந்து போபர்ஸ் பீரங்கிகள் வாங்கியதில் காங்கிரஸ் அரசின் மிக உயர்ந்த பதவியில் இருந்த அதிகாரிகளுக்குப் பெரும் தொகை லஞ்சமாகத் தரப்பட்டது என்று ஸ்வீடன் ஊடகங்கள் செய்தி வெளியிட்டன. இந்த ஊழல் குற்றச்சாட்டு பொருளாதாரச் சீர்திருத்தங்களை முடக்கியது. தேர்தலை மனதில் கொண்டு கடந்த காலத்தில் கட்சிக்குக் கைகொடுத்த வெகுமக்களிய அரசியலை ராஜீவ்

மேற்கொண்டார். சொகுசுப் பொருள்களுக்கான வரியை உயர்த்தி கிராமப்புற வேலை வாய்ப்பு உத்தரவாதத் திட்டத்தை அறிமுகப்படுத்தினார்.

1984 தேர்தலில் மாபெரும் வெற்றி பெற்றுப் பொருளாதாரச் சீர்திருத்தங்களை முன்னெடுத்தாலும், இந்தியாவின் மதச்சார்பற்ற இயல்பைப் பலவீனப்படுத்தியவராகவும் ஊழலைக் கட்டுப்படுத்த முடியாதவராகவுமே ராஜீவ் காந்தி நினைவில் கொள்ளப்படுவார்.

ஊழலைக் கட்டுப்படுத்துவதில் அடைந்த தோல்வி மட்டும் ராஜீவ் அரசின் மீதான களங்கமாக அமைந்துவிட வில்லை. இந்தியாவின் மதச்சார்பற்ற தன்மைக்கும் பாதிப்பை ஏற்படுத்தியது அதைக் காட்டிலும் பெரிய தாக்கத்தை ஏற்படுத்தியது. பொது சிவில் சட்டம் கொண்டுவர வேண்டும் என்பதில் நேரு உறுதியாக இருந்தார். இதில் அம்பேத்கரின் ஆதரவும் அவருக்கு இருந்தது. ஆனால் இந்தியாவின் மாபெரும் சிறுபான்மைச் சமூகமான முஸ்லிம்களின் எதிர்ப்பினால் அது நிறைவேறவில்லை. இஸ்லாமியர்கள் அல்லாத பிற சமூகத்தினருக்கான விவாகரத்து, ஜீவனாம்சம் முதலானவை குறித்த தனிநபர் சட்டம் 1950களின் மத்தியில் பிறப்பிக்கப்பட்டது. 1985இல் ஷா பானு பேகம் என்பவர் தொடுத்த வழக்கில் உச்ச நீதிமன்றம் அளித்த தீர்ப்பு முஸ்லிம் பழமைவாதிகளைச் சீற்றத்திற்கு உள்ளாக்கியது. விவாகரத்து செய்யப்பட்ட இந்த பெண்மணிக்கு மூன்று மாதங்கள் தாண்டிய பிறகும் ஜீவனாம்சம் பெற உரிமை உண்டு என்றது தீர்ப்பு. சட்டத்தின் முன் முஸ்லிம் பெண்களுக்குச் சம உரிமை அளிக்கும் இந்தத் தீர்ப்பை வரவேற்பதற்குப் பதில் ராஜீவ் முஸ்லிம் தீவிரப்

போக்காளர்களின் நிர்ப்பந்தத்திற்குப் பணிந்தார். காங்கிரஸுக்கு அளித்துவரும் ஆதரவை விலக்கிக்கொள்வோம் என்று முஸ்லிம்கள் அச்சுறுத்தினார்கள். முஸ்லிம் ஆண்கள் ஜீவனாம்சம் கொடுக்கத் தேவையில்லை என்று கூறும் மசோதாவை அரசு நாடாளுமன்றத்தில் நிறைவேற்றியது.

இந்த நடவடிக்கை இந்து தேசியவாதிகளின் கரத்தை வலுப்படுத்தியது. பாரதிய ஜனதா கட்சி (பாஜக) என்னும் வடிவில் இந்து தேசியவாத அரசியல் இயக்கம் அப்போது உருப்பெற்றிருந்தது. விடுதலைக்குப் பின் உருவான பிரதான வலதுசாரி அமைப்பான பழைய ஜனசங்கம் கட்சியின் புதிய வடிவமாக 1980இல் பாஜக தோன்றியது. 1984இல் தான் போட்டியிட்ட முதல் தேர்தலில் இரண்டே இரண்டு இடங்களில் மட்டுமே பாஜக வென்றது. ஆனால் அதன் பிறகு அது நம்ப முடியாத வளர்ச்சியைக் கண்டது. இந்துக் கடவுளான ராமன் பிறந்த இடமாகக் கருதப்படும் அயோத்தியில் இருந்த பாபர் மசூதியில் இந்துக்கள் வழிபடலாம் என 1986இல் ஒரு வழக்கில் உள்ளூர் நீதிமன்றம் தீர்ப்பளித்தது. இதை எதிர்த்து முஸ்லிம்கள் வீதிகளில் இறங்கிப் போராடினார்கள். ராஜீவ் இதில் தெளிவான முடிவெடுக்காமல் தடுமாறினார். அவர் முஸ்லிம்களைத் திருப்திப்படுத்துவதற்காக மதச்சார்பின்மையைத் தவறாகப் பயன்படுத்துவதாக பாஜக குற்றம் சாட்டியது. இந்தக் குற்றச்சாட்டால் கலவரமடைந்த ராஜீவ், அயோத்தியில் ராமர் கோயில் கட்டுவதற்காக நாடு முழுவதிலுமிருந்து சேகரிக்கப்பட்ட செங்கற்களை வைத்து அயோத்தி பாபர் மசூதி வளாகத்தில் கோயிலுக்கான அடிக்கல் நாட்ட இந்துக்களுக்கு அனுமதி அளித்தார்.

1989இல் மக்களவைத் தேர்தல் அறிவிக்கப்பட்டபோது இந்தியாவின் தேர்தல் களம் அடியோடு மாறியிருந்தது. வடக்கில் சாதியின் அடிப்படையிலும் தெற்கில் மாநில உணர்வுகளின் அடிப்படையிலும் உருவாகியிருந்த அரசியல் கூட்டணிகளுக்குக் கணிசமான ஆதரவு கிடைத்தது. காங்கிரஸ் ஏற்படுத்திய வெற்றிடத்தில் மதம் சார்ந்த தேசியவாதிகள் நுழைந்துகொண்டார்கள். ராமஜென்ம பூமியில் ராமர் கோயில் கட்டுவதன் மூலம் இந்துப் பெருமிதத்தை மீட்டெடுப்போம் என அவர்கள் முழங்கினார்கள். அந்த வியூகம் பலனளித்தது. 1989 தேர்தலில் பாஜக 85 இடங்களில் வெற்றிபெற்றது. காங்கிரஸின் வலிமை பாதிக்கும் கீழ் குறைந்தது.

எந்தக் கட்சிக்கும் பெரும்பான்மை கிடைக்காத நிலையில் ஜனதா தளம் கட்சியின் தலைமையிலான தேசிய

முன்னணி ஆட்சி அமைத்தது. விஸ்வநாத் பிரதாப் சிங் (1931–2008) பிரதமராகப் பதவி ஏற்றார். இந்த அரசுக்கு பாஜகவும் இடதுசாரிக் கட்சிகளும் வெளியிலிருந்து ஆதரவளித்தன. 'பிற்படுத்தப்பட்ட சாதி'யினரின் ஆதரவுடன் வெற்றி பெற்ற வி.பி. சிங் பிற்படுத்தப்பட்டவர்களுக்கான இட ஒதுக்கீட்டை விரிவுபடுத்தப் பரிந்துரைக்கும் மண்டல் கமிஷன் அறிக்கையை அமல்படுத்த முடிவு செய்தார். அரசுப் பணிகள் அனைத்திலும் (பட்டியல் சாதியினர், பழங்குடியினர், ஆகியோருக்கான 22.5 சதவீத இடங்களுடன்) 27 சதவீத இடங்களைப் பிற்படுத்தப்பட்டவர்களுக்கு வழங்க வேண்டும் என்று பரிந்துரைத்த அந்த அறிக்கை 20 ஆண்டுகளாகக் கண்டுகொள்ளப்படாமல் இருந்தது. அரசுப் பணிகளில் பாதி அளவு தங்களுக்குக் கிடைக்காமல் போகும் என்பதை அறிந்த இடைநிலை, உயர்மட்டச் சாதியினர் கோபம் கொண்டு இதை எதிர்த்துப் போராடினார்கள். போராட்டத்தில் 12 பேர் தீக்குளித்து இறந்துபோனார்கள். இவர்களில் பெரும்பாலானோர் மாணவர்கள்.

ஆனால் அயோத்தி பிரச்சினைக்குச் சுமுகமான தீர்வுகாண முடியாமல் போனதே வி.பி. சிங் அரசு கவிழக் காரணமாக அமைந்தது. 1990இல் பாஜக தலைவர் எல்.கே. அத்வானி ராமர் கோயில் கட்டும் இயக்கத்திற்கு ஆதரவு திரட்டுவதற்காக குஜராத் சோமநாதர் ஆலயத்திலிருந்து அயோத்தியை நோக்கி ரத யாத்திரை தொடங்கினார். 10,000 கிலோமீட்டர் பயணம் செய்வதாகத் திட்டமிடப்பட்ட அந்த யாத்திரைக்கான வாகனம் ராமாயணத்தில் குறிப்பிடப்படும் ராமனின் ரதம் போலவே வடிவமைக்கப்பட்டிருந்தது. இந்த யாத்திரையின்போது பல இடங்களில் வன்முறை வெடித்தது. பிகார் முதல்வர் லாலு பிரசாத் யாதவ் தன்னுடைய மாநிலத்தில் யாத்திரையைத் தடுத்து நிறுத்தி அத்வானியைக் கைதுசெய்தார். இதையடுத்து அரசுக்கு வழங்கிவந்த ஆதரவை பாஜக திரும்பப் பெற்றுக்கொண்டது.

நம்பிக்கையில்லாத தீர்மானத்தின் மீதான வாக்கெடுப்பில் தோற்ற வி.பி. சிங் பதவி விலகினார். மக்களவையில் தனிப்பெரும் கட்சியின் தலைவர் என்ற முறையில் ராஜீவ் காந்தியை ஆட்சி அமைக்குமாறு குடியரசுத் தலைவர் அழைப்பு விடுத்தார். அந்த அழைப்பை ஏற்க மறுத்த ராஜீவ் ஜனதா தளம் கட்சியிலிருந்து பிரிந்து சென்று 54 உறுப்பினர்களை மட்டுமே கொண்டிருந்த ஒரு கட்சிக்கு வெளியிலிருந்து ஆதரவளித்தார். அனுபவம் மிகுந்த அரசியல்வாதியான சந்திரசேகரின் (1927–2007) தலைமையில் அந்த அரசு அமைந்தது. வி.பி. சிங்கின் கூட்டணியைப் போலவே இந்தப் பரிசோதனையும் தோல்வியில்

முடிந்தது. 1991, மார்ச் 13 அன்று சந்திரசேகர் பதவி விலகினார். மக்களவை கலைக்கப்பட்டது. வாக்காளர்கள் பதினைந்தே மாதங்களில் மீண்டும் தேர்தலைச் சந்திக்க வேண்டிவந்தது.

ராஜீவ் மீண்டும் ஆட்சியைப் பிடிப்பதற்கான அச்சுறுத்தல் இந்த முறை இந்தியாவிற்கு வெளியிலிருந்து வந்தது. அண்டை நாடான இலங்கையில் நெடுங்காலமாக நிலவிய இன மோதலில் தமிழீழ விடுதலைப் புலிகள் அமைப்பிற்கும் சிங்கள ராணுவத்திற்கும் இடையே உள்நாட்டுப் போர் நடந்துவந்தது. விடுதலைப் புலிகள் இயக்கம் இலங்கையின் பகுதியில் தமிழர்களுக்கெனத் தனிநாடு கோரிப் போரிட்டது. இந்தப் பிரச்சினையில் சுமுகத் தீர்வுகாண உதவுமாறு இலங்கை அதிபர் ஜே.ஆர். ஜெயவர்த்தனே (1906-1996) அப்போது இந்தியப் பிரதமராக இருந்த ராஜீவைக் கேட்டுக்கொண்டார். இலங்கைக்கும் இந்தியாவுக்கும் இடையே ஒப்பந்தம் மேற்கொள்ளப்பட்டது. அந்த ஒப்பந்தப்படி இலங்கையில் அமைதியை நிலைநாட்டுவதற்காக இந்திய அமைதிப் படை அனுப்பப்பட்டது. இலங்கை ராணுவம் தன் பாசறைக்குத் திரும்ப வேண்டும், புலிகள் அமைப்பினரை ஆயுதங்களைக் கைவிடச் செய்ய வேண்டும் என்பவை இந்தியப் படையின் முன் இருந்த சவால்கள். தீவிரப் போக்குள்ள சிங்களர்களும் தமிழர்களும் இந்த ஒப்பந்தத்தை ஏற்கவில்லை என்னும் நிலையில் இது வெற்றிபெறுவதற்கான வாய்ப்பு மிகக் குறைவாகவே இருந்தது. இந்திய அமைதிப் படை அமைதியின் தூதுவர்களாக அல்லாமல் ஆக்கிரமிப்பாளர்களாகப் பார்க்கப்படும் நிலை விரைவிலேயே உருவானது. இலங்கை இந்தியாவின் வியட்னாமாக மாறியது. ஆயிரத்துக்கும் மேற்பட்ட இந்திய ராணுவத்தினர் போரில் கொல்லப்பட்டார்கள். 1990ஆம் ஆண்டின் தொடக்கத்தில் இந்தியா தன் படையைத் திரும்ப அழைத்துக்கொண்டது.

இந்திய ராணுவத்தின் நடவடிக்கைகளுக்காகத் தமிழீழ விடுதலைப் புலிகள் பழிவாங்கினார்கள். 1991, மே 21 அன்று தமிழ்நாட்டில் ஸ்ரீபெரும்புதூரில் ராஜீவ் காந்தி கலந்துகொண்ட தேர்தல் பிரச்சாரக் கூட்டத்தில் மனித வெடிகுண்டுத் தாக்குதலில் ராஜீவ் கொல்லப்பட்டார். அடுத்த தலைவர் யார் என்ற கேள்வி காங்கிரஸில் மீண்டும் எழுந்தது. காங்கிரஸ் கட்சி தன்னுடைய இயல்புக்கேற்பத் தலைவரின் குடும்பத்திலிருந்தே அடுத்த தலைமையைத் தேடியது. ராஜீவின் மனைவி சோனியா காந்தியைத் தலைமை ஏற்குமாறு கோரியது. அவர் அந்தக் கோரிக்கையைத் திட்டவட்டமாக நிராகரித்தார். ஆந்திர மாநிலத்தைச் சேர்ந்த பி.வி. நரசிம்ம ராவைக் கட்சி பிரதமராகத்

தேர்வு செய்தது. 70 வயதான, கிட்டத்தட்ட அரசியலிலிருந்து ஒய்வு பெற்றுவிட்ட இவரைத் தற்காலிக ஏற்பாடாகவே கட்சியின் அதிகாரத் தரகர்கள் கருதினார்கள். காலம் கனியும்போது அவரை விலக்கிவிட்டுத் தாமே பிரதமராகலாம் எனப் பலரும் கனவு கண்டார்கள். ராஜீவ் கொலையால் ஏற்பட்ட அனுதாப அலையில் காங்கிரஸ் 244 இடங்களில் வென்றது. பெரும்பான்மைக்கு இன்னும் 28 உறுப்பினர்கள் தேவைப்பட்ட நிலையில் ராவ் சுயேச்சை உறுப்பினர்களின் ஆதரவுடன் ஆட்சி அமைத்தார். 120 தொகுதிகளில் வென்ற பாஜக பிரதான எதிர்க்கட்சியாக ஆனது.

புதிய பொறுப்பை ஏற்ற நரசிம்ம ராவ் வலுவான தலைவ ராகச் செயல்பட்டு அனைவரையும் வியப்பில் ஆழ்த்தினார். முன்னாள் பொருளாதாரப் பேராசிரியரும் இந்திய ரிசர்வ் வங்கியின் முன்னாள் கவர்னருமான, ஆக்ஸ்ஃபோர்டில் படித்த டாக்டர் மன்மோகன் சிங்கை (பி.1932) நிதியமைச்சராக நியமித்தார். சோவியத் யூனியன் சிதறுண்டுபோனதால் இந்தியா தன்னுடைய பெரிய வர்த்தகக் கூட்டாளியை இழந்திருந்தது. வளைகுடாவில் நடந்த போரால் அங்கு பணிபுரிந்துகொண்டிருந்த இந்தியர்கள் அந்நாடுகளை விட்டு வெளியேற நேர்ந்ததில் இந்தியாவுக்குக் கிடைத்துவந்த அன்னியச் செலாவணி கணிசமாகக் குறைந்தது. போரினால் எரிபொருள் விலை கடுமையாக உயர்ந்ததில் இந்தியாவின் பெட்ரோலியப் பொருள்கள் இறக்குமதிச் செலவு 60 சதவீதம் அதிகரித்தது. சர்வதேச நிதியம் தந்த அழுத்தத்தால் ராவ் இந்திய ரூபாயின் மதிப்பை இருமுறை குறைத்தார். கடுமையான சிக்கன நடவடிக்கைகளை மேற்கொண்டார். எதற்கெடுத்தாலும் உரிமம் பெற வேண்டிய 'லைசன்ஸ் ராஜ்' நடைமுறையை ஒழித்துக்கட்டித் தொழில் துறையின் கட்டுப்பாடுகளை மன்மோகன் சிங் தளர்த்தினார். உணவு பதனிடுதல், மின் உற்பத்தி உள்ளிட்ட 34 துறைகளில் அந்நிய முதலீட்டிற்கான தடைகளை நீக்கினார். தனியார் நிறுவனங்களுக்கு வரிச் சலுகைகளை அளித்தார். 300 சதவீதமாக இருந்த இறக்குமதிக் கட்டணங்களை 50ஆகக் குறைத்தார். பலன்கள் உடனடியாகத் தெரிந்தன. முன் எப்போதும் இல்லாத அளவில் தொழில் உற்பத்தியும் வேலைவாய்ப்பும் பெருகின. 1995–96இல் இந்தியாவின் உள்நாட்டு மொத்த உற்பத்தி 6.2 சதவீதமாக உயர்ந்தது. இந்திய வேங்கை கூண்டிலிருந்து விடுபட்டுச் சீறிப் பாய்ந்தது. ஆயினும் அது சீனாவுக்கு இணையாகவில்லை.

சிறுபான்மை அரசின் தலைவர் என்ற முறையில் நரசிம்ம ராவ் தொடக்கத்தில் பாஜகவைப் பேச்சுவார்த்தைக்கு

அழைத்து அயோத்தி பிரச்சினைக்குத் தீர்வுகாண முயன்றார். ஆனால் தீவிரப் போக்காளர்கள் திட்டவட்டமான நடவடிக்கையை விரும்பினார்கள். ராமஜென்மபூமியில் மசூதி இருந்த இடத்தில் கோயிலைக் கட்டுவதற்காக அணி திரளுமாறு இந்து இயக்கங்களின் தலைவர்கள் விடுத்த அறைகூவலை ஏற்று ஒரு லட்சத்திற்கும் மேற்பட்ட கரசேவகர்கள் (கோயில் கட்டும் பணிக்காகக் களமிறங்கிய தொண்டர்கள்) அயோத்தியில் திரண்டார்கள். 1992 டிசம்பர் 6 அன்று கோயில் கட்டுவதற்கான கரசேவை தொடங்கும் என இந்து இயக்கங்கள் அறிவித்தன. சர்ச்சைக்குரிய கட்டிடத்திற்கு எந்தச் சேதமும் ஏற்படக் கூடாது என்னும் நிபந்தனையின் அடிப்படையில் அரசு கரசேவைக்கு அனுமதி அளித்தது. சூலங்கள், வில்லம்புகள், கோடாரிகள், சுத்தியல்கள் முதலான ஆயுதங்களுடன் திரண்டிருந்த கரசேவகர்கள் பாபர் மசூதி வளாகத்திற்குள் புகுந்து சில மணிநேரங்களில் அதைத் தரைமட்டமாக்கினார்கள். ராவ் இதற்கு உடனடியாக எதிர்வினையாற்றினார். பாஜகவின் நான்கு மாநில அரசுகளையும் பதவிநீக்கம் செய்து, ஆர்.எஸ்.எஸ். முதலான இந்து இயக்கங்களைத் தடை செய்து, அத்வானி முதலான தலைவர்களைக் கைது செய்தார். இந்தியா முழுவதும் இந்து-முஸ்லிம் கலவரங்கள் வெடித்தன. வணிகத்

முஸ்லிம்களைப் பாதுகாத்து மதச்சார்பற்ற ஆட்சியை நிலை நிறுத்துவதற்கான இந்திய அரசின் உறுதிப்பாட்டின் சின்னமாக பாபர் மசூதி விளங்கிவந்தது.

தலைநகரமான மும்பை மோசமாகப் பாதிக்கப்பட்டது. குறைந்தது 900 பேர் கலவரங்களில் கொல்லப்பட்டார்கள். இவர்களில் பெரும்பாலானோர் முஸ்லிம்கள். பாபர் மசூதி தகர்ப்பு பற்றி எழுத்தாளரும் பத்திரிகையாளருமான கபீல் கோமிரெட்டி இவ்வாறு எழுதினார்: 'அயோத்தியில் வெளிப்பட்ட வெறியாட்டம் மிக அபாயகரமானதொரு செய்தியை கொண்டுள்ளது. வரலாற்றின் அவமானத்தைத் துடைப்பதற்காக ஒரு நினைவுச் சின்னத்தைத் தகர்ப்பதன் மூலம் பண்டைய நாகரிகம் தலைதூக்கியதன் அடையாளம் அது. வரலாற்றின் அநீதிக்குப் பழிவாங்கிவிட்ட உணர்வு பலருக்கும் ஏற்பட்டது'

ராவ் அரசு அயோத்தி நெருக்கடியைத் தாண்டி வந்தாலும் அரசியல் சக்தி என்னும் அளவில் காங்கிரஸ் தன்னுடைய சிகரத்திலிருந்து சரிந்துவிட்டது. மீண்டும் மசூதியைக் கட்டித்தருவோம் என்று காங்கிரஸ் அளித்த வாக்குறுதி நிறைவேற்றப்படாது என்பதை உணர்ந்த முஸ்லிம்கள் கட்சிக்கு அளித்துவந்த ஆதரவை விலக்கிக்கொண்டார்கள். மன்மோகன் சிங்கின் பொருளாதாரச் சீர்திருத்தங்கள் ஏற்றத்தாழ்வை அதிகரிக்கச் செய்தன. ஊழல் பெருகியது. விலைவாசி உயர்வு, பொது முதலீடுகளிலும் சமூக நலத்திட்டங்களிலும் முதலீடுகள் குறைந்தது ஆகியவற்றால் (காங்கிரஸின் முதுகெலும்பாக இருந்த) கிராமப்புற ஏழைகள் கடுமையாகப் பாதிக்கப்பட்டார்கள். 1996 தேர்தலில் காங்கிரஸ் மிக மோசமான தோல்வியைச் சந்தித்தது. அது 140 தொகுதிகளை மட்டுமே பெற்றது. பாஜக 160 தொகுதிகளை வென்றிருந்தது. கட்சிக்குப் புது ரத்தம் பாய்ச்ச வேண்டிய தேவையை ஒப்புக்கொள்ளும் திறனற்ற காங்கிரஸ் பெருந்தலைகள் சோனியா காந்தியைக் கட்சியின் தலைவராக நியமித்தார்கள்.

மக்களவையின் தனிப்பெரும் கட்சியாக உருவெடுத்திருந்த போதிலும் பாஜக தலைவர் அடல் பிஹாரி வாஜ்பாயால் (1924−2018) ஆட்சியமைக்க முடியவில்லை. அயோத்தி நினைவுகள் பிற கட்சிகளை இந்து தேசியவாதக் கட்சியுடன் உறவு கொள்ளவிடாமல் தடுத்துவிட்டன. மாநிலக் கட்சிகள் பலவும் ஒன்றிணைந்து தேசிய முன்னணி என்னும் கூட்டணியை உருவாக்கி ஆட்சி அமைத்தன. அந்த ஆட்சி இரண்டு ஆண்டுகள் மட்டுமே நீடித்தது. 1998இல் மக்களவைக்கு இடைத்தேர்தல் நடந்தது. அந்தத் தேர்தலில் பாஜகவின் வலிமை கூடியதையடுத்து, பெரும்பான்மைக்குத் தேவையான கூட்டாளிகளை அக்கட்சியால் ஈர்க்க முடிந்தது. ஆட்சிக்கு வந்த சில வாரங்களிலேயே பாஜக ராஜஸ்தான் தார் பாலைவனத்தில் மூன்று அணுகுண்டு சோதனைகளை

வெற்றிகரமாக நடத்தியது. இதற்குப் பதிலடியாக பாகிஸ்தான் இரண்டு வாரங்கள் கழித்து பலூசிஸ்தான் மலைகளின் அடிவாரத்தில் ஐந்து அணுகுண்டுகளை வெற்றிகரமாகச் சோதித்தது. பாஜக தனது தேசியவாத அடையாளத்தை நிரூபித்தாலும் முக்கியமான மாநிலக் கட்சிகளில் ஒன்றான தமிழகத்தின் அஇஅதிமுக கட்சி அரசுக்கு அளித்துவந்த ஆதரவை விலக்கிக்கொண்டதால் ஆட்சி கவிழ்ந்தது. மக்களவைக்கான தேர்தல் 1999இல் நடைபெற்றது. பத்தாண்டுகளில் நடந்த ஐந்தாவது தேர்தல் இது. இதில் காங்கிரஸின் வலிமை மேலும் குன்றி 114 ஆகச் சுருங்கியது. பாஜக கூட்டணி அரசை அமைத்து வாஜ்பாய் தலைமையில் ஐந்து ஆண்டுகள் முழுமையாக ஆட்சியில் இருந்தது.

சிறந்த பேச்சாளரும் கவிஞருமான வாஜ்பாய் இந்து தேசியவாதத்தின் மிதவாத அடையாளமாக இருந்தார். அயோத்தியில் ராமர் கோயில் கட்டுவது, பொது சிவில் சட்டத்தைக் கொண்டுவருவது, காஷ்மீரின் சிறப்பு அந்தஸ்தை நீக்குவது ஆகிய கட்சியின் மூன்று முக்கியமான குறிக்கோள்களை அவர் கிடப்பில் போட்டார். 1999 பிப்ரவரி மாதம் இந்தியா-பாகிஸ்தான் இடையிலான புதிய பேருந்துப் பயணச் சேவையைத் தொடங்கிவைப்பதற்காக அவர் லாகூருக்குச் சென்றார். இது இரு நாடுகளுக்கிடையிலான உறவுகளை வலுப்படுத்தும் என்ற நம்பிக்கையை ஏற்படுத்தியது. ஸ்ரீநகர்-லே நெடுஞ்சாலையில் அமைந்துள்ள போர் முக்கியத்துவம் வாய்ந்த கார்கில் மலைப் பகுதியில் பாகிஸ்தான் துருப்புகள் ஊடுருவியதையடுத்து இரு நாடுகளுக்கிடையே குட்டிப் போர் மூண்ட போது இந்த நம்பிக்கை சிதைந்து போனது. 2001 டிசம்பரில் பாகிஸ்தான் ஆதரவு பெற்ற தீவிரவாதிகள் புதுதில்லியில் உள்ள நாடாளுமன்றக் கட்டிடத்தைத் தாக்கியபோது இரு அணு சக்தி நாடுகளிடையே மீண்டும் போர் மூளக்கூடிய அபாயகரமான சூழல் உருவானது.

வாஜ்பாயின் ஆட்சிக் காலத்தில் வகுப்புவாத வன்முறை அபாயகரமான அளவில் அதிகரித்தது. 2002, பிப்ரவரி 27 அன்று அயோத்திக்குப் புனித யாத்திரை சென்று திரும்பி வந்துகொண்டிருந்த இந்துக்கள் பயணம் செய்த ரயில் குஜராத் மாநிலம் கோத்ராவில் தீயிட்டுக் கொளுத்தப்பட்டது. இதில் 58 பேர் கொல்லப்பட்டார்கள். தாக்குதலை நிகழ்த்தியவர்களின் அடையாளத்தையோ நோக்கத்தையோ அறிவதற்கான தடயம் எதுவும் கிடைக்கவில்லை என்றாலும் கோத்ராவிலும் குஜராத்தின் எண்ணற்ற நகரங்களிலும் இருந்த முஸ்லிம்கள் தாக்கப்பட்டார்கள். இந்தத் தாக்குதலில் சுமார் 3000 பேர்

ஜான் ஜுபர்ஸ்கி

கொல்லப்பட்டார்கள். ஒரு லட்சத்திற்கும் மேற்பட்டவர்கள் இடம் பெயர்ந்தார்கள்.

பாஜகவின் தேசியச் செயலாளர் நரேந்திர மோடி குஜராத் மாநிலச் சட்டமன்றத் தேர்தலில் வென்று மாநில முதல்வராகப் பதவியேற்ற நான்கு மாதங்களுக்குப் பிறகு இந்தத் தாக்குதல் நடைபெற்றது. சிறுவயதில் ரயில் நிலையத்தில் தேநீர் விற்றுக்கொண்டிருந்த மோடி 1971இல் ஆர்எஸ்எஸ் என்ற ராணுவக் கட்டுபாடு கொண்ட இந்து தேசிய இயக்கத்தில் முழு நேர உறுப்பினராக ஆனார். 15 ஆண்டுகளுக்குப் பிறகு பாஜகவில் சேர்ந்த அவர் கட்சியில் வேகமாக உயர்ந்தார். திறமை வாய்ந்த அமைப்பாளராகவும் சிறந்த பேச்சாளராகவும் உருவெடுத்தார். குஜராத்தின் முதல்வராக இருந்த கேஷுபாய் படேலுக்கு எதிராக நடைபெற்ற உட்கட்சிப் பூசலால் கட்சிக்கு ஏற்பட்ட சரிவைத் தடுத்து நிறுத்தி அதை வலுப்படுத்துவதற்காகக் கட்சி மேலிடம் மோடியை முதல்வராக நியமித்தது.

குஜராத் கலவரத்தைத் தடுப்பதில் நரேந்திர மோடி மெத்தனமாக இருந்தார் என்பதை நிரூபிக்கும் தடயம் எதையும் உச்ச நீதிமன்றம் நியமித்த புலனாய்வுக் குழு கண்டுபிடிக்கவில்லை. என்றாலும் பெரும்பாலும் கட்சி உறுப்பினர்களால் கட்டவிழ்த்துவிடப்பட்ட கொடூரமான தாக்குதல்களைத் தடுக்க அவர் மெனக்கெடவில்லை என விமர்சகர்கள் குற்றம் சாட்டினார்கள். இந்துக்களின் குழுக்கள் வாட்கள், திரிசூலங்கள், வெடிபொருள்கள், எரிவாயு சிலிண்டர்கள் ஆகியவற்றை வைத்திருந்ததாக மனித உரிமைகள் கண்காணிப்புக் குழு ஒன்றின் அறிக்கை கூறியது.

‘வன்முறையாளர்கள் அகமதாபாத் நகராட்சி மன்றத்திலிருந்து முஸ்லிம் குடும்பங்களின் முகவரிகள், அவர்களுடைய சொத்து விவரங்கள் ஆகிய தகவல்களை அச்சிட்டுக் கொண்டும் வந்திருந்தார்கள். காவல் துறையினர் தங்களுக்குத் துணையாக இருப்பார்கள் என்ற நம்பிக்கையுடன் கொலை வெறிக் தாக்குதலில் ஈடுபட்டார்கள். பல இடங்களில் தாக்குதலுக்குக் காவல் துறையினரே தலைமை தாங்கினார்கள். வன்முறைக் கும்பல்களை எதிர்த்து நின்ற முஸ்லிம்கள்மீது துப்பாக்கிச் சூடு நடத்தினார்கள்.’

2004 ‘இந்தியா ஒளிர்கிறது’ என்று பாஜக முன்வைத்த தேர்தல் முழக்கம் எடுபடவில்லை. வறுமை ஒழிப்பு, சிறுபான்மையினரின் பாதுகாப்பு போன்ற வெகுமக்களிய முழக்கங்களின் மூலம் காங்கிரஸ் மீண்டும் ஆட்சியைப் பிடித்தது.

முன்னாள் நிதியமைச்சர் ஐக்கிய முற்போக்குக் கூட்டணி (ஐமுகூ) அரசின் தலைமையை ஏற்றார். இந்த ஆட்சியின் தொடக்கக் கட்டத்தில் வலுவான பொருளாதார வளர்ச்சி காங்கிரஸுக்குப் பலனளித்தது. எட்டு சதவீதத்திற்கு மேல் உயர்ந்த பொருளாதார வளர்ச்சி நாட்டின் அனைத்துப் பகுதிகளையும் சேர்ந்த அனைத்துப் பிரிவினர் மத்தியிலும் வறுமையைக் குறைக்க உதவியது. 2007இல் இந்தியா டிரில்லியன் டாலர் மதிப்புள்ள நாடுகளின் குழுவின் இணைத்தது. அதே ஆண்டில்தான் ரஷ்யாவும் அந்தக் குழுவில் இணைந்தது. ஆனால் பிரகாசமான இந்தப் புள்ளிவிவரங்கள் முக்கியமானதொரு பின்னடைவை மறைத்துவிட்டன.

தனிநபர் சராசரி வருமானத்தில் இந்தியா உலகிலுள்ள 197 நாடுகளில் 160ஆவது இடத்தில் இருந்தது (950 அமெரிக்க டாலர்கள்). 2010ஆம் ஆண்டில் 40 கோடி இந்தியர்கள் வறுமைக் கோட்டிற்குக் கீழே இருந்தார்கள். தேசத்தின் செல்வத்தில் பாதி ஒரு சதவீத மக்களிடம் குவிந்திருந்தது. ஐந்து வயதுக்குக் கீழே இருந்த குழந்தைகளில் 45 சதவீதம் குழந்தைகள் ஊட்டச் சத்துக் குறைபாட்டால் பாதிக்கப்பட்டிருந்தார்கள். இந்தியாவைக் காட்டிலும் ஏழு மடங்கு பெரிதாக இருந்த சீனப் பொருளாதாரம் தொடர்ந்து வளர்ந்துவந்தது.

ஐமுகூவின் இரண்டாம் ஆட்சிக் காலத்தில் (2009–2014) அதன் புகழ் மங்கியது. 2008இல் மும்பையில் பயங்கரவாதிகள் நடத்திய தாக்குதலைப் பலவீனமான முறையில் கையாண்டது கூட்டணி அரசை வெகுவாகப் பாதித்தது. மும்பைக்குள் ஊடுருவிய பாகிஸ்தான் தீவிரவாதிகள் நான்கு நாட்கள் நடத்திய தாக்குதலில் 166 பேர் உயிரிழந்தார்கள். 2011ஆம் ஆண்டில் முன்னாள் ராணுவ வீரரான கிசான் பாபுராவ் 'அண்ணா' ஹஸாரே தன்னுடைய கட்சி முன்வைத்த ஊழல் ஒழிப்பு மசோதாவை நிறைவேற்றும்படி அரசை வற்புறுத்தி உண்ணாவிரதப் போராட்டம் நடத்தினார். அவருடைய குரலைக் கோடிக்கணக்கான நடுத்தர வர்க்கத்தினர் எதிரொலித்தார்கள். 'பெட்டி கலாச்சார'த்தைக் கட்டுப்படுத்துவதற்குப் பதிலாக மன்மோகன் சிங் பொருளாதரச் சீர்திருத்தங்களுக்கு அணைபோட்டு, கிராமங்களுக்கும் வேளாண் துறைக்குமான பெரிய நலத்திட்டங்களை அறிவித்தார்.

இந்தியாவின் மறுஉருவாக்கம்

2014 தேர்தலில் போட்டியிட மன்மோகன் சிங் மறுத்து விட்ட நிலையில் காங்கிரஸ் ராஜீவ் காந்தியின் புதல்வரான

ராகுலை நாடியது. அரசியலில் கற்றுக்குட்டியான ராகுல் காந்தி காங்கிரஸ் ஆட்சி செய்த பத்தாண்டுகளில் மக்களவை உறுப்பினராக இருந்தாலும் தன்னை வெளிப்படுத்திக் கொள்ளாமலேயே இருந்தார். கட்சி தனக்குத் தர முன்வந்த காபினெட் அமைச்சர் பதவியையும் அவர் ஏற்கவில்லை. 2014 தேர்தலில் அதிபர் தேர்தலைப் போன்ற பிரச்சாரத்தை மோடி முன்னெடுத்தார். ராகுல் காந்தியின் சொகுசு வாழ்க்கையை விமர்சித்துப் பிரச்சாரம் செய்தார். தெளிவாக முடிவெடுக்கும் திறன், எடுத்த காரியத்தைச் செய்து முடித்தல் ஆகிய தன்னுடைய பெருமைகளையும் அவர் முன்னிருத்தினார். 1984இல் சீக்கியர் களுக்கு எதிரான வன்முறையை ராஜீவ் அடக்கத் தவறியது, 2002 குஜராத் கலவரங்களைப் பற்றிப் பேசும் தார்மிக உரிமையை ராகுலிடமிருந்து பறித்துவிட்டது. சிறந்த நிர்வாகம், வருமான உயர்வு, வேலைவாய்ப்பில் வளர்ச்சி ஆகியவற்றைக் கொண்ட 'குஜராத் முன்மாதிரி'யின் வெற்றியை முன்வைத்து மோடி பிரச்சாரம் செய்தார். மாற்றத்திற்கான மக்களின் ஏக்கத்தைப் பயன்படுத்திக்கொண்ட மோடி பாஜகவின் இந்து தேசியச் செயல்திட்டத்தை அடக்கி வாசித்தார். கட்சியின் சந்தைக்கு ஆதரவான, தாராளமயப் பொருளாதார அணுகுமுறையை முன்வைத்தார். அடிமட்டத் தொண்டர்களை ஆர்எஸ்எஸ். ஒன்று திரட்டியது. பெரு நிறுவன முதலாளிகளும் காங்கிரஸைக் கைவிட்டு பாஜகவை ஆதரிக்கத் தொடங்கினார்கள். மோடியின் யதேச்சாதிகார அணுகுமுறைகளை வெளிப்படையாக ஆதரித்தவர்களில் ஒருவர் கொலம்பியா பல்கலைக்கழகத்தின்

ராகுல் காந்தியை அரண்மனையில் வளர்ந்த இளவரசர் எனக் குறிப்பிட்ட நரேந்திர மோடி, தன்னுடைய பிற்படுத்தப்பட்ட சாதி, உழைக்கும் வர்க்கம் ஆகிய பின்னணிகளை முன்னிலைப்படுத்தி, சொந்த முயற்சியால் முன்னுக்கு வந்தவன் என்ற பிம்பத்தை முன்வைக்கிறார்.

பொருளாதாரப் பேராசிரியரான ஜகதீஷ் பகவதி. 'அதிகாரத்தைச் செயல்படுத்தவில்லை என்றால் எதுவுமே நடக்காது. எங்கே செல்ல வேண்டும் என்பதற்கான பார்வையைத் தரும் ஒருவர் நாட்டிற்குத் தேவை' என்று அவர் ஃபைனான்ஷியல் டைம்ஸ் நாளிதழுக்கு அளித்த பேட்டியில் குறிப்பிட்டார்.

2014இல் முதல்முறையாக வாக்களித்த 18–23 வயதுடையோரின் எண்ணிக்கை 12 கோடியாக இருந்தது. இவர்களில் 42 சதவீதத்தினர் மோடியை ஆதரித்ததாகவும் 17 சதவீதம் பேர் மட்டுமே மோடியைக் காட்டிலும் 20 வயது இளையவரான ராகுலை ஆதரித்ததாகவும் ஒரு கருத்துக் கணிப்பு கூறியது. இளையவரான ராகுல் பிரச்சாரம் துண்டுப் பிரசுரங்கள், வாக்கு வங்கிகள் என்பவையாகப் பழைய பாணியில் இருந்ததாகப் புகழ்பெற்ற ஊடகவியலாளர் ராஜ்தீப் சர்தேசாய் குறிப்பிட்டார். பாஜகவோ சமூக ஊடகங்களை ஒரு கலக்குக் கலக்கியது. மோடியின் மெய்நிகர் பிம்பங்கள் நாடு முழுவதும் நூற்றுக்கணக்கான கூட்டங்களில் மக்களைச் சந்தித்துப் பேசின. தேர்தலில் பாஜக 282 இடங்களை வென்றது. வெறும் 19.4 சதவீத வாக்குகளைப் பெற்ற காங்கிரஸ் 44 இடங்களை மட்டுமே வென்றது. இதைவிட அவமானம் என்னவென்றால், பிரதான எதிர்க்கட்சி என்னும் அந்தஸ்தைப் பெறுவதற்கான இடங்களைக் காட்டிலும் 15 இடங்களைக் குறைவாக அது பெற்றிருந்தது.

2014 தேர்தல் ஒரு திருப்புமுனையாக அமைந்தது. 30 ஆண்டுகளில் தனிப் பெரும்பான்மை பெற்ற முதல் கட்சியாக பாஜக உருவெடுத்தது. மிகச் சில முஸ்லிம் வேட்பாளர்களை மட்டுமே கட்சி தேர்தலில் நிறுத்தியது. இந்திய வரலாற்றில் முதல்முறையாக ஆளுங்கட்சியின் மக்களவை உறுப்பினர்களில் ஒருவர்கூட முஸ்லிம் இல்லை. காங்கிரஸின் மோசமான தோல்விக்குப் பொறுப்பேற்று ராகுல் ராஜினாமா செய்ய முன்வந்தார். கட்சியின் பழைய தலைவர்கள் அதை நிராகரித்தார்கள்.

உயர் சாதியினர், வணிகச் சமூகத்தினர் ஆகியோரிடம் மட்டுமே செல்வாக்குப் பெற்ற, பிராமண-பனியா கட்சி என ஒரு காலத்தில் முத்திரை குத்தப்பட்ட பாஜகவின் ஆதரவுத்தளம் மாநில, சாதிய எல்லைகளைக் கடந்து பரவியது. முஸ்லிம் சமூகம் மட்டும்தான் பாஜகவுக்கு வாக்களிக்காத ஒரே சமூகம். காங்கிரஸின் வீழ்ச்சி குறித்து வரலாற்றாசிரியர் ராமச்சந்திர குஹா இவ்வாறு கூறினார்: 'மோதிலால் நேருவும் அவரது வழித் தோன்றல்களும் உருவாக்கிய, சில நேரம் புகழுக்கும் சில நேரம்

பழிப்புக்கும் ஆளான 'புகழ் மாளிகை' இன்று சிதிலப்பட்டுக் கிடக்கிறது.'

2019 தேர்தலில் பாஜகவின் நிலை மேலும் உயர்ந்தது. அதன் வாக்கு விகிதம் 31 சதவீதத்திலிருந்து 37.4 ஆக உயர்ந்தது. அது பெற்ற இடங்கள் 303 ஆக அதிகரித்தது. சிறுபான்மையினருக்கு எதிரான வன்முறையும் பெண்களுக்கு எதிரான பாலியல் குற்றங்களும் அபாயகரமான அளவில் அதிகரித்தும் இந்த வெற்றி கிடைத்திருந்தது.

ஊழலை ஒழிப்பதற்காக என்னும் பெயரால் 2016ஆம் ஆண்டு நவம்பரில் ரூ. 500, ரூ. 1000 ஆகிய மதிப்புள்ள ரூபாய் நோட்டுக்கள் செல்லாது என அரசு அதிரடியாக அறிவித்தது. புழக்கத்தில் இருந்த 86 சதவீத நோட்டுக்கள் மதிப்பிழந்தன. இதனால் ஏற்பட்ட பொருளாதாரக் கஷ்டங்களையும் வாக்காளர்கள் பொருட்படுத்தவில்லை.

அதுவரை கிடைத்திராத அளவுக்கு வலுவான தீர்ப்பைப் பெற்ற பாஜக தன்னுடைய நீண்டகாலக் குறிக்கோள்களில் ஒன்றை நிறைவேற்றிக்கொண்டது. ஜம்மு காஷ்மீர் மாநிலத்திற்குச் சிறப்பு அந்தஸ்து வழங்கும் பிரிவு 370ஐ அது நீக்கியது. இந்தப் பிரிவு ஜம்மு காஷ்மீர் மாநிலத்திற்கென்று தனி அரசியல் சட்டம், தனிக்கொடி, தனிக் குற்றவியல் சட்டம் முதலானவற்றை உறுதிசெய்தது. வெளியாட்கள் இந்த மாநிலத்தில் நிலம் வாங்குவதைத் தடைசெய்யும் சட்டமும் இதில் அடக்கம். இந்தப் பிரிவை அரசியல் சட்டத்திலிருந்து நீக்கிய பாஜக அரசு, பவுத்தர்கள் அதிகமுள்ள லடாக் பகுதியை ஜம்மு காஷ்மீரிலிருந்து பிரித்து அதைத் தனி யூனியன் பிரதேசமாக அறிவித்தது. 370ஆவது பிரிவை நீக்கியது ஜம்மு காஷ்மீரில் வன்முறையையும் தீவிரவாதத்தையும் முடிவுக்குக் கொண்டுவர உதவும் என்றும் முதலீடுகளை அதிகரித்துப் பொருளாதார வளர்ச்சியை ஏற்படுத்துவதன் மூலம் இந்த மாநிலத்தை இந்திய மைய நீரோட்டத்துடன் இணைக்க முடியும் என்றும் அரசு வாதிட்டது. பாஜக அரசியல் சட்டத்திற்கு விரோதமாகச் செயல்படுவதாகவும் காஷ்மீரில் இஸ்லாமியர்கள் பெரும்பான்மையாக இருக்கும் நிலையை அது மாற்ற விரும்புவதாகவும் விமர்சகர்கள் குற்றம் சாட்டினார்கள். இந்த நடவடிக்கைக்கு எதிராகக் காஷ்மிரில் நடந்த போராட்டங்களால் அங்கே பல மாதங்கள் தகவல் தொடர்பு முடக்கப்பட்டது. தொலைபேசிகளும் இணையத்தொடர்புகளும் பாதிக்கப்பட்டன.

2019ஆம் ஆண்டில் தேர்தல் முடிவுகளைப் பற்றிய அலசல்கள் எப்படி இருந்தாலும் பாஜக அதிகாரத்தைக்

கைப்பற்றியது ஒரு திருப்புமுனை என்பதில் கேள்விக்கே இடமில்லை. 20 ஆண்டுகளாக அவ்வப்போது தள்ளாட்டத்துடன் நடைபெற்றுவந்த கூட்டணி ஆட்சிகளின் பரிசோதனை முடிவுக்கு வந்தது. மோடியின் வெற்றி 'ஜனநாயக சர்வாதிகாரம்' அல்லது 'அதிகாரவர்க்க யதேச்சாதிகார'த்தை உருவாக்கி விடுமோ என்ற அச்சத்தை ஏற்படுத்தியது. இந்த ஆட்சி பெருமளவில் தனிநபரின் தலைமையைச் சார்ந்திருப்பதால் இத்தகைய அச்சம் உருவெடுத்தது.

இந்திய வாக்காளர்கள் யதேச்சாதிகார பாணியிலான அரசை ஏற்றுக்கொள்ளத் தயாராக இருப்பதை 2017இல் வெளியான ப்யூ ரிசர்ச் சென்டர் *(Pew Research Center)* அறிக்கை காட்டியது. ஆய்வுக்கு எடுத்துக்கொண்ட பிற நாடுகளைக் காட்டிலும் இந்தியாவில் சர்வாதிகார ஆட்சிக்கான ஆதரவு அதிகம் காணப்பட்டது. நாடாளுமன்றம் அல்லது நீதிமன்றங்களின் தலையீடு இல்லாமல் வலுவான ஒரு தலைவர் முடிவெடுக்கக்கூடிய ஆட்சிமுறையைப் பெரும்பாலான (55 சதவீதம்) இந்தியர்கள் ஆதரித்தார்கள். 53 சதவீதம் பேர் ராணுவ ஆட்சியை ஆதரித்தார்கள். தேர்தலின் மூலம் தேர்ந்தெடுக்கப்பட்டவர்களைக் காட்டிலும் நாட்டிற்கு எது சிறந்தது என்று எண்ணிச் செயலாற்றும் துறை சார்ந்த நிபுணர்கள் நாட்டை ஆள்வதையே பெரும்பாலானவர்கள் ஆதரவளித்தார்கள்.இன்றைய இந்தியாவில் சீனா, வலுவான தலைமை கொண்ட ஆட்சியின் மூலம் வறுமையை விரட்டிப் பொருளாதார வல்லரசாக விழையும் நாடுகளுக்கான முன் மாதிரியாகப் பார்க்கப்பட்டுவருகிறது.

ஜான் ஜுபர்ஸிக்கி

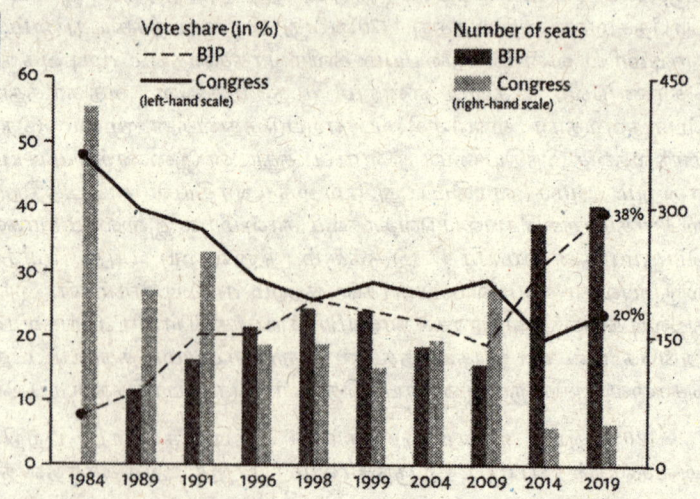

பாஜக அரசின் கடுமையான பெரும்பான்மைவாத அணுகுமுறை வளர்ந்துவருவது முஸ்லிம்களை மட்டுமின்றி இந்தியர்கள் பலரையும் அமைதியிழக்கச் செய்கிறது. எனினும், சரிவிலிருந்து மீண்டெழக்கூடிய வலுவான குடிமைச் சமூகத்தையும், விரக்தியையும் கோபத்தையும் வெளிப்படுத்து வதற்கான வடிகாலையும் ஜனநாயகம் இந்தியாவிற்குக் கொடையளித்திருக்கிறது. தங்கள் ஜனநாயக உரிமைகளைத் தீவிரமாக எடுத்துக்கொள்ளும் இந்தியர்கள் தங்கள் எதிர்பார்ப்புகளின்படி செயல்படாத அரசுகளைத் தண்டிக் கிறார்கள். 2017இல் பாஜக பெரும்பாலான மாநிலத் தேர்தல்களில் தோற்றுப்போனது. பாஜக அரசு கொண்டுவந்த குடியுரிமைத் திருத்தச் சட்டத்தை எதிர்த்து 2019–2020இல் நடைபெற்ற நாடு தழுவிய போராட்டத்தில் ஆயிரக்கணக்கான மக்கள் பங்கு பெற்றார்கள். ஆப்கானிஸ்தான், பாகிஸ்தான், வங்கதேசம் ஆகிய நாடுகளிலிருந்து இந்தியாவுக்கு வரும் அனைவருக்கும் – முஸ்லிம்கள் நீங்கலாக – குடியுரிமை வழங்கும் நடைமுறைகளைத் துரிதப்படுத்தும் சட்டம் இது. அதற்கு ஓராண்டுக்குப் பிறகு அரசு பிறப்பித்த வேளாண் சீர்திருத்தச் சட்டங்களை எதிர்த்து தலைநகரில் விவசாயிகள் பெருந்திரளாகக் கூடி நடத்திய போராட்டத்திற்கு ஆதரவு தெரிவித்து 25 கோடிப் பேர் வேலைநிறுத்தப் போராட்டத்தில் ஈடுபட்டார்கள். வரலாற்றின் மாபெரும் போராட்டமாக இது பதிவாகியிருக்கிறது. விவசாயிகளின் எதிர்ப்புக்கு மோடி பணிந்தார். விவசாய மானியங்களையும் விவசாய விளைபொருள்களுக்கான விலைக் கட்டுப்பாடுகளையும் ரத்து செய்திருக்கக்கூடிய சர்ச்சைக்குரிய மூன்று வேளாண் சட்டங்களையும் 2020ஆம் ஆண்டு நவம்பரில் அரசு திரும்பப் பெற்றுக்கொண்டது.

மேம்பட்ட கல்வி, வேலைப் பாதுகாப்பு, கட்டுப்படி ஆகக்கூடிய விலையில் வீட்டு வசதி, தங்கள் குடும்பங்களை முன்னேறுவதற்கான பாதுகாப்பான சூழல் ஆகியவற்றை விரும்பும் இந்திய இளைஞர்கள் மத்தியில் பெரும் எதிர்பார்ப்பு களை இந்தியாவின் பொருளாதாரச் சீர்திருத்தங்கள் ஏற்படுத்தியிருக்கின்றன. 1990களின் தொடக்கத்தில் தொடங்கிய சீர்திருத்தங்களை இனி மாற்ற முடியாது என்றாலும் இந்தச் சீர்த்திருத்தங்களை விரிவுபடுத்தும் நடவடிக்கைகள் பெரிய அளவிலான அமைதியின்மையை உருவாக்கும் என்பதை விவசாயிகள் போராட்டம் உணர்த்துகிறது.

10

'புதிய இந்தியா'?

ஹரப்பா நாகரிகத்திலிருந்து தொடங்கிய ஐயாயிரம் ஆண்டுக் கால வரலாற்றுடன் ஒப்பிடும்போது விடுதலை பெற்ற தேசம் என்ற அளவில் இந்தியாவின் இருப்பு முக்கியத்துவமில்லாத சிறிய ஒளிக்கீற்று என்றுதான் சொல்ல வேண்டும். விரிவான இந்த வரலாற்றுப் பரப்பில் 200 ஆண்டு காலக் காலனிய ஆட்சியும் அடிக்குறிப்பைக் காட்டிலும் சற்றுப் பெரியது என்பதோடு சரி. மௌரிய, குப்த, முகலாயப் பேரரசுகள் கால அளவில் – புகழிலும் எனச் சிலர் கூறலாம் – முன்னிலையில் நிற்கின்றன. இந்தப் பொற்காலங்களில் தத்துவம், இலக்கியம், கணிதம், மருத்துவம், கட்டிடக்கலை ஆகியவற்றில் இந்தியா நிகழ்த்திய சாதனைகளை யாராலும் மறுக்க முடியாது.

விடுதலை பெற்று 75 ஆண்டுகளுக்கு மேல் ஆகிவிட்ட நிலையில் வரலாற்றின் சுமையும் கடந்த காலப் பெருமையை மீட்பதற்கான ஆவலும் இந்தியாவின் அரசியலையும் சமுதாயத்தையும் கடுமையாக அழுத்திக்கொண்டிருக்கின்றன. 1700ஆம் ஆண்டுகளில் இந்தியா உலகின் மிகப்பெரிய பொருளாதாரமாக இருந்தது. பிரிட்டிஷ்காரர்கள் இந்தியாவை விட்டுச் சென்றபோது உலகப் பொருளாதாரத்தில் இந்தியாவின் பங்கு 4 சதவீதத்திற்கும் குறைவாக இருந்தது. பஞ்சமும் பரிதவிப்புமே புதிதாக விடுதலை பெற்ற இந்தியாவின் அடையாளங்களாக இருந்தன. அந்த நிலையைத் தாண்டி இன்று வெகுதூரம் முன்னேறியிருந்தாலும்

ஜான் ஜுபர்ஸிக்கி

இந்தியா இத்தகைய முத்திரைகளை உதறி எறிந்துவிட்டுத் தன் முழு வலிமையுடன் இன்னமும் வெளிப்படவில்லை.

போர் முனையிலும் பொருளாதாரக் களத்திலும் இந்தியாவின் பிரதான எதிரியாக இருந்துவரும் சீனா, 300 ஆண்டுகளில் முதல்முறையாக, உலக அளவில் மேற்கு நாடுகளின் ஆதிக்கத்திற்குச் சவால்விடும் அளவிற்கு வளர்ந்திருக்கிறது. மறுமலர்ச்சிக் காலத்திற்கு முன்பு உலக அரங்கில் இந்தியா சீனாவுக்கு இணையாக இருந்தது. தனக்குரிய அந்த இடத்தை அது மீண்டும் பெற விழைகிறது. உலகளாவிய தரப் பட்டியலில் இந்தியா மெல்ல முன்னேறி வருகிறது. கோவிட் பெருந்தொற்றின் தாக்கங்களையும் மீறி 2030களில் ஜப்பானைப் பின்னுக்குத் தள்ளிவிட்டு உலகின் மூன்றாவது பெரிய பொருளாதாரமாக உருவெடுக்கக்கூடிய பாதையில் பயணிக்கிறது. 2025க்குள் உலகின் அதிக மக்கள் தொகை கொண்ட நாடாக இந்தியா ஆகிவிடும். ராணுவச் செலவினங்களில் உலகில் மூன்றாவது இடத்தில் அது நீடிக்கும் என எதிர்பார்க்கப்படுகிறது. ஆனால் மக்கள்தொகை நீங்கலாக இதர அனைத்து அம்சங்களிலும் சீனா முன்னிலையில் இருக்கிறது. போர் முனையில் தன்னுடைய வீச்சை நீட்டிக்கக்கூடிய விமானம் தாங்கிக் கப்பல்களைக் கட்டுவது, உலக வர்த்தகத்தில் தன் பங்கை உயர்த்திக்கொள்வது, ஆசியாவுக்கு வரும் அந்நிய முதலீடுகளின் பெரும்பகுதியைத் தன்பால் ஈர்த்துக்கொள்வது என அனைத்திலும் சீனா இந்தியாவை முந்தியிருக்கிறது. இந்தியாவின் அண்டை நாடுகள் அனைத்திலும் தன்னுடைய சாலைக்கட்டமைப்புத் திட்டங்களை வெற்றிகரமாக அமல்படுத்தியிருக்கிறது. இந்தியாவின் செல்வாக்கு மிக வலிமையாக இருக்கும் இந்தியப் பெருங்கடல் பகுதியிலும் சீனா தன்னுடைய இருப்பை அதிகரித்துவருகிறது.

இந்திய அரசியல் களத்தில் பாஜக ஆதிக்கம் செலுத்தும் நிலையில் வரலாற்றுப் 'பிழைகளை'ச் சரி செய்வது குறித்த விவாதங்கள் அரசியல் கதையாடலில் தூக்கலாக இருக்கின்றன. அரசியல் தலையீடு அற்றவையாக இருந்த கல்வி, அறிவியல், பண்பாட்டு நிறுவனங்களின் நியமனங்கள் இப்போது அரசியல்மயமாகிவருகின்றன. வரலாறும் பள்ளிக்கூடப் பாடத்திட்டங்களும் திருத்தி எழுதப்படுகின்றன. பிறர் மீதான வெறுப்பு மெல்ல ஊடுருவிவருகிறது. விளையாட்டும் இதற்குத் தப்பவில்லை. 2021இல் 20 ஓவர் உலகக் கோப்பைப் போட்டியில் பாகிஸ்தான், இந்தியாவை வென்றதைக் கொண்டாடினார்கள் என்னும் குற்றச்சாட்டின் பேரில் உத்தரப் பிரதேசத்தில் ஏழு இந்திய முஸ்லிம்கள் தாக்கிக் கொல்லப்பட்டார்கள். இந்தப் போக்கு அண்மைக் காலத்தில் அதிகரித்துவருகிறது.

இத்தகைய கொடூரங்கள் படம் பிடிக்கப்பட்டுச் சமூக வலைதளங்களில் பரப்பப்படும்போது அரசிடமிருந்து கண்டனம் எதுவும் எழுவதில்லை. உள்நாட்டிலும் வெளிநாடுகளிலும் உள்ள பாஜகவின் விமர்சகர்களைக் கட்சி கூர்மையாகக் கண்காணித்துவருகிறது. 2021ஆம் ஆண்டின் தொடக்கத்தில் தில்லியில் விவசாயிகள் போராட்டத்தை ஆதரித்து ட்விட்டரில் பதிவிட்ட சூழலியல் செயல்பாட்டாளர் கிரேட்டா தன்பர்க்கின் உருவ பொம்மையை மோடி ஆதரவாளர்கள் கொளுத்தினார்கள். கோவிட் பெருந்தொற்றின் இரண்டாம் அலையை அரசு கையாண்ட விதம் குறித்து விமர்சிக்கும் பதிவுகளை நீக்குமாறு ட்விட்டர் நிர்வாகத்திற்கு அரசு அழுத்தம் கொடுத்தது.

இந்திய நிர்வாகத்தின் தோல்வியையும் அதன் சுகாதாரச் சேவைகளின் அவல நிலையையும் முறைசாராத் துறைகளின் ஊழியர்களின் வேதனையையும் கோவிட் பெருந்தொற்றின் இரண்டாம் அலை அப்பட்டமாக அம்பலப்படுத்தியது. பெருந்தொற்றுக்கு முன்பு இந்தியா காப்புரிமை அற்ற மருந்துகளை உற்பத்தி செய்து சந்தைப்படுத்துவதில் உலகிலேயே முதலிடத்தில் இருக்கும் பெருமையைப் பெற்றிருந்தது. கோவிட்–19 வைரஸுக்கான தடுப்பு மருந்தை உற்பத்தி செய்வதில் உலக நாடுகள் தடுமாறிக்கொண்டிருந்தபோது ‘மாபெரும் பேரழிவிலிருந்து உலகைக் காப்பாற்றக்கூடிய’ நாடாக இந்தியா தன்னை முன்னிருத்திக்கொண்டது. ‘பிரதமர் மோடியின் திறன் வாய்ந்த, அறிவுப்பூர்வமான, அர்ப்பணிப்பு உணர்வு கொண்ட தலைமை’ கோவிட்–19 பெருந்தொற்றை வெற்றிகொண்டது என 2021 பிப்ரவரியில் பாஜக ஒரு தீர்மானத்தை நிறைவேற்றியது. அதற்கு இரண்டு மாதங்கள் கழித்து இந்தியா கொரோனா வைரஸின் மையமாக மாறியது. பெருமளவில் மக்கள் கூடிய கும்பமேளா திருவிழா, தேர்தல் பிரச்சாரக் கூட்டங்கள் ஆகியவை வைரஸைப் பல்வேறு இடங்களுக்கும் பரப்பிய நிகழ்வுகளாக அமைந்தன. தங்கள் உறவினர்களின் உயிரைக் காப்பாற்றுவதற்காக ஆக்சிஜன் சிலிண்டர்களைக் கோரி மக்கள் இறைஞ்சியது, மயானங்கள் நிரம்பி வழிந்ததால் வாகனங்கள் நிறுத்தும் இடங்களில் சடலங்கள் எரிக்கப்பட்டது, கங்கையில் தூக்கிப் போடப்பட்ட பிணங்கள் ஆகிய காட்சிகள் பல ஆண்டுகளுக்கு மக்களின் நினைவுகளில் தங்கியிருக்கும்.

பிற பாதிப்புகள் ஒருபுறம் இருக்க அரசின் வாக்குறுதிகளுக்கும் செயல்பாட்டிற்கும் இடையிலான இடைவெளியைப் பெருந்தொற்று எடுத்துக் காட்டியது. பெருந்தொற்றால் ஏற்பட்ட பொது முடக்கம் மேலும் 23 கோடி மக்களைத் தேசிய வறுமைக் கோட்டிற்குக் கீழே தள்ளியது. முறைசார்ந்த,

முறைசாராத துறைகளில் பணிபுரிந்துகொண்டிருந்த பெண்களில் பாதிப் போர் வேலைகளை இழந்தார்கள். 2020–21 நிதியாண்டில் பொருளாதார வளர்ச்சி 7.3 சதவீதமாகச் சுருங்கியது. நாட்டின் வரலாற்றிலேயே இல்லாத வீழ்ச்சி இது. மோடியின் தீவிர ஆதரவாளர்களே அவர் அசட்டையாகவும் இறுமாப்புடனும் செயல்படுகிறார் என்று குற்றம் சாட்டினார்கள். ஒரு காலத்தில் மோடிக்கு இணக்கமாக இருந்த ஊடகங்கள், மருந்துவமனைகள், பிணவறைகளின் வாசல்களில் செய்தியாளர்களை நிற்கவைத்து அரசு வெளியிட்ட புள்ளி விவரங்களைக் காட்டிலும் பத்து மடங்குக்கு மேல் தொற்றுப் பரவலும் மரணங்களும் நிகழ்ந்ததற்கான தடயங்களைக் கண்டறிந்து வெளிப்படுத்தின. 2021ஆம் ஆண்டில் பின் பாதியில் தீவிரமான முறையில் மேற்கொள்ளப்பட்ட தடுப்பூசி இயக்கம் பெருந்தொற்றைக் கட்டுக்குள் வைக்க உதவியது. ஆனால் அதன் விளைவாக நாட்டின் தள்ளாடும் மருத்துவக் கட்டமைப்பின் இதர துறைகள் பெருமளவில் பாதிக்கப்பட்டன.

பெருந்தொற்றின் தாக்கம் மிகக் கடுமையாக இருந்தாலும் இந்திய அரசியல் வலதுசாரிகளின் பக்கம் சாய்வதை அதனால் தடுக்க முடியவில்லை. 2021இல் வெளியிடப்பட்ட பியூ ஆய்வு மையத்தின் கருத்துக் கணிப்பு பெரும்பாலான இந்தியர்கள் பிற மதங்களுக்கு மரியாதை அளிப்பது இந்தியனாக இருப்பதன் முக்கியமான அடையாளம் என்று கருதினாலும் மதப் பிரிவுகளின் மீது அவர்கள் பெருமளவில் விருப்பம் தெரிவித்தார்கள். குறிப்பாகத் திருமணங்கள், ஒரு சில மதத்தவர்களை அக்கம்பக்கத்வர்களாக ஏற்றுக்கொள்ளுதல் ஆகியவற்றில். இந்தியர்களின் உள்ளார்ந்த இயல்பாக இருக்கும் இந்தப் பழமைவாதமும் ஒன்றுபட்டு நிற்கும் எதிர்க்கட்சி இல்லாத நிலையும் பாஜகவுக்குச் சாதகமாகவே அமையும்.

பண்பாட்டுப் பன்மைத்துவத்தின் அடிப்படையில் பல ஆண்டுகளாக நிலவிவரும் மதச்சார்பற்ற தேசியவாதம் இருந்த இடத்தைப் பெரும்பான்மை மதத்தின் அடிப்படையில் அமையும் பண்பாட்டுத் தேசியவாதம் பிடித்துக்கொள்ளும் நிலையில் ‘புதிய இந்தியா’ ‘இரண்டாவது குடியரசு’ போன்ற அலங்காரச் சொற்கள் மைய நீரோட்டச் சொல்லாடல்களில் இடம்பெறுகின்றன. 21ஆம் நூற்றாண்டின் சுயசார்பு மந்திரத்திற்கும் காந்தியின் சுதேசிக் கோட்பாட்டிற்கும் எந்தத் தொடர்பும் இல்லை. கைராட்டைகளின் இடத்தில் பேரங்காடிகள் உள்ளன. நடுத்தர வர்க்கத்தினர் கூட்டுறவுக் கைத்தறிக் கதராடை விற்பனை நிலையங்களில் வாங்குவதைவிட எச் அண்ட் எம் போன்ற பெரிய கடைகளில் வாங்குவதையே விரும்புகிறார்கள். வல்லரசுகளிடையே சமநிலையை ஏற்படுத்தும்

சக்தியாக இருக்கும் விழைவைக் கைவிட்டுவிட்டு இந்தியா தற்போது தானே ஒரு வல்லரசாக மாறும் விழைவைக் கொண்டிருக்கிறது. இந்தப் பிராந்தியத்தில் சீன ஆதிக்கத்தை எதிர்கொள்வதற்கான வழிகளைத் தேடிக் கொண்டிருக்கும் அமெரிக்கா இந்தியாவின் இந்த முயற்சியை வரவேற்கிறது.

அணு சக்தி நாடுகளான இந்தியாவுக்கும் பாகிஸ்தானுக்கும் இடையிலான பதற்றங்கள் காஷ்மீர் பிரச்சினையாலும் அரச பயங்கரவாதத்தாலும் அதிகரிப்பது கொள்கை வகுப்பாளர்களை நிம்மதி இழக்கச் செய்கிறது என்றாலும் இந்தியாவுக்கும் சீனாவுக்கும் இடையிலான பகைமைதான் 'உலகின் மிக அபாயகரமான அதிகாரப் போட்டி' எனக் குறிப்பிடப்படு கிறது. தேசியவாதப் போக்குகள், பல ஆண்டுகளாகத் தீராத எல்லைப் பிரச்சினைகள், வெளியுறக் கொள்கை இலக்குகள் பற்றிய பரஸ்பர தவறான புரிதல்கள், பரஸ்பர அவநம்பிக்கை ஆகியவற்றின் அபாயகரமான கலவை இந்தப் பகைமையைக் கடுமையாக அதிகரிக்கச்செய்கிறது. 2020, ஜூன் மாதம் லடாக்கின் கிழக்குப் பகுதியில் உள்ள கால்பான் பள்ளத்தாக்கில் இரு தரப்பு ராணுவத்தினருக்கிடையே ஏற்பட்ட கைகலப்பில் குறைந்தது 20 இந்திய ராணுவ வீரர்கள் உயிரிழந்தார்கள். இரு நாடுகளுக்கிடையேயான எல்லை யாகக் கருதப்படும் கட்டுப்பாட்டு எல்லைக் கோட்டில் கடந்த 50 ஆண்டுகளில் நிகழ்ந்த முதல் உயிரிழப்புகள் இவை. எல்லைத் தகராறுகளைத் தீர்த்துக்கொள்ள ஆயுதங்களைப் பயன்படுத்தத் தடை விதிக்கும் இருதரப்பு ஒப்பந்தங்கள் அமலில் இருந்திராவிட்டால் உயிரிழப்புகள் மிகவும் அதிகமாகியிருக்கக்கூடும். இந்த மோதலைத் தொடர்ந்து இரு நாடுகளும் எல்லையில் தங்கள் படைபலத்தைக் கூட்டின. படைபலம் எப்போதும் குறையாமல் இருப்பதற்கான பின்புலக் கட்டமைப்புகளையும் அவை உருவாக்கியிருக்கின்றன.

சீன ஆதிக்கம் எனக் கருதப்படும் சீனாவின் போக்கு நாற்கரப் பாதுகாப்புப் பேச்சுவார்த்தைகளில் ஈடுபடும் இந்தியாவிடம் விழைவை ஏற்படுத்தியிருக்கிறது. (Quadrilateral Security Dialogue – Quad). அமெரிக்கா, ஜப்பான், ஆஸ்திரேலியா, இந்தியா ஆகிய நான்கு நாடுகள் இந்த குவாட் அமைப்பில் உள்ளன. இந்தோ-பசிபிக் பிராந்தியத்தில் சீனாவின் செல்வாக்கைக் குறைப்பதற்கான கூட்டு முயற்சி இது. இந்தியாவுக்கும் சீனாவுக்கும் இடையிலான நேரடி மோதல்கள் குறித்த அச்சத்தை ஏற்படுத்தும் பதற்றங்களையும் தவறான புரிதல்களையும் குவாட் அமைப்பு தணிக்குமா என்பதைக் காலம்தான் சொல்ல வேண்டும். இரு நாடுகளுக்கிடையே போர் மூண்டால்

ஜான் ஜுபர்ஸிக்கி

கற்பனை செய்ய முடியாத அளவுக்குப் பேரழிவு ஏற்படும். தொலைநோக்கிலான பாதிப்புகளையும் போர் ஏற்படுத்தும். அத்துடன், பண்டைய காலத்தில் உலக அரங்கில் இந்த இரு நாடுகளும் பெற்றிருந்த முக்கியத்துவத்தை மீட்டெடுப்பதற்கான இந்நாடுகளின் விழைவைப் போர் பாழாக்கிவிடும். ஒரு காலத்தில் மேற்கத்திய வணிகர்கள் இந்தியா–சீனப் பேரரசர்களிடம் வணிக உரிமைகளைப் பெறுவதற்காக இறைஞ்ச வேண்டியிருந்தது.

காலனியத்திற்குப் பிந்தைய காலகட்டம் இந்தியாவின் நீண்ட, பல்வேறு திருப்பங்கள் கொண்ட இந்திய வரலாற்றில் வெறும் பின் குறிப்பு என்ற அளவில் இருக்கலாம். ஆனால் இந்தியர்கள் பெருமிதம் கொள்ளத்தக்க காலகட்டங்களில் ஒன்று இது. 1931ஆம் ஆண்டில் இந்தியரின் வயது 27. 'கடவுள் இந்தியாவுக்கு வருகைபுரிந்தால் அவர் ரொட்டியின் வடிவத்தில்தான் வருவார்' என்று மகாத்மா காந்தி ஒருமுறை கூறினார். இந்திய மக்களுக்கு உணவளிப்பது அந்த அளவுக்குப் பெரிய சவாலாக இருந்தது. விடுதலைக்குப் பிறகு இந்தியாவில் கொடுமையான வறுமை 21 சதவீதமாகக் குறைந்திருக்கிறது. சிசு மரணங்கள் கடந்த 20 ஆண்டுகளில் பாதிக்கும் கீழ் குறைந்திருக்கிறது. இந்தியர்களின் சராசரி வயது 2021ஆம் ஆண்டில் எழுபதை நெருக்கியிருக்கிறது. 2005இல் 5 கோடியாக இருந்த நடுத்தர வர்க்கத்தினரின் எண்ணிக்கை 2025இல் பத்து மடங்கு உயர்ந்து 55 கோடியைத் தொடும் என்று மெக்கின்சி உலக நிறுவனத்தின் ஆய்வு கூறுகிறது. 2030களின் பாதியில் அமெரிக்கர்களைவிடவும் ஆங்கிலம் பேசுவோரின் எண்ணிக்கை இந்தியாவில் அதிகம் இருக்கும்.

இந்தச் சாதனைகளை மீறி இந்தியா பெரும் சவால்களை எதிர்கொள்கிறது. இந்தியாவில் 38.4 சதவீதக் குழந்தைகள் ஊட்டச்சத்துக் குறைபாட்டால் மெலிந்திருப்பதாக 2020ஆம் ஆண்டின் யூனிசெஃப் அறிக்கை கூறியது. உயர்நிலைப் பள்ளிக் கல்வியை முடித்தவர்களில் 42.5 சதவீதத்தினரால் மட்டுமே இடைநிலைப் பள்ளிப் பாடத்தைப் படிக்க முடிகிறது. உலகிலேயே ஐந்து வயதுக்குட்பட்ட குழந்தைகளின் மரணங்களில் பெண் குழந்தைகளின் மரணம் அதிகமாக இருக்கும் ஒரு சில நாடுகளில் ஒன்று இந்தியா. பெண்களைக் காட்டிலும் ஆண்களை உயர்வாக நடத்தும் பண்பாட்டுக் கூறுகளே இதற்குக் காரணம். இந்தியாவில் 1000 ஆண்களுக்கு 914 பெண்கள் இருக்கிறார்கள். உலகிலேயே மோசமான பாலின விகிதாச்சாரம் இது. கருவில் உள்ள குழந்தையின் பாலினத்தை அறிவதற்கான சோதனை தடை செய்யப்பட்டிருந்தாலும் ஆண் குழந்தைகளைத் தேர்வு செய்யும் போக்கு பரவலாக இருக்கிறது.

மக்கள் தொகைப் பெருக்கத்தை வைத்துப் பார்க்கும்போது 2030இல் இந்தியாவில் 6 கோடிப் புதிய தொழிலாளர்கள் உருவாகியிருப்பார்கள். இவர்களுக்கு வேலை கொடுப்பதற்காக வேளாண் அல்லாத துறைகளில் ஆண்டுக்கு ஒரு கோடி வேலைவாய்ப்புகளை உருவாக்கியாக வேண்டும். இந்த அளவுக்கு வேலை வாய்ப்புகளை உருவாக்க ஆண்டுக்கு 8 முதல் 8.5 சதவீதம்வரை வளர்ச்சிகாண வேண்டும். அதற்கு, உலக அளவில் போட்டியிடக்கூடிய உற்பத்தி மையங்களில் பெருமளவு முதலீடு செய்ய வேண்டும். தான் முன்னணியில் இருக்கும் தகவல் தொழில்நுட்பம், மின்னிலக்கச் சேவைகள், மருத்துவம், பராமரிப்புக்கான தயாரிப்புகள், உயர் மதிப்புள்ள சுற்றுலா ஆகிய துறைகளில் இந்தியா கூடுதலாக முதலீடு செய்ய வேண்டும்.

புற்றீசல்கள்போலப்பெருகிவரும்நகர்ப்புறப்பகுதிகளில்தான் பெரும்பாலான வேலைவாய்ப்புகளை உருவாக்க வேண்டும். இந்த இடங்களில்தான் மின்சாரம், தண்ணீர், சுகாதாரம் ஆகிய அடைப்படை வசதிகள் இல்லாததால் லட்சக்கணக்கானோர் வேலையின்றித் தவிக்கிறார்கள். 2019முதல் 2035வரை உலக அளவில் வேகமாக வளர்ந்துவரும் 20 நகரங்களில் 17 இந்தியாவில் உள்ளன என்று ஆக்ஸ்ஃபோர்டு எக்னாமிக்கல் குளோபல் சிட்டிஸ் அமைப்பின் அறிக்கை கூறுகிறது. அதிக அளவிலான மாசுபாடும் இட நெருக்கடியும் இந்த நகரங்களில் பலவற்றை வாழ இயலாத இடமாக ஆக்கியுள்ளன. உலகிலேயே அதிக மாசுபாடு கொண்டவையாக 30 நகரங்கள் 2020ஆம் ஆண்டில் பட்டியலிடப்பட்டன. அவற்றில் இந்தியாவின் 21 நகரங்கள் இடம் பெற்றிருந்தன. பட்டியலின் முதலிடத்தில் தில்லி இருந்தது. உலகில் அதிக மாசடைந்த ஆறுகளில் பலவும் இந்திய ஆறுகள். இதில் புனித கங்கையும் அடக்கம்.

உலகின் மிக இளமையான நாடும் இந்தியாதான்: 18 முதல் 22 வயதானவர்களில் பெரும்பாலானோர் இங்குதான் இருக்கிறார்கள். 2026ஆம் ஆண்டில் இவர்கள் எண்ணிக்கை 12.6 கோடி என்னும் உச்சத்தைத் தொட்டு, 2035இல் 11.8 கோடியாக நிலைபெறும் என மதிப்பிடப்பட்டுள்ளது. இந்த இளைஞர்களுக்குத் தரமான கல்வி கிடைத்தால் திறன்வாய்ந்த பணியாளர்கள் பெருமளவில் உருவாவார்கள். இதற்கான முக்கியத் தடைகள் சில உள்ளன. உயர் கல்வியில் சேரும் இந்தியர்களின் எண்ணிக்கை (27 சதவீதம்) சீனா (43 சதவீதம்) போன்ற நாடுகளுடன் ஒப்பிடுகையில் மிகவும் பின்தங்கியிருக்கிறது. கல்வித் தேவையை நிறைவேற்றப் புதிதாக 700 பல்கலைக்கழகங்கள் தேவைப்படும்.

இந்தியாவின் சாதகமான அம்சங்களில் ஒன்று அதன் வலுவான கூட்டாட்சி அமைப்பு. புதிய முதலீடுகளை

ஈர்க்கவும் வேலை வாய்ப்புகளை உருவாக்கவும் பொருளாதாரச் சீர்திருத்தங்களை முன்னெடுக்கும் உரிமை மாநில அரசுகளுக்கு உள்ளது. தென் மாநிலங்களான தமிழ்நாடு, கர்நாடகம், கேரளம் ஆகியவை இதில் முன்னணியில் உள்ளன. மென்பொருள் உருவாக்கத் துறையின் அயலாக்கப் பணிகளில் தன் போட்டியாளர்களைக் காட்டிலும் இந்தியா முன்னணியில் இருக்கிறது. செயற்கை நுண்ணறிவின் பயன்பாடு நாளுக்கு நாள் பெருகிவரும் நிலையில் இந்தத் துறையில் உலக அளவில் இந்தியாவின் ஆதிக்கம் தொடரும் என்பதில் ஐயமில்லை. எனினும் இந்தத் துறையிலும் இந்தியாவின் செயல்பாடு சொல்லிக்கொள்ளும்படி இல்லை. இந்தியன் இன்ஸ்டிட்யூட் ஆஃப் டெக்னாலஜி (ஐ.ஐ.டி) கல்வி நிறுவனங்களுக்கான சர்வதேச அளவிலான ஐவி லீக் (*Ivy League*) தரவரிசைப் பட்டியலில் இடம்பெற்றிருந்தாலும் தகவல் தொழில்நுட்பக் (ஐடி) கல்வித் துறையிலுள்ள பிற நிறுவனங்கள் பின்தங்கியுள்ளன. ஐடி துறையில் பணியில் அமரும் இந்தியர்களில் மூன்றில் ஒரு பங்கினர் சுயமாகக் கற்றவர்கள். தொழில்நுட்ப நிறுவனங்கள் பணியமர்த்தும் பட்டதாரிகளில் பெரும்பாலானவர்களுக்கு மீண்டும் பயிற்சி யளிக்க வேண்டியிருக்கிறது. ஆராய்ச்சி மற்றும் மேம்பாடு துறையிலும் இந்தியா சீனாவைக் காட்டிலும் பின்தங்கியிருக்கிறது. உள்நாட்டு மொத்த உற்பத்தியில் ஒரு சதவீதம் மட்டுமே இதில் முதலீடு செய்கிறது. சீனா இரண்டு சதவீதம் முதலீடு செய்கிறது.

அனைவருக்கும் வாக்குரிமை

இடையறாத தாராளவாத ஜனநாயகத்தை நிலைபெறச் செய்திருப்பது இந்தியாவின் ஆகப்பெரிய சாதனை என்பதில் ஐயமில்லை. 1947இல் இந்தியா விடுதலை பெற்ற போது இந்த நாடு நீண்ட காலம் தாக்குப்பிடிக்காது என்றே உலக அரங்கில் பலரும் நினைத்தார்கள். மொழி, பிரதேச வேற்றுமைகளால் இந்தியா துண்டு துண்டாகச் சிதறுவது தவிர்க்க முடியாதது என அவர்கள் கருதினார்கள். சாதி என்பது சமத்துவக் கோட்பாட்டிற்கு எதிரானது என்பதால் ஜனநாயகம் இங்கே நீடிக்காது; பெருமளவில் கல்வியறிவின்மை இருப்பதால் அரசியல் வெளிப்பாடுகளில் போதாமை இருக்கும் என்று கணித்தார்கள்.

காலனி நாடாக இருந்து நவீன குடியரசாக இந்தியா மாறிய விதத்தில் பல கோளாறுகள் உள்ளன. பெருமளவிலான ஊழல்கள், காஷ்மீரில் நிலவும் அரசு அடக்குமுறை, வளர்ந்துவரும் சமத்துவமின்மை ஆகியவை அதன் மிகப் பெரிய தோல்விகள். என்றாலும் 75 ஆண்டுகளில் இந்தியா தேசிய அளவில் 17 பொதுத் தேர்தல்களையும் நூற்றுக்கணக்கான மாநிலத் தேர்தல்களையும் நடத்தியிருக்கிறது. தேர்தல்களில் மக்கள் பங்கேற்கும் விகிதம்

உலகின் இரண்டாவது பெரிய ஜனநாயகமான அமெரிக்காவின் பங்கேற்ற விகிதத்தைக் காட்டிலும் அதிகம். சுதந்திரமான, செயல் துடிப்பு கொண்ட ஊடகங்களும் வலுவான குடிமைச் சமூகமும் அரசியல்வாதிகளின் தவறுகளைத் தட்டிக் கேட்கின்றன. எழுத்தாளர் வேத் மேத்தா குறிப்பிட்டது போல இந்தியாவின் ஜனநாயக மரபு 'தேசிய, சமய, சாதி ஆகியவை சார்ந்த பகைமையுணர்வுகள் உச்சத்தை எட்டி வெடித்துவிடாமல் தடுக்கும் பாதுகாப்பு வால்வாகச் செயல்படுகிறது'. தீண்டப்படாத சாதியைச் சேர்ந்தவரான மாயாவதி இந்தியாவின் அதிகபட்ச மக்கள் தொகை கொண்ட மாநிலமான உத்தரப் பிரதேசத்தின் முதலமைச்சராகத் தேர்ந்தெடுக்கப்பட்டது இந்தியாவின் அற்புதமான சாதனைகளில் ஒன்று.

எனினும், நோபல் பரிசு பெற்ற இந்தியப் பொருளாதரா அறிஞர் அமர்த்தியா சென் இவ்வாறு எச்சரிக்கிறார்:

> திட்டமிட்ட ரீதியில் தேர்தல்களை நடத்துவது, அரசியல் சுதந்திரத்தையும் குடிமக்கள் உரிமைகளையும் காப்பாற்றுவது, கருத்துச் சுதந்திரத்திற்கும் ஊடகச் சுதந்திரத்திற்கும் உத்தரவாதம் அளிப்பது ஆகியவை மட்டும் போதாது. பஞ்சங்களைப் போக்குவது, காலத்தின் சவால்களைத் தாண்டி நீடித்திருப்பது ஆகியவற்றில் சீனாவை விஞ்சுவது ஆகியவையும் போதாது. மக்களின் ஜனநாயக ரீதியான பங்கேற்பு இதுவரை சாதித்திருப்பதைக் காட்டிலும் அதிகமாகச் சாதிக்கும் வகையில் அதை மேலும் தீவிரமாகவும் வலுவாகவும் பயன்படுத்த வேண்டும்.

வெளியிலிருந்து புதிய விஷயங்களையும் கோட்பாடுகளை யும் உள்வாங்கி அவற்றைத் தனதாக்கிக்கொண்டு வலிமை பெறும் திறன் இந்தியாவுக்கு இருப்பதாக சென் கருதுகிறார். எடுத்துக்காட்டாக, போர்ச்சுக்கீசியர்களிடமிருந்து இந்தியாவுக்கு வந்த மிளகாய் இன்று இந்தியச் சமையலில் தவிர்க்க முடியாத பகுதியாகியிருக்கிறது. பொதுத் தர்க்கத்தின் அடிப்படையில் அமைந்த இந்தியாவின் 'வாதிடும் மரபு' யதேச்சாதிகாரப் போக்குகளுக்கும் வளர்ந்துவரும் ஏற்றத் தாழ்வுகளுக்கும் எதிரான கவசமாக அமைந்திருப்பதாகவும் சென் கருதுகிறார்.

இந்தியா இழந்ததும் மீண்டும் பெறுவதற்கு மிகக் கடினமானதுமான ஒரு அம்சம் மதச்சார்பின்மையின் மீது அதற்கு இருந்த பற்றுறுதி. 1964முதல் 1966வரை பதவியில் இருந்த இந்தியாவின் இரண்டாவது பிரதமர் லால் பகதூர் சாஸ்திரியிடம் அவருடைய மதத்தைப் பற்றிப் பத்திரிகையாளர் ஒருவர் கேட்டபோது அவர், 'ஒருவர் தன்னுடைய மதத்தைப் பற்றிப்

பொதுவெளியில் பேசக் கூடாது' என்றார். நாத்திகவாதி என வெளிப்படையாகத் தன்னை அறிவித்துக்கொண்ட நேருவைப் பின்பற்றியே அவர் இப்படிச் சொல்லியிருக்கக்கூடும். நேருவின் காங்கிரஸ் கட்சி தான் இழந்துவிட்ட வாக்காளர்களின் ஆதரவை மீண்டும் பெறுவதற்காக அயோத்தியில் ராமர் கோயில் கட்டும் முயற்சி போன்றவற்றுடன் தன்னை வெளிப்படையாக அடையாளப்படுத்திக்கொள்கிறது.

வரலாற்று ரீதியாக இந்தியா ஒரு அமைப்பாகவும் பொதுவான நாகரிகம் கொண்ட மக்கள் கூட்டமாகவும் இருந்துவருவது குறித்த கருத்துக்கள் சமீபத்திய தசாப்தங்களில் மிகவும் அரசியல்மயமாக்கப்பட்டுள்ளன. இந்து தேசியவாதிகள் இந்தியாவை பாரத வர்ஷம் என்று குறிப்பிடுகிறார்கள். 'சிந்து முதல் சமுத்திரங்கள்வ'ரை நீண்டு பரவியுள்ள இந்துத் தாயகத்தைக் குறிக்கும் பண்டைய சமஸ்கிருதப் பெயர் இது. இந்தியாவின் வரலாற்றைத் தொகுப்பதற்கான சான்றுகளைத் தொல்பொருள் ஆதாரங்களிலோ மரபணுக்களிலோ தேடாமல், மகாபாரதம் போன்ற புராண இதிகாசங்களில் தேடும் போக்கு காணப்படுகிறது. இந்தியாவின் 'உண்மையான பாரம்பரியம்' வேதங்கள் போன்ற பழைய நூல்களில் உள்ளது எனச் சிலர் கூறுகிறார்கள். 'இந்தியாவின் வரலாற்று அனுபவத்தின் விளைவாக, நமது கலாச்சாரம் எந்த அளவிற்குப் பரந்து விரிந்ததோ அந்த அளவிற்குப் பன்முகத்தன்மை கொண்டது என்பதை ஒப்புக்கொள்பவர்களுக்கும், சுயதம்பட்ட உணர்வுடன் "உண்மையான" இந்தியன் யார் என்பதைக் குறுகிய விதத்தில் வரையறுக்கும் அதிகாரத்தைத் தாங்களே எடுத்துக்கொண்டவர்களுக்கும் இடையிலான போர்தான் இந்திய நாகரிகத்தில் தற்போது நடக்கிறது" என்று எழுத்தாளரும் காங்கிரஸ் அரசியல்வாதியுமான சஷி தரூர் குறிப்பிடுகிறார். மதச் சகிப்புத்தன்மை பற்றிப் பேசினாலும், காவல்துறை, நீதிமன்றங்கள், பல்கலைக்கழகங்கள், ஊடகங்கள் ஆகியவற்றில் ராணுவம் நாட்டின் பெரிய சிறுபான்மை மதத்தினரான முஸ்லிம்கள் மிகக் குறைவாக இருப்பது கடுமையான உறுத்தலை ஏற்படுத்துகிறது.

ஆர்.எஸ்.எஸ். போன்ற அமைப்புகளின் மூலம் பாஜக பரந்த அடித்தளத்தைப் பெற்றுள்ளபோதிலும், சாத்தியமான அரசியல் மாற்று இல்லாத நிலையிலும், இந்தியா பெரும்பான்மைவாதத்தை நோக்கி நகர்வது தவிர்க்க முடியாத ஒன்றல்ல. பிரபல அரசியல் அறிவியலாளர் சுமித் கங்குலி இதுபற்றி இவ்வாறு கூறுகிறார்:

> கலாச்சாரம், மொழி, இனம் ஆகியவற்றில் நாட்டில் நிலவும் பல்வேறு வகைமைகளை எளிதில் ஒழித்துக்

கட்டிவிட முடியாது. இந்தியாவின் உள்ளார்ந்த பன்முகத்தன்மை, தாராளவாதத்திற்கு எதிரான ஆட்சியை உருவாக்குவதற்குத் தடையாக நிற்கும். தாராளமய ஜனநாயகத்தின் மீதான இந்தியாவின் உறுதிப்பாடு குறைபட்டதாகவும் முழுமையற்றதாகவும் இருக்கலாம். எனினும், குழப்பங்களை மீறி இந்தியா தொடர்ந்து ஒரே நாடாக இயங்கிவருகிறது என்றால், அதற்குக் காரணம் இந்த உறுதிப்பாடுதான் என்று வாதிடலாம். இந்தியாவின் நிகழ்காலமும் அதன் எதிர்காலமும் அதன் அரசியல்வாதிகள் அல்லது மத குருமார்களின் கைகளில் இல்லை. தங்கள் குழந்தைகளின் கல்விக்காகத் தங்களிடம் உள்ள ஒவ்வொரு பைசாவையும் சேமிக்கத் தயாராக இருக்கும் கிராமப்புற ஏழைகள், மேம்பட்ட வாழ்க்கைத் தரத்தை விழையும் அமைதியற்ற இளைஞர்கள், தேர்ந்தெடுக்கப்பட்ட அதிகாரிகளிடம் பதில் சொல்லும் பொறுப்பை எதிர்பார்க்கும் துடிப்பான நடுத்தர வர்க்கத்தினர், இந்தியாவின் திறமையை உலகிற்குப் பறைசாற்றும் புலம்பெயர்ந்த இந்தியர்கள் ஆகியோரின் கைகளில் தான் இந்தியாவின் நிகழ்காலமும் வருங்காலமும் உள்ளன.

இந்தியா என்னும் பரிசோதனை ஒரே சமயத்தில் உத்வேகம் தருவதாகவும் குறைபாடுடையதாகவும் இருக்கிறது. ஆனால் ஒரு நாகரிகமாக இந்தியா, சரிவுகளிலிருந்து மீண்டுவரும் அபாரமான ஆற்றலைக் காட்டியுள்ளது. வளர்ந்துவரும் சமத்துவமின்மை, யதேச்சாதிகாரம் போன்ற சவால்களைச் சமாளித்து உலகிற்கு ஒரு முன்மாதிரியை வழங்குகிறது. நாட்டின் பல்வேறு சமூகங்களை ஒன்றிணைத்து, சமூக–பொருளாதார முன்னேற்றத்தின் பலன்கள் சமமாகவும் தாக்குப்பிடித்து நிற்கக்கூடிய வகையிலும் பரவுவதை உறுதிசெய்யக்கூடிய தொலைநோக்குள்ள தலைவர்களும் சிந்தனையாளர்களும் இந்தியாவில் தோன்றுவார்கள். அசோகரிலிருந்து, காந்தி வரை சாணக்கியரிலிருந்து, தாகூர் வரை மகத்தான ஆளுமைகளை உருவாக்கிய நாடு இது. உலகின் மிகப் பழமையான, தொடர்ச்சியான நாகரிகமாக விளங்கும் இந்தியா பலவற்றைப் பெற்றுக்கொள்ள வேண்டியிருக்கிறது; அதைவிட அதிகமாக உலகிற்குக் கொடையளிக்கும் ஆற்றல் அதனிடம் இருக்கிறது. தங்கள் முழுத்திறனை உணர்ந்து வெளிப்படுத்துவதற்கான வாய்ப்பு நூறு கோடிக்கும் அதிகமான இந்தியக் குடிமக்களுக்குக் கிடைத்தால், இந்திய வரலாற்றின் ஆகச் சிறந்த தருணங்களை வருங்காலம் அதற்கு வாரி வழங்கும்.

நன்றி

2019ஆம் ஆண்டு பதிப்பாளர் கிறிஸ் ஃபீக்கிடமிருந்து ஒரு மின்னஞ்சல் வந்தது. இந்தியாவின் வரலாற்றைச் சுருக்கமாக எழுத முடியுமா என்று கேட்டிருந்தார். நான் மும்பையில் பார்சி நண்பரின் வீட்டில் தங்கியிருந்தேன். மும்பை ப்ரீச் கேண்டியில் உள்ள கதீட்ரல் பள்ளியில் படிக்கும்போது அங்கே என்னுடன் படித்த சல்மான் ருஷ்டியுடன் ஈடுபட்ட குறும்புகள் நினைவுக்கு வந்தன. எனது ஜன்னலிலிருந்து பார்க்கும்போது இந்தியாவின் மிகப் பெரிய பணக்காரரான முகேஷ் அம்பானியின் இரண்டு பில்லியன் டாலர் மதிப்புக் கொண்ட 'அன்டிலியா' மாளிகை தெரிந்தது. ஜெய்ப்பூரில் ஒருகாலத்தில் புகழ்பெற்று விளங்கி இன்று அடையாளம் தெரியாமல்போய்விட்ட அரச குடும்பத்தைப் பற்றிய புத்தகத்தை ஆராய்ச்சி செய்யவும், நெருப்புக்கோழியின் தோலால் செய்யப்பட்ட ஜாக்கெட்டுகள்மீது நாட்டம் கொண்ட ஒரு முரட்டு வைர வியாபாரியைப் பற்றி ஒரு பத்திரிகைக்காகக் கட்டுரை எழுதுவதற்காகவும் மும்பையில் இருந்தேன். பல தசாப்தங்களாகவே இந்தியாவின் மீது எனக்கு அளவற்ற ஈடுபாடு இருந்து வருகிறது. அப்படி இருக்கையில் இந்தியாவைப் பற்றி எழுதச் சொன்னால் எப்படி மறுக்க முடியும்?

நான் இளங்கலைப் பட்டதாரியாக இருந்தபோது எனக்குக் கற்பித்த, அந்தக் காலகட்டத்தின் ஆகச் சிறந்த வரலாற்றாசிரியர்கள்தான் இந்தப் புத்தகம் உருவாகக் காரணம். 'தி வொண்டர் தட் வாஸ் இந்தியா' என்ற இரண்டு தொகுதிகள் கொண்ட நூலின் ஆசிரியர்களான ஏ.எல். பாஷம், எஸ்.ஏ.ஏ. ரிஸ்வி ஆகியோர்தான் வரலாற்றின் மீதான எனது ஆர்வத்திற்கு ஒரு வடிவம் அளித்தார்கள். இவர்களுடன், எனது இந்தி ஆசிரியர்களான ரிச்சர்ட் பார்ஸ், யோகேந்திர யாதவ் ஆகியோரும் பல வருடங்கள் இந்தியாவில் பணியாற்றி எனக்குத் தெரிந்ததை என் மாணவர்களுக்கும் வாசகர்களுக்கும் சொல்வதற்குத் தேவையான திறன்களை எனக்கு வழங்கினார்கள்.

கடந்த பல ஆண்டுகளில் பல நிறுவனங்களும் தனிநபர்களும் என்னுடைய இந்தியப் பயணங்களுக்கு ஊக்கமளித்து உதவி செய்திருக்கிறார்கள். ஏசியாலிங்க், ஆஸ்திரேலியா கவுன்சில், ஆஸ்திரேலியா இந்தியா கவுன்சில், ஆஸ்திரேலியா இந்தியா நிறுவனம், புதுதில்லியில் உள்ள ஆஸ்திரேலிய உயர் ஆணையம், மும்பை, கொல்கத்தா, சென்னை ஆகிய நகரங்களில் உள்ள ஆஸ்திரேலியத் தூதரகங்கள், அவற்றின் ஊழியர்கள் ஆகியோர் இதில் அடக்கம். ஆஸ்திரேலியாவில் தெற்காசியா தொடர்பான ஆய்வில் ஈடுபாடு கொண்டவர்களின் எண்ணிக்கை சுருங்கிவருவதுகிறது. இந்தத் துறையைச் சேர்ந்த முன்னாள் மாணவர்களான காமா மக்லீன், ராபின் ஜெஃப்ரி, ஜிம் மஸ்ஸெலோஸ், அஸ்ஸா டோரன், மார்க் அலோன் ஆகியோர் பல ஆண்டுகளாக எனக்கு மிகவும் தேவையான ஊக்கத்தை அளித்துவருகிறார்கள்.

பான் மேக்மில்லன் இந்தியா பதிப்பகத்தின் அற்புதமான குழுவுடன், குறிப்பாக எடிட்டோரியல் டைரக்டர் டீஸ்டா குஹா சர்க்கார், விளம்பரப் பிரிவைச் சேர்ந்த சபுரி சும்ரன், தீட்ஷா குப்தா ஆகியோருடன் மீண்டும் பணியாற்றுவதில் மிகுந்த மகிழ்ச்சியும் பெருமையும் அடைகிறேன். தங்களது சுருக்கமான வரலாற்று நூல்களின் வரிசையில் என்னையும் இணைத்துக் கொண்டமைக்காக மெல்போர்னில் உள்ள பிளாக் இன்க் நிறுவனத்துக்கும் அதன் அபாரமான எடிட்டர்கள் ஜூலியா கார்ல்மாங்கோ, கேட் மோர்கன் ஆகியோருக்கும் என்னுடைய நன்றி. குறிப்பாக, 5000 ஆண்டுகாலச் சிக்கலான வரலாற்றைச் சுருக்கி வழங்கும் எனது முயற்சியைச் சிறப்பான முறையில் எடிட் செய்தமைக்காக நன்றி. கர்டிஸ் பிரவுனில் உள்ள எனது சிறப்பான முகவர் ஃபியோனா இங்கிலிஸுக்கும் உலகளாவிய பார்வையாளர்களிடம் இந்த நூலை எடுத்துச் செல்லும் அரிய பணியை ஆற்றிய பெஞ்சமின் பாஸுக்கும் எப்போதும்போல் எனது நன்றி உரித்தானது.

எனது கூட்டாளியான ஏப்ரல் ஃபோன்டிக்கு, இந்தியா மீதான எனது ஆர்வத்தைப் பகிர்ந்துகொள்வதற்கும், நீங்கள் காட்டிய பொறுமை, நீங்கள் தந்த உத்வேகம், உங்கள் புரிதல் ஆகியவற்றுக்காகவும் நன்றி. இறுதியாக, என்னுடைய முயற்சிக்குத் தந்த ஆதரவுக்காகவும் அவர்களுடன் நான் மேற்கொண்ட இலக்கியப் பயணங்களுக்காகவும் என் குழந்தைகள் அட்லீ, அலெக்சாண்டர், ஜோனதன், நிக்கோலஸ் ஆகியோருக்கு நான் கடமைப்பட்டிருக்கிறேன்.

மேற்கொண்டு வாசிப்பதற்கான பரிந்துரைகள்

அறிமுக நூல்கள்:

அறிமுக நிலையில் இஸ்லாமியர்களின் வருகைக்கு முந்தைய இந்தியாவைப் பற்றிய *The Wonder That Was India* (முதல் தொகுதி) – *A.L. Basham*, இந்தியாவில் இஸ்லாமியர்களின் காலம் (1200 to 1700) பற்றிய *The Wonder That Was India* (இரண்டாம் தொகுதி) – *S.A.A Rizvi* ஆகியவை முக்கியமானவை. John Keay எழுதிய *India: A History* என்னும் நூல் 1990கள் வரையிலான இந்திய வரலாற்றை உள்ளடக்கியது.

இந்தியா பற்றிய இதர அறிமுக நூல்கள்: *India: Brief History of a Civilisation* by Thomas Trautmann, Jawaharlal Nehru's *The Discovery of India*

இந்திய நாகரிகம் குறித்த நூல்கள்: *Early India: From the Origins to AD 1300* by Romila Thapar, *Early Indians: The Story of Our Ancestors and Where We Came From* by Tony Joseph (இது இந்தியாவின் பண்டைய வரலாற்றை மரபணுச் சான்றுகள் மூலம் கட்டமைக்கிறது)

மௌரிய, குப்தர்களின் காலம் பற்றி: Vincent Smith's *The Early History of India* and D.D. Kosambi's *An Introduction to the Study of Indian History*

இந்து சமயம்: *The Hindus: An Alternative History* by Wendy Doniger

இந்தியாவின் பிரதான சமயங்கள்: *Diana Eck's India: A Sacred Geography*

A Concise History of Buddhism by Andrew Skilton

இஸ்லாமியர்களின் காலம்:

- Abraham Eraly's *The Age of Wrath: A History of the Delhi Sultanate*
- *Emperors of the Peacock Throne: The Saga of the Great Mughals*
- Richard Eaton's *India in the Persianate Age*
- *The Great Moghals* by Bamber Gascoigne
- *The Last Mughal* by William Dalrymple
- *White Mughals: Love and Betrayal in Eighteenth–Century India* by William Dalrymple

ஆங்கிலேயர்களின் காலம்:

- *The Anarchy: The Relentless Rise of the East India Company* by William Dalrymple
- *The Corporation That Changed the World (How the East India Company Shaped the Modern Multinational)* by Nick Robins

The Scandal of Empire: India and the Creation of Imperial Britain by Nicholas B. Dirks.

Late Victorian Holocausts: El Niño Famines and the Making of the Third World by Mike Davis (19ஆம் நூற்றாண்டில் இந்தியாவின் சமூக-பொருளாதாரம் பற்றிய பார்வை)

An Era of Darkness: The British Empire in India by Shashi Tharoor (காலனியாட்சியால் ஏற்பட்ட நஷ்டங்கள் பற்றிய நூல்)

David Gilmour's The British in India and Charles Allen's Plain Tales from the Raj

Gandhi before India by Ramachandra Guha

Nehru, A Tryst with Destiny by Stanley Wolpert

Gandhi's Passion: The Life and Legacy of Mahatma by Stanley Wolpert

Gandhi, Prisoner of Hope by Judith Brown

The Story of My Experiments with Truth by Gandhi

Indian Summer: The Secret History of the End of an Empire by Alex von Tunzleman

Freedom at Midnight by Larry Collins and Dominique Lapierre.

Khushwant Singh's Train to Pakistan (பிரிவினைக் காலம் தொடர்பான முக்கியமான நாவல்).

விடுதலைக்குப் பிந்தைய இந்தியா:

India after Gandhi: The History of the World's Largest Democracy by Ramachandra Guha

The Sangh Parivar: A Reader and Majoritarian State: How Hindu Nationalism Is Changing India by French writer Christophe Jaffrelot

The Idea of India by Sunil Khilnani (சுதந்திர இந்தியாவின் பொருளாதார, அரசியல் வரலாறு)

Incarnations: India in 50 Lives by Sunil Khilnani (தனிநபர்கள் குறித்த சித்திரங்களின் மூலம் வரலாற்றைச் சொல்லும் நூல்).

The Argumentative Indian by the Nobel Prize-winning economist Amartya Sen

The Emergency: A Personal History by Coomi Kapoor

In Spite of the Gods by Edward Luce

Implosion: India's Tryst with Reality by John Elliott

Billionaire Raj by James Crabtree

Malevolent Republic: A Short History of the New India by K.S. Komireddi

Katherine Boo's Behind the Beautiful Forevers and Sonia Faleiro's The Good Girls: An Ordinary Killing (இந்தியாவின் கிராமப்புற ஏழைகள், குறிப்பாகப் பெண்களின் நிலை பற்றிய நூல்கள்.)

Image credits

p. 12: © Trustees of the British Museum; p. 20: Author unknown, courtesy of Ismoon (talk) 18:08, 21 February 2012 (UTC) – Own work, courtesy of Wikimedia Commons; p. 29: Author unknown, courtesy of Mahavir Prasad Mishra via Wikimedia Commons; p. 36: Photo12 / Ann Ronan Picture Library / Alamy Stock Photo; p. 37: Syed Muhammad Naqvi, CC BY-SA 3.0, via Wikimedia Commons; p. 39: Unknown author. Own work; photographed by Smuconlaw on 28 April 2012, 15:46:56, CC BY-SA 3.0; p. 51: Richard Brown / Alamy Stock Photo; p. 56: Biswarup Ganguly – Enhanced image of, CC BY-SA 3.0; p. 64: No machine-readable source provided. Own work assumed (based on copyright claims), CC BY 2.5; p. 64: Photo Dharma from Sadao, Thailand – 022 Cave 1, Padmapani, CC BY 2.0; p. 73: Nirinsanity – Own work, CC BY-SA 4.0; p. 77: Los Angeles County Museum of Art, Public domain, via Wikimedia Commons; p. 84: Made in Kota, Rajasthan, India – Public domain, via Wikipedia Commons; p. 87: Clifton & Co. Leiden University Library, KITLV, image 377922 Collection page Southeast Asian & Caribbean Images (KITLV), Public domain, via Wikipedia Commons; p. 88: Author unknown, via https://indophilia.tumblr.com/post/58451347626/raziyya-al-din-usually-referred-to-in-history, p. 113: Nandanupadhyay – Own work, CC BY-SA 3.0; p. 114: Metropolitan Museum of Art, Public domain, by Govardhan, via Wikipedia Commons; p. 118: Marcin Białek – Own work, CC BY-SA 3.0; p. 123: Ustad Mansur – Hermitage, St. Petersburg, Public domain, via Wikipedia Commons; p. 128: Kristian Bertel – Own work, CC BY-SA 4.0; p. 130: Cordanrad, Public domain, via Wikipedia Commons; p. 135: Nathaniel Dance, (later Sir Nathaniel Dance-Holland, Bt) (died 1811), Public domain, via Wikipedia Commons; p. 140: Market scene, Calcutta, West Bengal. Coloured etching by François Balthazar Solvyns, 1799, CC BY 4.0; p. 150: Benjamin West – British Library, Public domain, via Wikipedia Commons; p. 155: Victoria and Albert Museum, CC BY-SA 3.0; p. 162: Copyright unknown, 'Charmers of Serpents,' *The Penny Magazine*, 9 February 1833, 49, via https://reynolds-news.com/2021/07/18/victorian-snakes/#_ftnref13; p. 164: India Post, Government of India – [1] [2], GODL-India, via Wikipedia Commons; p. 168: Elizabeth Thompson, Scanned copy of the painting in the Tate Gallery, Public domain, via Wikipedia Commons; p. 175: Artist unknown, via https://www.amarchitrakatha.com/; p. 181: Willoughby Wallace Hooper, pictured dated 1876–78, Wellcome Library

Image Catalogue, WW Hooper Group of Emaciated Young Men, India Famine 1876–78, Public domain, via Wikipedia Commons; p. 187: George Grantham Bain Collection (Library of Congress). This image is available from the United States Library of Congress's Prints and Photographs division under the digital ID ggbain.16113, Public domain, via Wikipedia Commons; p. 195: Kanu Gandhi – gandhiserve.org, Public domain, via Wikipedia Commons; p. 200: Unknown author – [1] [2] A very similar image published in Muhammad Ali Jinnah: *A Political Study by Matlubul Hassan Saiyid* (Lahore: Shaikh Muhammad Ashraf, 1945), frontispiece. Copyright expired 1995. First Time People in Pakistan, Public domain, via Wikipedia Commons; p. 201: Yann (talk), Scanned by Yann (talk), Public domain, via Wikipedia Commons; p. 204: Royroydeb, Anonymous, Public domain, via Wikipedia Commons; p. 221: Unknown author, http://www.outlookindia.com/printarticle.aspx?290562, Public domain, via Wikipedia Commons; p. 224: By Tatiraju.rishabh at English Wikipedia, CC BY 3.0; p. 228: U.S. News & World Report photographer Warren K. Leffler. This image is available from the United States Library of Congress's Prints and Photographs division under the digital ID cph.3c34157, Public domain, via Wikipedia Commons; p. 236: Bart Molendijk / Anefo, Nationaal Archief, CC BY-SA 3.0 nl; p. 241: Ayman Aumi, CC BY-SA 4.0; p. 246: Naveenpf – File:ABD 0165.JPG, File:Rahul Gandhi in Ernakulam, Kerala.jpg, CC BY-SA 3.0.